'AVASAANA' या कन्नड कादंबरीचा मराठी अनुवाद

उदयास्त

लेखक

सहना विजयकुमार

अनुवाद

अपर्णा नायगांवकर

मेहता पब्लिशिंग हाऊस

Please contact us at **Mehta Publishing House,** Pune.
✆ +91 020-24476924 / 24460313 / Mob. No. 954500513
Email : production@mehtapublishinghouse.com
Website : www.mehtapublishinghouse.com

- *या पुस्तकातील लेखकाची मते, घटना, वर्णने ही त्या लेखकाची असून त्याच्याशी प्रकाशक सहमत असतीलच, असे नाही.*

AVASAANA by **SAHANA VIJAYKUMAR**

Translated into Marathi Language by Aparna Nayagaonkar

उदयास्त / अनुवादित कादंबरी

अनुवाद : अपर्णा नायगांवकर

author@mehtapublishinghouse.com

संस्थापक : सुनील अनिल मेहता

प्रकाशक : अखिल सुनील मेहता, मेहता पब्लिशिंग हाऊस,
१९४१, सदाशिव पेठ, माडीवाले कॉलनी, पुणे ४११०३०

मुद्रक : पार्कसन्स ग्राफिक्स

मुखपृष्ठ : सतीश भावसार

प्रथमावृत्ती : मार्च, २०२२

किंमत : ₹ ४९०

P Book ISBN 9789394258051
E Book ISBN 9789394258068
E Books available on : amazonkindle Apple Books Google Play Books

---

मनोगत

'उदयास्त' ही माझी दुसरी अनुवादित कादंबरी आपल्या हातात देताना मला अतिशय आनंद होत आहे. सहना विजयकुमार या कन्नड लेखिका आहेत. तरीही त्यांच्या या कादंबरीचं कथानक महाराष्ट्राच्या भूमीवर घडलेलं आहे. कर्नाटकातील एका लेखिकेला महाराष्ट्रातली पार्श्वभूमी असलेलं कथानक लिहावं, असं का वाटलं असेल? या उत्सुकतेमुळे याचा अनुवाद करावा, असं मनात आलं आणि सहना यांनी माझ्यावर विश्वास दाखवून त्यांची ही कादंबरी अनुवादासाठी लगेच माझ्या हातात दिली.

सुप्रसिद्ध अनुवादक-लेखक उमा कुलकर्णी या तर माझ्या गुरूच. त्यांच्या प्रेरणेमुळेच मी या कादंबरीच्या अनुवादाचं काम हातात घेतलं. आदरणीय विरुपाक्षसरांनी पुस्तकातील कठीण वाटणारा काही भाग सोपा करून सांगितला व मोलाचं मार्गदर्शन केलं.

कादंबरीतील कामाठीपुऱ्याचा भाग समोर आला त्या वेळी आधी या विषयावर माहिती मिळवायला हवी, असं मनात येऊन शोध घ्यायला सुरुवात केली, तेव्हा श्री. अनिल अवचट यांचा ३५ पानांचा लेखच हातात आला. कामाठीपुरा समजून घेण्यासाठी त्याची खूप मदत झाली.

अनुवादाचं काम चालू असताना जी. व्ही. कुलकर्णीसर, माझी मैत्रीण शकुंतला शेट्टी ही कानडी मंडळी, तसेच मराठी लेखनासंदर्भात माझी भाची राजश्री कार्लेकर हिची खूप मदत झाली. लेखक व साहित्यप्रेमी असलेले आमचे स्नेही श्री. रमेश जोशी यांनी वेळात वेळ काढून कच्चं लेखन वाचलं व मोलाच्या सूचना दिल्या.

मेहता प्रकाशनाने पुस्तक प्रकाशनाची जबाबदारी स्वीकारली. मेहता प्रकाशनाच्या योजना यादव यांनी आपलेपणाने माझ्या शंकांचं निरसन केलं.

माझ्या कुटुंबीयांच्या पाठिंब्याशिवाय हे काम माझ्याकडून पूर्ण होणं शक्यच नव्हतं. या अनेकांचं साहाय्य या पुस्तकाला लाभलेलं आहे. त्या सर्वांची मी खूप खूप आभारी आहे; तरीही या सर्वांच्या ऋणात राहणंच मला जास्त आवडेल.

– अपर्णा नायगांवकर

अध्याय १

एक

सोलापूरमधील रेल्वे वसाहतीतील त्या मोठ्या घराच्या आवारात सत्यानं पाऊल टाकलं, तेव्हा सकाळचे बरोबर नऊ वाजले होते. ही त्याची यायची रोजचीच वेळ. गेट उघडल्यानंतर सवयीनं त्यानं घराकडं नजर टाकली. आत्ताच रंग काढलेला असला तरी माझं वय झालं आहे, असे न घाबरता सांगत होतं ते घर. ''मालकाला आता तुझाच आधार आहे सत्या,'' असंही काही आपल्याला सांगण्याचा ते प्रयत्न करत आहे, असं वाटलं सत्याला.

घराच्या एका भागात असलेल्या ऑफिसच्या बोर्डवर 'प्रणव प्रिंटेड सर्किट बोर्ड' असं साध्या-सरळ आणि लांबूनही स्पष्ट वाचता येईल, अशा अक्षरांत लिहिलं होतं. गेट लावून सत्यानं आपली बाइक ढकलत नेऊन कंपाउन्डच्या आतील बाजूला उभी केली. बाइकच्या हँडलला लटकावलेली फळांची पिशवी हातात घेऊन, भराभर चालत तो तडक घराच्या मुख्य दरवाज्याकडे गेला. ऑफिस घराच्या डावीकडच्या भागात होतं. ऑफिसच्या दारापर्यंत जायला अजून काही पावलं टाकायला लागली असती; पण नोकरीला लागल्यापासून तो कधीही त्या दारामधून ऑफिसमध्ये शिरला नव्हता. घराच्या मुख्य दाराबाहेर चपला काढून त्याने घाईघाईत आतल्या ओसरीवर पाऊल टाकलं. समोरच बाबूराव दिसले आणि सत्याचा चेहरा खुलला.

''आज यायला उशीर झाला का रे सत्या? हे कधीपासून तुझी वाट पाहत आहेत. मी खिचडी भरवत होते; पण नाही खाल्ली त्यांनी. घे, भरव त्यांना. तुझ्या हातून खाताना त्यांची काहीही कटकट नसते.''

सत्याला पाहताच खूश झालेल्या गंगाबाईंनी हसत हसत साबुदाण्याच्या खिचडीची ताटली त्याच्या हातात सरकवली. गंगाबाई बाबूरावांची पत्नी.

''आई, एक मिनिट प्लेट पकडा. मी आलोच.''

असं म्हणून सत्याने हातातली फळांची पिशवी टेबलावर ठेवली आणि तो बाबूरावांच्या खुर्चीकडे गेला. उकिडवं बसून त्याने बाबूरावांचे पाय घट्ट पकडून त्यावर डोकं टेकवलं आणि नंतर तो गंगाबाईंच्या पाया पडला. अत्यंत वात्सल्याने त्याच्या डोक्यावरून हात फिरवत त्या म्हणाल्या,

''वडिलांच्या ठिकाणी मानून त्यांच्या रोज पाया पडतोस, ते पुरेसं नाही का? मला कशाला रोज नमस्कार करायला हवा? मला आई अशी हाक मारतोस ना, तेच माझ्यासाठी खूप आहे.''

त्यावर हसून तो देवघराकडे गेला. कोल्हापूरची महालक्ष्मी,गणपती, तुळजाभवानी या सगळ्या फोटोंमध्ये उठून दिसणाऱ्या विठ्ठलाच्या मूर्तीकडे डोळे भरून पाहून त्यानं हात जोडले आणि 'पंढरीनाथ महाराज की जय' असं म्हणत माघारी येऊन त्यानं गंगाबाईंच्या हातातली नाश्त्याची ताटली आपल्या हातात घेतली व त्यातील चमचाभर खिचडी बाबूरावांना भरवली.

''वा, बाबा, काय मस्त वास येतोय खिचडीचा. खाणार ना? आई बनवते तशी साबुदाण्याची टेस्टी खिचडी कोणीही बनवू शकत नाही, हे विसरला नाही ना? बिचारी आई. किती त्रास देता तिला? खा ना आता.''

असं म्हणून, आर्जवी हसू डोळ्यांत आणून सत्या त्यांच्याकडे पाहू लागला. त्यानं भरवलेली खिचडी चवीनं खाताना त्यांच्या चेहऱ्यावर थोडं तरी हसू दिसावं, म्हणून त्याने केलेले प्रयत्न व्यर्थ गेले असले, तरी त्यांच्या डोळ्यांत चमक आली.

सहा वर्षांपूर्वी त्यांना अर्धांगाचा झटका येऊन, सगळं अंग पूर्णपणे लुळं पडलं होतं. बोलणं अस्पष्ट झालं होतं. चेहऱ्याच्या स्नायूवर परिणाम झालेला नाही, असं डॉक्टर म्हणत असले तरी बाबूरावांच्या मनातल्या भावना मुख्यत्वे डोळ्यांमधूनच व्यक्त होत होत्या. बेताची ऊंची आणि सडपातळ अंगकाठी असलेला हा माणूस अंथरुणाला खिळल्यावर अधिकच कृश झाला होता. केस पांढरे झाले होते. त्यांचा तळहाताएवढा चेहरा निस्तेज झाला असला, तरी डोळ्यांत मात्र तेज होतं, आणि कपाळावरच्या बुक्क्यामुळेही चेहऱ्यावर तजेला आला होता. सत्यानेच आणून दिला होता त्यांना बुक्का. गंगाबाई रोज सकाळी अंघोळ झाल्यानंतर न चुकता पतीच्या कपाळावर बुक्का व अष्टगंधाचा टिळा लावत असत.

''येताना नेहमी काही ना काही घेऊन येतोस. इथे नाश्ता-जेवण मात्र नको म्हणतोस. मला वाईट वाटणार नाही का?''

पती विनातक्रार जेवत आहे, हे पाहिल्यावर सुटकेचा श्वास टाकून गंगाबाई सत्याला म्हणाल्या. सत्या त्यांच्याकडे पाहू लागला. सात्त्विक भाव असलेली बाई. करुणा, वात्सल्य फक्त नजरेतच नाही, तर प्रत्येक हालचालींत दिसून येतं. कधी आवाज चढवून बोलणारही नाही, अशी आई. गेल्या सहा वर्षांच्या अव्याहत

पतिसेवेने त्यांची काया झिजून गेली आहे, हे स्पष्ट दिसत होतं. तरीही न थकणारी वामनमूर्ती. सत्या त्यांच्याकडे आदराने आणि अभिमानाने पाहत असतानाच बाबूराव बायकोला हळू आवाजात हाक मारण्याचा प्रयत्न करू लागले. 'गं...गा...' सत्याने लगेच त्यांच्याकडे वळून त्यांना खिचडीचा घास भरवला. 'गं ...गा' हा त्यांच्या मुखातला सततचा मंत्र होता. अनेकदा गंगाबाई समोर असतानाही सगळी ताकद एकवटून ते त्यांना उगाचच हाका मारत सुटायचे. हातातलं काम टाकून, गडबडीनं येऊन 'काय हवंय?' असं त्या विचारू लागल्यावर मात्र हे अगदी गप्प होऊन जायचे. त्या तेथून गेल्यावर पुन्हा हाका मारायला सुरुवात. ओरडत, किंचाळत मारलेल्या हाका. घरातल्या सगळ्यांनाच त्याचा त्रास व्हायचा; पण त्यांचा हटवादीपणा समजून घेऊन सगळे गप्प बसत. त्यांच्या ओरडण्याचा त्रास जेव्हा ऑफिसमधल्या लोकांनाही होऊ लागला, तेव्हा मात्र घर आणि ऑफिसच्यामध्ये असलेला दरवाजा बंद करून टाकला गेला.

"सत्या, आता काही वेळापूर्वीच डॉ. आपटे येऊन गेले. यांचं बीपी आटोक्यात येत नाहीये, असं म्हणत होते. गोळ्या बदलून झाल्या, गोळ्यांचा डोस कमी-जास्त करून झाला, तरी बीपी नॉर्मलला येत नाहीये. असंच चालू राहिलं तर जिवाला अपाय होण्याची शक्यता, असं ते म्हणत होते."

हे सांगत असताना गंगाबाईंचा आवाज कातर झाला होता. चेहराही उतरला होता. पतीचं औषध, पथ्यपाणी सगळं व्यवस्थित सांभाळत होत्या त्या. पण मनात जी विचारांची आंदोलनं चालू होती, त्यावर नियंत्रण कसं ठेवणार? डॉक्टर नियमित तपासून जात होते तरी बाबूरावांच्या तब्बेतीची काळजी दिवसेंदिवस वाढतच होती. सत्याला एकदा सगळं सांगून टाकलं, की गंगाबाईंना बरं वाटत असे. तो डॉक्टरांच्याही पलीकडचा आहे, अशीच त्यांची भावना होती.

"फक्त औषधाच्या गोळ्या घेणं पुरेसं आहे का? बरं वाटण्यासाठी त्यांच्याबरोबर थोडं गोड बोलायला, प्रेमानं वागायला नको का? तू तरी चार गोष्टी बोल त्यांच्याजवळ," हे सांगताना त्यांचा आवाज आणि नजर दोन्ही केविलवाणी वाटत होती.

"बाबा, रात्री नीट झोपायला हवं, असं डॉक्टरांनी सांगितलं आहे ना? त्यांचं ऐकायचं नाही का?" सत्या बाबूरावांकडे वळून म्हणाला.

बाबूराव सावकाशपणे, "ऊ..हुम" असं काही बोलले. मोठं मन करून ते इतकं बोलले हेच खूप झालं, असं सत्याला वाटलं.

"झोपेच्या गोळ्या घेतल्यावर थोडा वेळ शांत असतात; पण हल्ली गोळ्या थुंकून टाकायला शिकले आहेत. गोळ्या न चुकता वेळेवर द्या. त्यामुळे बीपीचा त्रास कमी होईल व चांगली झोप लागली, तर मनही शांत राहील, असं डॉक्टर

सांगतात आणि आपलाच हट्ट चालवणारे हे. झोपवल्यावर कायम भिंतीकडे वळून चित्र पाहत असतात किंवा माझ्या नावाचा जप करत ओरडत असतात. जणू आकाश कोसळलंय. दुसरीकडे आजारी बापावर सतत चिडणारा विशाल. त्यांना वाटेल तसं बोलत असतो...मधल्यामध्ये मी काय करावं सांग? तू पाहत असशील ना, घराघरात वडील-मुलांचे संबंध किती सलोख्याचे असतात, इथे आमच्याकडे मात्र...''

बोलता बोलता गंगाबाईंचा गळा दाटून आला आणि पुढे बोलणं अशक्य होऊन, त्यांनी आपल्या पदराचा शेव तोंडात कोंबला. सत्या कळवळून बाबूरावांना म्हणाला,

''बाबा, तुम्ही कसली चित्रं पाहत असता? मला सांगणार नाही का?''

असं विचारत सत्यानं आपला कान त्यांच्या तोंडाजवळ नेला आणि त्यांच्या तोंडून बाहेर पडणारं गुपित ऐकायला तो सिद्ध झाला. पण त्यांच्या तोंडातून फक्त गूर गूर ...असा आवाज आला. त्यांचं बोलणं ऐकण्यासाठी उत्सुक असलेल्या सत्याला आपल्या हातात खाण्याची ताटली आहे, हे आठवलं आणि दुसऱ्या क्षणाला त्यानं ती ताटली बाजूला ठेवली व बाबूरावांचा चेहरा आपल्याकडे वळवला. त्यांच्या डोळ्यांतून अश्रू वाहत होते.

''बाबा, रडू नका. रडण्यासारखं काय घडलं आहे? आम्ही सगळे आहोत ना तुमच्याबरोबर? तुम्ही असं डोळ्यांतून पाणी काढत बसला, तर आईला कोण समजावणार?''

असं म्हणत सत्या हळूहळू त्यांना थोपटत बसला. नुकतीच साठी उलटलेल्या बाबूरावांची तारुण्यातली प्रमाणबद्ध, सुदृढ देहयष्टी आता पार ढासळली होती आणि त्यांचे हात-पाय सुकलेल्या लाकडासारखे झाले होते. केवळ बेल्टच्या आधारानं ते खुर्चीवर बसायचे. डोळ्यांतलं पाणी आणि गळणारी लाळ पुसण्यासाठी त्यांच्या मानेभोवती एक टॉवेल गुंडाळलेला असे. पट्ट्यापट्ट्यांच्या पायजमा-झब्ब्यामध्ये तुरुंगातल्या कैद्यासारखा दिसणारा हा माणूस म्हणजे एकेकाळच्या प्रख्यात अशा 'महालक्ष्मी मिल'चा मालक बाबूराव मोहिते, आज सत्याच्या कुशीत शिरून हुंदके देत होता. नवऱ्याला मुलासारखं रडताना पाहून गंगाबाई संकटातही धीराने उभं राहायचा प्रयत्न करत होत्या. पस्तीस वर्षांहून अधिक काळ सरलेल्या त्यांच्या दांपत्य जीवनात त्यांनी कधीही पतीबद्दल तक्रार केली नव्हती. समोर आलेल्या संकटांना आपलं नशीब समजून, ठामपणे उभ्या राहणाऱ्या गंगाबाईंना ही शेवटची सहा वर्षं, गिळता येत नाही, अशा गरम तुपासारखी वाटली होती. हातातल्या बांगड्या, गळ्यातलं मंगळसूत्र, नाकातली मोत्याची नथ किंवा त्यांच्या भाळावरचं गोल कुंकू यापेक्षाही त्यांच्या चेहऱ्यावरचे मुग्ध, स्नेहल भाव पाहणाऱ्याच्या नजरेत

प्रामुख्यानं भरत.

"सत्या, त्यांचं रडणं थांबव बाबा. त्यामुळे जास्त अशक्तपणा येईल. मी त्यांची नीट काळजी घेत नाही, असं डॉक्टरांना वाटत असेल का रे? देवा, मी असा काय अपराध केलाय? मला का ही शिक्षा?" बोलता बोलता त्यांना अश्रू अनावर झाले आणि त्या देवघराकडे पाहू लागल्या. सत्याने बाबूरावांना हळुवारपणे खुर्चीत टेकून बसवलं आणि समोर उभ्या असलेल्या नोकराकडे पाहून तो म्हणाला,

"बाबा, हा मोटाराम आहे ना, याला बायकोची कटकट चुकवण्यासाठी किती कसरत करावी लागते माहीत आहे?"

असं म्हणून त्याने बाबूरावांच्या चेहऱ्याकडे पाहिलं. थकलेले असूनही त्यांच्या चेहऱ्यावर कुतूहल दिसत होतं. सत्या पुढे बोलू लागला...

"तमाशा पाहायची फार हौस आहे याला. जवळपासच्या गावात तमाशाचा फड आल्याचं कळलं, की हा बायकोला माहेरी पाठवून देतो आणि स्वतः तमाशातल्या बायांच्या नाच-गाण्यांत रमून जातो. मध्येच फोन करून त्याची बायको, कुठे आहात? असं विचारते, तेव्हा मंदिरात आहे, भजनाला बसलो आहे, असं सांगतो हा."

सत्या बोलायचा थांबला; पण बाबूरावांच्या डोळ्यांत पुन्हा चमक आली. कसला तरी विचार करता करता ते बायकोकडे पाहू लागले. त्यांच्या स्मृतिपटलावर जुन्या आठवणी जाग्या होत आहेत, हे गंगाबाईंच्या लक्षात आलं. पतीबरोबर तमाशाला, संगीत नाटकांना जावं असं अनेकदा गंगाबाईंना वाटत असे. तेवढंच तर एक मनोरंजनाचं साधन होतं; पण सासूची परवानगी नसायची आणि घरकामाच्या रगाड्यातून वेळही मिळायचा नाही. कधी कधी बाबूराव एकटेच नाटकाला जायचे. "कसं होतं हो नाटक?" किंवा "लावणी कशी असते हो?" असं गंगाबाईंनी विचारल्यावर मूड असेल, तर ते सगळं वर्णन करून सांगायचे. नाही तर काही न बोलता फक्त 'गंगा' असं म्हणत त्यांच्या कुशीत झोपून जायचे. संवादाची सुरुवात आणि शेवट 'गंगा' याच शब्दानं व्हायची. त्या शिवाय एक अक्षरही जास्त ते बोलायचे नाहीत. त्यांना काय सांगायचं असायचं ते त्या एका शब्दातच दडलेलं असायचं हे कळायला गंगाबाईंना काही आठवडे नाही, तर काही महिने जावे लागले होते. दिवस असेच सरत होते. दांपत्य जीवन ही काही सोपी गोष्ट असते का? न बोललेल्या अथवा बोलू न शकता येणाऱ्या भाषेतून अर्थ समजून घ्यायचा. चर्येवरून, व्यक्तिमत्त्वावरून माणूस कसा आहे, याचा अंदाज बांधल्यानंतर काही गृहीतं मांडायची आणि अखेर त्यापैकी एक टक्कासुद्धा खरं नाही, याचा विचित्र अनुभव घ्यायचा. त्यांनी 'गंगा' अशा मारलेल्या हाकेत जन्माचं सार्थक मानणाऱ्या गंगाबाईंना, बाबूरावांचं ते रूप आता अलभ्य झालेलं असताना 'गं ..गा' ही नवीन हाक

जिवापेक्षा जास्त मोलाची वाटत होती. त्यांचे पती बाबूराव त्यांना हाक मारून त्यांचं लक्ष वेधून घ्यायचा प्रयत्न करत होते आणि त्याच वेळी नजरेतून प्रतिबिंबित होणाऱ्या आठवणींना पत्नीकडून हसून प्रतिसाद मिळतोय, हे पाहून खूश होत होते. सत्याला खूण करून त्यांनी नाश्त्याची आठवण करून दिली व खाण्यासाठी तोंड उघडलं. त्यांचं खाणं संपेपर्यंत मोटाराम येऊन एका बाजूला उभा होता.

"अंघोळ करायच्या वेळी रोज दाढी करायची म्हणून मागे लागतात, आज मी 'आज दाढी नको,' असं म्हणून अंघोळीसाठी साबण हातात घेतला, तर वैनीबायच्या नावाने हाकाटी करायला सुरुवात केली यांनी. रेझर हातात घेईपर्यंतही धीर नसतो त्यांना. रोज दाढी करून काय मोठं होणार आहे. चार दिवसांनी करतो ते पुरेसं नाही का? तूच सांग बरं सत्यादादा."

हात बांधून, खालमानेने त्यांची तक्रार करणाऱ्या मोटारामकडे बघून बाबूरावांनी जोरात 'हूं....' असा आवाज काढला.

"तुम्ही असं ओरडलात तरी मी घाबरणार नाही बरं, लक्षात ठेवा." मोटाराम त्यांच्याकडे पाहत म्हणाला, तेव्हा सगळ्यांच्या चेहऱ्यावर हसू फुटलं. "हे खरं आहे का बाबा?" असं सत्यानं विचारताच बाबूराव रागारागाने मोटारामकडे पाहू लागले.

"हे शिस्तीच्या बाबतीत काही कमी नाहीयेत. पहिल्यापासून असेच. समोर कितीही महत्त्वाचं काम असलं; तरीही रोजची दाढी काही चुकायची नाही. एकदा तर..." गंगाबाईंनी त्यांच्या आठवणीतला प्रसंग सांगायला सुरुवात केली इतक्यात;

"हे काय? अजून नाश्ता प्रकरण संपलं नाही का?"

हा प्रश्न होता पहिल्या मजल्यावरून सरसरत जिना उतरून आलेला, बाबूरावांचा एकुलता एक पुत्र विशाल याचा. मुलाला पाहताच बाबूरावांच्या डोळ्यांत इतका वेळ दिसणारी लकाकी विझून गेली. गंगाबाई खाली मान घालून स्वयंपाकघराकडे गेल्या व मोटाराम चपापून नीट उभा राहिला. विशालच्या येण्यामुळे विचलित न झालेला सत्या मात्र बाबूरावांची व्हीलचेअर ढकलत शांतपणे खोलीकडे गेला आणि मोटारामला म्हणाला, "बाबांना औषध दे आणि जरा वेळानं त्यांना झोपव." विशालला जाणवलं, की आपल्या येण्यानं इथलं वातावरण बदललं आहे. त्याला हे काही नवीन नव्हतं. या घरातले लोक, त्यांचं वागणं, पावलापावलाला त्याला घाबरून वागतोय असं दाखवणं, या सगळ्याचा त्याला भयंकर तिटकारा येत असे. तरी आपल्या रागाचा अतिरेक होऊ नये, म्हणून या सगळ्यापासून तो स्वतःला काहीसा अलिप्त ठेवत असे. डायनिंग टेबलाकडे जाता जाता विशालनं आजूबाजूला नजर फिरवली. मोटाराम हात जोडून उभा होता आणि सत्या बाबूरावांचं तोंड पुसत होता.

"ही सगळी कामं तू का करतोस सत्या? त्यांचं सगळं करायला मोटाराम आहे ना?"

एकदम असा प्रश्न विचारताना विशालचा आवाज नकळत चढला होता. त्याच्या प्रश्नात आक्षेपही डोकावत होता.

"दादा, आज हे नवीनच काय विचारता आहात? बाबांचं करणं हे मी काम समजतो का? आणि मी कधी याचा पगार मागितला आहे तुमच्याकडे?"

विशालकडे पाहत, सत्यानं विचारलं. त्याच्या तीक्ष्ण नजरेला नजर देण्याच्या भानगडीत न पडता, टेबलाजवळची एक खुर्ची ओढून विशाल त्यावर बसला. त्याला स्वतःचाच प्रश्न असंबद्ध वाटू लागला. सत्याच्या बोलण्यावर काय बोलावं, हे न सुचून त्यानं काही वेळ शांत बसणं पसंत केलं. खोलीत सत्या बाबूरावांचं आवरत आहे, हे विशालला स्पष्टपणे कळत होतं. विशालनं हाताची मूठ टेबलावर जोरात आपटली. बाहेर निघालेला मोटाराम तो आवाज ऐकून परत फिरला; परंतु विशालचा चिडलेला चेहरा पाहून तो तेथून निघून गेला.

घाईघाईनं स्वयंपाकघरात आल्यावर पुढे काय करावं, हे गंगाबाईंना सुचत नव्हतं. स्वयंपाकघरातून घराचा संपूर्ण तळमजला नजरेस पडत असे. आतली मोकळी ओसरी, ओसरीच्याच एका भागात देवघर. पतीची खोली व स्वयंपाकघर आणि एका बाजूला न्हाणीघर व संडास. ओसरी पुरेशी मोठी होती. पतीची खोली आणि देवघरही बऱ्यापैकी मोठं होतं. स्वयंपाक घर काहीसं लहान असलं तरी भरपूर प्रकाश आणि खेळता वारा असायचा तेथे. गंगाबाईंचा दिवसातला बहुतेक वेळ, अगदी काम नसलं तरीही स्वयंपाकघरातच जात असे.

स्वयंपाकघर हे बायकांना मिळालेलं एक मोठ्ठं वरदान असतं, असं नेहमीच त्यांच्या मनात यायचं. वाट्याला येणारं सगळं दुःख, काळज्या शमवणारा स्वयंपाकघर हा एक आसरा होता. बाहेर श्वास गुदमरेल असं वातावरण निर्माण झालं असेल तर स्वयंपाकघरात घुसणं हा एक सोयीचा उपाय असायचा. बाप-लेकामध्ये सतत भांडणं व्हायची. ती सोडवण्याची शक्ती नसताना, फक्त पाहत राहून त्याचा साक्षीदार होण्यापेक्षा स्वयंपाकघरात निघून आलेलं बरं, असं त्यांना वाटायचं. गरिबीच्या काळात छळणारं दुःख विरघळवून टाकणारंही स्वयंपाकघरच होतं. बायका इथे करत असलेले प्रयोग फक्त स्वयंपाकाशीच संबंधित असतात, असं अज्ञानी लोकांना वाटत असेलही; पण सगळे नातेसंबंध बांधून ठेवण्याची, टिकवण्याची कला आत्मसात होते ती इथेच. उकळणारं मन आटोक्यात आणणं, आक्रोश करू पाहणाऱ्या तोंडाला कुलूप घालणं, सर्वांना सांभाळून घेऊन, सर्वांनी एकत्र राहावं म्हणून सगळ्यांबरोबर हसून खेळून, हास्याची पुरेशी फोडणी घातलेलं जेवण शिजवणं आणि वाढणं असतं ना. संसार हा स्वयंपाकघरामुळेच टिकून राहतो.

असा विचार करता करता गंगाबाई सत्याचा विचार करू लागल्या. हा सव्वीस-सत्तावीस वर्षांचा मुलगा. विशालपेक्षा उंच असूनही अंगानं भरलेला नव्हता. कुपोषित वाटावा इतका अशक्त. विचारलं तर माझी देह प्रकृतीच तशी आहे म्हणतो. पाहता क्षणी आकर्षून घेणारा चेहरा, विशेषतः डोळे आणि त्याच्या जुळलेल्या भुवया. शिवाय मोहक नाक आणि छोटी जिवणी हे सगळंच त्यांच्या मनाला भावलं होतं, अगदी त्याचा परिचय झाल्या दिवसापासून.

आणि परिचय तरी कसला? मुलाच्या-विशालच्या ऑफिसमध्ये मुलाखतीला आलेला मुलगा. तेव्हा बाबूराव आजारी पडून तीन महिनेही झाले नव्हते. गंगाबाईंना त्यांचं करायची सवय झालेली नव्हती. मोटारामही नव्हता तेव्हा. कोणीतरी दुसरा एक नोकर केव्हातरी येऊन घाईघाईत त्यांचं काम उरकून जात असे. त्याला काम करण्याची खरी इच्छा नव्हतीच. त्याच्या मुलाला विशाल चांगली नोकरी देणार होता म्हणे. केवळ म्हणूनच तो या कामासाठी तयार झाला होता. सत्याचा पहिला दिवस गंगाबाईंना स्पष्ट आठवत होता.

त्या दिवशी मुलाखतीसाठी आलेला हा मुलगा ऑफिसमध्ये बसला होता. घरात बाबूराव 'कोणीतरी मला कुशीला वळवा,' असं ओरडून सांगत होते. त्यांना कुशीला वळवणं हे एकट्या गंगाबाईंसाठी कठीण काम होतं. अशातच पलंगाच्या कडेला आलेले बाबूराव तोल जाऊन पलंगावरून खाली पडले आणि मोठमोठ्यानं रडायला लागले. गंगाबाई घाबरून ओरडू लागल्या. आवाज ऐकून ऑफिसमध्ये बसलेला तो मुलगा धावत त्यांच्याकडे आला व पटकन पुढे होऊन त्याने बाबूरावांना उचलून पलंगावर ठेवलं. बाबूरावांना कुठे लागलं आहे का ते पाहून, त्यानं गंगाबाईंना गरम पाणी आणायला सांगितलं व लगेच मार लागलेल्या ठिकाणी शेक द्यायला सुरुवात केली. नेमका त्याच वेळी विशाल तेथे आला व या मुलाला बाबूरावांजवळ पाहून, तो आईवर चिडला.

"घरात असलेल्या नोकरांकडून नीट कामं करवून घेता येत नाहीत का तुला? सगळी कामं संपल्यानंतरच घरी जायचं, अशी ताकीद देऊन ठेवली होती त्यांना. कुठे गेले ते? आणि तेवढंही सांभाळून घेता येत नाही का आई?" विशालचा राग पाहून, दाबून ठेवलेलं गंगाबाईंचं रडू एकदम बाहेर फुटलं होतं. एकदाच करून संपण्यासारखं होतं का बाबूरावांचं काम? शी-शू, तोंडातून गळणारी लाळ, येणारा वास, त्याचा होणारा त्रास, त्यातच त्यांचा सततचा आरडाओरडा हे सगळं नेहमीचच झालेलं आहे, याची कल्पना येऊन हा मुलगा अतिशय नम्रतेने विशालला म्हणाला, "सर, यांचं सगळं करण्यासाठी एका पूर्णवेळ नोकराची गरज आहे. तुम्ही उगाच आईवर का चिडताय?" इतकं बोलून वर धीटपणानं गंगाबाईंकडे पाहणारा हा वेडा मुलगा. पण गंगाबाई विशालला किती घाबरून असायच्या, याची

तो मुलगा कल्पनाही करू शकला नसता. त्या नंतरचं त्यांच्यातलं संभाषणही गंगाबाईंना आठवत होतं.

चिडलेला विशाल त्याच्यावर डोळे वटारून म्हणाला,

"तुला नोकरी हवी आहे म्हणून तू हे सेवेचं नाटक सुरू केलं आहेस; पण माझ्याजवळ असलं काही चालणार नाही."

बाबूरावांचं तोंड पुसत असलेला तो मुलगा हातातलं काम न थांबवता म्हणाला होता, "तुम्हाला असं वाटत असेल तर माझी मुलाखत रद्द करा. यांना जरा हुशारी वाटू लागली की मी निघून जाईन."

त्यानं शांतपणे दिलेलं उत्तर ऐकून विशाल काहीसा गडबडून गेला व म्हणाला, "तू अतिभावुक झाला आहेस, म्हणून असं बोलतो आहेस; पण ते माझे आई-वडील आहेत आणि त्यांची काळजी कशी घ्यायची, ते मला चांगलं कळतं."

तत्क्षणी भीडभाड न बाळगता तो विशालला म्हणाला, "कळतंय ना, तर मग वडिलांची काळजी घेण्यासाठी एखाद्या अनुभवी पुरुष नोकराची नेमणूक करून टाका." त्यावर विशाल रागारागात तेथून निघून गेला होता. या नवीन आलेल्या मुलासमोर पाहिल्याच भेटीत त्याला हार मानावी लागली होती, हे स्पष्टच होतं. छे, नोकरी मागण्यासाठी आलेल्याला थोडी तरी भीती नको का?

हे सगळं घडत असताना बाबूरावांच्या डोळ्यांतून आसवं गळत होती. "काका, तुम्ही आता आराम करा, मी परत येईन," असं त्यांना समजावत तो मुलगा बाहेर गेला. बराच वेळ झाला तरी तो परत आला नव्हता. त्यांचा आरडाओरडा वाढत चालला असता गंगाबाई घाबरून विशालला म्हणाल्या, "त्याची मुलाखत घेऊन झाली आहे ना तेवढी पुरे. कामाचा अनुभवही नसलेल्या त्या मुलाला जास्तीचा पगार देऊन ठेवायची काही गरज नाही. त्याला हवं असेल तर येईल, नाहीच आला तरी मला काही अडचण नाही." हे त्यांचं म्हणणं बाबूरावांना सांगणं मात्र त्यांना जमलं नव्हतं.

मुलाखतीनंतर तीन दिवस झाले तरी तो आला नाही हे पाहून, "अननुभवी आहे, पण अहंकार कमी नाहीये. आज हजर होतो, किंवा येत नाही असं एका शब्दानंही कळवलं नाही त्यानं." असं काहीसं पुटपुटला विशाल; मात्र बाबूरावांचं सगळं काम करायला विशालनं मोटारामला नेमून टाकलं. दुसऱ्या दिवशी सकाळी, अंघोळ घालून मोटाराम त्यांना खुर्चीत बसवत असतानाच, "आई" अशी हाक मारत तो मुलगा आत आला. चार दिवसांपासून त्याची वाट पाहत असणारे बाबूराव त्याला पाहून आनंदून गेले. लगेचच तो यांच्या पाया पडला, "काका, तुमच्या कंपनीत मला नोकरी मिळाली आहे. तुमचा आशीर्वाद हवा आहे." असं म्हणत तो गंगाबाईंच्याही पाया पडला. बाबूरावांना खूप आनंद झालेला दिसत होता.

"तुझं नाव काय बाबा?" "सत्या" तो उत्तरला.

आता गंगाबाईंनी त्याच्याकडे जरा नीट पाहिलं. गव्हाळ रंग, उभट चेहरा आणि डोळ्यांत चमक. त्याच्या जुळलेल्या भुवया लक्ष वेधून घेत होत्या. त्यांच्या तब्येतीची विचारपूस करून, "विठुमाउली कुठे आहे?" असं विचारत तो देवघराकडे जाऊ लागला. विठुमाउली समोर नतमस्तक होऊन, डोळे मिटून तो दोन मिनिटं स्तब्ध बसला. विशाल हे असे संस्कार विसरून गेला आहे, असं मनात येऊन गंगाबाईंचे डोळे भरून आले. त्यानं हातात दिलेली पिशवी उघडून पाहत त्यांनी म्हटलं,

"इतकी फळं कशाला आणलीस बाळा?" त्यांच्या या प्रश्नाचं उत्तर त्याच्या स्मित हास्यात दडलेलं होतं.

थोडसं हसून त्याने विचारलं,

"काकांनी नाश्ता घेतला का?" नाही म्हणताच

"मी भरवतो त्यांना." असं म्हणून, तो त्यांना भरवू लागला. ते एखाद्या लहान मुलासारखं त्याचं म्हणणं ऐकत होते; तर हा कधी आपलं म्हणणं त्यांना ऐकायला लावत होता. भरवताना त्यांच्याजवळ छान गप्पा मारत होता. आजारी पडल्यानंतर पहिल्यांदाच बाबूराव इतके उत्साही दिसत होते, असं गंगाबाईंना वाटलं.

त्या दिवसापासून ते आजपर्यंत आम्हा दोघांनाच नाही, तर विशाललासुद्धा त्याचा आधार वाटत आला आहे. तो ऑफिसात नोकरीला लागल्यापासून व्यवसायाची भरभराट धनुष्यातून सुटलेल्या बाणाच्या वेगानं होत आहे, असं विशालच म्हणत असतो. त्या मुलामध्ये एवढं काय विशेष आहे? पण प्रत्येक वेळी त्याच्या भुवया, डोळे आणि त्याचा विनयशील स्वभाव याचं स्मरण होतं, हे खरं. त्याच्या आचार-विचारात नम्रता होती. विशालचा त्याच्यावरचा राग हळूहळू कमी होत गेला. त्याच्यावरचा आई-वडिलांचा भार हलका करण्यासाठी नवीन खांदा, नवीन आधार मिळाला होता म्हणून विशाल खूश होता का? की ऑफिसच्या कामात योग्य साथीदार मिळाला होता म्हणून? एकूण पाहता विशालचं आम्हा दोघांवरचं, विशेषतः यांच्यावरचं ओरडणं सध्या कमी झालं आहे, असा विचार करत असतानाच विशालचा आवाज आला.

"आई, नाश्ता मिळायला अजून किती वेळ लागेल? मी येऊन बसलोय गं."

"बस, लगेच आणते." असं म्हणून गंगाबाई गडबडीने ताटलीत खिचडी भरू लागल्या. विशाल जेव्हा 'आई' अशी हाक मारतो, तेव्हा त्याचा आवाज कानाला किती कठोर वाटतो, असं गंगाबाईंच्या मनात येऊन गेलं. हा आपल्या मनाचा तर्क आहे, की सत्याच्या मधूर आवाजातल्या हाकेची सवय झाली आहे म्हणून आपल्याला असं वाटत आहे, हे त्यांना ठरवता येईना. छे, सत्या वेगळा विशाल वेगळा, असं

म्हटलं तरी मनाच्या तळाशी दडलेलं वास्तव वर, पृष्ठभागावर येऊन मनाला त्रास देत होतं. त्या बरोबरच एक प्रकारचं समाधानही होतं. सत्या आपल्या पोटी जन्माला यायला हवा होता, असं हल्ली त्यांच्या मनात सारखं येऊ लागलं होतं. पण अशा वेगळ्या प्रकारे तरी तो आपल्या आयुष्यात आला आहे ना; खूप झालं की....हे समाधान. आता तो विचार पुन्हा मनात डोकावू लागणार या नुसत्या कल्पनेनं त्रास होण्यापूर्वीच गंगाबाईंनी तो विचार मनातून झटकून टाकला. घाईघाईनं नाश्त्याची प्लेट मुलासमोर ठेवून त्या चहा आणण्यासाठी स्वयंपाकघराकडे वळल्या.

समोर नाश्ता ठेवून आई स्वयंपाकघरात गेली आणि नेहमीप्रमाणे विशालचं मन तिच्या मागे धावू लागलं. घरात केवढी मोठी कढई भरून नाश्ता तयार होता. आपण घरात किती माणसं आहोत, याचा विचार करायला नको का? घरातल्या माणसांना पुरून, आलेल्या आणखी दोन माणसांना पुरेल इतकी खिचडी बनवलेली होती. अचानक नातेवाईक येण्याचे दिवस आता उरले नव्हते आणि येणारे आधी कळवून आले असते. त्याच्या स्मरणात होता ना तो काळ. तो खूप लहान होता, तेव्हा वेळी-अवेळी दरवाज्यावर थाप पडायची. आई लगेच उठून भात टाकायची. आमटी, सार काही तरी उरलेलं असायचंच ते सार्थकी लागायचं; पण नंतर दिवस बदलले. गरिबी आली. मोकळ्या हातानं पैसे खर्च करून अवाच्यासव्वा सामान आणणं शक्यच नव्हतं. असायचं त्यातच आई कसंबसं निभवत होती. कोबी स्वस्त असायचा म्हणून रोज कोबी-बटाट्याची भाजी करायची.

आता कशाला काहीच कमी नव्हतं; पण मागच्या दिवसांनी शिकवलेला धडा थोडा तरी स्मरायला नको का? पण ऐकत नाही. म्हटलं चार घास कमी पडले तरी चालतील; पण नाही. स्वयंपाक जास्त करायचा आणि उरलं तर फुकट जाईल, म्हणून शिळं खायचं किंवा कोणाला तरी देऊन संपवायचं. खावंसं वाटतंय ना, मग हवं असेल ते बनवून खा. असं चाललं आहे. आपण काहीही बोलायचं नाही, असं ठरवूनही, पैशाचा होणारा अपव्यय सहन न होऊन काही बोलायला गेलं, तर आई काहीही न बोलता फक्त खाली मान घालून उभी राहते. लाइट, पंखे गरज नसताना बंद करायला हवेत, विजेची उधळपट्टी नको, असं किती वेळा सांगितलं असेल. आता त्या बाबतीत सुधारणा आहे; परंतु गॅसवर काही ठेवून मोटारामजवळ गप्पा मारू लागली किंवा नवऱ्याच्या शुश्रूषेला लागली, की गॅसवरचा पदार्थ उकळून, करपून, जळून जाणार. वर गॅस वाया जातो तो वेगळाच. अर्थात, असे प्रसंग माझ्यासमोर कधीतरीच घडतात.

त्यानं समोरच्या प्लेटकडे नजर टाकली. प्लेट पूर्ण भरलेली होती. किती वाढलं आहे? यातलं अर्धं खाणंच पुरेसं होतं. मी काय कुठे हमाली करायला थोडाच जाणार आहे? कॉम्प्युटरपुढेच तर बसून असतो, त्याला कितीशी ताकद

लागते, असा विचार करत त्यानं एक चमचा तोंडात घातला. फारच रुचकर. त्यानं भराभर खायला सुरुवात केली. चहाबरोबर खायला जास्त मजा येईल, असा विचार मनात येऊनही त्याचा खायचा वेग काही मंदावला नाही. चहा आला की आणखी थोडी खिचडी घेऊ. नाही तरी ती जास्तच बनवते. खाता खाता त्याला एकदम बायकोची आठवण झाली.

"चुटकी, मी नाश्ता करतोय, तूही पटकन खाली ये." अशी हाक मारत त्यानं हातातोंडाचं काम चालू ठेवलं.

बायकोनं ऑफिसमध्ये काम न करता गृहिणी म्हणून घराची जबाबदारी घेतली असती, तरी तिनं त्याला अपेक्षित असलेला चाणाक्षपणा निश्चितच दाखवला असता. परंतु ऑफिसमध्ये ती करत असलेल्या महत्त्वाच्या कामामुळे होणाऱ्या फायद्याची तुलना तिच्या घरकामाशी करता, आता स्वयंपाकघरात होणारं नुकसान अगदीच अल्प होतं. शिवाय तिच्या बुद्धीचा उपयोग लाइट, गॅस वाचवण्यासाठी करणं बरोबर आहे का? असा विचार करत खिचडीचा आस्वाद घेण्यात तो रमून गेला.

दोन

प्रिय समीरदादा,

एवढं मोठं पत्र लिहूनही आता रडवणार की काय, असा विचार करू नकोस. फोनवर सगळंच बोलता येत नाही रे आणि मला तर ते जमणारही नाही, हे तुला माहीत आहे. आपण शाळेत जायचो त्या दिवसांत, एकाच खोलीत समोरासमोरच्या कॉटवर झोपायचो तेव्हाही पत्र लिहून तुझ्या उशीखाली ठेवत असे मी. आता इतक्या दूर आहोत, तरी तुला सगळं काही सांगावं असं वाटतं. तुला आठवत असेल, किती वेळा आपण सगळे सणासुदीला एकत्र जमून मजा करायचो. तेव्हाच मला विशालच्या स्वभावातील बारकावे कळू लागले होते. तू मात्र त्याच्या बाजूने बोलायचास. तो एकदम वास्तववादी आहे, असं म्हणायचास. तेव्हा तुझ्याजवळ बोलताना त्याच्या स्वभावाचं नेमकं वर्णन कसं करावं, हे मला कळत नसे. पण माझा अनुभव मला सांगतो, की तो शुद्ध स्वार्थी आहे, पाषाण हृदयी आहे. तुम्हा दोघांची तुलना करता दोघांमध्ये मोठा फरक दिसून येतो मला.

बाबांच्या आजाराबद्दल कळल्यावर तू किती अस्वस्थ झाला होतास. त्यांच्या उपचारांसाठी सोयीचं व्हावं म्हणून तू पुण्याची चांगल्या पगाराची नोकरी, घर सोडून आवडत नव्हतं तरी दिल्लीला जाऊन राहिलास. तेथे जमवून घेतलंस. वहिनी तर मला सरळ सरळ म्हणाली होती, की पुण्याच्या तुलनेत दिल्लीत मिळणाऱ्या सोयी-सवलती काहीच नव्हत्या. उपचारांचा खर्च तर रोजच्या रोज वाढतच होता. साठवलेला सगळा पैसा खर्च होऊन वर कर्ज काढायची वेळ आली, तर मुलीच्या भविष्याचं काय, ही तिच्यापुढे असलेली समस्या आहे. साहजिकच आहे ते. तू मात्र काही झालं तरी बाबांना बरं करणारच, असं म्हणत पहाडासारखा खंबीरपणे उभा आहेस त्यांच्या मागे. "कितीही पैसे खर्च झाले तरी हरकत नाही; पण माझ्या प्रयत्नांत मी मोहरीच्या दाण्याइतकाही कमी पडलो नाही, हे समाधान पुरेसं आहे

माझ्यासाठी.'' हे तुझं बोलणं ऐकून मन भरून गेलं. माता-पित्याचं ऋण फेडण्याचा हा एक उत्तम मार्ग असेल का? सगळ्याच बाबतीत तुला सहकार्य करणाऱ्या वहिनीला माझा नमस्कार सांग. माझ्या बोलण्याचा गैरसमज करून घेऊ नकोस. पण मला वाटतं, बाबा आता निश्चिंतपणे निरोप घेऊ शकतात.

दादा, हे संस्कार कुठून येतात? रक्तातून? तसं पाहता माझे सासू-सासरे खूपच संस्कारी आहेत. आमच्या घरी मार्गशीर्ष महिन्यातल्या प्रत्येक गुरुवारी मोठ्या उत्साहात लक्ष्मीची पूजा होते. अन्नदान होतं. तुला माहीत आहे ना, देवाचं कार्य म्हटल्यावर घरातले ती दोघं किती श्रद्धेने, मनापासून करतात सगळं. नातेसंबंधांनाही त्यांच्या दृष्टीने वेगळं मोल आहे; पण आमच्याकडचं नातेवाइकांचं जाणं-येणं कमी झालं ते विशालचा कारभार सुरू झाल्यावर, असं त्यानेच मला एकदा सांगितलं होतं. माझ्या सासूबाई खूप प्रेमळ आहेत, माझ्यावर खूप माया करतात, माझी काळजी घेतात. तेथे आई-वहिनी कसं वागवायच्या, अगदी तसं वागवतात मला. या सात वर्षांत एकदाही माझ्या मनाला लागेल असं बोललेल्या नाहीत की नातवंड दिलं नाही म्हणून कधी साधी नाराजीही व्यक्त केलेली नाही त्यांनी. ''बाळा, काळजी करू नको. अंबाबाईच्या मनात आल्यावर सगळं काही नीट होईल.'' असं माझं समाधान करणारा जीव. त्या काळात, किती नको म्हटलं तरी दर एकादशीचा त्यांचा उपास कधी चुकला नाही.

मामंजीही तसेच. ते तसे कमी बोलणारे; पण बोलायचे ते अगदी प्रेमाने. पण आता त्यांचं बोलणं ऐकायचं नशिबात आहे की नाही, कोणास ठाऊक. माझं लग्न झालं त्याच वर्षी ते अंथरुणाला खिळले. आता काही न काही बोलायचा प्रयत्न करतात. त्यांचं बोलणं नीट कळत नाही; पण त्यांना काय म्हणायचं आहे, ते त्यांच्या डोळ्यांत दिसतं. ती दोघंही तशी असताना हा मात्र असा का? नाही, हा फक्त रक्ताचा गुण नाही. आपण जाणून बुजून स्वीकारलेले विचार आणि त्यानुसार असलेलं आमचं वागणं हे वंश परंपरेने आलेल्या रक्तातील गुणांवर मात करतं. मला वाटतं त्याने आता स्वतःमध्ये बदल करायला हवा आहे. कसं ते सांगते....

तुला आठवतंय दादा, हा मुलगा मला पाहायला घरी आला होता, त्या वेळी त्याचं दिसणं, वागणं-बोलणं सगळं आपल्याला आवडलं होतं. पहिल्यांदा तो एकटाच आला, हे काहीसं खटकण्यासारखं होतं. परंतु नव्या जमान्यातला मुलगा आहे, त्याचं मत महत्त्वाचं, असं म्हणून तुम्ही समाधान करून घेतलंत. शिवाय ओळखीतून आलेलं स्थळ म्हणून तुम्ही निर्धास्त होतात. विशाल दुसऱ्यांदा आला तेव्हा त्याचे आई-वडील बरोबर होते. फारसं काही न बोलता त्यांनी लग्नाला होकार दिला. ''लग्न कसं करायचं?'' या बाबांच्या प्रश्नाला त्यानं दिलेलं उत्तर असं होतं,

''कन्या वरयते रूपम माता वित्तम पिता श्रुतम

बांधवः कुलमिच्छंती मिष्टान्नम इतरे जनः॥''

माझं शिक्षण, आर्थिक स्थिती व बाकी सगळी माहिती आताच सविस्तर सांगतो. किती लोकांना बोलवायचं, लग्न किती थाटामाटात करायचं, याविषयी बोलणं म्हणजे मूर्खपणाचं आहे. गावजेवण घालूनही सर्वांना खूश ठेवणं कठीणच. तुमचे विचार वेगळे असतील तर मला तसं सांगा.''

असं म्हणून त्यानं आपल्या सर्वांकडे, विशेषतः माझ्याकडे आणि बाबांकडे पाहिलं. त्यानं ऐकवलेला संस्कृत श्लोक ऐकून सगळे भारावून गेले होते.

''तुमच्या काय अपेक्षा आहेत, ते निःसंकोचपणे सांग.'' लाडक्या मुलीच्या लग्नाला पैसे खर्च करण्याची तयारी ठेवून बाबा आत्मविश्वासाने म्हणाले.

''माझी आताची पुण्याची नोकरी सोडून, सोलापूरला स्वतःचा नवीन व्यवसाय सुरू करायचा, असं म्हणतो आहे. या कार्यक्षेत्रातला मी मिळवलेला अनुभव आणि माझे कॉन्टॅक्ट्स यांचा योग्य उपयोग करून उत्तम यश मिळवायचं, असं माझं स्वप्न आहे. तुम्ही तुमच्या मुलीच्या लग्नाकरिता जो काही खर्च करायचं ठरवलं आहे, तेच पैसे मुलीच्या नावावर करून टाका. कंपनीमध्ये तिला बरोबरीची भागीदारी देऊन कंपनी सुरू करतो.''

त्याच्या या बोलण्यावर आणखी कोणी आपली मतं सांगण्याचं कारणच उरलं नव्हतं. आत्मविश्वासानं भरलेला उत्साही तरुण. मनात आणील ते करून दाखवील हा, असा विश्वास वाटला. मध्यस्थानेही भरीला घातल्यावर आणखी काही चौकश्या, चर्चा न करता लग्न ठरलं. एकीकडे तो पुण्यातील नोकरीचं काय करणार आहे, याविषयीची शंका दूर झाली होती, तरी दुसरीकडे मला नोकरी सोडून त्याच्या गावी जावं लागणार होतं, याचं दुःख होतं. लग्न थाटामाटात होणार नाही याचंही वाईट वाटत होतं; पण आमची नवीन कंपनी अस्तित्वात येणार याच आनंद अधिक होता.

लग्नाची तारीख नक्की झाल्यावर एकदा मला फिरायला घेऊन गेला असता म्हणाला, ''घरून खाऊन निघाली आहेस ना? बाहेर कुठे खायचं म्हणजे दुप्पट महाग. अनावश्यक ठिकाणी पैसा खर्च करायचा नाही.'' भरपूर पैसे असताना उद्या तीन वेळच्या खाण्यासाठी याच्यासमोर हात पसरावे लागणार की काय, या विचारानेच मी घाबरून गेले होते.

''मी काही तुला साड्या, ड्रेस किंवा दागिने असलं काही घेऊन देणार नाही. तशी अपेक्षाही ठेवू नकोस.'' हात हातात घट्ट पकडून सिंहगडाच्या पायऱ्या चढता चढता हा मला म्हणाला होता. तेव्हा मला रडूच कोसळलं होतं. माझ्या डोळ्यांत पाणी तरळत आहे, याचं भानही नसलेला तो एकटाच बोलत होता. आपण घेतलेल्या कर्जावर व्याज किती द्यावं लागेल, ते लवकरात लवकर फेडण्यासाठी काय करावं लागेल, या विषयीच सतत बोलत होता.

दादा, ही फक्त सुरुवात होती. पुढे काय याची कल्पना तूच कर. मधुचंद्राला कुठे गेलो तर जवळच खंडाळ्याला; पण मी नाराज नव्हते. मुद्दाम उल्लेख करावा अशा वाईट सवयीही नाहीत त्याला; पण त्याच्याबरोबर आयुष्य काढणं मात्र कठीण आहे. लग्नाला सात वर्षं होऊन गेली तरी आम्हाला मूल झालं नसल्यानं त्याच्यापेक्षा जास्त मीच उदास असायची. कुठल्या अपराधाची शिक्षा आहे ही, याला प्रायश्चित्त काय, याचा शोध घेत किती देवळं धुंडाळून झाली, किती डॉक्टर झाले. आता गरोदर आहे, जीवन सार्थकी लागलं अशा आनंदात असतानाच काल रात्री नेहमीप्रमाणे त्यानं हा विचार मांडला. मी चर्चा केली, विरोध केला, शेवटी विनवण्या केल्या, परंतु हा नमला नाही. माझे हात-पाय कापायला लागले. वास्तवतेच्या नावाखाली सगळं योजलेलं विसरून जाऊ का? दादा, आपण कल्पनाही करू शकत नाही. "तू माझी पत्नी आहेस. मी तुझ्यापासून काहीही लपवलेलं नाही; परंतु तू मात्र हे कोणालाही सांगायचं नाहीस." असं सांगून, माझ्या पोटातल्या बाळावर हात ठेवून शांतपणे झोपून गेला. खूप हुशार; पण दादा, संस्कृत श्लोक तोंडपाठ करून कोणी धार्मिक वृत्तीचा होत नाही. मास्तरांनी शिकवलेली किती तरी सुभाषितं त्याला ज्ञात आहेत. बुद्धिमान आहे तो. प्रसंगी सगळ्यांना व्यवस्थित गुंडाळून ठेवतो....

असो. मला रात्रभर झोप नाहीये. आता तुला सगळं कळवायलाच हवं असं ठरवलं; पण धीर होत नव्हता. तुला इतकंच सांगते, की सध्या मी अस्वस्थ आहे. बाबांना सांभाळताना तुम्ही सगळे थकून जात असाल. अशा वेळी तुला इकडे ये, असं म्हणून तुला अडचणीत आणणं मनाला पटत नाहीये. त्यांची कितवी केमो चालली आहे? अन्ननलिकेच्या प्रॉब्लेममुळे सध्या फक्त लिक्विडच घेत आहेत ना, सगळं सविस्तर कळव. हे सगळं वाचल्यावर तू फोन करशील; पण लिहिलं आहे त्यापेक्षा जास्त काही सांगू शकणार नाही मी. घरात सगळ्यांना विचारलं आहे म्हणून सांग. सोनीला पापा. परत भेटूच.

तुझी लाडकी चुटकी.

मेल लिहून झाल्यावर, पुन्हा वाचायची तसदी न घेता, भारावलेल्या मनाने तो पाठवत असतानाच, नवऱ्याने मोठमोठ्याने मारलेल्या हाका तिच्या कानावर पडल्या.

"चुटकी, मी नाश्ता करतोय, तूही पटकन ये." ती उदास मन:स्थितीत हळूहळू जिना उतरू लागली. पाच-सहा पायऱ्या उतरल्यानंतर, स्वयंपाकघराच्या जवळच असलेल्या डायनिंग टेबलवर बसलेला नवरा आणि त्याच्या बाजूला उभी असलेली सासू तिच्या नजरेस पडली. थोडंसं थांबून ती पुन्हा उतरू लागली. पुढे आलेल्या पोटामुळे जिन्याच्या पायऱ्या नीट दिसत नव्हत्या..... आता जिन्याचा कठडा धरून काळजीपूर्वक उतरायला हवं, अशी सवय नसल्यानं चुकून पाय घसरला तर,... अशी नेहमीच भीती असायची तिला. गंगाबाईंनी मुलाला चहा दिला आणि त्याला

पुन्हा खिचडी वाढून, हळूहळू जिना उतरणाऱ्या सुलभाकडे पाहत काळजीने म्हणाल्या,

"सुलभा, उतरताना काळजी घे हो. खालच्या मजल्यावर आणखी एखादी खोली असती तर आता किती सोयीची झाली असती. जाऊ दे. रात्री हे शांतपणे झोपत असते तर तू आमच्या खोलीत राहू शकली असतीस; पण हे खूप आरडा ओरडा करतात गं. तुला झोप लागणं कठीण होईल."

"असूदे आई, तुम्ही नका काळजी करू." सुलभा.

"त्यांच्या खोलीत झोपायचं? बापरे, त्यांचं दिवस-रात्र चाललेलं ओरडणं आम्हाला वरच्या खोलीतही ऐकू येतं. आता ऑफिसमधील लोकांनाही ते सवयीचं झालेलं आहे, त्यामुळे ते दुर्लक्ष करतात, इतकंच. पण सगळ्यांना त्रासच होतो गं आणि खरं सांग आई, तुझा नवरा तुला किती दमवतो ना गं? त्याची सेवा करताना तू कंटाळून जात नाहीस का?" दुसऱ्यांदा वाढलेली खिचडी संपवता संपवता मुलानं विचारलेला थेट प्रश्न ऐकून गंगाबाईंनी मान खाली घातली. ते पाहून तो मनातून थोडा वरमला.

हल्ली दिवसा चालणारा त्यांचा आरडाओरडा थोडासा कमी झाला असला तरी कधी कधी तो खूपच वाढायचा. म्हणून तर ऑफिस नव्या इमारतीत हलवण्याचा विचार करतोय विशाल. घरापासून दूर. तरी रात्री यांच्याबरोबर मीच असते ना. आणि कंटाळा येत नाही का, हा काय प्रश्न झाला? त्यांना काय किंवा मला काय, कपाळावर लिहिलेलं आहे ते भोगायलाच हवं ना. किती बोलत असतो हा? समोर कोण आहे, याचाही विचार न करता. मस्तवाल. त्याचं हे बोलणं कानावर पडल्यावरच हे गोळ्या थुंकून टाकायला लागले आहेत. म्हणे तुझा नवरा. माझा नवरा म्हणजे त्याचे वडीलच ना? त्याचं अशा पद्धतीचं बोलणं सुरू झालं त्याला कितीतरी वर्षं झाली; पण त्या वेळी त्याचं इतकं वाईट वाटत नसे. पण आताशा घरात कोणीच सुखी-समाधानी नाही. सुख म्हणजे तरी नेमकं काय? विचार करू लागल्यावर प्रश्न अधिकच जटिल वाटू लागला. पूर्वी प्रवचनाला जात होते, तेव्हा गुरू सगळ्याचा त्याग करा, असं सांगायचे. त्या वेळी मनाला थोडी शांती मिळायची. आता घरचा उंबरठा ओलांडणंही मुश्कील झालं आहे.

त्या वेळी कानावर पडलेला उपदेश आणि आतापर्यंत आलेला अनुभव याचा मेळ घालत, प्रत्येक गोष्टीतून सुखाची अपेक्षा करायला लागलो तर ते जीवन कसलं? असा प्रश्न स्वतःलाच विचारून गंगाबाई सुनेसाठी नाश्ता घेऊन आल्या. पुन्हा स्वयंपाकघरात गेल्यानंतरही बराच वेळ सुखाची नेमकी परिभाषा कोणती, याचाच विचार करत होत्या त्या. फक्त आजपर्यंत आयुष्यात मिळालेल्या सुखाचं स्मरण करावं, असं त्यांना वाटू लागलं. नाश्ता करता करता सुलभा विशालकडे पाहत होती. ताटलीला चिकटलेला साबुदाण्याचा एकेक कण टिपून तोंडात टाकण्यात तो मग्न होता.

तीन

विशाल ऑफिसात आला त्याआधीच सत्या येऊन त्याच्या जागेवर बसलेला होता. एकदा कामाला सुरुवात केली, की हातातलं काम संपेपर्यंत जराही हलणार नाही, इतकी तन्मयता. विशालनं आपल्या शेजारीच त्याची बसायची व्यवस्था केली होती. तरीही त्यानं हाक मारल्याशिवाय सत्या त्याच्याकडे पाहतही नसे. त्याच्याखेरीज पंधरा लोक विशालच्या हाताखाली काम करत होते. आणखी दहा लोक बसू शकतील, इतकी जागा होती तिथं. विशालनं सभोवती नजर टाकली. वडिलांनी खरेदी केलेल्या मोठ्या जागेचा आता खरा उपयोग होत होता. एका भागात घर आणि दुसरा भाग ऑफिसचा. घर फारसं मोठं नसलं, तरी पुरेशी जागा होती. तळमजल्यावर मोठी ओसरी, स्वयंपाकघर, देवघर आणि एक बेडरूम. वरच्या मजल्यावर छोटी गच्ची आणि दोन बेडरूम्स. खालच्या मजल्यावर डाव्या बाजूच्या भिंतीला लागूनच असलेलं ऑफिस. मध्ये घर व ऑफिस यांना जोडणारा दरवाजा. ऑफिसची जागा खूप मोठी होती. एका बाजूला ओळीत असलेल्या मीटिंग रूम्स, मध्ये प्रत्येक ओळीत पाच-पाच लोक बसतील, अशी आसन व्यवस्था. शेवटच्या ओळीतल्या दोन खुर्च्या विशाल आणि सत्या यांच्या. ही जागा दरवाज्याजवळ होती त्यामुळे घरात काय चाललं आहे, ते दिसत असे. मुख्यतः बाबूरावांना काही मदत लागली, तर सत्या लगेच जाऊ शकेल, अशी ती जागा होती. सुलभाची खुर्ची पहिल्या रांगेत होती. कंपनीशी संबंधित सगळे फोन आणि पत्रव्यवहार ती पाहत असे. ती क्वचितच इतर कामांकडे वळायची. या सात वर्षांत तिनं विशालकडून, त्याहीपेक्षा सत्याकडून खूप काही शिकून घेतलं होतं. सायन्सची विद्यार्थिनी, त्यात हुशार, मग काय? "ऑफिसचं काम तू फारच लवकर आत्मसात केलं आहेस," अशी दोघांकडून शाबासकी मिळवली होती तिनं. गरोदर राहिल्यापासून तिच्या हातून पाहिल्यासारखं काम होत नसे; पण स्वस्थ बसण्याचा तिचा स्वभावच नव्हता.

''सत्या, पुढच्या आठवड्यात हाँगकाँगमधील 'प्रिंटेड सर्किट बोर्ड' कंपनीचे प्रमुख आणि विद्युतजोडणी करणारी कंपनी यांच्याबरोबर मुंबईला मीटिंग आहे ना? तू सगळा तपशील पाठवला असशीलच. हो ना?'' शेजारीच बसलेल्या विशालनं सत्याला विचारलं.

''हो दादा, मेल पाठवतोच आहे. बोर्ड तयार करण्यासाठी आणि जोडणीसाठी वापरण्यात येणाऱ्या अत्याधुनिक हायटेक तंत्रज्ञानाची स्थूल माहिती करून घेणं हा मिटिंगचा उद्देश आहे, असं त्यांना कळवलं आहे.'' समोरच्या संगणकावरून नजर न हटवता सत्यानं उत्तर दिलं.

''सत्या, तुला काय वाटतं? इतक्या सहजासहजी हे तंत्रज्ञान ते आपल्याला देतील?''

सत्याकडे पाहत जणू परीक्षा घेण्यासाठी विशालनं विचारलं. सत्या हातातलं काम थांबवून म्हणाला,

''बोर्ड तयार करण्याविषयीचं तंत्रज्ञान फार काळ गुप्त ठेवून काही उपयोग नाही, हे त्यांच्या लक्षात आलं आहे. अमेरिका आणि युरोपचं ध्येय काय, तर हायटेक तंत्रज्ञान अधिकाधिक प्रगत करून ते दक्षिण आशियातील देशांना विकणं. चीनसारख्या देशांना तंत्रज्ञानाचा वापर करून, बोर्ड बनवून भारतात निर्यात करणं महागात पडतं. त्याऐवजी विदेशी उत्पादक, बोर्ड तयार करायला लागणारा कच्चा माल आणि विद्युतजोडणीसाठी लागणारे सुटे भाग यांचं उत्पादन भारतातच करू लागले आहेत. बोर्डाची निर्मिती करणाऱ्या आणि इंजिनिअरिंग सेवा देणाऱ्या आपल्यासारख्या कंपन्या त्यात सहभागी होत आहेत. आता आपण चीनच्या स्वामित्त्वाला धक्का देत आपल्या देशात व्यवसायाच्या जास्तीत जास्त संधी निर्माण करत आहोत. म्हणून तर सरकारही याला पाठिंबा देत आहे.'' सत्याच्या या विचारांशी विशाल सहमत होता.

''ठीक आहे; पण त्यांच्याकडून आलेले मेल आधी मी पाहतो, मग आपण त्यावर चर्चा करू. उत्पादनाचे घटक म्हणजेच जागा आणि कर्मचारी. यांची आधी व्यवस्था व्हायला पाहिजे. भांडवलाचा विषयही गांभीर्याने घ्यायला हवा. व्हिडिओ कॉन्फरन्सिंगद्वारे मीटिंग घेऊन या सगळ्या विषयीची माहिती गोळा करता येईल.'' विशाल स्वतःशीच बोलल्यासारखा बोलला.

या ऑफिसची जागा आता कमी पडू लागली होती, त्यामुळे ऑफिससाठी नवीन मोठी जागा भाड्यानं घ्यायचं त्यानं नक्की केलं होतं. पुढच्या दोन, तीन महिन्यांत ऑफिस दुसरीकडे शिफ्ट करायचं होतं. काम वाढणार होतं, त्यामुळे कर्मचाऱ्यांची संख्या वाढवणंही गरजेचं होतं. नवीन ऑफिससाठी पन्नास कर्मचारी आवश्यक आहेत; त्याशिवाय काम करणं शक्य होणार नव्हतं. विशालचं मन

नवनवीन योजनांच्या विचारात गढून गेलं.

"उत्पादनाचं काम सुरू करायचं, ते परदेशी कंपन्यांच्या सहकार्यानेच. सध्या आपल्यासारखंच बोर्डनिर्मितीचं काम करणाऱ्या पुण्याच्या तीन कंपन्या आहेत, बरोबर? त्यांच्या प्रमुखांजवळ बोलून, त्यांचं या बाबतीत काय मत आहे, ते जाणून घेतल्यानंतरच निर्णय घेणं सोपं जाईल."

असं बोलून सत्या आपल्या कॉम्प्युटरकडे वळला. तो पर्यंत ऑफिसमधील सगळा कर्मचारीवर्ग येऊन काम सुरू झालं होतं. सुलभाही आली होती; पण ती आज काहीशी उदास वाटत होती. तेथे काम करणाऱ्यांमध्ये चौघे नवीन होते. त्यांना आपल्याजवळ बोलवून सत्या त्यांना कामाची माहिती देऊ लागला.

"तुम्हाला सांगितल्याप्रमाणे उपकरणांमध्ये वापरण्यात येणारा सर्किट बोर्ड तीन टप्प्यांत तयार होतो. संकलन, बोर्डाची निर्मिती आणि विद्युत जोडणी. हा सध्याच्या मोबाइलमध्ये वापरला जाणारा प्रोसेसर बोर्ड आहे. त्यामध्ये अठरा स्तर आहेत. त्याची रचना करत असताना प्रथम विजेशी संबंधित भागांची रेखाचित्रं तयार करायची. नंतर त्यांच्यामधील संपर्कासाठी आवश्यक असणाऱ्या गोष्टींची नेटलिस्ट बनवायची. त्यानुसार ठरावीक मापाचे भाग वापरून पुढील काम करायचं. आधी काढलेल्या रेखाचित्रांबरोबर तपासून, काही उणिवा राहिलेल्या नाहीत ना, याची खात्री झाल्यावरच शेवटची गर्बर फाइल तयार होईल." सत्या शांतपणे समजावून सांगत होता आणि सगळे लक्षपूर्वक ऐकत होते.

"विष्णू, आता दिसतोय तो कोणता स्तर, सांगू शकशील?" संगणकावर दिसणाऱ्या चित्राकडे बोट दाखवून सत्यानं विचारलं.

"सर, हा खालचा पदर आहे. सगळ्या विद्युत भागांच्या रंध्रांमधून या पदरावर थेट संपर्क होऊ शकतो."

त्या तरुणानं उत्साहात लगेच उत्तर दिलं आणि सत्याकडे पाहिलं. सत्यानं होकारार्थी मान हलवली.

"सर, आपल्या हातून झालेल्या अगदी छोट्याशा चुकीमुळेही सगळे बोर्ड फुकट जाऊ शकतात ना?" एकानं विचारलं.

"हो, नक्कीच. म्हणूनच कामाच्या प्रत्येक टप्प्यावर अचूकतेची खात्री करून घेऊनच पुढे जायचं आहे. आपल्या कामात यश मिळवण्याकरिता, या बाबतीतल्या ज्या इतर फाइल्स आपल्या हातात आहेत, त्यांचा विशेष तंत्रज्ञानाच्या द्वारे विविध टप्प्यांवर वापर करून घ्यायला हवा. रेझिस्टर, कपॅसिटर्स सगळ्याचा विचार करून विजेच्या जोडण्यांचं काम अचूक व्हायला हवं. बोर्डाची रचना चुकली तर सगळं काम व्यर्थ. म्हणूनच खूप सावध असणं गरजेचं आहे. ग्राहक कंपन्या चिकित्सकपणे उत्तम कामाची-उत्कृष्टतेची खात्री करून घेणार. या कामात मुख्य आवश्यकता

आहे, ती अचूकतेची. इंग्रजीत 'ॲक्युरसी अँड प्रिसिजन' म्हणतात ना तशी.''

"सर, आमच्याकडून अशी काही चूक झालीच तर?" काहीशा काळजीनं एका मुलीनं विचारलं.

"नाही. चूक होण्याची वेळच येऊ नये, म्हणून तर आपलं काम आपण तीन टप्प्यांत करणार आहोत. पहिल्या म्हणजे प्रोटो टप्प्यात छोट्या प्रमाणात बोर्डच्या रचनेची तयारी आणि विजेच्या उपकरणांची जोडणी होईल. दुसऱ्या म्हणजे पायलट टप्प्यावर मोठ्या प्रमाणावर होणाऱ्या उत्पादनासाठी सोयीचे होतील, असे बदल केले जातील. बोर्डची तयारी आणि जोडण्यांचं काम लगेच पूर्ण व्हायला हवं. या पहिल्या दोन्ही टप्प्यांवरची कामं यशस्वीपणे पूर्ण झाली, तरच तिसऱ्या किंवा उत्पादनाच्या टप्प्यावर वापरले जाणारे बोर्ड ग्राहकांना लवकरात लवकर पोहोचवणे शक्य होईल. प्रत्येक टप्प्यावर आपण ग्राहक कंपन्यांच्या संपर्कात राहिलो, तर त्यांची छोटीशी शंकाही त्वरित दूर करता येईल. त्या त्या टप्प्यावरच्या कामाच्या प्रगतीची कल्पना त्यांना द्यायची आणि त्यांनी ओके म्हटल्यावरच पुढचं काम चालू करायचं.''

शांतपणे विवरण करणाऱ्या सत्याकडे विशाल एकटक पाहत होता. कंपनी चालू झाल्यावर वर्षाच्या आतच असा एक हिरा आपल्याला मिळेल, अशी कल्पनाही विशालनं केली नव्हती. त्यानं चार-पाच वेगवेगळ्या कंपन्यांमध्ये नोकऱ्या करून सर्किट बोर्ड बनवण्याच्या कामाचा भरपूर अनुभव गाठीशी बांधला होता आणि त्या कामात नैपुण्य मिळवल्यानंतरच, स्वतःची कंपनी काढण्याचे विचार त्याच्या मनात येऊ लागले होते. तांत्रिक परवानग्या मिळवणं आणि कॉम्प्युटर बसवणं यामध्ये परवानग्या मिळवणं जास्त कठीण होतं. भांडवलाची फारशी अडचण नव्हती. जागेचीही कमतरता नव्हती. घराला जोडूनच ऑफिससाठी बांधकाम करून तिथं कामाला सुरुवात करणारा तो एकमेव माणूस होता. मात्र कामाचा हुरूप आणि उत्साह असूनही योग्य माणसं मिळणं कठीण होतं. कॉलेजमधून बाहेर पडलेली मुलं त्याला निवडता आली असती; परंतु इंजिनिअरिंगची पदवी अथवा डिप्लोमा घेतलेल्या मुलांना पुणे, मुंबईतील नामांकित कंपन्यांमध्ये काम करण्याचा हव्यास होता. शिकण्याची खरी संधी छोट्या कंपन्यांमधूनच मिळते, हे त्यांना कोण सांगणार? दुसरं म्हणजे त्याची 'प्रणव सर्किट बोर्ड' ही कंपनी बऱ्याच जणांना नोकरीसाठी आकर्षक वाटत नव्हती आणि पगारही त्या मानाने कमीच होता. दोन मुले मिळाली होती; पण सहा महिन्यांतच सोडून गेली. नंतर आलेले तिघे आणखी सहा महीने टिकले. हे धाडस करण्यात आपण चूक तर नाही ना केली, असं वाटू लागलं असतानाच शेजारच्या कुलकर्ण्यांच्या मार्फत या सत्याची ओळख झाली.

एकवीस वर्षांचा हा तरुण. छान ऊंची आणि सडपातळ देहयष्टी असलेल्या

सत्याने चार वर्षांचा तंत्रशिक्षणाचा कोर्स पुरा केला आहे, यावर विश्वास ठेवणं कठीणच होतं. मुलाखतीसाठी येऊन बसलेला असताना, आईची हाक ऐकून तिकडं धावला होता हा. आपण नवीन ग्राहकाबरोबर फोनवर बोलत होतो. डोकावून पाहिलं तर हा बाबांवर उपचार करत होता. त्यांना झोपवून हात-पाय चेपत होता. शेक देत होता. त्यांना कुठेही फारसं लागलं नव्हतं आणि लागलं तरी त्यांना कळलंही नसतं; तरीही हा त्यांची काळजी घेत होता. तीन महिन्यांपासून हे चालू आहे. या पूर्वी सगळं आईच मॅनेज करत होती; पण छोट्या-मोठ्या गोष्टींमुळेही घाबरून जायची ती. असलेल्या नोकरांकडून नीट कामं करून घेणंही जमत नव्हतं तिला; पण आता सगळं ठीक आहे. मी तिला प्रश्न केला असता, याने मध्येच नाक खुपसलं आणि मला रागच आला. पण दुसऱ्याच क्षणी, नोकरी मिळविण्यासाठी याचं हे नाटक चाललं आहे, असं मनात आलं आणि तसं स्पष्ट बोलून दाखवलं असता, ‘‘तसं असेल तर नका घेऊ माझी मुलाखत.’’ असं तडक सांगून टाकलं होतं त्यानं. ‘‘हे माझे आई-वडील आहेत, त्यांना कसं सांभाळायचं मला चांगलं कळतं,’’ असं म्हटल्यावर लगेच, ‘‘कळतं ना? मग एखादा अनुभवी नोकर ठेवा.’’ असं तोंडात मारल्यासारखं बोलला होता. कॉलर धरून बाहेर काढावा असं वाटलं होतं; पण शांत राहिलो.

मुलाखतीच्या आधीच त्यानं स्वतःला सिद्ध केलं होतं. हुशारी, कामातली निष्ठा, आणीबाणीच्या प्रसंगी शांत राहून परिस्थिती हाताळण्याची कला आणि एकाग्रता या त्याच्या गुणांनी मला बांधून ठेवलं. मुलाखतीच्या वेळीही सगळ्या प्रश्नांची अचूक उत्तरं. तुमच्या भात्यात आणखी कोणते बाण आहेत? असं मलाच विचारणारी त्याची भेदक नजर. तो त्याचा अहंकार नव्हता; तर आत्मविश्वास होता, हे कळायला बराच वेळ जावा लागला. अहंकार आणि आत्मविश्वास या दोघांमध्ये असलेली सूक्ष्म रेखा, ती ओळखणं कोणालाही कठीणच... नंतर मी त्याला काही वैयक्तिक प्रश्न विचारले.

‘‘जन्म आणि बालपण कुठे?’’

‘‘मुंबई,’’ असं सांगून त्यानं कुठल्या तरी गल्लीचं नावही सांगितलं. माझं लक्ष त्याच्या जुळलेल्या भुवयांकडे असल्याने मला ते नीट ऐकू आलं नाही.

‘‘सोलापूरमध्ये किती वर्षं आहेस?’’

‘‘बारा वर्षांपासून.’’

‘‘आई-वडिलांबरोबर राहतोस की ते मुंबईला असतात?’’

‘‘आई हयात नाही, वडिलांबद्दल माहिती नाही. येथे आत्माराम महाराजांच्या आश्रमात राहतो.’’

‘‘सात रस्ता क्रॉस करून उजव्या बाजूला वळल्यावर असलेल्या कामगार

वस्तीच्या पुढे एक मोठा आश्रम आहे. तोच का?''

''होय. तोच.''

''कामावर कधी हजर होतो आहेस?''

''तीन दिवसांनंतर येतो. मुंबईला एके ठिकाणी नोकरी मिळाली होती. त्यांना येता येणार नाही, असं सांगून यायला हवं.''

''त्यासाठी इतकं लांब जायलाच हवं का? फोन करून कळवलंस तर?''

''नाही. मला स्वतः जाऊन सांगायला हवं. मी उद्यापासूनच तेथे रुजू होणार होतो; तेवढ्यातच इथे ही नोकरी मिळाली. ते माझी वाट पाहत असतील. म्हणून जाऊन यायला हवं. माझ्यामुळे त्यांची काही गैरसोय होणार असेल, तर एक- दोन दिवस तेथील काम करतो आणि येतो.''

आता हा विषय पुरे, अशा प्रकारे त्यानं बोलणं थांबवलं.

तीक्ष्ण नजर, बोलताना चुकणार नाही, हा ठाम विश्वास. आपली निवड एकदम योग्य आहे, यात शंकाच नव्हती. तरी हा कितपत वाकणारा आहे, ही शंका त्रास देऊ लागली. चौथ्या दिवसापासून घरात मोटाराम कामावर येऊ लागला. रुग्णसेवेची माहिती असणारा, अनुभवी माणूसच असावा या दृष्टीने मी त्याला नेमला होता, सत्याला घाबरून नाही. या नवीन नोकरामुळे खर्च वाढणार होताच; पण पतीचं आजारपण काढता काढता आई झिजून जात आहे, याचा विचारच आजपर्यंत कधी आपल्या मनात आला नव्हता. नवऱ्याविषयी माझ्यापाशी काही बोलायचं असेल, तर ती जरा अधिक रंगवून सांगते असं मला वाटायचं...

चौथ्या दिवशी सत्याला यायला उशीर झाला. आता हा येत नाही, असंच मला वाटलं होतं. या नवीन पोराला कामावर ठेवून आपण फसलो आहोत असं वाटून, याला घाबरून आपण मोटारामला नेमलं, या गोष्टीला पुष्टी मिळत होती. त्या दिवशी त्रास झाला; परंतु निराशा झाली नाही. एक तास उशिरा आलेला सत्या एक तास जास्त काम करीन, असं म्हणाला आणि दोन तासांपेक्षाही जास्त वेळ ऑफिसमध्ये काम करत बसला. नवीन शिकण्याची तीव्र इच्छा. एकदा सांगितलेली गोष्ट अचूक ग्रहण करण्याची तीक्ष्ण बुद्धी. कामातही तो तितकाच हुशार होता. दुसऱ्याच दिवशी माझी थोडीही मदत न घेता, सध्या बारा स्तर असलेल्या बोर्डमधील इलेक्ट्रिक भागांपैकी काही जोडून, त्यानं एका बोर्डची रचना केली व घराच्या सुरक्षिततेसाठी एक उपकरण बनवलं; शिवाय त्या सोबत ग्राहकांसाठी विशेष माहिती देणारं निवेदन. सध्या, एका मोबाइल मेसेजवर सगळं उपकरण कसं नियंत्रित करता येईल, याचा सविस्तर तपशील दिला होता त्याने. निवडीचा निर्णय ग्राहकांचा असणार होता. त्याने मिळालेल्या संधीचा पुरेपूर उपयोग केला होता. मी मात्र आश्चर्याने मूक झालो होतो...

“मला आता अगदी बसवत नाहीये, मी घरी जाते.” असं विशालला सांगून सुलभा सावकाश पावलं टाकत बाहेर गेली.

आठव्या महिन्यात इतका त्रास होतो? क्षणभर स्वतः तिच्या जागी असल्याची कल्पना केली तर... नाही, ते शक्य होत नव्हतं. नऊ महिने मूल पोटात वाढवायचं, पावलोपावली काळजी घ्यायची, सोपं नव्हतं ते. तिचं जेवणखाण नीट चाललंय ना, झोप व्यवस्थित होते आहे ना? पाहायला हवं. आता तिच्या तब्बेतीची सगळी काळजी घ्यायची, आणि बाळंतपण... पुढचा विचारच नको.

...सत्या पुन्हा जबरदस्तीने मनात घुसून बसला. थोडा वैताग आला, पण नंतर पुन्हा त्याच्या विचारांनीच मन व्यापून टाकलं. जिनियस! त्याच्या बुद्धिमत्तेविषयी दुसरं काही बोलायचं म्हणजे, तो अन्यायच ठरला असता तो. तो इथे नोकरीला लागण्यापूर्वी अगदी छोट्या छोट्या ऑर्डर मिळत होत्या. त्या पुऱ्या करणं आणि नवीन ग्राहक शोधणं, मला एकट्याला कठीण जात होतं. तो आल्यावर या अडचणीतून मी मोकळा झालो. ऑफिसमधील कामं तो सांभाळत होता. बाहेरची धावपळ मी करत होतो. कमी खर्चात उत्कृष्ट काम; तेही विनाविलंब होऊ लागलं.

कामात नवनवीन शक्यता अजमावणारी माझी छोटीशी कंपनी आता ग्राहकांच्या पसंतीस उतरू लागली आणि लवकरच ऑर्डर्सची संख्या वाढू लागली. मला आता कष्टाचं काही वाटेनासं झालं.

सत्या तर चार माणसांचं काम एकट्यानं करत होता; तेही विनातक्रार. कार्यकुशल, तितकाच हटवादी. कामाचं प्रचंड प्रेशर असूनही गुणवत्तेबाबत तडजोड नव्हती. दोनेक महिन्यांतच कामाचं प्रमाण इतकं वाढलं, की नवीन माणसांना आकर्षित करून, ऑफिसच्या कामासाठी माणसं मिळवणं पहिल्याइतकं कठीण राहिलं नाही. त्या सगळ्या नवीन भरती केलेल्यांना ट्रेन करणं आणि त्याबरोबरच व्यवसायावर लक्ष ठेवणं, ही जबाबदारी सत्यावर होती. अविरत कष्ट चालू होते. मी कल्पनाही केली नव्हती इतक्या ऑर्डर मिळू लागल्या, त्याही मोठमोठ्या. परदेशातूनही ऑर्डर मिळायच्या. मग परदेशवारी करावी लागे. त्यालाही चार-पाच वेळा परदेशी पाठवला. मिळणाऱ्या नफ्यात चांगली वाढ होत होती. या यशाचा खरा शिल्पकार असलेल्या सत्याला चौपट पगार दिला असता, तरी तो कमीच वाटला असता... त्याला एक दिवस बोलावलं आणि म्हटलं,

“तू आल्यापासून कंपनीची परिस्थिती किती बदलली आहे, ते पाहतो आहेस ना? तुझ्या प्रयत्नांमुळे कंपनीची झालेली ही प्रगती पाहताना तुला याविषयी काय वाटतं आहे?” हे ऐकून तो माझ्याकडे भुवया उंचावून पाहतच राहिला. त्याच्या डोळ्यांत चमक होती.

“तू खूश आहेस ना?” मी पुन्हा विचारले.

“हो, खूश आहे.”

“तुझ्या कामाकडे पाहता मी तुला देत असलेला पगार कमी आहे, असं एकदाही मनात आलं नाही तुझ्या?” मला समजून घ्यायचं होतं.

“नाही.” त्याचं उत्तर प्रामाणिक होतं.

“पण मला तसं वाटतंय. इथून पुढे कंपनीला होणाऱ्या फायद्यातला वाटा तुला द्यायचं ठरवलंय मी.” असं म्हणून मी त्याच्याकडे पाहिलं.

“ठीक आहे. मी आता जाऊ का? संध्याकाळच्या आत दोन ऑर्डर पुऱ्या करायच्या आहेत.” असं म्हणत माझ्या उत्तराची वाट न पाहता तो बाहेर निघून गेला. मी काहीसा निराश झालो. फायद्यातला किती वाटा देणार? इतकं तरी विचारेल, असं मला वाटलं होतं; पण त्यानं तसं विचारलं नाही, त्यामुळे माझ्यावर दडपण आलं. वकिलाजवळ बोलून, मी अधिकृत कागदपत्रं तयार केली आणि त्याला दाखवली. त्यानं सम्मती दाखवत, कागदपत्रांवर सही केली आणि निघून गेला. त्या वेळी मला खूप हलकं वाटलं होतं.

“मला सर नको म्हणू, दादा म्हण. वयाने आणि अनुभवाने तुझ्यापेक्षा मोठा आहे ना?” त्याला सांगितलं आणि त्यानं त्याचं पालनही केलं. इतक्या कुशाग्र बुद्धी असलेल्या मुलानं आपल्याला ‘दादा’ म्हणावं याचा मला अभिमान वाटला. काही दिवसांनी त्याचा एक वीकपॉइंट माझ्या लक्षात आला. तो ट्रेनिंग देण्यात, काम करण्यात आणि करवून घेण्यात तरबेज होता; पण आदबीनं, सलोख्यानं बोलून संबंध निर्माण करणं, ते वाढवणं हे त्याला जमत नसे. कंपनी लहान होती त्यामुळे माणसांच्या संपर्कासाठी वेगळी अशी व्यवस्था नव्हती. कर्मचाऱ्यांच्या कटकटी, तक्रारींची दखल मलाच घ्यावी लागे. असो. चार भिंतींच्या आत रोज दहा-बारा तास काम करणाऱ्या लोकांमध्ये कधी कधी आपापसांत कुरबुरी होणं स्वाभाविक असतं. पण कोणाला वैयक्तिक दुःख असेल तर छोट्या छोट्या समस्या किती तरी मोठ्या वाटू लागतात. अशा लोकांशी वागताना सहनशीलता आणि सहानुभूतीची आवश्यकता असते. या बाबतीत सत्याकडून माझ्या अडचणीत भर पडत होती. बऱ्याच गोष्टींत त्याचं परखड बोलणं लोकांच्या मनाला लागत असे. बहुतेक जण त्याविषयी बोलायला घाबरत होते; पण काही जणांनी घाबरून, माझ्याकडे येऊन नाराजी दाखवायला सुरुवात केली. काही दिवसांनी त्याच्या स्वभावाची कल्पना येऊन, त्याला संघर्षाची संधी न देता काम कसं पूर्ण करायचं, हे जुनेजाणते कर्मचारी नवीन लोकांना समजावू लागले.

रोज सकाळी आल्यावर, आई-बाबांच्या पाया पडून, नंतर देवघरात जाऊन विठ्ठल मूर्तीचं दर्शन घेऊन तो बाबांना नाश्ता भरवायचा. त्या नंतर तो घरातूनच ऑफिसात प्रवेश करायचा. तो जेव्हा मुलाखतीला आला होता, फक्त त्याच दिवशी

ऑफिसच्या प्रवेशदारातून आत आला होता. दुपारी जेवायला जाताना त्या दोघांची विचारपूस करून जायचा आणि जेवण झाल्यावर पुन्हा त्यांची गाठ घेऊन यायचा. संध्याकाळी घरी जाताना पुन्हा त्यांना नमस्कार करून जाण्याचा परिपाठ होताच त्याचा. हे त्याचं वागणं टोकाचं वाटत असूनही मी कधी तिकडे फारसं लक्ष दिलं नाही. त्याला आई-वडील नसल्यानं या दोघांनाच तो आई-वडिलांच्या जागी मानत असावा, असा त्याच्या वागण्याचा अर्थ मी लावला होता. त्याच्या तीव्र भावनांची ओळख मला पाहिल्याच दिवशी झाली होती ना. त्यामुळे पुन्हा त्याच्या भानगडीत मी पडलो नाही. त्यांच्याबरोबरचं त्याचं अतिनम्रतेचं वागणं पाहून कधी कधी मला न्यूनगंड सतावू लागे; पण नंतर ते सवयीचं झालं. प्रत्येकाच्या वागण्याच्या मागे किती तरी कारणं असतात, वेगळी पार्श्वभूमी असते. असो. माझी कारणं माझ्याकडे, त्याची त्याच्याकडे. तो जास्त नाही तसा मीही कमी नाही, असं समाधान मी नंतर करून घेऊ लागलो. आई-बाबांजवळ तो स्नेहानं वागायचा, तरी आमच्या घरी एक घासही कधी खायचा नाही. कितीही आग्रह केला तरीही. त्याची पाण्याची बाटलीही त्याच्या बरोबर असायची. दिवसातून चार वेळा विचारपूस करणाऱ्या या तिऱ्हाईत माणसामुळे त्या दोघांचा, विशेषतः बाबांचा वेळ चांगला जात असे. त्यांचा दिवस पटकन सरायचा; पण रात्र घालवणं कठीण जायचं. झोपेच्या गोळ्या घेतल्यावर थोडं सोपं व्हायचं; पण अलीकडे त्यांनी त्या गोळ्या थुंकून टाकायला सुरुवात केली आणि परिस्थिती कठीण झाली. ती जर अधिकच बिघडली, तर मात्र आपण ठरवल्याप्रमाणे...

"दादा, एवन मेट्रोचिप कंपनीचा मेल आला आहे. दिल्लीला एक कार्यशाळा होणार आहे. त्या कार्यशाळेला तुम्ही जाणार का, या विषयी त्यांना दोन दिवसांत कळवायचं आहे."

सत्याकडून अचानक आलेल्या प्रश्नावर लगेच काय प्रतिक्रिया द्यावी, ते विशालला कळलं नाही. विचारातून भानावर यायला त्याला थोडा वेळ लागला. सत्या आता सुलभाच्या जागेवर बसून तिचं काम करायचा.

"कार्यशाळेची तारीख सांग बरं, कॅलेंडर पाहून लगेच ठरवून टाकू." विशाल म्हणाला.

"चौदा आणि पंधरा अशा तारखा आहेत. त्या आठवड्यात मला बहुतेक रजा घ्यावी लागेल. मुंबईला जावं लागणार आहे." सत्याचं बोलणं ऐकल्यावर दोन मिनिटं विचार करून विशालनं विचारलं,

"त्या आठवड्यात पुऱ्या करणं आवश्यक आहे, अशा काही ऑर्डर आहेत का?"

"हो. इंडिया सर्किट्सची मोठ्ठी ऑर्डर आहे. आठ बोर्डची. काम सध्या पायलट

टप्प्यावर आहे.''

''ही जबाबदारी आपण पाटीलवर सोपवू शकतो का? या टप्प्यावरच्या कामाचा त्याला अनुभव आहे.''

''नक्कीच. मी सगळं तयार करून जातो. पाटीलबरोबर जबाबदारीनं काम करणारी दोन नवीन मुलं आहेत.''

सत्यानं एवढं सांगताच, निश्चिंत होऊन विशाल पुढच्या मीटिंगच्या तयारीत बुडून गेला. कामात व्यग्र असल्यानं विशालला वेळेचं भानच राहिलं नव्हतं. दुपारची जेवण्याची वेळ झाली आणि एकेकजण उठू लागला तेव्हा त्याला भुकेची जाणीव झाली. जेवायला बसला असताना त्याला सुलभाची आठवण झाली. ती जेवली की नाही, हे त्याला माहीत नव्हतं. तो विचारणार, इतक्यात त्याला जाणवलं, की आईला काही तरी बोलायचं आहे.

''विशाल, सुलभा अजून जेवायला आलेली नाही. हल्ली ती थोडी मलूल झालेली दिसते. तिच्या तब्बेतीची चौकशी करून येतोस का? आज जिना चढताना थोडी दमली होती.'' गंगाबाई साशंक होऊन मुलाला म्हणाल्या.

''आई, भूक लागली की येईल. कदाचित आता जेवायचं नसेल तिला. तू मला वाढ. मला उशीर होतोय.'' काहीशा रागानं विशाल म्हणाला. ...सुलभाला राग आवरता येत नाही; विनाकारण चिडते. आपल्याबरोबर इतकी वर्षं काढूनही आपली मन:स्थिती हिला कळू नये? जराही समजून घेत नाही. एखादा शब्द गेला असेलही माझ्या तोंडून; पण इतकं भावनेच्या आहारी जायचं म्हणजे काय? मी काही आता तिला समजवायला जाणार नाही... विशाल मनातून सुलभावर चिडलेला होता.

''तसं नाही रे. आता तिला उपाशी राहून चालणार नाही. दोन जिवांची आहे ना. कदाचित माहेरची आठवण येत असावी. हिला तिकडे घेऊन जाणं त्यांना सध्यातरी शक्य नाहीये ना.'' सगळं समजून गंगाबाई म्हणाल्या.

विशालला वाढता वाढता गंगाबाईंचं बोलणं चालूच होतं. मुलगा काही न बोलता मान खाली घालून बसला आहे, हे पाहून त्या जिन्याजवळ जाऊन मोठ्याने म्हणाल्या, ''बाळा, तुला आवडते तशी सुकी भाजी आणि खीर केली आहे. एक घास तरी खाऊन बघ गं.'' माडीवरून आवाज आला नाही, की सुलभाही खाली आली नाही. पाच मिनिटं वाट पाहून त्या जिना चढू लागणार; इतक्यात विशाल झटक्यात येऊन धडाधड जिना चढू लागला. ते पाहून गंगाबाईंना भीतीच वाटली. त्यांनी बाबूरावांकडे पाहिलं. ...त्यांना डुलकी लागली आहे, आत नेऊन झोपवलं पाहिजे. मोटाराम यायची वेळ झालीच आहे, असा विचार करत असतानाच वरून मोठमोठ्यानं बोलण्याचा आवाज येऊ लागला. अस्पष्टच ऐकू येत होतं. इतक्या वर्षांत पहिल्यांदाच सुलभाचा आवाज चढला होता. सहनशक्ती नसलेला विशालही

चिडला होता. कशावरून चाललंय एवढं भांडण? पांडुरंगा, असं म्हणत गंगाबाई देवघरासमोर उभ्या राहिल्या. दहा मिनिटांनी विशाल धुसफूसत एकटाच खाली आला आणि काही न बोलता त्यानं जेवण संपवलं. तो ऑफिसला जायची वाट पाहणाऱ्या गंगाबाईंनी सुनेचं ताट वाढायला घेतलं. पोळी, आमटी, दोन भाज्या आणि खीर वाढून, ताट घेऊन त्या जिना चढू लागल्या. त्यांना आठवलं, त्या कित्येक महिन्यांनी माडीवर जात होत्या. दिवस राहिल्यावर सुरुवातीला सुलभा खूप अशक्त झाली होती. तेव्हा तिच्यासाठी नाश्ता, जेवण घेऊन त्या वर जात असत. कधी तिच्या तब्बेतीची विचारपूस करायलाही जात; पण आता जिना चढणं त्यांना तेव्हाइतकं सोपं वाटत नव्हतं. गेल्या पाच-सहा महिन्यांत आपली शक्ती कमी झाली आहे की काय, असा प्रश्न मनात आला असतानाच हळूहळू पायऱ्या चढत सुनेच्या बेडरूमच्या दाराशी त्या येऊन पोहोचल्या. आतून हुंदक्यांचा अस्फूट आवाज येत होता.

"बाळा," असं म्हणून गंगाबाईंनी आत पाऊल टाकताच सुलभा उठून बसली. तिचे डोळे लाल दिसत होते. चेहराही थोडा सुजलेला वाटत होता. हातातलं ताट टेबलावर ठेवून त्या सुलभाच्या बाजूला बसल्या. त्यांना घट्ट मिठी मारताच सुलभाला पुन्हा रडू फुटलं.

"एक दिवसही चढ्या आवाजात न बोलणारी तू. आज हे काय बरं नवीनच? आणि कशासाठी भांडण? माहेरी जावंस वाटतंय का?"

सुलभाच्या पाठीवर प्रेमानं हात फिरवत त्यांनी विचारलं. एक-दोन मिनिटांतच सुनेच्या डोळ्यांतलं पाणी थांबलं; पण ती काहीच बोलली नाही. आपल्याला वाटतं आहे तसंच असावं, असा विचार करून त्या म्हणाल्या,

"मला कळतय गं, अशा वेळी आई जवळ हवी असं वाटतं. पण तू आत्ता माहेरी गेलीस तर तुझ्या भावाला आणि वहिनीला त्रास होईल. बिचाऱ्या तुझ्या आईलाही संकटात टाकल्यासारखं होईल. तू एक काम कर. त्या सगळ्यांनाच इकडे यायला सांग. चार दिवस त्यांच्या बरोबर घालवलेस, की तुलाही बरं वाटेल."

गंगाबाईंनी त्यांच्या मनातला विचार लगेच सांगून टाकला; पण आपल्या बोलण्याचा सुनेच्या मनावर काही परिणाम झाला आहे, असं त्यांना वाटलं नाही. तिचं रडणं थांबलं होतं; पण ती काहीच बोलत नव्हती. पुढं काय बोलावं ते न कळून त्या तिच्या पाठीवरून हलकेच हात फिरवत बसून राहिल्या. विशालला अगदी शोभेल अशी मुलगी. तो थोडासा मजबूत बांध्याचा. ती रंगानं त्याच्यापेक्षा थोडी उजळ. कुरळे केस आणि तेजस्वी, मुलायम कांती. तिचं बोलणं, वागणं मृदू होतं. लग्नानंतर चार दिवसांनीच विशालनं तिला आपल्याबरोबर ऑफिसमध्ये काम करायला घेतलं होतं. ती शिकलेली; पण अबोल. ऑफिस संपल्यावर स्वयंपाकघरात

यायची आणि 'आई, काही मदत करू का?' असं मनापासून विचारायची. तिचा थकलेला चेहरा पाहून तिची दया यायची.

"तुझ्याकडून हा एका माणसाचं काम करून घेतो ना?" त्यांनी एकदा विचारलं होतं. त्यावर, "एका नोकराचा पगारही देतात की." असं म्हणून ती छानसं हसली होती. चतुर मुलगी. बोलता बोलता तिनं गंगाबाईंच्या हातात आग्रहानं भरपूर पैसे ठेवले. मला काय करायचेत पैसे, असं त्या म्हणाल्या असता, तिनं त्यांचं काही ऐकलं नव्हतं आणि हे काही एकदाच घडलं नव्हतं. विशालच्या नकळत ती त्यांना बऱ्याचदा पैसे द्यायची. त्यातील थोडे देवधर्मासाठी खर्च करून उरलेले पैसे त्या शेंगांच्या डब्यात ठेवून द्यायच्या. बाबूरावांना सुलभाविषयी खूप माया. ते आजारी पडण्यापूर्वी ती दोघं किती गप्पा मारायची; मात्र विशाल नसताना. आता ती गरोदर असल्यानं तर जास्तच कौतुक. लहान मोठ्या प्रसंगाने नर्व्हस होणारी मुलगी नाही ती. बहुधा आईला भेटायची ओढ लागली असणार, असं वाटून गंगाबाई तिच्याकडे पाहू लागल्या. त्यांच्या मांडीवर डोकं ठेवून तिनं दोन्ही हातांनी त्यांना घट्ट पकडून ठेवलं. अतीव वात्सल्यानं त्या सुनेच्या डोक्यावरून हात फिरवू लागल्या.

"तुझ्या दुःखाचं कारण मला कळतंय गं सुलभा. मी तुझ्यासाठी काय करू सांग; पण तू पहिल्यासारखी आनंदी, उत्साही दिसायला हवीस बाई."

प्रेम आणि समजावणीच्या सुरातलं त्यांचं बोलणं ऐकून तिनं तिची मिठी अधिकच घट्ट केली. नंतर बऱ्याच वेळाने म्हणाली,

"आई, तुम्हाला काहीच माहिती नाहीये. माहीत करून घेऊही नका." आणि मान वर करून त्यांच्याकडे पाहिलं. तिच्या मोठ्या डोळ्यांतील वेदना पाहून त्यांना जरा विचित्रच वाटलं. त्या म्हणाल्या,

"असू दे. आता ऊठ आणि जेवून घे पाहू."

तरीही तिची मिठी सोडवण्याचा त्यांनी प्रयत्न केला नव्हता.

चार

रात्री आठ वाजता ऑफिसमधून निघालेला सत्या बाबूरावांच्या शेजारी येऊन बसला. टीव्हीवर पौराणिक मालिका चालू होती आणि बाबूराव शांतपणे टीव्हीकडे नजर लावून बसले होते. कधी कधी टीव्ही लावल्यावर ते आरडाओरडा करायला सुरुवात करत. आज मात्र एकदा सत्याकडे पाहून ते पुन्हा टीव्हीकडे वळले. सत्याही काही बोलला नाही. तेवढ्यात तेथे आलेल्या गंगाबाईंनी उभ्या उभ्याच ऑफिसकडे नजर टाकली. विशाल कामात गढलेला आहे, हे पाहून त्या सत्याजवळ येऊन हळू आवाजात बोलू लागल्या,

''सुलभा दुपारपासून खाली आलेली नाही. दुपारचं जेवणही तिनं नीट घेतलेलं नाही. विशाल तसा शांतच आहे; पण त्या नवरा-बायकोमध्ये काही तरी बिनसलं असावं, असं मला वाटतंय. तुला काही कल्पना आहे का?''

तो असल्या भानगडीत नाक खुपसत नाही, हे माहीत असूनही त्यांनी पुन्हा विचारलं,

''सवड मिळाल्यावर तिला विचारून माहीत करून घेशील का? किंवा ऑफिसात त्याच्याजवळ काही बोलणं झालं तर मला सांगशील? मला तिच्या तब्बेतीची काळजी वाटते आहे रे.''

सत्यानं यावर काहीच उत्तर दिलं नाही. आपण याच्याजवळ बोललो ते चुकलं की काय, असं वाटून त्या गप्प बसल्या खऱ्या; पण सुनेबद्दलचे विचार त्यांचा पिच्छा सोडत नव्हते.

''बाबांच्या पाठीवरची जखम आता कशी आहे?'' काही वेळानं सत्यानं विचारलं.

''डॉ. आपटे सकाळी आले होते ना, ते आता ठीक आहे म्हणाले. त्यांनी यांना नीट तपासलं आणि आता चांगली झोप घ्या, म्हणजे लवकरच बरं वाटेल, असं

बजावलं आहे. एका कुशीला वळवून झोपवू नका, असं सांगितलं आहे त्यांनी. पण यांनी ऐकायला हवं ना? पाचव्या मिनिटाला कुशीला वळव म्हणून ओरडणं सुरू करतात.''

असं म्हणून त्या नवऱ्याकडे वळल्या. बाबूरावांची नजर अजून टीव्हीकडेच लागलेली होती.

''डॉक्टरांनी झोपेच्या गोळ्या बदलून दिल्या आहेत का?'' सत्यानं विचारलं.

''नाही. बीपीच्या गोळ्या मात्र बदलल्या आहेत. ते सांगेपर्यंत या गोळ्या कोणत्याही कारणाने बदलायच्या नाहीत, गोळीची वेळ चुकता कामा नये, नाहीतर प्रॉब्लेम होऊ शकतो. असं म्हणत होते ते. यांचं बीपी पहिल्यांदाच इतकं वाढलं आहे. ते आटोक्यात आणण्यासाठी काळजी घ्यावी लागेल, असंही म्हणाले.''

गंगाबाईंचं बोलणं बाबूराव लक्षपूर्वक ऐकत होते. सत्या त्यांच्या आणखी जवळ सरकला आणि त्यांना म्हणाला, ''ऐकताय ना बाबा? गोळ्या थुंकून टाकू नका. झोप लागेल, बीपी उतरेल, सगळं नीट होईल. तुम्ही झोपलात तरच आई शांतपणे झोपू शकेल ना? सकाळपासून काम चालू असतं तिचं. दमत नसेल का ती?''

बाबूरावांनी त्याच्याकडे पाहत मान हलवून, हूं....असा आवाज दिला. त्यांचा आवाज घोगरा झाला होता आणि डोळ्यांत नेहमीचा आज्ञाधारकपणा दिसून येत होता.

''मी आता निघतो. काही लागलं तर मला लगेच बोलाव. कुठलीही वेळ असू दे. या वेळी कसं बोलावू, असा विचार करू नकोस.''

असं गंगाबाईंना सांगून, दोघांच्या पाया पडून, विठ्ठलाचं दर्शन घेऊन सत्या तेथून बाहेर पडला. तो गेल्यावर थोड्याच वेळात गंगाबाई कालवलेल्या आमटी-भाताची ताटली घेऊन आल्या व बाबूरावांना भरवायचा प्रयत्न करू लागल्या...

''चला, आ... करा बरं. भात खायचा आहे ना;'' टीव्ही बघत बघत बाबूरावांचं जेवण सुरू झालं.

''अगं बाई, इतका छोटा आ केलात तर भरवायचं कसं?'' असं म्हणून, बोटांनी त्यांचे ओठ जरा रुंद करत गंगाबाई त्यांना भरवू लागल्या; पण तोंडात घास भरवला तरी तो गिळायचा नाही, असं त्यांनी ठरवलंच होतं. थुंकून टाकू नका हो, असं म्हणत गंगाबाईंनी भरवलेला घास त्यांच्या आग्रहामुळे बाबूरावांनी गिळून टाकला, पण पुढचा घास मात्र जिभेवर घोळवत ठेवला आणि त्यातलं अर्ध अन्न खाली सांडलं. उरलेला अर्धा घास गिळतानाही त्यांनी इतका वेळ लावला, की जेवण पुढे चालू ठेवणं कठीण होऊन गेलं. दोन-तीन घास कसेबसे खाऊन बाबूराव तोंड फिरवून बसले.

''का असं वागताय? जेवण घेतलं नाही तर शक्ती कशी येणार? औषधाचा उपयोग होण्याकरीता पोटात काही तरी जायला नको का?''

हताश होऊन गंगाबाई नवऱ्याला विचारू लागल्या; पण बाबूरावांनी अजिबात प्रतिसाद दिला नाही. ...भात थोडा घट्ट, सुका झाला आहे की काय? पण पुन्हा गरम करून अगदी मऊ करून आणला तरी खातीलच याची खात्री कुठे होती? त्यांना कदाचित भूकच लागली नसेल. दुपारचं जेवण जास्त झालं होतं का? त्या आठवू लागल्या. नाही रोजच्यासारखंच तर होतं. संध्याकाळी पपईच्या चार फोडी दिल्या होत्या तेवढ्याच...

''भात नको आहे? बरं, दूध तरी आणू का?''

हळूहळू उठत, काकुळतीने गंगाबाईंनी त्यांना विचारलं, पण त्यांनी बायकोकडे लक्षही दिलं नाही.

''तुम्हाला काय हवं आहे ते नीट सांगणार नाही का? सकाळपासून सारखं काम चालू आहे माझं. मलाही थोडी विश्रांतीची गरज आहे, हे तुमच्या लक्षात येत नाही का?''

काहीसं चिडून त्या म्हणाल्या. अलीकडे रात्री त्यांचे पाय खूप दुखत असत. हातापायांतून कळा यायच्या. त्यातच सुनेच्या काळजीने हल्ली त्यांनाही नीट जेवण जात नसे, त्यामुळे जास्तच थकवा जाणवू लागला होता. पतीच्या हट्टापुढे किती वाजले याचेही भान नव्हते त्यांना. शेवटी

''काय झालं आहे, भात नको आहे? दूध तरी घ्याल का?''

अखेरचा प्रयत्न म्हणून त्या बाबूरावांना विचारत असतानाच विशाल आत आला. तोंड फिरवून पडलेले बाबा आणि वाकून उभ्या असलेल्या आईकडे पाहून त्याला काय चाललंय याची कल्पना आली. हे काही पहिल्यांदाच घडत नव्हतं. आई जेवढी कळवळून विचारते तेवढे यांचे नखरे वाढतच जातात. हे असं पुन्हा पुन्हा घडत आहे. यांना सुधारलंच पाहिजे, असं मनाशी म्हणत त्यानं भुवया उंचावल्या आणि तरातरा चालत तो बाबूरावांच्या खुर्चीसमोर येऊन उभा राहिला.

''ती इतक्या शांतपणे तुमचं सगळं करते आहे आणि तुम्ही तिला असा त्रास देताय? हवं-नको इतकंही सांगता न येण्याइतकी जीभ जड झाली आहे का तुमची?''

असं रागारागात विचारत विशाल त्यांच्याकडे पाहू लागला. त्याच वेळी बाबूराव एक शब्दही न बोलता जळजळीत नजरेने त्याच्याकडे पाहू लागले. बाप आणि मुलगा आता भांडण्याकरिता नव्याने एकमेकांसमोर उभे आहेत, हे पाहून गंगाबाई भेदरून गेल्या.

''मी दूध घेऊन येते ते पिऊन घ्या तुम्ही. विशाल, तू हातपाय धुऊन घे आणि

सुलभाला हाक मार.''

असं घाबरत घाबरत बोलून गंगाबाई पटकन स्वयंपाकघराकडे गेल्या. त्या परत येईपर्यंत विशाल जराही हलला नव्हता, की बाबूरावांनी आपली नजर त्याच्यावरून हटवली नव्हती. हे पाहून गंगाबाईंच्या छातीत धडधडू लागलं.

''अहो, तोंड उघडा पाहू. एवढं दूध घेऊन टाका पटकन.''

असं म्हणून त्यांनी दुधाचा ग्लास त्यांच्या ओठांजवळ नेला. परंतु बाबूरावांनी मान दुसरीकडे वळवली आणि दूध काही त्यांच्या मुखात गेलं नाही. गंगाबाई पुन्हा ग्लास घेऊन पुढे झाल्या. गुपचूप पिऊन घ्या बरं, नाही तर इथे आत्ता राडा होईल.. असं त्या हळूच बोलणार होत्या; परंतु आता त्याचं प्रयोजन उरलं नव्हतं. बाबूरावांकडे पहाणाऱ्या विशालच्या चेहऱ्याचे स्नायू ताणले गेले होते.

''आई, आता हे सगळं अति झालं आहे. शांतपणे, समजुतीनं बोलण्याच्या मार्गाचा काही उपयोग होण्यासारखा नाही, असं वाटतंय. मी त्यांचं तोंड उघडून धरतो तू दूध पाज. कसे पीत नाहीत तेच पाहतो.''

असं म्हणून विशाल पुढे झाला आणि बाबूरावांचं तोंड उघडून त्यानं त्यांचा जबडा घट्ट धरून ठेवला. बाबूराव विरोध करू लागले, पण ते शक्य झालं नाही. डोळ्यांत पाणी आणून गंगाबाई म्हणाल्या,

''विशाल, सोड त्यांना. दिवसभर मीच त्यांचं सगळं पाहते ना, त्यांना कसं मनवायचं ते मी पाहते.''

आता विशालचा चेहरा रागानं आणखीनच लाल झाला.

''तुझ्या अशा वागण्यामुळेच ते इतके बिघडले आहेत. तू दूध तोंडात ओत. ते कसे पीत नाहीत ते आज मी पाहतोच.''

असं हट्टानं बोलणाऱ्या विशालचे हात संतापाने थरथरत होते. आपण बोललो तर तो आणखी रागावेल, असं वाटून गंगाबाईंनी आपल्या कापऱ्या हातांनी थोडसं दूध नवऱ्याच्या तोंडात ओतलं; पण दुसऱ्या क्षणाला ते बाहेर आलं. बाबूराव थंड नजरेने मुलाकडे पाहत होते.

''सगळं दूध बाहेर काढून टाकलत? इतका माज?'' विशाल ओरडला. आता त्याचे डोळे रागाने अधिकच लाल झाले. मुलाकडे पाहून घाबरलेल्या गंगाबाईचे हातपाय लटपटू लागले.

''विशाल, कृपा करून आता तू इथून जा. त्यांना दूध नको आहे ना, ठीक आहे.''

गंगाबाई कळवळून सांगू लागल्या.

''आई, तू पुन्हा थोडं दूध घाल. यावेळी नाही उलटून टाकणार. मी पाहतो ना.''

त्यांच्या हातांची थरथर वाढली होती; तरीही त्यांनी कसबसं चार थेंब दूध नवऱ्याच्या तोंडात घातलं. दुसऱ्याच क्षणाला तोंडातलं लाळमिश्रित दूध बाहेर टाकून बाबूराव मुलाकडे एक टक पाहत राहिले. जीव मुठीत घेऊन गंगाबाई मुलाकडे वळल्या तेव्हा त्यांचं सगळं शरीर कापत होतं. पुढे काय करावं, हे सुचायच्या आतच विशालनं हातात धरलेला बाबूरावांचा जबडा सोडून दिला आणि तो आपल्या डाव्या हातानं त्यांच्या कानाखाली सटासट मारू लागला.

"तुमची इतकी सेवा शुश्रूषा चालली आहे, पण तुम्हाला केवढी मिजास. कष्ट करून मिळवलेल्या अन्नाची किंमत आहे तुम्हाला? आणि बसून खाणाऱ्याला ती कळणार तरी कशी म्हणा. थांबा. अशा ठिकाणी सोडून येईन तुम्हाला की, कोणाला कळणारही नाही. आता मी करतो काय करायचं आहे ते."

तावातावाने बोलत, दातओठ खात विशाल मारत असलेले फटके बाबूराव शांतपणे सहन करत होते. मार खात असतानाही त्यांच्या नजरेत दिसणारा हट्ट पाहून विशालच्या रागाला पारावार राहिला नव्हता, गंगाबाईंचे त्याला अडविण्याचे प्रयत्न व्यर्थ ठरत होते.

"विशाल, सोड त्यांना. तुझे जन्मदाते वडील आहेत ते.. देवा, मी आता काय करू?"

घाबरलेल्या गंगाबाई बोलत होत्या; पण विशाल जणू बहिरा झाला होता. हतबल झालेल्या गंगाबाई देवघराच्या दारावर कपाळ आपटून घेत मोठमोठ्याने रडू लागल्या. इतक्यात मोटारामचा आवाज त्यांच्या कानावर पडला.

"साहेब, हा काय वेडेपणा करताय? सोडा. सोडा त्यांना आधी."

असं म्हणत, मोटारामनं विशालला पकडून ओढतच बाजूला केलं. बाबूरावांना मारणाऱ्या विशालनं मोटारामच्या ताकदीपुढे हार मानली, आणि कपाळावर हात मारत तो बाजूला बसून राहिला.

गंगाबाई धावतच तेथे आल्या आणि रडत रडत मोटारामला म्हणाल्या,

"मोटाराम, यांना आधी खोलीत नेऊन झोपव. नाहीतर हा दुष्ट त्यांना मारून टाकेल."

"नाही वैनीबाय, तुम्ही मुळीच घाबरू नका. मी आहे आता. वेळ पडली तर त्यांना सांभाळण्याकरिता रात्रीसुद्धा इथेच राहीन मी." त्यांना समजावत मोटाराम विशालकडे वळला.

"ओ साहेब, जन्मदात्या वडिलांवर तुम्ही हात उचललाय?"

मात्र विशाल मोटारामला उत्तर द्यायच्या मन:स्थितीत नव्हता. काय घडलं ते गंगाबाईंनी मोटारामला सविस्तरपणे सांगून टाकलं.

"साहेब, म्हातारे आई-वडील लहान मुलांप्रमाणे असतात. कारण नसताना,

ते उगाचच हट्ट करतात, स्वतःला रमवण्यासाठी दुसऱ्यांवर रागावतात. ते मोठे आहेत हे लक्षात घेऊन आपण सगळं सहन करायला हवं. इतक्या शिकल्यासवरलेल्या तुम्हाला हे मी सांगणं गरजेचं आहे का?''

विशालला प्रश्न विचारणाऱ्या मोटारामच्या आवाजात तिरस्कार भरला होता.

''तुझ्या कामाशी काम ठेव, जा. मला उपदेश करायची गरज नाही.''

असं मोटारामला बजावून, वडिलांकडे तुच्छ नजरनं पाहत विशाल माडीचा जिना चढू लागला. शेवटची पायरी चढत असतानाच त्याला समोर सुलभा दिसली. तिची चर्या पाहून, घडलेली घटना तिनं पाहिलेली आहे, हे त्याच्या लक्षात आलं.

मोटारामनं बाबूरावांचा डायपर बदलून गरम पाण्यानं त्यांचं सगळं अंग पुसून घेतलं. नंतर पावडर लावून, जखमेवर औषध लावलं आणि त्यांना धुतलेला झब्बा-लेंगा घातला. बीपीच्या गोळ्या देत असताना त्यांनी पुन्हा तक्रार सुरू केली.

''मालक, असा हट्ट करू नका हो. वैनीबायला याचा किती त्रास होतो. कधीपासून त्या डोळे गाळत बसल्या आहेत, ते तुम्हाला दिसत नाहीये का?'' असं म्हणताच त्यांनी मनाविरुद्धच गोळ्या घेतल्या. त्यांना झोपवून मोटाराम खोलीबाहेर आला तेव्हा गंगाबाई देवासमोर हात जोडून बसल्या होत्या. आता पुढे काय करावं ते न सुचून तो परत बाबूरावांच्या खोलीत आला व त्यांच्या पलंगाच्या बाजूला बसून राहिला. सुमारे अर्ध्या तासानं गंगाबाई खोलीत परतल्या आणि मोटारामला म्हणाल्या,

''मोटाराम, तू आता जा. सकाळी मात्र जरा लवकर ये.'' त्यावर तो हळूच म्हणाला,

''नको वैनीबाय, आज मी इथेच राहतो. मध्येच काही लागलं तर....''

त्याचं वाक्य पूर्ण व्हायच्या आत त्याला थांबवत गंगाबाई म्हणाल्या,

''अरे, हे रोजचंच आहे. माझे भोग आहेत हे. दुसरं काय? तू नीघ.''

त्यावर काहीच न बोलता मोटाराम तिथून बाहेर पडला. प्रवेशद्वारापर्यंत पोहोचणार; इतक्यात गंगाबाईंनी बाहेर येऊन त्याला पुन्हा आठवण करून दिली.

''सकाळी जमेल तितकं लवकर ये हो.'' त्यांना होकार देऊन मोटाराम निघून गेला.

मोटाराम गेल्यावर मात्र गंगाबाईंच्या दुःखाचा बांध फुटला...या पूर्वी मुलगा वडिलांना किती तरी वेळा टाकून बोलला होता; पण असं कधी मारलं नव्हतं त्यांना. जनावरापेक्षाही वाईट स्थिती ... बधिर झालेलं शरीर... किती यातना झाल्या असतील... आणि यांचाही किती हट्ट; पण यांचा स्वभावच तसा आहे. तो या वयात बदलेल, अशी अपेक्षा ठेवणं कितपत योग्य आहे? इतकी वर्षं त्यांना समजून घेऊन संसार केलाच ना आपण? मुलाचा संताप मात्र आता आटोक्याबाहेर गेला आहे. ''अज्ञात ठिकाणी नेऊन ठेवीन, म्हणजे कळेल तुम्हाला,'' ही त्याची भाषा. म्हणे

करून दाखवतोच...''काय करणार आहेस?''

''त्यांना घरातून बाहेर काढणार आहे?''

''त्यांना घरातून बाहेर काढून कुठे तरी पाठवलंस, तर मीही इथे, या घरात तुला दिसणार नाही, एवढं लक्षात असू दे, विशाल.'' आज नाही तर उद्या हा खेळ होणारच आहे. देवा, मी आता या परिस्थितीत काय करायला हवं? आता अंबाबाईपुढेच आपल गाऱ्हाणं मांडावं. तीच आपल्याला काही ना काही मार्ग दाखवील...

विचार करता करता गंगाबाई अधिकच अगतिक झाल्या. 'देवा, मला घाबरल्यासारखं होत आहे. या घरात राहायला आता भीती वाटू लागली आहे.' असं मोठ्याने म्हणत गंगाबाई हुंदके देऊ लागल्या. मग उठून देवघरात जाऊन, विठ्ठलाच्या पायावर डोकं ठेवून काही वेळ शांत बसून राहिल्या. मुलानं मारल्यानंतर आपण नवऱ्याची विचारपूसही केलेली नाही, हे त्यांना एकदम जाणवलं आणि त्या पटकन उठून खोलीकडे धावल्या. नवरा भिंतीकडे तोंड करून झोपला होता. त्या हळूहळू जाऊन त्यांच्या पायाशी उभ्या राहिल्या. बाबूरावांच्या घोरण्याचा आवाज येत होता. बहुधा गाढ झोप लागली असावी. त्यांनी वाकून पतीच्या मुखाकडे पाहिलं. बाबूरावांच्या डोळ्यांतून अश्रूंच्या धारा अखंड वाहत होत्या. उशीचा तेथील भाग संपूर्ण ओला झाला होता. गंगाबाईंचे डोळेही भरून आले. बाबूरावांच्या कपाळावरून हात फिरवत त्या म्हणाल्या,

''असं का वागता? हट्ट करायचाच तर माझ्याजवळ करा ना. मुलाजवळ शत्रुत्व पत्करून कुठे जाणार आपण?''

बोलता बोलता त्यांना एकदम रडू फुटलं. बाबूराव मात्र गप्पच होते. ''तुमची तब्बेत बरी असती तर मी कसंही निभावून नेलं असतं. या आधी नव्हते का करत. पण आता मात्र काहीच मार्ग दिसत नाहीये. उद्या त्यानं आपल्याला घरातून बाहेर हाकललं तर आपली काय अवस्था होईल, अशी काळजी नाही का वाटत तुम्हाला?''

असं म्हणून त्यांनी पतीचा उजवा हात हातात घेतला. तो गरम लागला. डोकंही गरम झालं होतं. त्यांनी पटकन जाऊन कपाटातला थर्मामीटर आणला. त्यांच्या झब्ब्याची बटणं पटापट काढली तेव्हा त्यांना बाबूरावांच्या कानाजवळचा सुजलेला आणि काळानिळा पडलेला भाग दिसला. ते पाहून त्यांच्या काळजात चऽऽऽर्र झालं. झब्बा बाजूला करून त्यांनी बाबूरावांच्या काखेत थर्मामीटर ठेवला. बाप रे, १०२ डिग्री. धावतच बाहेर येऊन त्यांनी डॉक्टरांना फोन लावला.

''डॉक्टर, यांचा ताप अचानक वाढलाय. का ते कळत नाहीये. प्यारासिटॅमल देऊ म्हणता? ठीक आहे. सकाळी काय ते कळवते. गरज पडली तर मध्यरात्रीही

तुम्हाला फोन करीन, चालेल ना? बराय.... धन्यवाद.'' नंतर गोळ्या देण्यासाठी त्या नवऱ्याला उठवू लागल्या. त्यांना थोडं वर सरकवून त्यांनी भिंतीला टेकवून बसवलं. बाबूरावांना गोळ्या देऊन झोपवेपर्यंत त्या घामाघूम झाल्या होत्या. बाबूरावांच्या पलंगाच्या बाजूलाच असलेल्या अंथरुणावर पाठ टेकणार; इतक्यात बाबूरावांची अस्पष्ट हाक त्यांना ऐकू आली. काही तरी आठवून त्या उठून उभ्या राहिल्या.

''मोटारामने दिलेल्या झोपेच्या गोळ्या घेतल्या होत्या ना तुम्ही?''

''ऊ...उहूम.....'' त्यांचं उत्तर.

''चला, एक गोळी घेऊन टाका. शांत झोप लागेल.''

असं म्हणून त्यांनी गोळ्यांच्या डबीत हात घातला; इतक्यात नवरा ओरडला, ''उहू....न...को.''

''मला जाग्रणाची शिक्षा मिळायलाच हवी, असं ठरवलंच आहे का तुम्ही?''

गोळ्यांचा डबा बाजूला ठेवून, गंगाबाईंनी बाबूरावांच्या नजरेला नजर देत प्रश्न विचारला. त्यावर बाबूरावांची प्रतिक्रिया थंड होती.

''जाऊ दे, तुम्ही उठा, मी तुम्हाला बसवते.'' असं मोठ्या कष्टानं बोलून, अंथरूण दूर सारून, त्यांनी खुर्ची नवऱ्याच्या बिछान्याजवळ आणली आणि त्यावर त्यांना बसवलं. दुसऱ्या क्षणी बाबूराव त्यांना हाका मारू लागले. गंगाबाईंनी वाकून नवऱ्याचा चेहरा न्याहाळला आणि विचारलं,

''काय होतंय? काही हवंय का?''

पण बाबूराव न थांबता पत्नीला हाका मारत होते. त्यांचे डोळे पाण्याने भरले होते.

''मी इथेच आहे ना, बोला, काय बोलायचं आहे?'' बायकोनं असं विचारताच ते जोरजोरात विव्हळू लागले.

''काय होतंय, मार बसला त्या बाजूला दुखतंय का?'' गंगाबाईंनी विचारलं. ते काही बोलले नाहीत; पण त्यांचा आरडाओरडा क्रमाक्रमानं वाढत चालला.

''तुम्ही असे ओरडत राहिलात तर विशालला वर ऐकू जाईल आणि तो खाली येईल. या बाजूला वळून झोपता का?''

असं विचारून, त्यांच्या उत्तराची वाट न पाहता गंगाबाईंनी मोठ्या प्रयासानं त्यांना दुसऱ्या कुशीला वळवलं. पण क्षणार्धातच 'इ..क...डे' असं म्हणत बाबूरावांनी भिंतीकडे मान वळवली. त्यांना पुन्हा वळवून झोपवताना गंगाबाईंच्या पाठीतून, कमरेतून जोराची कळ आली. बाबूराव आता शांत होते. तापाच्या गोळीचा परिणाम असावा, असं मनाशी म्हणत त्यांनी घड्याळाकडे नजर टाकली. अजून दहासुद्धा वाजले नव्हते. नवरा आता शांत आहे, पण झोपेची गोळी दिली नाही तर रात्र घालवणं खूपच कठीण, असं म्हणत त्या त्यांच्या अंथरुणावर आडव्या झाल्या.

बाबूरावांनी आता थोडा वेळ तरी शांत झोपावं, एवढीच त्यांची इच्छा होती. वेगवेगळ्या काळात आपल्या किती वेगवेगळ्या आशा-आकांक्षा होत्या, असा विचार मनात येऊन त्या भूतकाळात शिरल्या.

बाबूरावांशी लग्न करून गंगाबाई या घरात आल्या तेव्हा बावरून गेल्या होत्या. सासू रागीट आहे हे माहीत होतं; पण त्याचा अनुभव नवीनच होता. नवरा तर महासंतापी होता. सासू देत असलेला त्रास सहन करून, त्या बाबूरावांना रुचेल असं वागण्याचा प्रयत्न करत असत. नवऱ्याला काही हवं असेल तर सगळं सोडून तत्क्षणी त्यांच्या समोर हजर करावं लागे. चहा द्यायला एक मिनिटही उशीर झाला, तर चहाचा पेला भिंतीवर भिरकावून देत असत ते. कधी कधी रात्री झोपेपर्यंतही त्यांचा राग थंड होत नसे. सगळं काही ठीक असलं, तरी 'गंगा' अशा हाकेपलीकडे जास्त काहीही संवाद नसायचा. अंथरुणावर पडल्यावरही नवरा काही बोलला नाही, तर नवीन लग्न होऊन आलेल्या मुलीला कसं कळणार सगळं? पण सहन तर करायलाच हवं होतं. काही झालं तरी माहेरी तक्रार येता कामा नये, हा आईने शिकवलेला धडा त्यांना आठवायचा. हे असं का? माझ्याबद्दल जराही प्रेम का नाही यांच्या मनात? असं मनात येऊन खूप वाईट वाटायचं. कितीही नरमाईने वागलं, मन रिझवण्याचा प्रयत्न केला तरी राग सोडणार नाही आणि अघळपघळ बोलणारही नाहीत, असा हा माणूस. घरातल्या सगळ्यांची मानसिकता समजून घेईपर्यंत वर्ष कसं संपलं ते कळलंही नव्हतं त्यांना.

...तेव्हा हे स्वतः आणि तिघे मित्र अशा चौघांनी मिळून 'महालक्ष्मी मिल्स'ची स्थापना केली. चादरी, रुमाल आणि टॉवेल बनवायचा कारखाना. त्यानंतर यांनी नोकरी सोडली. भांडवल उभं करण्याकरीता यांनी आपल्या वाट्याच्या जमिनीतली अर्धी जमीन विकली. बाकीच्या तिघांनी जमा केलेले पैसे एकूण भांडवलाच्या एकचतुर्थांश पेक्षाही कमी होते. त्यामुळे मिलच्या मुख्य कारभाराची जबाबदारी यांनाच घ्यावी लागत होती. घरात सावत्र आई, तीन सावत्र भाऊ, त्यांचे संसार आणि मी. इतक्या वर्षांच्या हातात असलेल्या अधिकारामुळे आई यांच्यावर सतत गुरगुरत असे. आणि त्यावर काहीही न बोलता हे कायम शरणागती पत्करून वागत असत. त्याचाच राग ते माझ्यावर काढतात की काय, अशी शंका मला अनेक वेळा त्रास देत असे.

सुरुवातीला मिल चांगली चालली होती. चांगलं नाव होतं, त्याच वेळी हे घर बांधलं, असं लग्न झाल्यावर हे मला म्हणाले होते. घर यांच्या नावावर होतं हे मोठं भाग्यच. आईनं विरोध केला नाही का, असं विचारावं वाटायचं; पण तेवढी हिंमत नव्हती. सगळा पैसा तिच्या हातात असायचा. भावांचा संसार या पैशातूनच

चालायचा. मात्र मला एक साडी घ्यायची म्हटली तरी यांना आईची परवानगी घ्यावी लागे. सासूसमोर जावा माझ्यावर रुबाब दाखवत. यांच्या मिळकतीवर घरखर्च चालला असताना, दीर परस्पर हवातसा खर्च करत असत. हिशेबही देत नसत. जावा अंगावर सोन्याचे दागिने घालून मिरवायला लागल्या, तेव्हा मात्र मला गप्प बसणं अशक्य झालं... अशीच एकदा नेहमीप्रमाणे रात्री त्यांनी 'गंगा' अशी हाक मारली.

"तुमचं माझ्यावर मुळीच प्रेम नाही. ती तुमच्या भावाची बायको, दिवाळीला म्हणून माहेरी गेली ती केवढा महागडा सर गळ्यात घालून आली आहे. माहेरच्यांनी दिला असं खोटं सांगत आहे. नवऱ्याच्या पैशांनीच घेतलाय तो. मला माहीत आहे आणि गाठीला एक दमडीसुद्धा शिल्लक नाही, असे फकीर तुम्ही. मी मात्र सर्वांची सेवा करत राहायचं...."

बोलता बोलता सुरू झालेले हुंदके बराच वेळ थांबत नव्हते. हे रागावून शिक्षा करतील या भीतीच्याही पलीकडचं होतं माझं दुःख. हे काहीच बोलले नाहीत. त्या रात्री मनाला आलेली खिन्नता पुढील दोन दिवसांत हळूहळू कमी होत गेली; मात्र तो प्रसंग माझ्या मनावर खोलवर कोरला गेला.

त्या नंतर दहा-बारा दिवस झाले असतील. एक दिवस हे लवकर घरी आले आणि, "कामं आटपून लवकर ये," अशी मला घाई करू लागले. माझी वाट पाहत बसलेल्या यांनी आपल्या उजव्या हाताची बंद मूठ माझ्यासमोर धरली. उघडून पाहते तो काय, चोख सोन्याचा पोहेहार.

"हा गळ्यात घालून सगळ्यांसमोर मिरवू नको बरं." हे म्हणाले.

आश्चर्याचा धक्का बसल्याने मी त्या क्षणी काहीच बोलू शकले नाही. मी रात्रभर आनंदाच्या भरात किती बडबड करत होते, तर यांनी फक्त 'गंगा' एवढाच शब्द उच्चारला होता. तेव्हापासून मी तो हार फक्त रात्री गळ्यात घालत असे, त्यांचा चेहराही दिसणार नाही इतका दाट अंधार असला तरीही. प्रेमाविषयी बोलायचं धाडस पुन्हा कधी केलं नाही. घरातल्या कामाचा धबडगा नेहमीसारखा होताच माझ्या मागे...

महिन्याभरानंतर एका सकाळी मला सडकून ताप भरला. सगळं अंग खूप दुखत होतं. सासू चारदा दार वाजवून गेली.

"तू झोपून राहा, मी डॉक्टरला घेऊन येतो."

असं म्हणून हे बाहेर गेले. लगेचच बाहेरचा गोंधळ कानावर आला.

"महाराणी पांघरूण घेऊन झोपल्या आहेत. परस्पर सांगून गेला बायकोचा गुलाम. आता इतक्या माणसांचं रांधणार कोण?"

हा सासूचा आवाज होता; पण वर हे काही बोलल्याचं कानावर आलं नाही.

हे परत खोलीत आले असता, मी उठायचा प्रयत्न करत आहे, असं पाहून माझा हात धरून म्हणाले,

"उठायचं नाही म्हणजे नाही. कोणीही काहीही बोललं तरी खोलीच्या बाहेर यायचं नाही."

नंतर दार ढकलून ते सरळ बाहेर पडले. परत आले ते डॉक्टरांना घेऊनच. त्यांनी इंजेक्शन दिलं, पण नंतर माझी शुद्धच गेली. डोळे उघडले तेव्हा समोर हे दिसले. पुढील तीन दिवस मी अशीच अर्धवट बेशुद्धीतच होते. जरा भानावर आल्यावर इकडेतिकडे पाहायची तेव्हा काळजीनं माझ्याकडे पाहत हे समोर बसलेले दिसायचे. कारखान्यात न जाता माझ्यासोबत राहून माझी सेवा करत होते. चौथ्या दिवशी सकाळी मी पूर्ण शुद्धीवर आले असता

"आता कसं वाटतंय गंगा?" असं विचारणाऱ्या यांच्या डोळ्यांतील माया, आपलेपणा पाहून माझ्यामध्ये जिंकल्याची भावना निर्माण झाली. गेलेली शक्ती आता हळूहळू परत येऊ लागली होती.

"मला आता बरं वाटतंय. तुम्ही कारखान्यात जा." असं म्हणून त्यांना जबरदस्तीने कारखान्यात पाठवलं; तरीही हे मध्येच एक-दोन वेळा तरी धावतपळत घरी येऊन जायचे. चार दिवसांनंतर सासूला थोडी दया आली. नाश्ता, जेवण दाराच्या बाहेर ठेवून कडी वाजवायची. मला पूर्ण बरं व्हायला दोन आठवडे लागले. या आधी अशी आजारी पडल्याचं मला आठवत नव्हतं.

"तुम्ही घेतलेल्या काळजीमुळेच या इतक्या लवकर बऱ्या झाल्या," डॉक्टर हसत हसत यांना चिडवत म्हणाले. हे त्यांचं बोलणं बाहेर सर्वांना ऐकू जात होतं. यांनी माझी काय सेवा केली होती हे कळलं नाही; पण आता हे माझ्यावर रागवत नव्हते...

...दिरांचे संसार वाढत होते आणि यांच्यावरचा भारही वाढत होता. विशालचा जन्म खूप उशिरा झाला. त्याच्या आगमनाच्या आनंदापेक्षाही आमच्या जबाबदारीत वाढ झाली याची चिंता जास्त होती. अशातच कारखान्यातून मिळणाऱ्या नफ्याचं प्रमाण उतरणीला लागलं आणि सगळे एकमेकांना दूषणं देऊ लागले, एकमेकांवर आरोप करू लागले. रोजचे व्यवहार पाहण्याची जबाबदारी यांच्यावर येऊन पडली. पहिल्यापासून अडचणी होत्याच, त्यात आता याची भर पडली आणि यांची चिडचिडही वाढली. यांच्या वाढणाऱ्या रागाला कसा आवर घालावा ते मला कळेनासं झालं. शेवटी सगळ्यांनी एकमतानं कारखाना विकायचं ठरवलं. तेवढ्यातच आणखी एक भयंकर घटना घडून सगळंच हातातून निसटून गेलं. मिळालेले पैसे कर्ज फेडण्यात गेले, तेव्हापासून हलाखीचं आयुष्य सुरू झालं, ते विशाल कमावता होईपर्यंत.

कारखाना बंद पडल्यावर, यांची सावत्र आई आणि त्यांची मुलं बाहेर निघून गेली. नशीब जाताना त्यांनी घराची वाटणी नाही मागितली. ते गेल्यानंतर यांचा तोल सुटला. बेभानच झाले होते. यांनी खूप गोंधळ घातला. घराच्या भिंतींना भगदाडं पाडली, नळ तोडून टाकले, दरवाजे जोरजोरात आपटले. इतकी वर्षं आपण अशा लोकांबरोबर एका छपराखाली राहिलो, हे यांना अपमानास्पद वाटू लागलं. ते लोक होते तोपर्यंत किती कष्ट, किती काम. मोठ्या जावेनं तर एक चमचाही कधी उचलला नसेल. आपापल्या खोलीतून बाहेरही न पडणाऱ्या त्यांच्या सुखसोईंसाठी मी कष्ट करत होते; तरीही सासूची बारीक नजर माझ्यावरच असायची. मोठ्या सुनेनं नेहमीच पडतं घ्यायचं, समजुतीनं वागायचं हेच आपली परंपरा सांगते नाही का? ते सगळे घरातून गेल्यावर माझा पोहे हार पेटीतून बाहेर आला.

कारखाना बंद पडल्यावर हे दुसरी नोकरी करू शकले असते; पण आई टाकून गेली, भावंडांनीही दिलासा दिला नाही म्हणून असेल किंवा मित्रांचं बदललेलं वागणं कारण असेल, यांना मोठा मानसिक धक्का बसला आणि हे नुसते रिकामे बसून राहू लागले. स्वाभिमानाला धक्का बसला तरी भूक लागायची थांबते का? मी असं काही बोलले की धाडकन दरवाजा उघडून बाहेर निघून जायचे. माझ्या माहेराहून मिळालेले चांदी-सोन्याचे डाग एकेक करून विकून झाले. उरला होता फक्त गळ्यातला पोहे हार. पैसे हवेत म्हणून मी तो एकदा काढून यांच्याकडे दिला तेव्हा हे चिडून म्हणाले होते,

''त्याला हात लावायचा नाही,''

हीच होती का माझ्या आतली शक्ती? मी बनवलेले सांडगे, पापड, लोणची, मसाले सगळ्यांना आवडायचे. मी हे सगळे पदार्थ घरी करून विकायला सुरुवात केली. मागणी वाढली आणि हातात चार पैसे येऊ लागले. तसे मधून मधून माझे भाऊ पैशांची मदत करत असत. लग्नात भरभरून देणाऱ्या घराचा दरवाजा वाजवायची वेळ आली, तर त्यांच्या बायकांना काय वाटेल, याचा विचार करायला नको का? आणि त्यांच्या मुलांना का शिक्षा? मी मला होणाऱ्या कष्टांची पर्वा न करता घर सावरायला उभी राहिले होते, हे मात्र शांतपणे एका बाजूला बसून असायचे. तरी मधून मधून यांचा राग उफाळून यायचा.

विशालवर तर यांचा लहानपणापासूनच राग. उठता बसता हे मारायचे त्याला.

''तुमच्या परिस्थितीचा राग मुलावर काढू नका.'' असं किती वेळा सांगून पाहिलं. मार बसू नये म्हणून मी त्याला पाठीशी घालायची. सुरुवातीला रडत बसणारा हा मुलगा नंतर बंडखोरी करायला लागला. यांनीच तर त्याला रागाचे धडे दिले होते ना. आजी, काका, त्यांची मुलं यांच्यावरचा विशालचा राग नंतर वडिलांवर व्यक्त होऊ लागला. थोडं फार तरी कमवत असते ना तरीही यांचा घरात

मान राहिला असता, असो. रागावायचा आपला हक्क आपण गमावून बसलो आहोत याची जाणीव झाल्यावर यांच्या रागाची जागा हटवादीपणाने घेतली. विशालनं त्याच्या कॉलेजच्या अभ्यासात एका शिक्षकाची मदत घेतली आणि नंतर बाप-लेकांमधील संबंधांची कोंडी काही प्रमाणात सुटली. हे सगळं जुळवून आणण्यासाठी मी खूप प्रयत्न केले होते. पण प्रत्यक्षात हे सुधारलेले संबंध किती दिवस टिकणार आहेत याच्या चिंतेतच दिवस सरत होते.

मिळवता झाल्यावर तो मालक झाला होता. घराशी संबंधित काही सांगायचं असेल तर तो फक्त माझ्याजवळ बोलायचा. जणू घरात तिसरं माणूस नव्हतंच. पैशांच्या बाबतीत तो जास्तच दक्ष असायचा.

"आज परत कशाला हे एवढं आणलं? मागच्या वेळी आणलेलं होता ना?" असे प्रश्न प्रत्येक गोष्टीत विचारायचा. एकदा तर, "आई, तीन माणसांच्या मानाने होत असलेला हा खर्च जरा जास्तच वाटतो आहे. तो कुठे तरी कमी कर." असं स्पष्टपणे सांगितलं मला त्यानं. या मागचा त्याचा हेतू चांगला होता, योग्यही होता. पण मोठ्या एकत्र कुटुंबात स्वयंपाक करायची सवय असलेल्या मला मोजून मापून जेवण बनवणं जमत नव्हतं. कधी कधी तो स्वयंपाकघरात येऊन डबे उघडून पाहायचा. तरी मी काही बोलत नसे पण यांनी नाश्ता, जेवण कमी केलं तेव्हा मात्र मी त्याला म्हटलं,

"इतका हिशेब करत जाऊ नकोस. तुझे वडील हल्ली जेवताना संकोच करतात. इतके दिवस त्रासात काढले आहेत यांनी. आता कुठे जरा निवांतपणा आला आहे त्यांच्या आयुष्यात."

"आई, एक सांगतो ते ऐक. त्यांना वाटतो तो संकोच, भीड नाही तर अपराधीपणाची भावना त्यांना त्रास देत असते. पण तुला नेहमी त्यांच्या बाजूनं बोलावं लागतं हे जाणून आहे मी. हे घर मी चालवतो. मला गरज पडेल तेव्हा मी तुझा सल्ला नक्की घेईन."

माझं तोंडच बंद झालं. मी काहीच बोलले नाही. सुलभाच्या बाबतीतही असंच घडलं होतं. त्यानंच स्थळ मिळवलं, मुलगी बघितली व पसंतही केली. त्यानं नेलं म्हणून आम्ही बोलणी करण्यासाठी मुलीच्या घरी गेलो; पण तोंडातून शब्दही काढला नाही. लग्नाला महिना उरला असताना यांना खूप काही बोलला तो. हे वर काही तरी बोलणार होते; पण मीच यांना अडवलं होतं.

"मुलीसाठी एक साडीही घेतली नाही आपण. हे बरोबर आहे का? त्यांच्या घरचे सोनं-नाणं वगैरे सगळं देणारच. आपल्याबद्दल काय विचार करतील ते?" यांच्या या बोलण्यानं विशाल चिडला.

"आपल्याबद्दल म्हणजे कोणाबद्दल?" त्यानं विचारलं.

पुढे काही बोलू नका, असा डोळ्यांनी इशारा करत होते मी यांना, पण यांना कळला नाही.

"म्हणजे आपल्या सगळ्यांबद्दल. अशी कशी माणसं आहेत ही; असं वाटणार नाही का त्यांना?"

"ते मला मुलगी देत आहेत. त्यांनी माहिती काढली आहे ती माझ्याबद्दल. कोणत्याही बाबतीत तुमचा संबंध नाही, असं त्यांना सांगून टाकतो. आता समाधान आहे ना?"

त्याच्या या बोलण्यातला टोमणा यांच्या लक्षात आला नाही.

"तरीही त्या मुलीच्या मनात हे कायमचं राहून जाईल, नाही का?" यांच्या प्रश्नात खरी कळकळ दिसून येत होती.

"ओहो, इतकं सगळं बारकाईनं कळतं का तुम्हाला? आईला गाढवासारखे कष्ट करायला लावलेत तुम्ही, ही खंत शेवटपर्यंत राहीलच ना तिच्या मनात. मी जुने-विरलेले कपडे घालून शाळा-कॉलेजात जात होतो, एवढं तेवढं खाऊन उपाशीपोटी शिक्षण पुरं करत होतो, याचा मला मरेपर्यंत विसर पडणार आहे का?"

विशालचं स्पष्ट बोलणं लागलं असावं यांना. हे थोडा वेळ गप्प होते. नंतर सावकाश म्हणाले,

"मी काही हे जाणून बुजून केलेलं नाही." यावर त्याच्या रागानं फणा काढला.

"का केलंत ते तुम्हालाच माहीत. आता निरर्थक बडबड करत बसू नका. मला हवं तसंच लग्न होणार. कृपा करून फक्त लग्नाला या आपण." विशाल कडवटपणे बोलला.

"मी येणार नाही." यांनी विरोध दर्शवला.

"का?" विशाल रागानं विचारता झाला.

"नाही येणार." यांचं परत तेच.

तो अस्वस्थ झाला. त्याच्या डोळ्यांत तर आग पेटत होती.

"विशाल, जाऊ दे. येतील ते. मी त्यांना घेऊन येईन."

मी मध्येच बोलल्याने वातावरण निवळेल असं वाटलं होतं. हे तरी असे का वागतात?

"चांगल्या भाषेत विचारतोय. तुम्ही येणार आहात की नाही?"

असं विचारत विशाल उठून त्यांच्या जवळ आला.

"नाही म्हणजे नाही. नाही, मी येणार नाही...."

यांचं वाक्य पूर्ण होण्या अगोदरच विशालाने त्यांची कॉलर पकडली.

"जन्मल्यापासूनच माझं आयुष्य तुम्ही बिघडवून टाकलं आहे. आता तर मर्यादाच ओलांडली गेली आहे. तुम्ही माझे वडील नाही तर शत्रू आहात. येणार

आहात की नाही बोला...?''

विशाल यांची कॉलर पकडून यांना ओढत असता चेहरा लाल होऊन यांचा तोल जाऊ लागला. मी झटकन धावत तिकडे गेले. विशाल रागानं कापत होता. त्याच्या डोळ्यांकडे पाहून तर भीतीच वाटत होती. मुलाचा हा अवतार पाहून हे घाबरून गेले होते, हे स्पष्ट दिसतच होतं. यांनी 'हो...ये...तो...' असं चाचरत म्हणताच विशालनं यांची कॉलर सोडून दिली आणि तो बाहेर निघून गेला तो रात्रीही परत आला नव्हता. आजपर्यंत मनात धुमसत असलेला कडवटपणा या प्रकारे बाहेर पडण्याची ही पहिलीच वेळ होती. शांत राहण्यापलीकडे आमच्याकडे दुसरा पर्यायच नव्हता.

लग्नाच्या वेळी त्याच्याबरोबर तुळजाभवानीच्या मंदिरात गेलो. विशालनं मुलीच्या गळ्यात मंगळसूत्र घातलं, आम्ही अक्षता टाकल्या आणि परत आलो. घरातलं आमचं स्थान काय आहे व त्याची व्याप्ती किती आहे, याची कल्पना घरी आल्या आल्याच सुलभाला आली होती.

पुढच्या सहा महिन्यांत यांना बीपीचा त्रास सुरू झाला. डॉक्टरांनी गोळ्या लिहून दिल्या होत्या; पण यांनी गोळ्या घेतल्या नाहीत. शिवाय मला यातील काहीच कळू दिलं नाही. अशाच एका सोमवारी, मनःशांती मिळावी, जरा बरं वाटावं म्हणून मी देवळात गेले होते. मला परत यायला नेहमीपेक्षा थोडा उशीर झाला. येऊन पाहते तर बेशुद्ध होऊन हे वेड्यावाकड्या अवस्थेत सोफ्यावर पडले होते. ऑफिसच्या कामासाठी कुठे तरी बाहेर गेलेल्या विशालला फोन केला. त्याची कंपनी सुरू होऊन वर्षच झालं होतं. तो लगेच आला आणि इथल्या चांगल्या हॉस्पिटलमध्ये यांना घेऊन गेला. पण ॲडमिट करायला उशीर झाला होता, त्यामुळे मेंदूला इजा झाली होती. बीपी जास्त वाढल्यामुळे ॲटॅक येऊन मानेखालील सगळं अंग लुळं पडलं होतं. त्यात पुन्हा चैतन्य येणं अशक्य होतं. उरलेलं आयुष्य असंच घालवावं लागणार, हे कळल्यावर माझी काय स्थिती झाली होती ते आता आठवतही नाही. विशाल अगदी त्रयस्थासारखा वागत होता. सुलभा मात्र धीराची होती. जास्त त्रास होऊ लागला, की ती यांना समजावत असे. कधी कधी तीही जेवणखाण सोडून स्वतःच रडत बसायची.

यांना वारंवार इतक्या लांबच्या हॉस्पिटलमध्ये नेणं कठीण होऊ लागल्याने आमच्याच कॉलनीतच राहणारे, आमच्या ओळखीतले डॉक्टर आपटे यांना भेटून, सगळी परिस्थिती सांगितली. ते नियमितपणे घरी येऊन, बीपी तपासून यांना औषधं देऊ लागले. त्यांच्या दवाखान्याच्या रस्त्यावरच आमचं घर होतं, त्यामुळे डॉ. आपटे नेहमी येऊन यांची विचारपूस करायचे. मनानं खचलेल्या यांना धीर द्यायचे, कायमचं अंथरूण धरावं लागलं, तर किती कठीण होईल या विषयी

सांगायचे. कधी गरज भासली तर एक फोन केलात तरी पुरे आहे, मी लागलीच येईन, असंही सांगायचे मला नेहमी. त्यांचा खूप आधार वाटायचा. त्यांचा आपलेपणा, आस्थेनं विचारपूस करणं यामुळेच यांची जगण्याची इच्छा तरी शिल्लक होती. यांच्या देहाला जडत्व आलं होतंच; पण मनाला उभारी येण्याकरीता चाललेले सगळे प्रयत्नही फोल ठरत होते. हे फारच हट्टी झाले होते. एकेक दिवस युगासारखा वाटायचा. रात्रीची तर गोष्टच वेगळी असायची...

बाबूरावांनी झोपेची गोळी घेतल्यावर आता तरी जरा शांतपणे पडता येईल, असं वाटून गंगाबाई आडव्या झाल्या. किती रात्र झाली असं म्हणत रोजच्यासारख्याच विचारात गुरफटून गेल्या असता त्या एकदम भानावर आल्या. बाबूरावांचा आरडाओरडा वाढला होता. उठून त्यांनी बाबूरावांकडे नजर टाकली. ते एकसारखे बरळत होते.

"आहे, मी इथेच आहे....काय हवं आहे तुम्हाला?"

त्या पटकन उठून बाबूरावांजवळ गेल्या. बायको डोळ्यांसमोर दिसल्यावर त्यांचं ओरडणं थोडं कमी झालं.

"मी जरा आत जाऊन येते. लगेच येते. जाऊ ना?"

असं विचारल्यावर त्यांनी हूं.. असं म्हणून होकार दिला आहे, असं वाटून त्या निघाल्या पण दारापर्यंत गेल्या नसतील; तोवर यांनी पुन्हा हाका मारायला सुरुवात केली. मी येतच होते ना, दोन मिनिटं शांत बसता येत नाही का? असा विचार करत येत असतानाच, डोळे वटारून वडिलांकडे पाहत असलेला विशाल त्यांना दिसला.

"आईला किती त्रास देणार आहात? आम्हाला नीट झोपूनही देत नाही तुम्ही. कधीतरी असं झालं असतं तर ठीक आहे; पण रोजच असा गोंधळ असेल तर आम्ही सकाळी उठून कामावर तरी कसं जाणार? सुलभाही मधूनच झोपेतून घाबरून उठते. तुम्हाला किती वेळा सांगूनही कळतच नाही का?"

मुलाला पाहून बाबूरावांचा आवाज नरड्यातच अडकला. मुलाने दोन पावलं पुढे टाकलेली पाहून गंगाबाई घाबरल्या, आता काही तरी अघटित घडणार असं वाटून त्या घाईघाईने पुढे सरसावल्या. पण विशाल बाबूरावांच्या डोक्यावरून हळूवार हात फिरवत होता. तो मारणार, या भीतीने मिटून घेतलेले डोळे बाबूरावांनी हळूच उघडले. विशाल सावकाशपणे बोलू लागला,

"आपल्या वाईट काळात तुम्हीच आमचा आधार होतात, माहीत आहे. पण आता थोडं तरी समजून घ्या आणि आईला नीट जगू द्या."

तो काय बोलतो आहे, हे त्यांना कळलं नसावं असं त्यांच्या नजरेवरून वाटत होतं. मुलगा पतीच्या जवळ जात आहे, हे पाहून घाबरलेल्या गंगाबाईंना मुलाच्या बोलण्याचा अर्थ कळला नाही, पण ते ऐकून त्या स्तंभित झाल्या हे मात्र नक्की. विशाल आईचा हात धरून म्हणाला,

"आई, जरा बाहेर चल ना." ते दोघं बाहेर जात असतानाच बाबूरावांचा आरडाओरडा सुरू झाला.

"ते ओरडू देत. तू चल." असं म्हणून विशाल आईला घेऊन खोलीच्या बाहेर पडला.

खोलीचा दरवाजा लावताच बाबूराव तारस्वरात ओरडू लागले. तिकडे लक्ष न देता आईला सोफ्यावर बसवून विशाल तिच्या बाजूला बसला आणि त्यानं प्रेमानं आईचा हात हातात घेतला. ...किती वर्षांनी आपला मुलगा असा प्रेमाने आपल्या जवळ बसला आहे,.. गंगाबाईंना काय बोलावं सुचत नव्हतं. आतून उफाळून येणारे दुःखाचे कढ आणि एकीकडे वाटणारा आनंद. त्यांच्या मनाचा अगदी गोंधळ उडाला होता. भावना व्यक्त होण्याचा एकच मार्ग होता, तो म्हणजे अश्रू. पण त्यांनी प्रयासानं अश्रू आवरले. विशालनं आईच्या मांडीवर डोकं ठेवलं. आधी त्या जरा गोंधळल्या; पण नंतर त्या त्याच्या डोक्यावरून, कपाळावरून हात फिरवू लागल्या.

"आई, आज मी तुझ्या नवऱ्याला निष्ठूरपणे मारलं. तुला राग आला असेल ना?"

विशालनं हळूच विचारलं. गंगाबाईंना बोलणं शक्य झालं नाही, आणि काही बोलण्याची गरजही नव्हती. मनात असूनही त्या एवढंही सांगू शकत नव्हत्या, की तू काही न बोलता असाच पडून राहा.

"तुझ्या सहनशीलतेचा अंत पाहतात ते. मग माझा संताप होतो, रागापुढे बुद्धी काम करेनाशी होते. मला क्षमा कर आई. पुन्हा नाही होणार असं."

"गेली सहा वर्षं, सगळं सहन करत त्यांची सतत सेवा करत आहेस तू. तू थकत नाहीस का गं?"

कारण माहीत नव्हतं, पण मुलाच्या या प्रश्नाचं त्यांना ओझं वाटू लागलं. ...या प्रश्नांची उत्तरं देणं शक्यही नव्हतं आणि गरजेचंही नव्हतं. हो, मी थकते. पण कर्तव्य समजून सगळं करते. अर्थात, हे पूर्ण सत्य नाही. तुझे वडील इतका त्रास देतात तोही मी सहन करते. हेही अर्धसत्यच.

"घराबाहेर एक जग आहे हे विसरून, घरात चोवीस तास त्यांच्या डोळ्यांसमोर कैद्यासारखी हजर असतेस. आणखी किती वर्षं असं हे चालणार आहे माहीत नाही. हे असं निभावून नेण्याची शक्ती तुझ्यात आहे का ग?"

असे प्रश्न विचारणाऱ्या मुलाचा मनावर आणि बोलण्यावर ताबा नव्हता आणि त्याच्या बोलण्यावर प्रतिक्रिया देण्याची शक्ती आईमध्ये नव्हती. त्यांच्यातली ती बिचारी 'आई' मुलाच्या कपाळावर थोपटत बसली असता खोलीतील आर्त आवाज खोलीचा दरवाजा भेदून बाहेर येऊ लागला.

"बघ, तू माझ्यासोबत आहेस हे त्यांना माहीत आहे. तरी ते कसे ओरडत आहेत, तूच बघ. हे का इतका गोंधळ घालतात? तू मात्र नेहमी त्यांचीच बाजू घेतेस. तू बाकीच्या आयांसारखी नाहीस, खरं ना?"

...मुलगा म्हणत होता ते खरंच होतं. मी खोलीत परत येईपर्यंतही धीर नाही का धरता येत तुम्हाला? मुलाचं बोलणं मनाला लागून त्या विचार करू लागल्या. विशाल, बोलताना काही शब्द तू गिळले आहेस, मला दुखवायचं नाही म्हणून.... पण मी पक्षपाती? मुलावर केलेल्या प्रेमात कधी डावं-उजवं केलं नाही. परंतु यांचा राग, ओरडणं, हट्ट हे सगळं सांभाळत आयुष्य झिजवलं. मला काळजी होती ती मी व माझा मुलगा यामध्ये पडत जाणाऱ्या अंतराची. जे यांच्या आजारपणामुळे वाढत होतं. ....

गंगाबाईंच्या छातीतली धडधड वाढू लागली.

"तू अशी कशी गं, सांग ना आई."

आईच्या मांडीवर डोकं घुसळत विशालनं आईकडे पाहिलं. तिचे डोळे निस्तेज झाले होते, चेहऱ्याची रया गेलेली होती, शरीर म्हणजे नुसती हाडं व कातडी उरली होती. पतीच्या सेवेत देह आणि मन दोन्ही झिजले होते. नजरेत मात्र करारीपणा आणि प्रमाणिकपणा ठळकपणे दिसत होता. आई काही बोलेल म्हणून मुलगा वाट पाहत होता; पण ती काहीच बोलली नाही. तेव्हा पुन्हा त्यानं आपलं मस्तक आईच्या मांडीवर घुसळलं. तिच्या साडीची ऊब त्याला सुखद वाटत होती. आता बाबूराव जास्तच गोंधळ घालू लागले. बायकोला हाका मारण्याबरोबरच त्यांचं रडणं सुरू झालं. ते तिकडे ओरडत असताना इथे गंगाबाईंना कधी एकदा उठून त्यांच्याकडे जाते असं झालं होतं. मांडीवर झोपलेल्या मुलाला म्हत्त्व द्यावं की सतत हाका मारणाऱ्या नवऱ्याला, अशा द्विधा मन:स्थितीत त्या गोंधळून गेल्या.

पण क्षणभरच. त्यांचं मन सगळं विसरून पतीकडे धाव घेऊ लागलं आणि फुलासारखी मृदू वाटणारी आईची मांडी मुलाला पाषाणासारखी कडक भासू लागली. एक दोन मिनिटांनी...

"चल. खोलीत जाऊया. ते आत ओरडत असताना मला इथे शांत बसणं नाही जमणार."

हे गंगाबाईंचं बोलणं ऐकून विशाल त्यांच्या मांडीवरून उठला आणि धडाधडा जिना चढत माडीवर निघून गेला. जाताना त्यानं आईकडे पाहिलंसुद्धा नाही. दोघांमध्ये निर्माण होत असलेले भावबंध तुटायला आपणच जबाबदार आहोत, अशी टोचणी लागली असतानाच त्या झटकन उठून खोलीकडे धावल्या व पतीच्या समोर उभ्या राहिल्या.... आपण मुलाला कायमचं गमावलं आहे, मुलगा मांडीवर डोकं ठेवून झोपला आहे, असा प्रसंग पुन्हा कधीही येणार नव्हता. ही शेवटचीच

वेळ होती. त्यानं विचारलेला प्रश्न बरोबरच होता. "तू अशी कशी?" या त्याच्या प्रश्नावर त्यांच्याकडे उत्तर नव्हतं...

एकदम अगतिक होऊन त्यांचे डोळे भरून आले आणि त्या मटकन खाली बसल्या. मुलाचं प्रेम धुडकावून लावल्यावर आता पतीचा आरडाओरडा कमी झाला होता. असा कोणता मुकुट चढवणार होते ते आपल्या डोक्यावर, हिऱ्याचा? की जरतारी साड्या घेऊन देणार होते? दोन वेळच्या जेवणाचीही भ्रांत असावी, अशी स्थिती झाली होती एके काळी. पण संकटांचे प्रहार सहन करताना दुःख करत बसले नाही म्हणून हा संसार दिसतो आहे. तरीही मी त्यांच्याजवळ इतकी मायेनं, प्रेमानं का वागते? पोहे हार दिला म्हणून की इतक्या गरिबीतही त्यांनी तो विकू दिला नाही म्हणून? की या मागे त्यांची 'गंगा' अशी हाक कारण आहे? आणि मी करत असलेली सेवा? सगळ्याच्या मुळाशी काय आहे तर मनाच्या आत, खोलवर असलेली प्रेमाची भावना. पण तेवढंच पुरेसं आहे का? यांच्याकडे बायको-मुलाला पोसायची शक्ती उरलेली नसतानाही... मी अशी का वागते? या प्रश्नाचं उत्तर हाच मोठा प्रश्न आहे, असं वाटून गंगाबाई घड्याळाकडे वळल्या. बारा वाजले होते. आता सगळं बाजूला सारून थोडा वेळ तरी झोपायला हवं, तरच पाच वाजता उठणं शक्य होईल, असा विचार करत त्या अंथरुणाकडे वळल्या.

"मी आता कुठेही जात नाहीये. इथेच आहे; पण आता जरा झोपते."

असं सांगून त्या अंथरुणावर पडल्या तेव्हाही नवऱ्याने हळू आवाजात मारलेल्या हाका त्यांना ऐकू येत होत्या. त्यांचे डोळे आता मिटू लागले. मध्येच केव्हातरी त्यांना जाग आली, तेव्हा बाबूरावांचा रडण्याचा आवाज वाढला होता. त्यांच्या झोपेची एक फेरी होऊन त्यांना पुन्हा जाग येत होती. गंगाबाईंनी उठून केसांचा बुचडा बांधून टाकला आणि पतीसमोर उभं राहून विचारलं,

"पाणी हवंय का?" त्यांनी पुरे म्हणेपर्यंत त्यांना पाणी पाजून, आता पुढे काय याचा विचार करत त्या पलंगाच्या कडेला टेकल्या. अडीच वाजले होते. बाबूरावांना पुन्हा झोप येऊ लागली ती तीन नंतर. गंगाबाई आडव्या झाल्या; पण त्यांना खूप उशिरा झोप लागली.

...मांडीवरून पुन्हा पुन्हा घसरणारा विशाल. मांड्या किती रुंद करून झोपवला तरी थोपवता येत नव्हता. मांडी पुरत नव्हती एवढं मोठं बाळ दिसलं का? नाही. नाही... ते तर छोटं होतं, हातपाय हलवणारं. आपल्या मांडीतच काही तरी दोष असावा. कमरेला बांधलेला पदर सोडून त्यात बाळाला नीट गुंडाळून पदराच टोक मी पुन्हा कमरेला खोचून टाकलं. आता बाळ घसरणं शक्यच नाही असा विचार करते, तो बाळ पुन्हा खाली खाली घसरू लागलं. अय्यो, पडलं..पडलं... सावरा.. पकडा त्याला... मी ओरडत होत्ये आणि माझा नवरा मला हाका मारत होता.

"तुमचं राहू द्या हो. आधी बाळाला उचलून झोपवते मांडीवर. मग येते." पण माझ्या बोलण्याकडे दुर्लक्ष करून बाबूरावांनी आपला हट्ट चालूच ठेवला. "बाळ...आधी बाळ..." असं मी म्हणत असतानाच बाबूरावांचे डोळे रागानं लाल झाले आणि मला सोडून ते वेगानं निघून जाऊ लागले. 'थांबा' मी ओरडत होते; पण ते जातच होते. इकडे रडत असलेलं बाळ जमिनीवर पडलं. त्याला मी उचलू शकले नाही. हेसुद्धा हळूहळू दृष्टिआड होत होते. जाता जाता एकदा थांबून त्यांनी 'गंगा' अशी हाक मारल्यावर मुलाला उचलण्याचा प्रयत्न सोडून दिला आणि, "ही आले." असं म्हटलं. हे पुन्हा पुन्हा हाका मारत होते. 'गंगा...गंगा' 'आले...आले' पुन्हा यांच्या हाका. बाळाचं रडणं ऐकू येणार नाही, इतक्या मोठ्यानं मारलेल्या हाका. 'गंगा आले गंगा आले...'

इतक्यात, गंगाबाईंना घाबरून जाग आली. डोळे उघडून, आपण कुठे आहोत हे कळायच्या अगोदरच त्या उठून बसल्या, पण तोल जातोय असं वाटून काही वेळ त्या तशाच बसून राहिल्या. बायको नजरेला पडल्यावर बाबूराव काहीसे शांत झाले. बाप रे, साडेपाच. 'अंघोळ उरकून घेते आणि स्वयंपाकघरात जाते. मोटाराम लवकर येणार आहे. तोपर्यंत उगाच ओरडत बसू नका.' अशी विनंतीवजा सूचना करत, टॉवेल हातात घेऊन, एकेक पाऊल टाकत त्या चालू लागल्या. त्यांचं डोकं अजूनही सुन्न होतं.

अध्याय २

एक

रोज सात वाजता येणारा मोटाराम आज सहालाच आला. गंगाबाई तेव्हा तुळशीला प्रदक्षिणा घालत होत्या.

"मालकानू, रात्री शांत झोपला होतात की वैनी बाईला त्रास दिलात?"

असं विचारत मोटारामने बाबूरावांच्या कमरेत हात घालून त्यांना अलगद उचललं. दाढी, अंघोळ सगळं आवरून, व्हीलचेअरवर बसवून त्यांना देवघरासमोर आणलं. बाबूरावांनी मनातल्या मनात स्तोत्र म्हटलं आणि 'हूम...' असं म्हणून मोटारामला इशारा केला. त्याने व्हीलचेअर नेहमीसारखी टीव्हीसमोर उभी केली आणि गंगाबाईंना हाक दिली, "वैनीबाय, मालकांचं आवरून झालं आहे. कसे छान तयार झाले आहेत पाहा." गंगाबाईंनी बाबूरावांच्या कपाळावर अष्टगंधाचा टिळा व बुक्का लावला व दोन पावलं मागे सरून त्या पतीच्या चेहऱ्याकडे पाहू लागल्या. टिळा लावल्यानंतर त्यांच्या चेहऱ्यावर विशेष तेज दिसत होतं. त्यांनी मोटारामला चहा करून दिला. त्या बाबूरावांसाठी दुधाचा पेला तयार करत असतानाच सुलभा खाली आली. तिचा मूड कालच्यापेक्षा थोडा बरा दिसत होता.

"आई, नाश्त्याला काय केलंय?"

जवळ येऊन हळूच विचारणाऱ्या त्या गर्भार मुलीच्या डोक्यावरून गंगाबाईंनी ममतेने हात फिरवला. हिला भूक लागलेली दिसतेय, त्यांना अंदाज आला.

"ऑम्लेट करते. तेवढं पुरेसं होईल की थोडे पोहेसुद्धा करू? की तुला दुसरंच काही खावसं वाटतंय?" गंगाबाईंनी मायेनं विचारलं.

"आम्लेट पुरेसं होईल. आणखी काही नको. तो पेला इकडे द्या. आज बाबांना मी दूध पाजते."

असं म्हणत दुधाचा पेला घेऊन ती बाहेर गेली. चला, आज या कामातून आपली सुटका, असं मनाशी म्हणत मोटाराम झाडांना पाणी घालायला परसात गेला.

"आई, तुमच्या हातचा पुलाव मला खूप आवडतो. दुपारच्या जेवणाला पुलाव आणि रायतं कराल का? तसाही खूप दिवसांत झाला नाहीये पुलाव." दुधाचा पेला सासऱ्यांच्या तोंडाला लावत सुलभा तेथूनच म्हणाली. दुधाचे घुटके घेता घेता बाबूरावांची दृष्टी परत परत सुनेच्या पोटाकडे वळत होती. 'चालेल' असं म्हणत गंगाबाईंनी ऑम्लेट करायला घेतलं खरं, पण त्यांच्या डोक्यात वेगळ्याच विचारांचं मंथन चालू होतं. अंघोळ करताना मनात आलेला विचार देवांची पूजा करता करता पक्का झाला होता. मुलानं वडिलांना थोबाडीत मारून अपमानित केल्यानंतर, त्या बरोबरच आपण मुलाला मांडीवरून दूर सारल्यानंतर आत या घरात त्याच्याबरोबर राहणं योग्य ठरणार नाही, असा विचार केल्यावर गंगाबाईंना मोकळं झाल्यासारखं वाटलं.

...मनात असल्याशिवाय ही गोष्ट विशालच्या तोंडून बाहेर पडलेली नाही. त्यांना घराबाहेर काढण्याचा विचार विशालच्या डोक्यात कधीच आलेला आहे. फक्त तो प्रत्यक्षात उतरवायचा बाकी आहे. आता तो गप्प बसला आहे, तरी हे पुन्हा त्याला रागावायची संधी देणारच नाहीत, याचा काय भरवसा? जो वडिलांवर हात उचलू शकतो, त्याला त्यांचा गळा दाबणं अशक्य आहे का? ती वेळ येण्यापूर्वीच घर सोडायला हवं. हे घर त्यांनी बांधलेलं आहे, हे खरं असलं तरी आता ते मुलाच्या नावावर आहे. यांच्या वाटणीचे पैसे टाक असं काही आपल्याला म्हणता येणार नाही. त्यानं आधार काढून घेतला तरी आपली कृपाळू अंबाबाई तसं नाही करणार. ती नक्की आपल्या पाठीशी उभी राहील. बँकेत आपल्या खात्यावर काही पैसे आहेत, ते पैसे वापरता येतील. पण ते फार महत्त्वाचं नाही. भावांजवळ बोलून, त्यांच्या सल्ल्याने दुसरं घर शोधण्याविषयी विचार करायला हवा, असं मनाशी म्हणत त्यानी ऑम्लेटची प्लेट सुनेच्या हातात दिली व त्या मोटारामला शोधायला घराबाहेर पडल्या. मोटाराम कुंपणाजवळच्या डाळिंबाच्या झाडाला पाणी घालत होता. त्यानं पाहिलं, गंगाबाई त्याच्याकडेच येत होत्या.

या सहा वर्षांत मोटारामबद्दल सगळ्यांच्या मनात विश्वास निर्माण झाला होता. तो मनापासून काम करायचा व किती मिळून मिसळून वागायचा म्हणूनच तर सगळ्यांना आपलासा वाटायचा. पन्नाशीच्या आसपासचा, दणकट अंगयष्टीचा, पण हळव्या मनाचा मोटाराम अतिशय प्रामाणिक होता आणि म्हणूनच तो गंगाबाईंना अगदी जवळचा वाटायचा. संसारातल्या सगळ्या कथा गंगाबाई त्याला सांगत असत. त्यात अगदी रहस्यसुद्धा असायची. परस्परांचं बोलणं त्या दोघांनाही कळत असे, उमजत असे. म्हणूनच एखाद्या दिवशी काही कारणानं तो कामावर आला नाही तर गंगाबाईंना अगदी एकटं एकटं वाटायचं, इतकं आपलेपणाचं नातं होतं ते. मोटाराम त्यांना वैनीबाय असं म्हणायचा खरा; पण त्यांच्यामध्ये त्याला

आपल्या आईचंच रूप दिसत असे.

"वैनीबाय, रात्री घडलं त्यानंतर सगळं ठीक आहे?"

त्यानं खालच्या आवाजात विचारलं. घरापासून कुंपण दूर असल्यानं कोणाला ऐकू जाईल, अशी भीती नव्हती; तरीही तो सावध होता.

"हो मोटाराम. तसा त्यांनी थोडा गोंधळ घातला. तू झोपेच्या गोळ्या द्यायला विसरलास होतास ना. मी विचारलं तेव्हा कळलं. इथून पुढे विसरू नकोस."

मुलगा वडिलांना घराबाहेर काढण्याविषयी बोलला तेव्हा मोटाराम तिथे नव्हता. ही गोष्ट त्याला सांगायलाच हवी असं गंगाबाईंना मनातून वाटत होतं, तरी तशी त्यांच्या मनाची तयारी होत नव्हती.

"विशालचा कालचा अवतार बघून घाबरायला होतं बघ. काल रात्री तो माझ्यापाशी आला, बोलला. पण मोटाराम, इतके दिवस घरात असलेली शांती यापुढे राहीलच असं नाही. म्हाताऱ्या, कफल्लक आई-वडिलांनी मुलांजवळ राहू नये, हेच योग्य. तो चांगलं कमावतोय तरी कसं वागतो ते बघतो आहेस ना?"

डाळिंबाच्या झाडाच्या मुळांकडे पाहत त्या म्हणाल्या, "बुंध्याशी घातलेलं पाणी क्षणार्धात वाहून जातं."

तो काहीच बोलला नाही. त्यानं किती संसार पाहिले होते, किती कहाण्या ऐकल्या होत्या; पण प्रत्येक घराची कथा वेगळीच होती. एक प्रश्न सोडवताना आलेला अनुभव दुसऱ्या वेळी उपयोगी पडतोच असं नाही. त्याच प्रमाणे काही प्रश्न कधी कधी आपोआपच सुटतात. म्हणूनच तर सगळं लक्षपूर्वक ऐकल्याशिवाय, सगळ्या बाजूंनी विचार केल्याशिवाय, सल्ले किवा सूचना द्यायच्या भानगडीत पडत नसे तो.

"मिळालेलं पाणी फांद्यांपर्यंत पोहोचवणं ही मुळांची जबाबदारी असते ना? किती जुनी झाली तरी मुळं जिवंत आहेत तोपर्यंतच झाडाचं जगणं, नवी पालवी, फुलं, फळं नाही का? मुळं उपटून टाकून नवनिर्मिती करणं हे फक्त प्राणिमात्रांनाच जमतं, होय ना?" त्यांनी विचारलेल्या प्रश्नाचा अर्थ मोटारामला लगेच कळला नाही; पण नंतरही तो त्यावर काही बोलला नाही.

"आमच्या घरचं काम संपल्यावर तू एका वृद्धाश्रमात जातोस ना? एकदा मला तुझ्याबरोबर तिकडे घेऊन जाशील का?"

काही वेळानं गंगाबाईंनी खालच्या आवाजात विचारलेला प्रश्न कानावर पडल्यावर, मोटारामला धक्काच बसला.

"काय झालंय वैनीबाय, असं का विचारताय?"

असं विचारताना मोटारामचा आवाज कातर झाला होता आणि नजरेत काळजी भरून आली होती. गंगाबाईंनी हा विषय पूर्ण विचार करूनच काढलेला आहे व

त्यांचा निश्चय पक्का आहे, याबद्दल मोटारामला शंकाच नव्हती. तो इतकी वर्षं ओळखत होता ना त्यांना.

"सगळ्या गोष्टींना सामोरं जाण्याची तयारी ठेवायला हवी मोटाराम. तिकडे आम्हाला ठेवून घेतील का, याची चौकशी करायला हवी. वृद्धाश्रम सामाजिक संस्थेचं आहे, तेथे गरिबांना फुकट प्रवेश मिळतो, असं म्हणाला होतास ना तू?"

हा विषय गंगाबाईंनी गांभीर्याने घेतलेला आहे, हे जाणून मोटाराम म्हणाला,

"हो, 'आश्रय' नावाचा ट्रस्ट चालवतो हा वृद्धाश्रम. तुम्ही आधी तेथे जाऊन वृद्धाश्रम पाहून घ्या आणि नंतर सावकाश विचार करून काय ते ठरवा. वृद्धाश्रम पाहायला कधी जायचं आहे, ते मला आधी सांगा. तिकडे तसं सांगून परवानगी घ्यावी लागेल. मोटारामबरोबर मंडईत जाऊन भाजी घेऊन येते, असं सांगा हवं तर घरात." आता त्यालाही उत्साह वाटू लागला.

"पण एक गोष्ट लक्षात घ्यायला हवी. एकदा तिथं प्रवेश घेतला, की परत घरी येणं शक्य होणार नाही. तुमच्या मनातला हा विचार एकदा विशालसाहेबांच्या कानावर घातलेला बरा, नाही का?" गंगाबाईकडे पाहत त्याने भीत भीत विचारले.

"आश्रम पाहायला केव्हा जायचं ते मी तुला उद्या सांगते." असं म्हणून गंगाबाई घाईघाईत घराकडे निघाल्या.... तेथे फुकट प्रवेश असला तरी अगदी रिकाम्या हातांनी जाणं योग्य नाही. बँकेत असलेले पैसे, त्याचं व्याज सगळं मिळून पाच लाखांपेक्षा जास्त नाही होणार. इतके पुरेसे आहेत का, हे विचारून घ्यायला हवं. हातात असलेल्या थोड्या फार पैशात चालू खर्च भागतो आहे. तरी उत्पन्नाचं साधन शोधावं लागेल. लोणची, मसाले बनवण्याची कला हातात आहेच. दोघांच्या पोटापुरतं मिळवणं कठीण जाणार नाही. विशालला सांगावं का सगळं? मोटारामला घडलेल्या घटनांची खरी कल्पना नाहीये... विचार करत करत त्या घरात आल्या तेव्हा सुलभाचा नाश्ता चालला होता.

मोटारामलाही ऑम्लेट खायला देऊन त्या दुपारच्या स्वयंपाकाच्या तयारीला लागल्या. तेव्हा आणखी एक गोष्ट त्यांना आठवली, की सुलभाने दिलेल्या पैशातले काही पैसे उरले होते. त्यांनी ठरवून टाकलं की ते पैसे बरोबर न्यायचे नाहीत आणि यापुढे तिच्याकडून पैसे घ्यायचेही नाहीत. पांडुरंगाला फुलं नाही मिळाली तरी चालतील. विशालनं त्याच्या लग्नात घेतलेला पोवळ्याचा हार कपाटातच ठेवून त्यांनी पोहे हार बाहेर काढला. खिन्न मनानं त्याच्यावरून एकदा हात फिरवला. आता गळ्यातलं मंगळसूत्र सोडून त्यांच्याकडे फक्त हा हारच तर उरला होता. गळ्यात फक्त मंगळसूत्र असलं तरी गळा कसा भरलेला वाटतो आणि आयुष्यही भरून पावतं, या विचारानं त्यांच्या चेहऱ्यावर समाधानाचं हसू उमटलं.

"भाजीला जाशील तेव्हा दहीसुद्धा घेऊन ये," असं नाश्ता करणाऱ्या मोटारामला

सांगून त्यांनी पुन्हा एकदा चहा घेतला व त्या कामात गढून गेल्या. विशाल अजून उठलेला दिसत नव्हता. या वेळी खरा तर तो चहासाठी यायला हवा, असं मनात येऊन त्यांनी सुलभाजवळ त्याची चौकशी केली.

"रात्रभर गच्चीत फेऱ्या मारत होते. शेवटी दमून किती वाजता झोपले कोणास ठावूक. उठवू का?" सुनेने विचारल्यावर,

"नको नको. त्याची झोप होऊ दे चांगली." गंगाबाई म्हणाल्या.

मनातला निर्धार पक्का झाला असल्यानं, मनातली भीती नाहीशी होऊन मन काहीसं शांत झालं होतं. तरीही, एकदा वृद्धाश्रमाला भेट देऊन तेथील परिस्थिती प्रत्यक्ष पाहून आल्यानंतरच निर्णय घ्यावा, असा विचार गंगाबाईंच्या मनात आला. त्याच वेळी एकीकडे हा पर्याय वाटतो तितका सोपा नाही, असंही त्यांना वाटू लागलं. ...तो आपल्याला खरंच घराबाहेर काढणार आहे का? की रागाच्या भरातलं बोलणं? त्याच्या मनात खरंच आम्हाला घराबाहेर काढायचं असेल, तर आमची तयारी आहे, हे पाहून त्याला आनंदच होईल. खर्च कमी होणार म्हटल्यावर हिशेबी वृत्ती असलेला आपला मुलगा आतल्या आत खूश होऊन जाईल. त्यांचा कल्पनाविलास चालला असताना मध्येच, मुलगा आपल्याला खरोखर सोडून देऊ शकेल का? हा प्रश्न नेहमीप्रमाणे उद्भवलाच. त्या मनातल्या प्रश्नाचं 'हो' असं उत्तर मिळाल्यावर त्या एकदम उदास झाल्या. लोण्यासारख्या मृदू मनाचा नाहीच आपला मुलगा. क्वचित कधी विरघळला असेलच, तर फक्त स्वतःच्या फायद्यापुरता. असो.

ज्या ठिकाणी हे नकोसे झाले आहेत त्या ठिकाणी मीही राहणार नाही, हे माझ्या दृष्टीनं महत्त्वाचं होतं. त्याच्या दृष्टीनं मात्र मी त्याला दूर करण्यासाठीच हे कारण सांगत आहे, असंच असणार. मोकळेपणानं बोलून टाकू का? बोललं तर त्याचं मन बदलेल? त्याला सोडून राहणं आपल्याला जमणार आहे का? प्रश्नच प्रश्न. विचार करता करता, निवडलेल्या पर्यायामुळे पुन्हा समस्येच्या मुळाशी चाललो आहोत का आपण? त्यांनी कुकर लावायला घेतला. आपल्या नवऱ्यामुळे समोर उभ्या राहिलेल्या अडचणी स्पष्ट दिसू लागल्यावर, त्याचं निवारण करणही तितकं सोपं नाही, असा विचार करत असतानाच सुलभा त्यांच्या बाजूला येऊन उभी राहिली.

दोन

आई तिच्या नवऱ्याची बाजू घेईल की मुलाची? हा प्रश्न आईच्या मांडीवरून निश्चयपूर्वक बाजूला झाल्यावर विशालच्या मनाला तीव्रतेनं टोचू लागला होता. काही मिनिटांपूर्वीच त्या दोघांमध्ये, दोघंही भिजून चिंब होतील असा निखळ प्रेमाचा, आपलेपणाचा प्रवाह वाहत होता. कधीच कोरडा न होणारा असा प्रवाह. पण त्या स्रोताचं मूळ एकच होतं, ते म्हणजे आई. दुसरीकडून म्हणजेच बाबांकडून वाहत येणारा प्रवाह अगदीच विरळा. आपली आई मुलासाठी नवऱ्याला दुखावणार नाही, या समजुतीतच वाढलेला होता तो. तरीही आता जिन्याची शेवटची पायरी चढताना त्याला अनाथ असल्यासारखं वाटलं. आपली आई.... हरलेली, खचून गेलेली पतिव्रता. यांना सोडून दुसरीकडं कुठंही जाणार नाही असं म्हणत नवऱ्याला कवटाळून बसणारी. दोघं सतत एकमेकांसोबत असतात. तिच्या नवऱ्यावर हात उचलल्यानंतर तिची समजूत काढावी, तिला शांत करावं असं वाटत होतं. पण आता वाटतंय त्याची काहीच गरज नव्हती.

त्यानं खोलीत पाऊल ठेवलं तेव्हा सुलभा झोपली होती. तेथील मंद प्रकाशात तिचं पोट स्पष्ट दिसत होतं. तिच्या उदरात जो आपला अंश वाढत आहे, तोही खरं तर आपल्यापासून दूरच आहे. ती बाळंत होऊन बाळाला दूध दिल्यानंतर, त्याला आपल्या हातात ठेवतील तोपर्यंत तरी तो दूरच असणार. त्या नंतरचं माहीत नाही. सुलभा तरी पूर्णपणे आपल्या बरोबर कुठे आहे? सतत पोटातल्या बाळाच्या नादात असते. म्हणूनच की काय माझ्यावर सारखी रुसत असते... खोलीत बसायचा कंटाळा येऊन विशाल बाहेर आला आणि तेथील सोफ्यावर मान टेकून, समोर पाय पसरून आरामात बसला. आईच्या नवऱ्याचं ओरडणं आता कमी झालं होतं. काही असलं तरी त्यांच्यावर हात टाकणं हे अगदी खालच्या थराला जाण्यासारखं होतं. पुन्हा असं होता कामा नये. या विचारानं त्याला एकदम मोकळं वाटू लागलं.

घड्याळाची टिक टिक मोठी वाटून, आपण काळाबरोबर आत्मविश्वासानं पावलं टाकत आहोत ना, अशी शंका उगाचच त्याच्या मनात आली. आत्मविश्वास. तो तर माझ्या जगण्याचा आधार आहे. फक्त माझ्याच असं नाही. स्वतः घडलेल्या प्रत्येक व्यक्तीमध्ये तो असतोच. पाषाणासारखा खंबीर आत्मविश्वास. अशा लोकांना आयुष्यानं विशेष असा धडा शिकवलेला असतो. धडा म्हटल्यावर त्याच्यासमोर आठवणींचं गाठोडं उलगडलं गेलं.

समजायला लागल्यापासूनच्या घरातल्या माणसांच्या गर्दीच्या आठवणी. तीन काका, त्यांची बायका-मुलं. सततच्या कटकटी. माझ्याकडे लक्ष द्यायला कोणालाच फुरसत नसायची. आईजवळ बोलावसं वाटलं, तर स्वयंपाकघरात जावं लागे. वेळ मिळायचा तेव्हा ती माझे लाड करायची, काही तरी हातावर देऊन तिथं तिच्यापाशी थांबवून घ्यायची. पण स्वयंपाकघरात थांबण्यापेक्षा मित्रांबरोबर खेळायला जायला बरं वाटायचं.

बाबांना घरी यायला खूप उशीर व्हायचा. त्यामुळे त्यांची भेटच व्हायची नाही. अगदी कधी तरी भेटलेच तर,

"आज काय काय अभ्यास केलास?" असं लांबून खर्जातल्या आवाजात विचारायचे.

तेव्हा उत्तर द्यावं म्हटलं तरी आवाज फुटत नसे. त्यांच्या जवळ जावं असं वाटलं, तर यांचं तुसडेपणाचं बोलणं, रागारागानं पाहणं.

"कामावरून दमून आले आहेत रे ते. आता नको त्यांच्याजवळ जाऊ."

आई समजावणीच्या सुरात सांगायची. आईचं न ऐकता एक, दोनदा काही तरी विचारायला त्यांच्याजवळ गेलो असता रट्टे खाल्ले होते. सकाळी सकाळी सुद्धा ते रागावलेले का असतात, हे मला कळत नसे. आम्ही खालच्या घरात राहायचो. वरच्या दोन्ही खोल्या काकांसाठी राखून ठेवलेल्या होत्या. आणखी एक जोडाजोडी करून बनवलेली खोली तिसऱ्या काकाला. एकूण काय, मी वरच्या भागात पायही टाकत नसे. एकही काका कधी बाबांबरोबर ऑफिसला गेलेला मी पाहिलेला नव्हता. ते वेगळ्या नोकऱ्या करायचे. त्यांचे व्यवहार ते पाहायचे. काक्या फक्त नाश्ता, जेवणापुरत्या खोलीबाहेर यायच्या. हातात जपमाळ घेऊन आज्जी सतत आईला सूचना करत असायची. पहाटे पाच वाजल्यापासून स्वयंपाकघरात काम करायची फक्त आईच. वाटण-घाटण करत, फोडणीच्या वासात खोकत खोकत तिचं काम चालू असायचं.

माझा मी शाळेत जाऊन यायचो. काकांच्या मुलांचं व माझंही कधीच पटायचं नाही. घरातलं कोणीच मला आवडायचं नाही. तसंच माझ्याबद्दलही घरात कोणालाच प्रेम नव्हतं. पण आई-बाबांना सुद्धा प्रेम वाटत नव्हतं का माझ्याबद्दल? हो. मला

तसंच वाटायचं. घरात सगळाच त्रास होता. शाळेचे गणवेष असोत किंवा सणासुदीचे कपडे... आणले तर सगळ्यांसाठी गठ्ठेच्या गठ्ठे आणायला लागायचे. नाही तर कोणालाच नाही. अशा परिस्थितीत आवडत्या रंगाचे कपडे निवडायला मिळणे म्हणजे आकाशातील फूल मिळण्यासारखंच. एक प्रसंग माझ्या पक्का लक्षात आहे. तेव्हा मी हायस्कूलमध्ये होतो. शाळेनं शैक्षणिक सहल आयोजित केली होती. आम्हाला दूरच्या गावात कागद कारखाने पाहायला नेणार होते. जेवण, राहायची व्यवस्था आणि प्रवासाचा खर्च मिळून शंभर रुपये भरायचे होते. आधी आईच्या कानावर घालून तिची परवानगी घेतली व बाबांना सांगण्याची मनाची तयारी केली. रात्री ते येईपर्यंत वाट पाहत बसलो होतो. ते आल्यावर धडधडत्या छातीनं हळूच सहलीबद्दल बोललो. त्यांनी एकदा माझ्याकडे पाहून घेतलं आणि मग गर्जना केली,

"पैसे काय आकाशातून पडतात?"

ते पुढे काय बोलणार ते कळलंच होतं, तरी आशा होती, म्हणून वाट पाहू लागलो.

"माझ्याकडे आता इतके पैसे नाहीत; शिवाय तुला पाठवलं की बाकीच्यांनाही पाठवावं लागेल."

मी निराश झालो; तरीही म्हणालो,

"मी वर्गात पहिला आलो आहे. ते कोणीच माझ्याइतकी मेहनत घेऊन अभ्यास करत नाहीत."

माझ्या बोलण्यात काहीच चुकीचं नव्हतं.

"नाही विशाल. कुठल्याही कारणानं तुला पाठवलं तरी ते नाराज होतील. तू जायचा हट्ट सोडून दे." बाबांनी असं निक्षून सांगितल्यावर मला खूप राग आला.

"ते नाराज होतील, म्हणून मला मिळते आहे ती संधी घालवणं बरोबर आहे का? हे नेहमीचंच आहे. त्यांना दिलं तरच मला मिळणार. काका लोक त्यांच्या मुलांना आणतातच की खाऊ, खेळणी. तेव्हा माझी आठवण येते का त्यांना? तुम्ही मात्र... त्यांना उचलून घेता आणि माझ्याजवळ मात्र लांबून बोलता. मी तुमचा मुलगा नाही का?"

मी काय बोलतो आहे, हे कळायच्या आधीच मनातलं दुःख बाहेर पडलं होतं. नेहमीच घडत असणाऱ्या या भेदभावामुळे मी चिडलो होतो. माझी वंचना होते आहे असं वाटू लागलं होतं. आपण बोलताना मर्यादा ओलांडली आहे, हे लक्षात येऊन, डोळे बंद करून उभा राहिलो. इतक्यात, त्यांचा हात वर होत आहे हे पाहिलं आणि मी डोळे अधिकच घट्ट मिटून घेतले. जोराचा आवाज झाला; पण फटका मला लागला नव्हता. मी डोळे उघडले. माझ्यापुढे आई उभी होती.

''तू नेहमी अशी मध्ये कडमडतेस.'' त्यांनी रागानं आईकडे पाहिलं.

नेम चुकल्यामुळे त्यांना जास्तच राग आला होता; पण माझ्यापुढून आई हलली नाही.

''विशाल, बाबांजवळ असं बोलतात का?'' रागावून तिनं मला जवळ घेतलं.

मी चिडून मान खाली घातली. डोळ्यांतून अश्रू वाहू लागले. थोड्याच वेळात निकाल कानावर आला.

''कारखाना पाहायला इतक्या दूर जायची गरजच काय? आपलाच आहे की कारखाना. चल, तुला दाखवतो.'' त्यांनी दिलेल्या पर्यायाला मग होकार देण्याशिवाय मार्गच नव्हता. तसाही आपला कारखाना आपण अजून कुठे पाहिलाय? आईच्या प्रयत्नांना फळ येऊन, त्याच आठवड्यात बाबा मला कारखान्यात घेऊन गेले. त्यांना त्रास देऊ नको, असं दहा वेळा बजावलं मला तिनं. निघायच्या शेवटच्या क्षणी घरातली बाकीची मुलं येण्यासाठी हट्ट करू लागली. पाच मुलांना एका स्कूटरवरून कसं नेणार, असा प्रश्न उभा राहिला. शेवटी वैतागून मोठ्या काकानं त्याची स्कूटर काढली व तोही आमच्याबरोबर निघाला.

कारखान्याची इमारत बाहेरून पाहताक्षणी मोठी वाटली नव्हती, तरी आतून मात्र चांगली ऐसपैस होती. यंत्रमागांचा कट..कट.. असा आवाज कानावर पडत होता. बाबा चालता चालता प्रत्येक भागाचं काम आम्हाला विस्तारानं समजावून सांगत होते. दोऱ्याचे गुंडे हा कच्चा माल. ते गुंडे उकळत्या पाण्यात टाकून पांढरे शुभ्र करतात. नंतर ते रंगीत पाण्यात भिजवून उन्हात वाळवतात. नंतर वेगवेगळ्या रंगांचे वेगळे वेगळे गुंडे बनवून ते यंत्रमागाला जोडतात. आधी तयार केलेल्या डिझाइनप्रमाणे मागावर कापड विणलं जातं. शेवटी तयार झालेल्या चादरी, टॉवेल किती सुंदर दिसत होते. मी प्रत्येक विभागात बराच वेळ थांबून, तेथील कामगारांजवळ गप्पा मारत माझ्या शंकांचं निरसन करून घेत होतो.

''हा तुमचा मुलगा का? खूप हुशार आहे.''

असे काही लोकांनी प्रेमानं मला शाबासकी देत, बाबांना सांगितले. तेथून परत येताना एका वेगळ्याच विश्वात जाऊन आल्याची भावना होती. रात्री नीट झोप लागली नाही मला. लवकर मोठा होऊन व मिलचा मालक बनून, चादरीचे गठ्ठेच्या गठ्ठे तयार करून, रग्गड पैसे मिळवण्याची कल्पना मनाला शांत बसू देत नव्हती.

वयापेक्षा मोठा झालोय, असं वाटणारा एक प्रसंग घडला. मी माध्यमिक शाळेच्या शेवटच्या वर्षाला होतो. त्या वेळी शाळेत घडलेलं सगळं आईला सांगण्याची खूप उत्सुकता असे. ती शांतपणे ऐकतही असे; पण फक्त बाबा येईपर्यंतच. एकदा का ते आले, की सगळं लक्ष त्यांच्याकडे. त्यांचं जेवण होईपर्यंत मी जागा असलो तर आई 'लवकर झोप' असं प्रेमानं दटावायची. तर तिच्याकडे

पाहून बाबांची चर्या बदलायची. आधी मला काही कळत नसे. एकदा बाहेर जाऊन आजीजवळ झोपलो. तेव्हा बाबांनी मला थांबवलं नाही किंवा आतही बोलावलं नाही. तेव्हापासून एक दिवसही मी त्यांच्या खोलीत झोपलो नाही. चार दिवस आई बेचैन होती. कधी कधी मला जवळ घेऊन आत चल म्हणायची. मी नकार द्यायचो. खोलीचा दरवाजा उघडा ठेवून, ती तेथून डोकावून माझ्याकडे पाहत असते, हे मला कळत होतं.

"मोठा झालाय आता. आजीजवळ झोपतो. झोपू दे की. तू का इतकी अस्वस्थ होते आहेस?"

असं ते तिला म्हणायचे तेही कळत होतं. नंतर आईनं डोकावून पाहणं थांबवलं. माझ्या डोळ्यांतून पांघरुणाच्या आत गरम अश्रू वाहत असायचे. पुढे काही दिवसांनी हा होणारा त्रास थांबला. काकांची मुलं मात्र हायस्कूलमध्ये जाऊ लागली तरी खोल्यांतून बाहेर आली नव्हती.

घड्याळाचे टोल पडायला लागले आणि विशाल भानावर आला. एक वाजला असावा. सोफ्यावर बसला होता, तिथंच त्यानं डोळे मिटले पण दुसऱ्याच क्षणी सुलभाला पाहून यायला हवं असं वाटून तो उठून खोलीत गेला. नेहमी सरळ झोपणारी ती हल्ली एका कुशीवर झोपत असे. सुलभाच्या चेहऱ्यावर सौम्य भाव होते... माझ्या मनासारखी वागत असली, तरी मी सांगितलेलं सगळंच मान्य करणारी नाही ती. आपल्या स्वातंत्र्याचा सहजासहजी बळी देणारी नाही. परवा मी तिला ही गोष्ट सांगितली तेव्हा ती किती रागावली होती. सगळ्या गोष्टींना सामोरं जायची तयारी हवी, एवढंच मी सांगितलं. त्यात इतकं भावुक होण्यासारखं काय होतं? वेडी मुलगी. तिची सध्याची स्थिती लक्षात न घेता बोललो ही माझीच चूक झाली की काय? आता शांतपणे बोलून, समजावून सांगून तिचा विश्वास मिळवायला हवा. हरिश्चंद्राप्रमाणे बोलणं नको. तिला न सांगता, तिच्यापासून लपवून काही करायचं... नाही... ते शक्यच नाही. असं करण्याचा नुसता विचार मनात आला तरी अपराधी वाटतं. तिचा हा गुण खरं तर चांगलाच आहे. तरीही थोडी आज्ञाधारक असायला हवी होती, त्याला वाटलं. पण हल्लीच्या मुली म्हणजे काही पूर्वीच्या काळातल्या मुली नव्हेत. आपली आई किती विनयशील आहे, असं मनात येऊन त्याचं मन परत भूतकाळाकडे धावलं. सोफ्याजवळ येऊनही त्याला तिथं बसायचा कंटाळा आला, मन पुन्हा सैरभैर झालं.

हायस्कूलला असताना पहिल्या वर्षी घडलेली घटना. त्या दिवशी रविवार होता. कारमधून चार-पाच लोक घरी आले. बघता क्षणीच ही माणसं श्रीमंत आहेत हे कळत होतं. गळ्यात जाड जाड चेन व बोटात अंगठ्या होत्या त्यांच्या. सध्या दर एकरी काय किंमत आहे, वगैरे जमीन खरेदी-विक्रीबाबत चर्चा चालू होत्या.

बाबांनी सांगितलेली किंमत त्यांना मान्य नव्हती. पुन्हा पुन्हा सांगूनही बाबांचं बोलणं कोणी मान्य करत नव्हतं. एक तास बोलणी चालू होती. अखेरीस त्या लोकांनी सांगितलेली रक्कम बाबांना मान्य करावी लागली होती. बाबांच्या कपाळावर तेव्हा घाम फुटला होता. हातातल्या रुमालानं ते पुन्हा पुन्हा तोंड पुसत होते. असे वागत होते, की जणू घरात दुसरं कुणी नव्हतंच. जणू एकटेच होते ते. आई आणि मी खेळण्यातले वाघ आहोत, असं वाटू लागलं होतं. त्यांचा राग शक्तिहीन झाला आहे, अशी भावना प्रथम त्या दिवशी मनात आली. त्यांची व्यवहाराबद्दल बोलणी सुरू असताना आजी किंवा काका तिकडे फिरकलेही नव्हते. आई चिंताक्रांत चेहऱ्याने स्वयंपाकघराच्या दाराला टेकून उभी होती. आलेल्या लोकांना निरोप द्यायला बाबा बाहेर गेल्यावर मी आईला विचारलं,

"ही कसली बोलणी चालली होती आई?"

"तू अजून लहान आहेस. तुला कळणार नाही. तू शांत बस." आई म्हणाली.

"मला समजेल इतकंच सांग. हरकत नाही." असं म्हणत तिच्यासमोर उभा राहिलो. तिच्याजवळ तेवढी जवळीक होतीच ना. माझा हात धरून ती मला स्वयंपाकघरात घेऊन गेली व हळू आवाजात म्हणाली,

"तुझे बाबा त्यांच्या वाट्याची जमीन विकणार आहेत. वडिलोपार्जित, चांगली सुपीक अशी जमीन. ज्वारी, सूर्यफूल पिकवतो ना, ती जमीन."

"जमीन विकण्याशिवाय दुसरा पर्याय नाही का?" मी विचारलं.

"नाही. मिल बंद पडण्याच्या मार्गावर आहे. त्यातच एवढा घरखर्च. सगळं निभावण्याकरिता विकताहेत जमीन. अर्धी जमीन मिल उभारली तेव्हाच विकली होती. आता उरलेली अर्धी विकत आहेत." एक उसासा टाकून ती पुन्हा बोलू लागली.

"भाऊ त्यांच्या वाटणीची जमीन विकणार नाहीत. त्यांच्या मिळकतीतून घरखर्चासाठी एक पै सुद्धा देत नाहीत. मोठा म्हणून हेच जीव टाकत असतात. सावत्र आईच्या मुलांचे संसार चालवणं, ही यांची जबाबदारी आहे का? पण यांना कोण सांगणार?"

असं म्हणून आईनं हुंदके द्यायला सुरुवात केली. ते पाहून मी गडबडून गेलो. आजी बाबांची सख्खी आई नाही, हे अजूनपर्यंत मला माहीतच नव्हतं. ती काकांच्या मुलांना चणे, मिठाई आणायला पैसे देत असे. मला मात्र तिने एक पैसाही कधी दिला नाही, याचं कारण कळून वाईट वाटलं. हे घर, शेत, मिल सगळं काही बाबांचं होतं, म्हणजेच माझं. कोणाला तरी पोसण्यासाठी याचा वापर होत आहे. मी मात्र हरकाचे कपडे आणि झिजलेल्या चपला वापरत, खाल मानेनं आयुष्य जगतो आहे. हे भडवे माझ्या पैशांवर खात आहेत, मजा मारत आहेत आणि शिवाय

स्वतःची पुंजी राखून आहेत... अंगाची लाही होत होती. मी आईकडे पाहिलं, ती भाकरीचं पीठ भिजवत होती. गळ्यात एक सर आणि हातात दोन बांगड्या याशिवाय अंगावर एकही दागिना नव्हता तिच्या. सगळ्या काक्या मात्र अंगभर सोन्याचे दागिने घालून मिरवत होत्या. आईचे केस पिकले होते, चेहरा उतरलेला होता, शरीर थकलं होतं. आई काय भांडी घासणारी मोलकरीण आहे? आमच्यावर ही अशी वेळ आणणाऱ्या बाबांचा मला भयंकर राग आला.

'आई,' पीठ मळता मळता माझ्याकडे वळली.

"बाबांमध्ये पुरुषार्थ नावाचं काही आहे की नाही?"

माझा प्रश्न ऐकून क्षणभर तिला काही कळलं नाही; पण दुसऱ्या क्षणाला माझ्या कानाखाली सटासट आवाज येऊ लागले. मोजताही येणार नाहीत इतके. मी ओठ दाबून सहन करत उभा होतो.

"मुलगा म्हणून तुला माझं दुःख बोलून दाखवलं तर तुझ्या बाबांचा असा अपमान करायला निघालास? पापी. नक्की माझ्याच पोटी जन्माला आला आहेस ना?"

असं म्हणत आणखी मारत होती ती. मी मार चुकवायचा प्रयत्न केला नाही की तोंड फिरवलं नाही. ती मारायची थांबल्यावर सावकाश जाऊन, चेहऱ्यावर लागलेलं पीठ धुऊन टाकलं. पुन्हा स्वयंपाकघराच्या दारात येऊन उभा राहिलो तेव्हा दिसलं, आई रडत होती. तिच्याजवळ जावं, बोलावं असं नाही वाटलं. मग मित्रांबरोबर खेळायला पळालो. माझ्या मित्रांचे वडील मुलांशी प्रेमानं वागत. त्यांचा मुलांना आधार वाटे. बाबांप्रमाणे प्रत्येक वेळी डोळे वटारून, हात उगारून धाक दाखवत नसत ते. रात्री आजीजवळ झोपणं नको वाटून अंथरुण शक्य तितक्या दूर घातलं.

बाबा मिलचे मालक होते; पण पूर्ण मालकी त्यांची नव्हती. कारखान्याला मिळणाऱ्या प्रसिद्धीचं श्रेय ते इतरांना द्यायचे. सावत्र आईचा मान ठेवून तिच्या मनाप्रमाणे वागणारा, भावांना घाबरून असणारा, अंगात धारिष्ट्य नसणारा माणूस. मर्दपणा काय तो माझ्यासमोर व माझ्या आईच्यासमोर. त्यातही जास्त माझ्यासमोरच. ठिणगीसारख्या त्यांच्या रागाला या पुढे घाबरायचं नाही, असं ठरवून संधी मिळेल तेव्हा त्यांच्यावरचा राग बाहेर काढायचा, असा मनाशी मी निश्चय केला तेव्हा कुठे मला झोप लागली होती...

आठवणींच्या डोहात बुडालेला विशाल भानावर आला तेव्हा त्याला झोपही येत नव्हती आणि एका जागी बसवतही नव्हतं. खालून कण्हण्याचा अस्पष्ट आवाज येत होता. शेवटी तो गच्चीत फेऱ्या मारू लागला. मध्येच सुलभा येऊन आपल्याला पाहून गेली, हे कळूनही त्याला तिच्याजवळ बोलायची इच्छा झाली

नाही. त्यानं जोरजोरात फेऱ्या मारायला सुरुवात केली. चालून थोडं दमायला होत होतं; पण आठवणींपासून दूर होऊन मन हलकं होऊ लागलं. फेऱ्या मारत असताना मन विचारांच्या गुंत्यापासून दूर राहू शकतं, असा नवा शोध लागून त्याला आनंद झाला. असे उपाय शोधणं हे काही आज प्रथमच घडत नव्हतं. ऑफिसातील किती तरी प्रश्न एकहाती सोडवून तो आज यशाच्या शिखरावर चढला होता. त्याची तुलना करता ही अगदी क्षुल्लक अशी गोष्ट आहे असं वाटून, तो दुप्पट आत्मविश्वासानं, वेगात फेऱ्या मारू लागला. तीन वाजले तरी त्याला झोपावसं वाटत नव्हतं. काही वेळानं शेवटी थकून सोफ्याकडे परत आला तेव्हा त्याला घड्याळ पाहायचेही त्राण उरलं नव्हतं.

तीन

सकाळी सत्या घरी आला तेव्हा नऊ वाजून गेले होते. बाबूरावांना नाश्ता द्यायला उशीर तर नाही ना झाला, या विचारात त्यानं गडबडीत घरात पाऊल टाकलं. त्याला बाबूराव काहीसे म्लान दिसले.

"कसे आहात बाबा, बरं आहे ना? रात्री थोडी तरी झोप झाली की नाही?"

त्यांच्या जवळ जात सत्यानं काळजीनं विचारलं. विझलेल्या नजरेनं त्यांनी एकदा सत्याकडे पाहिले आणि हूं... असं म्हणत मान खाली घातली. सत्याला पाहून नाश्त्याची ताटली हातात घेऊन गंगाबाई बाहेर आल्या; पण त्यांच्या चालण्यात नेहमीचा उत्साह, लगबग नव्हती आणि चेहराही उतरलेला दिसत होता.

"आई, काही प्रॉब्लेम झाला आहे का, मला सांगणार नाहीस?"

सत्यानं कळकळीनं विचारलेल्या प्रश्नानं गंगाबाई विरघळून गेल्या. रात्री घडलेला प्रसंग, त्यांनी केलेला निश्चय सारं काही सत्याला सांगून टाकावं, असं वाटत असतानाच त्यांनी ते प्रयत्नपूर्वक रोखून धरलं. अजूनपर्यंतच्या वागण्यातून त्यानं केवढा विश्वास मिळवला होता, तरीही गंगाबाईंनी मनातल्या छोट्या गोष्टीसुद्धा त्याच्यासमोर कधी उघड केल्या नव्हत्या. त्यांच्या नवऱ्याच्या संबंधांत सत्या आणि विशालमध्ये असलेले मतभेद आपल्यामुळे विकोपाला जातील की काय, अशी भीती त्यांना वाटत असे. सत्याजवळ प्रेमानं सगळं बोलावं असं वाटत असलं तरी प्रत्येक वेळी सारासार विचार आडवा येत असे. त्यांच्या उत्तराच्या प्रतीक्षेतच सत्यानं बाबूरावांना नाश्ता भरवला. तो ऑफिसला निघताच गंगाबाई एकदम गप्प झाल्या. सत्या ऑफिसात पोहोचला तेव्हा कॉम्प्युटरसमोर बसलेली सुलभा काम करता करता फोनवर बोलत होती. ते बोलणं पुरं झाल्यावर सत्याकडे वळून ती म्हणाली,

"काम थोडं लवकर, वेळेच्या पूर्वी होऊ शकेल का? असं मल्टीट्रॉनिक्स कंपनीवाले विचारत आहेत. त्यांची स्पर्धक कंपनी उत्पादनं ठरवलेल्या तारखेच्या

आधी बाजारात आणणार आहे. यांना यांची उत्पादनं त्यांच्याही आधी बाजारात यावीत, अशी इच्छा आहे. मेल पाठवते तुला. तू पाहून घे.''

''ठीक आहे. पाहतो.''

आपल्या खुर्चीवर बसत सत्या म्हणाला. कॉम्प्युटर सुरू करता करता आजूबाजूला नजर टाकत त्यानं सुलभाला विचारले,

''दादा कुठे आहे?''

''अजून उठले नसावेत. रात्री खूप उशिरा झोपले. त्यांना उठवू का?''

तिला 'नको' असं म्हणून तो कामाला लागला. अचानक त्याला गंगाबाईंनी त्याच्यावर सोपवलेलं काम आठवलं. फक्त कालच नाही तर आजही आईचा चेहरा चिंताग्रस्त दिसत होता. आपल्याकडून काही मदत झाली तर पाहावी, या विचारानं त्याने हळूच सुलभाला विचारले, ''वहिनी, तुझी तब्बेत बरी आहे ना? कालपासून खूप थकलेली वाटते आहेस.'' त्यानं तिच्या चेहऱ्याकडे नीट निरखून पाहिलं. ती हताश वाटत होती. खरं तर ती किती धडाडीची आणि उत्साही होती. घर आणि ऑफिस यामध्ये तिची सतत धावपळ चालू असायची. किती मजेत सगळ्यांबरोबर बोलायची; पण काल दिवसभरात ऑफिसला आली नव्हती आणि तरीही आज हिचा चेहरा मलूल दिसतोय, हे त्याला थोडं विचित्र वाटलं. त्यातच तिच्या प्रकृतीविषयी चौकशी कर, असं आईनं सांगितल्यामुळे काही तरी गंभीर घडलं असावं असं त्याला वाटत होतं. तिच्या वडिलांना कॅन्सर झाला आहे, हे कळल्यानंतरही ती इतकी उदास दिसली नव्हती. दिवस गेल्यानंतरही तिची बडबड अखंड चालू असायची. ''फार बोलू नकोस,'' असं सांगून विशाल किती तरी वेळा तिला गप्प करत असे, हे सत्याला आठवलं.

''हो सत्या, थकवा आलाय. पण हा थकवा शारीरिक नाही, मानसिक आहे.''

सुलभा सत्याकडे पाहत क्षीण स्वरात म्हणाली. नंतर गप्पच झाली. तिच्या कोड्यातल्या बोलण्याचा नीट उलगडा न होऊन, ती पुढे काही बोलते का, याची वाट पाहत तो आपल्या कामाला लागला. तिचं हे उत्तर आईची काळजी वाढवणारं आहे, असं त्याला वाटलं. पण जास्त खोदून विचारावं इतकी सलगी आता राहिली नव्हती. त्यानं आज इतक्या आपलेपणानं केलेल्या तब्बेतीच्या चौकशीमुळे तिला भरून आलं होतं व भावाची-समीरची आठवण आली होती. तरीही ती सत्याला काही सांगणार नव्हती. जवळचा वाटणारा हा माणूस क्षणार्धात अनोळखी का वाटू लागावा? गेली सहा वर्षं आपण ओळखतो आहोत याला. याचं विशालच्या आई-वडिलांबरोबरचं वागणं, कामातील शिस्त, नीटनेटकेपणा, प्रामाणिकपणा, सारं काही समीर दादासारखंच. पण दादा बडबड्या आणि तसंच कारण असल्याशिवाय न बोलणारा हा सत्या. हा आज इतक्या काळजीनं का बरं चौकशी करत आहे, असा

विचार करत असतानाच समीरचा फोन आला आणि सुलभाचा चेहरा एकदम खुलला.

"हॅलो, तुला शंभर वर्षं आयुष्य आहे. कसा आहेस दादा? आणि बाबा कसे आहेत?"

बोलता बोलता उठून बाहेर गेलेली सुलभा आज जरा जास्तच भावुक झाली होती. समीरचा फोन कधी तरीच यायचा; पण त्याचा फोन आला की त्यांच्या खूप गप्पा व्हायच्या. ती बाहेर गेल्यावर दहा मिनिटांतच विशाल आला, जबरदस्तीनं उठून आल्यासारखा. डोळ्यांवर अजूनही झोपेचा अंमल दिसतच होता. एक शब्दही न बोलता तो त्याच्या खुर्चीवर जाऊन बसला. नंतरही बराच वेळ त्याचं कामात लक्ष लागत नव्हतं. अर्ध्या तासानंतर जरा सावरल्यावर त्यानं सत्याला विचारलं,

"आज काही नवीन ऑर्डर्स आल्या आहेत का?"

"हो, तीन ऑर्डर्स आल्या आहेत, असं वहिनी म्हणत होती. तुम्ही गेल्या आठवड्यात दिल्लीला जाऊन बोलणी केली होती ना, त्या."

त्याचं बोलणं संपायच्या आतच दाराजवळ कोणाची तरी सावली दिसली. मुलाखतीसाठी दोन उमेदवार आले होते. कालच आपण वर्तमानपत्रात जाहिरात दिली होती, याची विशालला आठवण झाली. तो सत्याला म्हणाला,

"मुलाखतीची पहिली फेरी तू घे. नंतर मी बोलतो."

सत्यानं दोघांना वेगवेगळ्या मीटिंग रूममध्ये बसवलं. मुलाखती संपेपर्यंत एक तास होऊन गेला.

"पहिला तीक्ष्ण बुद्धी असलेला आहे. तांत्रिक ज्ञान आहे. अनुभवही आहे; पण मला वाटतं महत्त्वाकांक्षा आड येते आहे. त्याच्या कामाविषयी बोलताना प्रत्यक्ष असलेल्या गोष्टीपेक्षा मोठं करून सांगत आहे, असं वाटत होतं. दुसरा तितका हुशार वाटला नाही, पण प्रामाणिक आहे. आपल्याला एखादी गोष्ट माहीत नसेल तर ते कबूल करण्याची त्याची तयारी आहे. मूर्खासारखं बोलून विषयाला भलतेच फाटे फोडणारा वाटला नाही."

आपली मतं विशालसमोर मांडून सत्या त्याच्या कामाला लागला. त्या दोघांजवळ बोलणं झाल्यावर विशाललाही तसंच वाटलं. दोघांनी परत चर्चा करून दुसऱ्या मुलाला नोकरी देण्याचं निश्चित केलं. जाहिरात देऊन दोन दिवसही झाले नाहीत तोवर बरीच मुलं नोकरीसाठी येत होती. नवीन आलेल्यांतील कोणी पसंत नसेल, तर पहिल्या दोनमधील एकाची निवड करू या, असं ठरवत असतानाच विशालला मेसेज आला.

"रवी गुंडालाचा मेसेज आला आहे. तो आज ऑफिसला येत नाहीये." विशाल म्हणाला.

"का बरं?" सत्यानं कुतूहलानं विचारलं.

"नात्यातल्या कोणाचं तरी निधन झालं आहे. त्यामुळे गावाला जाऊन येतो म्हणून कालच त्यानं रजा टाकली होती. पण गावाहून यायला उशीर होत आहे, उद्या ऑफिसला येतो. असा मेसेज आत्ताच आला आहे." विशाल म्हणाला.

"दादा, एक मिनिट मीटिंग रूममध्ये येतोस का? जरा महत्त्वाचं बोलायचं आहे."

मीटिंग रूमचा दरवाजा लावून घेत गंभीर होत सत्या बोलू लागला.

"रवी खोटं सांगत आहे. तो काही गावाला गेलेला नाही. काल संध्याकाळी ऑफिस सुटल्यावर घरी जात असताना, त्याला बारमध्ये जाताना पाहिलाय मी. तो सातरस्त्याजवळचा बार आहे ना, तिथे. त्याच्या बरोबर काही मित्रमंडळी असावीत. तो ऑफिसला आला नव्हता हे मला माहीत होतं; पण त्यानं कारण काय दिलं होतं ते माहीत नव्हतं."

यावर विशाल काय म्हणतोय, ते सत्याला पाहायचं होतं.

"सत्या, तो कारण काही का देईना? उद्या ऑफिसला येणार आहे ना, मग जाऊ दे." या गोष्टीला महत्त्व देण्याची आवश्यकता नाही, अशा थाटात विशाल सहजपणे सत्याला म्हणाला. "रजा घेण्यासाठी कामगार वेगवेगळी कारणं सांगतात. हे इथे आपल्याकडेच नाही तर सगळीकडेच चालतं. कारणं सांगणारे हेच कामगार जास्तीचं काम असेल तेव्हा तोंडातून चकार शब्द न काढता, दिवस-रात्र न पाहता काम करतात. आता त्यांनी दिलेल्या खोट्या कारणांवर विश्वास ठेवण्याचं नाटक आपण केलं तर काय बिघडणार आहे? त्यामुळे संबंध चांगले राहायला मदत होते."

विशालचं हे बोलणं ऐकून सत्याची नजर तीक्ष्ण झाली.

"हे असं असतं का दादा? नोकरी देणाऱ्या मालकाबरोबर हे खोटं कसं बोलू शकतात? यांच्यावर विश्वास ठेवणाऱ्यांना यांनी ही अशी खोटी कारणं का द्यावी? उद्या असंच खोटं ते सहोद्योगी कंपन्यांना सांगणार नाहीत कशावरून?"

हुशारीनं विचारलेले हे प्रश्न ऐकून सत्याच्या मनात काय चाललं आहे, याची विशालला कल्पना आली. कुठेही खोटं दिसून आल्यावर ते सहन न होऊन, त्या विरुद्ध आरडाओरडा करून, चूक सुधारली जाईपर्यंत तो गप्प बसत नसे. म्हणूनच ऑफिसातील लोक त्याला वचकून असत.

आता समजावणीच्या सुरात विशाल त्याला सांगू लागला,

"यांच्याकडून खऱ्याची अपेक्षा करायला इथे कुठे मोठे विश्वासाचे संबंध आहेत? तो फक्त एक नोकर आहे. त्याच्या रजा आहेत, त्यातली त्यानं आधी मंजूर करून घेतलेली आहे. त्याच्या रजा तो वापरतोय इतकंच. त्याला योग्य वाटणारं

आणि आपल्याला पटेल, असं कारण तो देतो आहे.''

''खोटं बोलू नये, या सुविचाराला मर्यादित अर्थ आहे. त्याचा व्यवहाराशी संबंध जोडू नये, असं कोणी सांगितलं आहे का? सत्यनिष्ठा ही व्यक्तीच्या अंतरंगात, हृदयात निर्माण व्हावी लागते आणि तसं असेल तरच जीवनात कुठल्याही प्रसंगी त्यानुसार वर्तन घडतं. तुझं म्हणणं खरं मानलं, तर या संस्थेत काम करणाऱ्या आपल्या सगळ्यांमध्ये एकाच प्रकारचं नातं असायला हवं नाही का? बाबांच्या ओरडण्याचा त्रास झाला तरी त्याबद्दल कोणीही तक्रार करत नाही. सण-समारंभाला एकमेकांच्या घरी जाऊन सगळे आनंदात सहभागी होतात. अविश्रांत मेहनत करावी लागते म्हणून कोणी नोकरी सोडण्याचा विचार करत नाही. परस्परांमध्ये चांगले संबंध असतील तरच हे सगळं शक्य होतं. रवीचं असत्य बोलणं या सगळ्या संबंधांचा अपमान करणारं आहे, असं नाही तुम्हाला वाटत?''

सत्या आपलं म्हणणं सोडायला तयार नव्हता. यावर काय बोलावं ते न सुचून विशालचा गोंधळ उडाला. उठल्यापासूनच त्याचं डोकं जड झालं होतं. ऑफिसला यावं की नाही, या विचारात असतानाच शेवटच्या क्षणी केवळ महत्त्वाच्या मीटिंगसाठी यायचं ठरवलं होतं त्याने. मीटिंगची तयारी करायची होती, पण हा सत्या नको त्या विषयावर वितंडवाद घालत बसला होता. नाही, सत्यवादाला कवटाळून बसणं हे व्यावहारिक नव्हतंच. तो एकटाच काय तो सत्यनिष्ठ आणि बाकी सगळ्यांना हा सत्याचे धडे देत बसणार. अशावेळी मी नाही का गप्प बसत. सत्याचा राग आलेला असूनही शांतपणे विशाल म्हणाला,

''सत्या, तू म्हणतो आहेस ते खरं असलं तरी सत्याचे संस्कार सगळ्यांवर लादणं शक्य नसतं ना. ज्याच्या त्याच्या इच्छेनुसार, गुणावगुणांनुसार प्रत्येक जण वागत असतो.''

त्याला समजेल अशा भाषेत सांगितल्यावर तरी तो गप्प बसेल, अशी विशालची अपेक्षा होती.

''लादू नका; पण संधी मिळेल तेव्हा समजावून सांगायला नको?'' आता सत्या थांबेल असं वाटत नव्हतं.

''मग मी रवीला काय सांगायला हवं?''

विनाकारण वाढत जाणारी चर्चा थांबण्याचा मार्ग दिसत नसल्याने चिडचिड होऊन विशालच्या कपाळावर आठ्या दिसू लागल्या.

''तू खोटं बोलत आहेस, हे आम्हाला माहीत आहे. पुन्हा असं होता कामा नये. जे काही खरं कारण असेल ते सांगत जा, असं सांगायला हवं.''

आवाज खाली न आणता बोलणाऱ्या सत्याच्या चेहऱ्यावरचे भाव जराही बदलले नव्हते. त्याच्या जुळलेल्या भुवयांमुळे नजर जास्तच प्रखर वाटत होती.

कामाविषयी गंभीर चर्चा सुरू असताना मध्येच भलताच विषय काढून बोलणं, हे समोरच्याला गोंधळात टाकण्यासारखं होतं. याला आज शांत केला नाही तर उद्या हा रवीला सरळ फैलावर घेईल, तेही कुणाच्याही समोर. अशावेळी सगळं वातावरण बदलून जातं... थोडावेळ थांबून विशालनं सत्याला समोरच्या खुर्चीवर बसायला सांगितलं.

"पिण्यामुळे रजा घेणं हे रवीच्या बाबतीत पहिल्यांदाच घडत आहे, असं मुळीच नाही. त्याला बारमध्ये जाताना मीही या आधी पाहिलेलं आहे. त्याला पिण्याचा नाद आहे. कदाचित काही समस्या असतील, त्यामुळे पीत असेल. पण बारमध्ये जाण्यासाठी रजा हवी आहे, असं विचारलं तर ते आपल्याला आवडेल का? 'न ब्रूयात सत्यम अप्रियम' सत्य अप्रिय असेल तर बोलू नका, असं म्हणतात ना? मग आपल्याला न आवडणारं सत्य तो का बोलेल?"

लहान मुलांना समजावून सांगावं इतक्या शांतपणे बोलून त्यानं सत्याकडे पाहिलं. आता यापेक्षा जास्त काही सांगणं शक्य नाही, असं वाटलं त्याला.

"ते 'प्रियं च नानृतम ब्रूयात' असंही आहे की प्रिय असलं तरी खोटं बोलू नये, हो ना?"

सत्यानं त्वरित प्रश्न केला. याचा हटवादीपणा थांबवणं अगदीच अशक्य आहे हे ओळखून विशाल म्हणाला,

"नीट समजून घे. तू म्हणतो आहेस त्याप्रमाणे त्याला उपदेश करायला मी जाणार नाही. माझं काम व्यवस्थित पुरं केल्यानंतर मी कुठेही जाईन, तुम्हाला काय प्रॉब्लेम? असं तो विचारू शकतो. त्याच्या खासगी गोष्टीत हस्तक्षेत करत राहिलो तर नाराज होऊन तो नोकरी सोडून जाऊ शकतो. तो एक चांगला कर्मचारी आहे, हे विसरू नको. तो सोडून गेला तर कोणाचं नुकसान होणार आहे, आपलंच ना?"

"असं असेल तर नोकरी देताना प्रामाणिकपणाचा निकष का ठेवता? सकाळी दोघांच्या मुलाखती घेतल्या, त्यातील दुसऱ्यालाच का निवडला? जास्त हुशार होता तो का नाही योग्य वाटला?"

सत्याचा प्रतिप्रश्न ऐकल्यावर निरुत्तर होऊन विशालनं उसासा टाकला.

"हे बघ सत्या, एका ठरावीक प्रमाणात प्रत्येकाकडे प्रामाणिकपणा असतोच. पण इतक्या क्षुल्लक गोष्टींचा विचार करू लागलास तर या जगात तुला सुयोग्य अशी व्यक्ती सापडणं कठीण जाईल आणि कंपनी चालवणंही कठीण होईल. दहा लोक दहा प्रकारे वागणारे असतात. आपण सगळ्यांना सारखी वागणूक द्यायला हवी. कामाच्या बाबतीत तुझ्या मतांकडे मी अजिबात दुर्लक्ष करणार नाही; पण अशा विषयात मी जास्त अनुभवी आहे आणि मला जास्त समज आहे. चल आता."

आता अधिक बोलणं नको असं वाटून, निर्णायक सुरात बोलून विशाल उठला.

''तो खोटारडा आहे, हे कळल्यावर त्याच्याशी व्यवहार करणं मला जमणार नाही. इथून पुढे त्याच्याशी बोलायची वेळ आली तर तुम्ही बोला.''

''तुझ्या या बोलण्याला काय अर्थ आहे सत्या? हट्टीपणा करून एकाच गोष्टीच्या मागे लागू नकोस. त्याच्याशी न बोलून ऑफिसचं काम कसं चालेल?'

''मी तेच म्हणत होतो. त्यानं काही विचारलं तर मी उत्तर देईन; पण मला स्वतःला त्याच्याकडे जाऊन बोलावं लागेल असा प्रसंग यायला नको.''

असं बोलून सत्या तेथून उठला, पण विशालनं हात धरून त्याला थांबवलं. सत्या नाइलाजाने थांबला.

''हे पाहा, प्रत्येक माणसात खोटं वागणारा माणूस दडलेला असतो. फक्त त्याचं खोटं हे त्याचं पद, आजूबाजूची परिस्थिती यांवर अवलंबून असतं, हे पटतंय का तुला? तुझ्या म्हणण्याप्रमाणे ते सत्य स्वीकारलं नाही तर पदोपदी निराशा पदरात पडेल, तुलाही याचा त्रास होईल.''

यावर काही न बोलता सत्या तेथून निघून गेला. विशालला मात्र तेथून बाहेर पडावं असं वाटत नव्हतं. एकाच वेळी त्याच्या डोक्यात सत्याबद्दल सहानुभूती व राग हे सगळं दाटून आलं होतं. आचरणात आणता येणार नाही, असं कोरडं तत्त्वज्ञान वाचून सोडून द्यावं, नाही तर चार लोकांना सांगून समाधान मिळवावं. नाही तर असं नको तेव्हा अचानक उफाळून येतं ते. इतका चांगला मुलगा; पण ऑफिसातील सगळे याच्यापासून चार हात लांब राहणं पसंत करतात. ऑफिसमधील ती क्षिप्रा, विशालला तो प्रसंग आठवला. सत्या आणि तिच्यामध्ये भांडण झालं होतं; कारण असंच क्षुल्लक होतं. तिला ऑफिसात सोडायला व न्यायला रोज एक मुलगा यायचा. कोणी तरी तिला कुतूहलाने त्याच्याबद्दल विचारलं असता तिनं तो तिचा भाऊ आहे, असं सांगितलं होतं. काही महिन्यांनंतर तिचं लग्न ठरलं. निमंत्रण पत्रिका वाटताना तिनं सांगितलं, की तिचं लग्न त्याच मुलाबरोबर होणार आहे, पण आधी सांगितलं असतं तर घरच्या लोकांनी विरोध केला असता, म्हणून ही गोष्ट तिने लपवून ठेवली होती. झालं, तेव्हापासून सत्यानं तिच्याशी बोलणं बंद केलं. ती पत्रिका द्यायला आली तेव्हा आम्ही केबिनमध्ये एका प्रोजेक्टबद्दल चर्चा करत बसलो होतो.

''काय गं, तुझं प्रेम मिळवण्याच्या नादात भाऊ-बहिणीच्या नात्याला कलंक लागला, याचं तुला काहीच वाटलं नाही?''

तिनं दिलेली पत्रिका हातात घेऊन त्यानं विचारलं. त्या वेळचा त्याचा आवेश, त्याची तिखट नजर पाहून त्या मुलीपेक्षा आपणच जास्त अवाक् झालो होतो.

कोणाच्याही खासगी बाबीत नाक न खुपसणारा हा, निव्वळ खोटं सहन होत नाही म्हणून असं बोलला होता. ती मुलगी रडत बाहेर निघून गेली. पहिल्यांदाच इतकी घाबरून, अपराधी भावनेनं सगळ्यांना सफाई देत बसली होती ती. तिच्या मागोमाग बाहेर जाऊन, तिला समजावून, तिचं रडणं थांबवताना माझ्या नाकी नऊ आले होते. ऑफिसमध्ये तिच्या लग्नाला जाण्याचा विषय निघाला तेव्हा, ''ओहो, त्या भाऊ-बहिणीच्या लग्नाला? मी मुळीच येणार नाही.''

ती समोर आहे, याचा विचारही न करता सत्या बोलून गेला. याच्याबरोबर काम करण्यापेक्षा ती नोकरी सोडून देईल, हा माझा अंदाज खरा ठरला. लग्नानंतर ती आली ती राजीनामा देण्यासाठीच.

''सर, इथलं वातावरण खरोखरच चांगलं आहे. मी इथे अगदी रमले होते; पण सत्या सर. त्यांची लागट बोलणी सहन करत इथे काम करत राहायला मी काही गेंड्याच्या कातडीची नाही. त्या वेळी माझ्या घरातली परिस्थिती काय होती ते माझं मलाच माहीत. मी काही जगाला स्पष्टीकरण देत फिरणार नाही. त्यातही ही माझी खाजगी बाब आहे. मी या कारणासाठी नोकरी सोडत आहे, हे माझ्या पतीला माहीत नाही. तो महासंतापी आहे. सत्या सरांना ठोकून काढायलाही मागेपुढे पाहणार नाही. मला ते नको आहे; कारण आज मी जे काही आहे ते सत्या सरांमुळेच. त्यांनी कामाचं इतकं उत्तम ट्रेनिंग दिलं आहे, की त्यामुळेच आज मला दुसरीकडे नोकरी मिळणं शक्य झालं आहे. माझ्यातर्फे त्यांना आभारी आहे, असं सांगा. तुम्हीही मला नोकरीची इतकी चांगली संधी दिलीत त्याबद्दल तुमचेही आभार.''

ती अत्यंत विनयानं बोलत होती. तिला शुभेच्छा देऊन निरोप दिला आणि सत्याला बोलवून घेतलं.

''अच्छा, तीच ही. भाऊ तोच नवरा... नवऱ्याला माझ्याविषयी न सांगून, मी केलेल्या उपकाराची परतफेड केली आहे असंच सांगत होती ना तुम्हाला? ते एक प्रकारचं स्पष्टीकरणच होतं. सलणारी अपराधी भावना. असो. ज्या लग्नासाठी खोटं बोलावं लागतं त्या संसाराविषयी मला तिरस्कार वाटतो.''

त्यानं त्याचं मत सहज व्यक्त केलं; पण मला मात्र आता राग आला होता.

''ही सगळी कथा मी तुला सांगावी, अशी मुळीच इच्छा नव्हती तिची. तिचा चांगुलपणा तुला कळावा एवढ्यासाठीच मी तुला सगळं सांगितलं. हो, तिनं तिची कृतज्ञता तुझ्यापर्यंत पोहोचवायला मात्र मला सांगितलं होतं.''

''तुम्हाला कळलं नाही का? मी तिला शिकवलं, त्याचं ऋण तिच्या माथ्यावर आहे. ते फेडण्यासाठी तिनं या संधीचा उपयोग करून घेतला. ते ऋण आता फिटलं आहे, हे मला कळल्याशिवाय तिला समाधान कसं मिळणार? यासाठी तिने तुमचा वापर केला.''

"महान आहात! तुम्हाला हात जोडून नमस्कार."

असं म्हणत बाहेर पडलो. तेव्हा मात्र तो आश्चर्याने माझ्याकडे पाहत राहिला होता. हा प्रसंग आठवून विशालला खळखळून हसू आलं. या पुण्यात्म्याशी कुठून गाठ पडली आपली, असा विचार करत असताना सत्याच्या पहिल्याच भेटीत त्याच्याकडून मिळालेली माहिती त्याला अस्पष्टपणे आठवू लागली. मुंबईतील कुठल्यातरी गल्लीत जन्मलो आणि वाढलो असं त्यानं सांगितलं होतं. आई-वडिलांविषयी सुद्धा काही तरी गोंधळात टाकणारं असं बोलला होता. त्या वेळी आपल्याला ते फारसं महत्त्वाचं वाटलं नव्हतं; शिवाय ती मुलाखत विलक्षण अशीच झाली होती. हा प्राणी इतका विचित्र आहे, हे माहीत असूनही त्याची प्रत्येक गोष्ट आपण लक्षपूर्वक ऐकत आलो आहोत. केव्हातरी सावकाशीनं, वेगळा वेळ काढून याला सगळं विचारायला हवं. सत्याच्या या व्यक्तिमत्त्वाची पार्श्वभूमी नक्कीच सुरस असणार, असं मनाशी म्हणत विशाल बाहेर पडला.

चार

विशाल घरात आला तेव्हा सुलभाचं जेवण आटोपत आलं होतं. तो सकाळी उशिरा उठला होता. तो काही न खाताच ऑफिसला गेला होता, हे लक्षात घेऊन तो येताक्षणीच गंगाबाईंनी त्याचं ताट वाढायला घेतलं. हात धुऊन येता येता त्यानं आजूबाजूला नजर टाकली. बाबूराव खुर्चीत बसून पेंगत होते. सुलभाचं लक्ष तिच्या ताटाकडे होतं. सुलभानं जेवण आटोपताच विशालकडे पाहिलं; पण त्याचं लक्ष दुसरीकडेच असल्यानं तिच्या नजरेतील प्रेम, उत्साह त्याला दिसलाच नव्हता. त्यांच्यातला दुरावा, कडवटपणा घालवण्याची संधीच त्यांना मिळत नव्हती. त्यामुळे आपापल्या भूमिका सिद्ध करणं त्यांच्यासाठी गरजेचं ठरलं होतं. तो तसा प्रयत्न करतही होता; परंतु समोरून प्रतिसाद मिळत नव्हता.

त्यानं जेवायला सुरुवात केली. आता मोटाराम यायची वेळ झाली होती. तो येऊन बाबूरावांना हवं-नको पाहून, त्यांना खोलीत नेऊन झोपवायचा आणि इथेच जेवण करून जवळच्याच एका घरात कामाला जायचा. दोन तासांनी परत येऊन तो बाबूरावांना व्हीलचेअरवर बसवून खोलीबाहेर आणायचा. त्यांना चहा देऊन, नंतर वृद्धाश्रमाकडे जायचा. तेथून रात्री पुन्हा एकदा इकडे येऊन बाबूरावांचं आवरून मगच तो त्याच्या घरी जात असे.

"दादाचा फोन आला होता. मी दिल्लीला जाऊन यायचं म्हणते आहे, तसं आईंना सांगितलं आहे,"

ताटं उचलताना सुलभा म्हणाली. यावर तो रागावून म्हणाला,

"सुलभा, अशा स्थितीत कशासाठी जायचं आहे दिल्लीला? आणि कशी जाणार आहेस? काही कमी-जास्त झालं तर कोण जबाबदार?"

आपल्याला मूल नाही, याची खंत गेल्या सात वर्षांत त्यानं कधीही बोलून दाखवली नव्हती; परंतु ती उणीव मनात खोलवर मूळ धरून होतीच. दोघांच्याही

सगळ्या टेस्ट झाल्या होत्या. कोणामध्येही दोष नव्हता; तरीही न अंकुरलेली काया... असो. तो मन घट्ट करून ऑफिसच्या कामात स्वतःला गुंतवून टाकत असे. शेवटी उभयतांची इच्छा पूर्ण होऊन आता शिखर गाठायचं बाकी होतं. त्याच वेळी हिचं हे बालिश वागणं, आणि विरोध मोडून काढण्याची तिची पद्धत तर पाहा...

"एवढीशी तर गोष्ट. इथून पुण्यापर्यंत रेल्वे, तिथून विमानाने दिल्ली. डॉक्टरांनी जायला परवानगी दिली आहे. आई-बाबांना भेटावसं वाटतंय मला. त्यांनाही इच्छा आहेच मला भेटण्याची. तर जाऊन यावं म्हणते."

हात धुताधुता ती निर्धाराने म्हणाली. ती हट्टी झाली आहे. इतकंच नाही, इतकी महत्त्वाची गोष्ट अगदी क्षुल्लक समजत आहे ती. हातातला घास त्यानं परत ताटात टाकला.

"दिल्लीला कसं जायचं ते मला माहीत आहे. मी त्याबद्दल विचारत नाहीये; पण हा काय वेडेपणा चालवला आहेस? तुझ्यासारख्या मुलीला इतकीही अक्कल नसावी? मी बोलतो समीरशी. "

पण त्याला विरोध करत सुलभा म्हणाली,

"तुम्ही काहीतरी सांगून त्याला घाबरवू नका. मी त्याला सगळी कल्पना दिली आहे." तिचं बोलणं संपेपर्यंत त्याचा राग शिगेला पोहोचला होता.

"तुझं तोंड बंद कर आधी," विशाल ओरडला.

बाबूरावांनी घाबरून त्याच्याकडे पाहिलं. गंगाबाईसुद्धा स्वयंपाकघराच्या दारात येऊन उभ्या राहिल्या. जेवणाचं ताट बाजूला सारून विशालनं फोन हातात घेतला. क्षुल्लक गोष्ट असेल, छोटासा राग असेल म्हणून लक्ष दिलं नाही तर अतिरेक करायला लागली, असं मनाशी म्हणत त्याने समीरला फोन लावला.

"हॅलो समीर, मी बोलतोय. सुलभाचा हा काय वेडेपणा चाललाय? दिल्लीला यायला निघाली आहे! आणि तुझी याला संमत्ती आहे? इथून दिल्लीला जायला थेट विमान नाही. पुण्याला जाऊन तेथून दिल्लीला जायला हवं. तुला कळतंय ना मी काय म्हणतो आहे ते? इतकी कसरत करून जाण्यासारखी तिची आताची स्थिती आहे का? आणि जाणं इतकं गरजेचं आहे का?"

विशालचा आवाज चढला होता. पलीकडून सावध प्रतिक्रिया आल्यानं पुन्हा बोलताना त्यानं आवाज कमी केला.

"हो. मला माहीत आहे. आधी किती वेळा धावपळ करत असायची; पण मी तिला कधी अडवलंय का? डॉक्टर पुन्हा पुन्हा सांगत आहेत, की खूप काळजी घ्यायला हवी आहे, असं असताना हिनं असं वागणं बरोबर आहे का? मला राग नाही का येणार? तूच सांग."

पुन्हा तिकडून बोलणं. इकडून पुन्हा...

"हवं असेल तर मी तिच्याबरोबर येतो, पण डॉक्टरांनी खूप काळजी घ्यायला हवी, जपायला हवं असं आवर्जून सांगितलं असतानाही तिचा असा हट्ट का, हे मला खरंच कळत नाहीये. तुझ्या चुटकीला तूच समजाव आता."

असं म्हणून त्यानं फोन तिच्यासमोर धरला. काहीशी दूर उभी राहून सगळं ऐकत असलेली सुलभा सावकाश चालत पुढे आली.

"हॅलो दादा, हो. मी नंतर बोलते."

असं म्हणून तिनं फोन बंद केला. बोलताना तिचे शब्द जड झाले होते व डोळे भरून आले होते. एका हातानं आधार घेत घेत, पोट सावरत सावकाशपणे जिना चढणाऱ्या आपल्या गरोदर पत्नीकडे पाहत विशाल जेवण सोडून तसाच खुर्चीत बसून राहिला. त्याच्या मनात तिच्याविषयी प्रेम आणि करुणा या भावना एकदमच उफाळून आल्या....., कसला हट्ट धरून बसली आहे ही. यावेळी आपण जरा नमतं घ्यायला हवं होतं. ती अशा स्थितीत असताना, माहेरी जावं असं वाटण्याइतका त्रास दिला. आता जेवण घशाखाली उतरणं शक्य नाही, असं वाटून हात धुऊन तो भराभर तिच्यामागे वर गेला. एक उसासा टाकून गंगाबाईंनी विशालचं ताट झाकून ठेवलं व तो खाली यायची वाट पाहू लागल्या. काही वेळातच वरून येणारे आवाज थांबले. बहुधा त्यांच्यातील भांडण मिटलं असावं. बाबूराव पुन्हा डुलकी घेऊ लागले.

"काय काय घडतंय ते पाहताय ना?"

बायकोनं जवळ येऊन हळूच विचारल्यावर त्यांनी मिटल्या डोळ्यांनीच हुंकार दिला.

विशाल भराभर जिना चढत सुलभाच्या आधी वर पोहोचला व बेडरूमच्या दारात तिची वाट पाहत उभा राहिला. सुलभा खाली मान घालून त्याच्या बाजूनं आत शिरली. तिच्या मागोमाग खोलीत जाऊन त्यानं दार लावून घेतलं व पाठमोऱ्या तिला हळूच मिठीत घेतलं. तिनं विरोधही केला नाही व प्रतिसादही दिला नाही. काही वेळ तसाच उभा राहून त्यानं तिला आपल्याकडे वळवलं. आता तिचं पोट मध्ये येत होतं.

"चुटकी, मला किती दूर ठेवलं आहेस. तुला मिठीत घ्यायचं म्हणजे पोटाला शिडी लावूनच चढायला हवं. आणि हो, शिडीची वेगळी रचना करावी लागेल. पोटातल्या आपल्या राजकुमाराला त्रास होणार नाही अशी. मोठं किचकट प्रोजेक्ट असेल ते."

गंभीरपणाचा आव आणत तो म्हणाला. आपल्या चेहऱ्यावरचं हसू त्याला दिसू नये म्हणून ती पलंगाकडे वळली. तिला जवळ घेऊन डोळे मिटून पडल्यावर,

गेल्या तीन दिवसांत त्यांच्या नात्यात आलेला कडवटपणा हळूहळू विरघळत गेला.

'चुटकी' म्हणत त्यानं तिच्या कपाळावर ओठ टेकले व तिला आणखी जवळ ओढलं. ती मात्र गप्प होती.

"चुटकी, तीन दिवसांपासून रागावली आहेस माझ्यावर. तू असं कसं करू शकतेस? तुझ्याशिवाय मला कोण आहे?"

आता एकमेकांच्या नजरेत नजर गुंतली होती ते परस्परांच्या सहवासात गुंग झाले होते. इथे नाटक नव्हतं. खऱ्याखुऱ्या भावनांनीच परस्परांना बांधून ठेवलं होतं.

"का इतका हट्ट करते आहेस? या आधीही आपल्यामध्ये मतभेद होतेच की. मग आताच त्याचा मोठा इश्यू करून, माझ्यावर रागावून तू एकदम गावाला निघाली आहेस? तू नसशील तर माझं काय होईल?"

असं विचारत विशालनं लहान मुलासारखं तिच्या छातीवर डोकं टेकवलं. तीसुद्धा त्याच्या डोक्यावरून, केसातून हात फिरवत पडून राहिली. खूप हलकं वाटून त्यानं डोळे मिटून घेतले.

"मग काय करायचं? तुम्ही माझ्यावर दडपण आणता. तुमची इच्छा नसताना मी का राहावं इथे?" तिनं विचारलं. ती भावुक झाली आहे, हे त्याला जाणवलं. तिच्या डोळ्यांत पाणी जमलं होतं.

"सॉरी चुटकी. तुला त्रास होईल, असं पुन्हा नाही घडणार. प्रेम असतं ना, तिथेच हुकमत असते, हे तुला कळलं नाही का अजून?"

त्यानं पुन्हा प्रश्न विचारताच तिनं होकारार्थी मान हलवली.

"प्रेमानं सांगून ऐकलं नाहीस, की ओरडून सांगण्याची वेळ येते कधी कधी. तरीही एक गोष्ट लक्षात ठेव. माझ्यासाठी आई-बाबा, मैत्रीण-वायको सगळं काही तूच आहेस. तुझ्यावर रागावणं, जबरदस्ती करणं मला जमणार नाही."

आता तो भावुक झाला होता. लग्नानंतर सुलभा आयुष्यात आली आणि जगणं अक्षरशः सुलभ झालं. कसलीही कटकट न करता माझ्या मनाप्रमाणे वागणारी सुलभा. लग्नाआधीही ती अशीच होती. लग्नाचा थाटमाट नको, या माझ्या मताचा मान ठेवून, कुरबूर न करता ते मान्य केलं तिनं. मोठ्या पगाराची नोकरी सोडून इकडे आली. आपल्यावर तिच्या अपेक्षांचं ओझं न टाकता मनापासून प्रेम केलं तिनं. म्हणून तर ती चार दिवस नसली, तर तिच्याशिवाय आपल्याला अस्तित्त्वच नाही, असं वाटू लागतं. माहेरी गेली तरी मला इथे कंटाळा येईल म्हणून लगेच परत यायची ती. लहानपणापासून प्रेमाला वंचित असलेला, स्वभावानं कोरडा झालेला मी, ती आयुष्यात आल्यानंतर बदललो, शांत झालो. जगण्यात एक प्रकारचा हुरूप आला. माझ्यातला कोरडेपणा कमी झाला. आईशी प्रेमानं वागून तिच्या नवऱ्याचा त्रास सहन करू लागलो. ती ऑफिसमध्ये आपल्याबरोबरच असते, भरपूर कामही

करते. विशेष म्हणजे मूल नसल्याची खंत आम्हा दोघांनाही कधीच वाटली नव्हती. अशी बायको मिळायला भाग्य असावं लागतं, असं म्हणत तिच्या डोळ्यांत पाहून विशालनं तिचं दीर्घ चुंबन घेतलं. तिच्या पोटावरून हात फिरवताना त्याला खूप छान वाटत होतं. काही वेळानं तो पुन्हा तिच्या शेजारी जाऊन झोपला.

"आजपर्यंत तुझ्या मतांना मी कधी जास्त विरोध केला नाही; पण हे तुझं म्हणणं मात्र मी कधीच मान्य करणार नाही. विशाल, तू हा विषय प्लीज सोडून दे. मला खूप त्रास होतो आहे याचा."

संथपणे, पण ठाम आवाजात तरीही विनंती केल्याप्रमाणे ती म्हणाली. रागाचं कारण झालेल्या घटनेसंदर्भात एकमत झालं नसेल, तर तो विषय पुन्हा डोकं वर काढतोच. अबोल्यातील दिवस-रात्री, अनोळखी असल्यासारखं खोटं खोटं वागणं हे सगळं पुन्हा सुरू व्हायला नको, या उद्देशाने तो म्हणाला,

"चुटकी, माझं बोलणं पुन्हा एकदा सावकाशपणे आठव. तशीच वेळ आली तरच ....याचा अर्थ कळतो ना? तुझ्याबरोबर चर्चा केल्याशिवाय, तुझं मत विचारात घेतल्याशिवाय कधीही पुढचं पाऊल टाकलेलं नाही मी. तुझ्या मताला किंमत दिली नाही, असं आजपर्यंत कधी झालंय का?"

त्याच्या या बोलण्यामुळे तिला थोडा विश्वास वाटू लागला.

"आता या विषयावरून तू चिडचिड करायची नाही. आपल्यामध्ये हा विषयच नको. तुला त्रास होईल, असं मीही यापुढे कधी वागणार नाही. माझ्या बोलण्यावर तुझा भरवसा आहे की नाही?"

यावर सुलभाने होकार देत मान हलवली.

"ठीक आहे. हा विषय आता बंद."

तो म्हणाला. त्याच्या या बोलण्यावर, एकदा आपल्या पोटावर हात ठेवून त्याला शपथ घ्यायला लावावी, असं तिच्या मनात आलं होतं; पण तो पुन्हा चिडेल असं वाटून ती गप्प बसली. तो म्हणतो ते खरंच आहे. माझं मत विचारल्याशिवाय तो कधीही, कसलाही निर्णय घेत नाही. या बाबतीतही माझ्यापासून लपवून, गुप्तता राखून हे करणं त्याला सहज शक्य होतं. तरीही पत्नी या नात्यानं त्यानं मला सगळं सांगितलं. मात्र नंतर तीन दिवस तो बेचैन होता. कालपर्यंत त्याला झोप लागत नव्हती, हे आठवून तिनं प्रेमानं त्याच्याकडे पाहिलं. तो शांत झोपला होता. श्वासोच्छ्वासाच्या लयीत त्याच्या घोरण्याचा आवाज येत होता. भुरळ पाडणारे नाक-डोळे असलेला सुंदर, प्रिय असा पती. त्याला घट्ट मिठी मारावी, असं वाटलं तिला. पण नको, त्याला जाग येईल. ती बाजूला सरली. तो झोपला आहे, हे सत्याला कळवावं का? नको, मेसेजच टाकू या; पण फोन हाताशी नव्हता. थोड्या वेळानं बघू, असं म्हणून ती उशीला रेलून पडून राहिली. पण आठवणी जाग्या झाल्याच.

...लग्न थाटामाटात नको म्हटल्यावर आई-बाबा निराश झाले होते. दादाला मात्र ते योग्य वाटलं होतं. माझ्या खोलीत विशाल व मी बोलत बसलो होतो.

"मला खूप मोठा पल्ला गाठायचा आहे. खूप पुढे जायचं आहे, हे समजून घेणारी जोडीदार मला हवी आहे. मी फिरायला नेणारा, सिनेमाला घेऊन जाणारा नवरा नाही. आधीच तुला परिस्थितीची स्पष्ट कल्पना देतो आहे. मला साथ द्यायला जमेल का? सांग." झटक्यात बोलून टाकणाऱ्या त्याच्याकडे मी एकटक पाहत होते. तुडुंब भरलेला आत्मविश्वास, आधाराची शाश्वती देणारे विचार, देखणं रूप. हा आयुष्यात कधीही हरणार नाही, असंच वाटलं. त्याच्या विजयात भागीदार व्हायला आवडेल, असं वाटून पटकन 'हो' म्हणून टाकलं. "थँक्स सुलभा," असं म्हणून तो तडक बाहेर गेला, तेव्हा मात्र माझी थोडी निराशा झाली. हात हातात घेणं नाही की तू किती सुंदर आहेस, असं म्हणून स्तुती करणं नाही. उतावीळ होऊन मीही बाहेर आले. माझा निर्णय चुकीचा नाही, असं मन सांगत होतं. तरी आत कुठे तरी चलबिचल होती. दादानं विचारल्यावर माझा होकार सांगितला.

आम्ही तेव्हा पुण्यात राहत होतो. काही दिवसांनी तो आला व मला सरळ सिंहगडावर फिरायला घेऊन गेला. तेथे बोलता बोलता त्यानं त्याच्या भूतकाळाची मला थोडक्यात ओळख करून दिली व भविष्यातील त्याच्या योजना व त्यासाठी केलेली सिद्धता या विषयीची कल्पनाही दिली. त्याच्या बोलण्यावरून घरातला कर्ता पुरुष तो आहे, वडील फक्त नावापुरते आहेत याची मला कल्पना आली होती. सुमारे दोन तास माझा हात हातात घेऊन तो बोलत होता, त्यावेळी मनात धाकधूक असूनही मी खूश होते. तो ठाम विचारांचा आहे, त्याचं जीवनाचं ध्येय अगदी स्पष्ट आहे, एवढं सगळं असताना आणखी दागिन्यांची काय गरज? असंही वाटून गेलं. त्याचं लहानपण गरिबीत गेल्यामुळे स्वभावात काहीसा कोरडेपणा आलेला होता; पण काही दिवसांनी बदलेल, असा विश्वास वाटला. आता सात वर्षं झाली तरी अजूनही तो कोरडेपणा शिल्लक आहेच, असं वाटून सुलभाचं लक्ष पुन्हा त्याच्याकडे वळलं. तो शांत झोपला होता. ती हळूच उठली आणि फोन घेऊन खाली उतरली.

सुलभा ऑफिसात आली तेव्हा सगळे आपापल्या कामात व्यस्त होते. सत्या मनिषाच्या टेबलाजवळ उभा होता. कॉम्प्युटरकडे पाहत त्यांचं काही तरी बोलणं चाललं होतं. न घाबरता सत्याजवळ बोलणारी फक्त मनिषा होती ऑफिसमध्ये. त्याला तिचं जरा जास्तच कौतुक आहे, असा विचार करत सुलभा आपल्या खुर्चीवर बसून मेल चेक करू लागली. समीर दादाचा मेल आला होता. आपल्या पत्राला एका तासाच्या आत उत्तर दिलंय त्यानं, सुलभाला आनंद झाला.

प्रिय चुटकी,

तीन दिवस हॉस्पिटलमध्ये होतो. बाबांची केमो चालू होती ना, आज सकाळीच डिस्चार्ज मिळून घरी आलो. बाबा अतिशय अशक्त झाले आहेत. तीस सेशन करावी लागतील, असं डॉक्टर म्हणत आहेत. ते सहन करण्याची शक्ती बाबांच्यामध्ये आहे का, याची मला शंका आहे. तसं डॉक्टरांजवळ बोललो असता दुसरा पर्यायच नाही, असं ते म्हणाले. आम्हीच बाबांना मृत्यूच्या जबड्यात ढकलतो आहे की काय, असं वाटू लागतं गं. लवकर उपचार सुरू झाले असते तर आजार इतका बळावला नसता, नाही का? घाबरून गेल्यामुळे असे विचार मनात येत असावेत; पण त्याचा काहीच उपयोग नाही. येणाऱ्या प्रसंगाला तोंड देण्याइतकी खंबीर आहे, असं आई वरवर दाखवते; पण आमच्या नकळत डोळ्यांतून पाणी काढत असते. असो.

आता तुझ्या विषयाकडे वळतो. तुझा मेल पाहिला होता; परंतु वाचायला जमलं नव्हतं. आता विशालजवळ बोलणं झाल्यावर वाचला. भावनेच्या भरात लिहिलं आहेस, असं दिसतंय. आता सांगतो ते ऐक. विशाल वास्तववादी आहे, थोडा हट्टी आहे हे खरं आहे. परंतु या स्थितीत तू एकटी गावाला यायला निघालीस, हे कळल्यावर तो रागावला आणि माझ्यावर चिडला. तू या गोष्टीला कबूल झालासच कसा, वगैरे मला खूप बोलला, ताशेरे झाडले. यावरून काय दिसून येतं, याचा तूच विचार कर. आणखी एक... तू माझी व त्याची तुलना करू नको. मी थोडा मृदू मनाचा, भावनाशील माणूस आहे. माझ्याबाबतीत म्हणशील तर निर्धारापेक्षा भावनेचं पारडं जड असतं. रागाच्या भरात तुला त्याचे काही दोष दिसू लागले असतील तर ते जरा बाजूला सारून ठेव. हे पत्र पुन्हा एकदा वाच, समजून घे. मनात असलेलं सांगून टाकलंस हे बरं केलंस. त्यामुळे तुला आता मोकळं वाटत असेल ना? आता बाळाकडे लक्ष दे. विशाल त्याच्या व्यवसायात खूपच चांगली प्रगती करत आहे, असं दिसतंय. नवीन बिल्डिंग भाड्यानं घेऊन तेथे ऑफिस हलवणार आहे, असं कानावर आलं आहे. छान!

तुला भेटावंसं वाटतंय गं. शक्य झालं तर आईलाही घेऊन येईन. तुम्हा दोघांनाही आशीर्वाद.

तुझा लाडका
समीर.

दादाचं पत्र वाचून सुलभाचे डोळे पाणावले. आईला भेटायच्या कल्पनेत हरवलेली ती दोन मिनिटं कॉम्प्युटरकडे नजर लावून स्वस्थ बसून राहिली. काही वेळानं समीरला टाकलेला मेल तिनं पुन्हा वाचून काढला, आणि मेलमधील तिचा तक्रारीचा सूर पाहून तिचं तिलाच हसू आलं. त्या वेळी आपली मन:स्थितीच तशी होती, त्याला मी काय करणार? असं म्हणत असतानाच सत्याचा आवाज कानावर आला.

''दादांना खाली यायला अजून वेळ आहे का?''

''विशाल झोपलाय. थोड्या वेळानं उठवते. रात्रभर झोप नव्हती त्याला.'' ती म्हणाली.

त्यावर काहीच न बोलता सत्या त्याच्या जागेवर जाऊन बसला. त्याच्याकडे पाहता पाहता सुलभाची नजर मनिषाकडे वळली. ती कामात मग्न होती. बारीक अंगकाठी पण उंच बांधा. चमकदार डोळे. काहीशी अबोल अशी ही मनिषा. ती कामात उत्तम आहे, अशी विशालनं केलेली स्तुती तिला आठवली. पाठोपाठ सत्याची व तिची जोडी अगदी परफेक्ट आहे, असं तिच्या मनात आलं. ती दोघं बोलत असताना सुलभाची नजर वारंवार त्यांच्याकडे जात होती व तिला मजा वाटत होती. ते फक्त ऑफिसचे विषय बोलत नसून त्यांच्यात त्याहीपेक्षा जास्त असं काही तरी शिजत असावं. पण याची खात्री कशी करून घेणार? त्या दोघांकडे पाहताना, आपल्या मनात आलं आहे ते खरंच आहे, असं तिला वाटू लागलं. या बाबतीत आपल्याला काय करता येईल का? पण या प्रश्नाचं उत्तर माहीत नसल्यानं तिनं आपल्या कामाकडे लक्ष वळवलं.

पाच

“आई, हल्ली कधी कधी पोटात माशाचं पिल्लू पळापळो करत आहे, असं वाटत राहतं.”

स्वयंपाकघराच्या दारात उभं राहून सासूबाईंजवळ बोलताना, मनावर असलेलं ओझं दूर होऊन सुलभाला हलकं वाटू लागलं. इतर सगळ्या गोष्टी गौण वाटून ती गर्भातल्या हालचालींकडे लक्ष देऊ लागली आणि तिला एकदम हुरूप आला. हातातलं काम टाकून गंगाबाई सुनेजवळ आल्या.

“आता असं वाटतंय; पण थोडे दिवस जाऊ देत. रात्री झोप येणार नाही, अशा लाथा बसतील आतून.”

हे ऐकून सुलभा खळखळून हसली.

“गर्भार असूनही तुझ्या चेहऱ्यावर जराही तेज दिसत नाही बघ. बहुधा मुलगा होणार असा माझा अंदाज आहे.”

असं त्यांनी म्हणताच सुलभाचा चेहरा खुलून उठला. खरं तर तिला मुलगाच हवा होता. वंशवृद्धीसाठी मुलगा हवा, असले काही विचार नव्हते तिचे. पण विशालचं प्रतिरूप म्हणून मुलगा हवा होता. बाळाच्या कल्पनेत हरवून गेलेल्या तिच्या चेहऱ्यावरचे भाव निरखत गंगाबाई समोरच उभ्या होत्या. “मध्येच काही वाटलं तर सांग, मनात काही प्रश्न, शंका असतील तर खुशाल बोल माझ्यापाशी.” सासू-सुनेचा असा संवाद चालला असतानाच मोटाराममनं घरात प्रवेश केला होता. पण गप्पा मारणाऱ्या त्या दोघींना त्याची चाहूलही लागली नाही. सुलभाजवळ येऊन तो म्हणाला,

“मुलगा होणार या कल्पनेनं हुरळून जाऊ नकोस. मुलगा म्हणजे गायीसारखा. सांभाळायला मोठा कठीण. मुलगी झाली तर म्हैस. खेळता खेळता तिची ती मोठी होते.”

''मुलगाच हवा असं काही माझ्या मनात मुळीच नाही.'' सुलभा लाजून म्हणाली.

''मुलगाच होऊ दे, असं म्हणण्याचे आमच्या वेळचे दिवस गेले आता मोटाराम. आता सगळ्यांना मुलगीच हवी असते. मुलगा काय किंवा मुलगी काय, काहीही झालं तरी काय फरक पडतो?'' गंगाबाईंनी सुनेला पाठिंबा दिला. बाबूरावांनी बसल्याबसल्याच मोठ्याने हूं... असा हुंकार दिला.

''मालकांनीच असं म्हटल्यावर दुसरं काय बोलणार?''

असं म्हणत मोटाराम बाबूरावांकडे वळला.

''तुळजाभवानी जे काही पदरात टाकेल ते आनंदाने स्वीकारायचं. सध्या तिची कृपादृष्टी आहे ना, तेवढं पुरेसं आहे.''

निरागस मनानं गंगाबाई म्हणाल्या व अधिक विचार न करता सुनेकडे वळल्या. या घरात किती दिवसांनी असं शांत, आनंदी वातावरण दिसत आहे, असं मोटारामच्या मनात आलं. त्या दोघींच्या मनातही तीच भावना होती. काही वेळ एकमेकींसोबत घालवल्यावर, गंगाबाई नवऱ्याच्या जेवणाची तयारी करायला निघाल्या.

''तू जेवून घेतेस की विशालसाठी थांबणार आहेस?'' त्यांनी सुलभाला विचारलं.

''त्यांना येऊ दे. संध्याकाळी फळं व दूध घेतलं आहे मी. डाळिंब जरा जास्तच खाल्लं गेलं आज. अजून भूक नाही लागली.''

असं म्हणून ती ऑफिसच्या दिशेनं निघाली. विशाल सत्यासोबत बसला होता. दोघेही सगळं विसरून कामात बुडालेले होते. सत्या काहीतरी तपशीलवार सांगत होता व त्यातील महत्त्वाचे मुद्दे विशाल कागदावर टिपून ठेवत होता. काही बाबतीत सल्ला, सूचना देत होता. बाकीचे कर्मचारी हळूहळू घरी निघाले होते. सुलभा त्या दोघांच्या मागे येऊन उभी राहिली.

''एकूण पाहता, सध्या ते वापरत असलेल्या बोर्डपेक्षा आपण आता तयार केलेल्या सुधारित बोर्डची कार्यक्षमता अधिक आहे. इलेक्ट्रिक विभागानं आपलं काम लवकर संपवलं तर उत्पादनाची गती वाढेल व माल बाजारात लवकर पोहोचेल. एक-दोन तासांत मी तुम्हाला आकडेवारी दर्शवणारा तपशीलवार मेल पाठवतो. तो तुम्ही एकदा वाचून घ्या. काही शंका असतील तर रात्री पुन्हा बोलून घेऊ व नंतर त्यातील मजकूर आहे तसा किंवा सुधारून तुम्ही त्यांना पाठवू शकता.''

सत्याच्या बोलण्याशी विशाल सहमत होता. ग्राहकांना जो तपशील द्यायचा होता, त्याबद्दल आधीच त्यांच्याजवळ बोलून घेतलं, तर चर्चेला बसल्यावर पूर्वपीठिका सांगण्यात वेळ घालवावा लागत नाही व सरळ मुद्द्याला हात घालता

येतो. शिवाय मीटिंग यशस्वी होते. ठीक आहे, असंच करू या, असं म्हणत उठत असताना सुलभा इथे आलेली आहे, हे विशालला जाणवलं. त्यानंतर सत्याही उठला. तासन्‌तास एका जागी बसून काम केल्याने दोघेही थकले होते; तरीही त्यांच्या चेहऱ्यावर काम केल्याचं समाधान होतं.

"आज एवढं काय चाललंय? शेवटच्या क्षणापर्यंत काम?"

"उद्या दुपारनंतर पुण्याला एक महत्त्वाची मीटिंग आहे. एका नव्या ग्राहकाबरोबर. हे काम फत्ते व्हायलाच पाहिजे. म्हणूनच त्या दृष्टीने तयारी चालली होती."

असं म्हणून विशाल उठला.

"दिल्लीची पार्टी आहे. काही कार्यक्रमानिमित्त ते पुण्याला येणार आहेत. त्याच वेळी मला भेटावं, अशी त्यांची इच्छा आहे. आपलं काम त्यांच्या पसंतीला उतरलं, तर ही ऑर्डर आपल्यालाच मिळेल व दिल्लीतील 'ए वन कंपनी' आपली ग्राहक होईल. असं झालं तर एक मोठा टप्पा साध्य केल्यासारखं होईल. त्याबरोबरच पैसा आणि नावही होईल."

विशाल, सत्या व सुलभा तिघंही घराकडे निघाली. आधी सत्या घरात शिरला. बाबूराव दृष्टीस पडल्यावर डोक्यातली सगळी कामं त्यानं बाजूला सारली. सकाळचा त्यांचा उतरलेला चेहरा त्याला आठवला. अजूनही तो काहीसा तसाच होता.

"कसे आहात बाबा?" त्यांच्या समोर उभं राहून सत्यानं विचारलं.

त्यांच्या डोळ्यांत थोडीशी चमक दिसून आली त्याला. मोटाराम त्यांना भरवत होता. त्याच्या हातातलं ताट आपल्याकडे घेऊन तो बाबूरावांना भरवू लागला. ते नेहमीपेक्षा हळूहळू जेवत होते. बाबूरावांचं जेवण होईपर्यंत त्याला उशीर होणार होता. याला आता भूक लागली असेल; शिवाय त्याला चहाची सवय नाही. असा विचार करत गंगाबाईनी विचारलं, "सत्या, तुझ्याकरता ज्यूस आणू?"

"नको आई, आश्रमात जाऊनच जेवेन." सत्या लगेच म्हणाला.

"आमच्या घरात पाण्याचा थेंबसुद्धा तोंडात घ्यायचा नाही, असं ठरवलं आहेस का?" गंगाबाई वैतागून म्हणाल्या.

हा प्रश्न त्याला अनेक वेळा विचारला गेला होता. थातुरमातूर कारणं न देता, प्रत्येक वेळी 'तसं काही नाही' एवढंच बोलून तो गप्प बसायचा. त्याला जास्त आग्रह करून खायला भाग पाडलं तर त्याला आवडणार नाही व तो दुखावला जाईल, अशा भीतीने गंगाबाईही जास्त बोलायच्या नाहीत, परंतु घडणाऱ्या गोष्टींकडे त्यांचं बारीक लक्ष असायचं. बाबूरावांचं जेवण झाल्यावर सत्यानं हातातलं ताट मोटारामकडे दिलं. हात धुऊन त्याने बाबूरावांच्या पायांवर डोकं ठेवलं. नंतर त्यानं गंगाबाईंना नमस्कार केला व तो देवघराकडे निघाला. हे सर्व पाहत असलेल्या सुलभाने चेष्टेच्या सुरात, हसत हसत त्याला विचारलं,

"दररोज न चुकता आई व बाबांच्या पाया पडतोस तू. त्यामुळे काय मिळतं रे?" संध्याकाळपासूनच तिचा मूड छान होता. विशालबरोबरचं भांडण मिटल्यामुळे तिला अगदी मोकळं वाटत होतं. त्याच आनंदात ती सत्याची गंमत करीत होती. त्यात मुद्दाम डिवचल्यासारखं काहीच नव्हतं. सत्या त्यावर लगेच काही बोलला नाही; पण देवघरातल्या विठ्ठल मूर्तीचं दर्शन घेऊन आल्यावर म्हणाला,

"तुमच्या ऑफिसात कामाला येतो ते व्यर्थच गेलं म्हणायचं."

सत्याचं गंभीर बोलणं ऐकून सुलभाच्या चेहऱ्यावरचं हसू मावळून गेलं. सत्याच्या अंतरंगात डोकावण्याची ही अपूर्व अशी संधी आहे, असं वाटून तेथेच सोफ्यावर बसलेल्या विशालनं आपला मोर्चा त्या दोघांकडे वळवला. इतक्यात सुलभानं त्याच गांभीर्यानं सत्याला विचारलं,

"सत्या, आपल्या नव्या ऑफिसची बिल्डिंग तुझ्या आश्रमाच्या जाण्या-येण्याच्या मार्गावरच आहे. म्हणजेच तू तेथून निघाल्यावर आधी ऑफिस लागणार आणि नंतर आमचं घर. उद्या ऑफिस तिकडे शिफ्ट झाल्यावर तू काय करशील? रोजच्या सारखाच आधी घरी येशील?"

असा प्रश्न तिनं विचारायला नको होता, असं वाटून विशालनं बायकोकडे पाहिलं. तिचं लक्ष मात्र सत्याकडे होतं.

"वहिनी, मला वाटतं या विषयावर मागे एकदा आपण बोललोय. तरी सांगतो, मी तुमच्या ऑफिसात येतो ते केवळ या घरात आई-बाबा आहेत म्हणून. नवीन ऑफिसमध्ये गेल्यावरही दिवसातून दोनदा इथे येऊन जाईनच. सकाळी आधी इथे येऊन नंतर ऑफिसला जाईन."

गंगाबाई व बाबूरावांकडे पाहत तो ठामपणे म्हणाला.

"सुलभा, आधीच खूप उशीर झाला आहे. त्याला आणखी बोलण्यात गुंतवू नको. तू वर जाऊन पड. सकाळी लवकर ऑफिसला जायला हवं आहे. यानं एक मेल टाकलाय. तो पाहायचा आहे मला."

सुलभाला काही तरी बोलायचं होतं; पण विशाल मध्ये पडल्यामुळे ती गप्प झाली. सत्या गेल्यावर विशाल तिला म्हणाला,

"सगळं माहीत असताना असं कशाला बोललीस? त्याच्या वागण्याचं स्पष्टीकरण त्याच्या तोंडूनच ऐकण्याचा तुझा हट्ट का? त्याच्याशी वाद घालण्याची शक्ती आहे का तुझ्यात?"

शांतपणे बोलायची इच्छा असूनही नकळत विशाल चिडलाच.

"तसं नाही विशाल, मी गंमत करत होते; पण तो उगाचच गंभीर झाला आणि दुसरा प्रश्न मी खरोखर आस्थेनं विचारला होता." सुलभा खजील होऊन म्हणाली.

"कमॉन सुलभा, त्याला काय आज ओळखते आहेस का? गंमत वगैरे त्याला

नाही चालत. त्याच्या बाबतीत आस्था वगैरे दाखवायच्या भानगडीत पडू नकोस आणि अशा भावनिक विषयांवर त्याच्याजवळ वाद घालायला मुळीच जाऊ नकोस, प्लीज. तो अतिशय वेगळा मुलगा आहे, हे तुलाही माहीत आहे.''

विशाल विचार करू लागला, सुलभाच्या नाक खुपसण्यामुळे चांगल्या प्रकारे चाललेल्या कामात अडचणी येऊ शकतात. तो एकदा काय दहा वेळा घरी येऊ दे आणि शंभर वेळा आई-बाबांच्या पाया पडू दे. आपलं काही जातंय का? सध्या हातातलं काम जरा वेगळं आहे. तो ते अतिशय मन लावून करतो आहे. आपल्याला ते महत्त्वाचं नाहीये का? पण अलीकडे सत्याच्या मनात काही तरी धुमसतं आहे, हे मात्र खरं आहे.

''मी असं विचारलं त्याला काही तरी कारण आहे. तुम्हाला कळलं नाही का? नंतर सगळं सांगते तुम्हाला.''

सुलभा विशालकडे पाहत म्हणाली. ते ऐकून त्यानं आपलं लक्ष पुन्हा टीव्हीकडे वळवलं. त्या दोघांनी सत्याविषयी बोलायला सुरुवात केल्यावर गंगाबाई तेथून उठून गेल्या. सत्याबद्दल बोलताना त्यांच्या बोलण्यात... विशेषतः विशालच्या बोलण्यात कडवटपणा असायचा. ते ऐकलं की गंगाबाईंना त्रास होत असे. म्हणून तर त्या उठून परसात गेल्या व तेथून त्यांनी मोटारामला हाक मारली.

''मोटाराम, हा नळ बघ फिरतच नाहीये. जरा येऊन बघतोस का?''

बाबूरावांना झोपवून तो खोलीबाहेर पडत असतानाच गंगाबाईंची हाक त्याच्या कानावर पडली. तो जवळ येताच गंगाबाई हळूच त्याला म्हणाल्या,

''वृद्धाश्रम पाहायला उद्या सकाळी जाता येईल का? भाजी आणायला जाते, असं सुलभाला सांगेन. ती पाहील थोडा वेळ यांना. आपण शक्य तितक्या लवकर परत येऊ.''

होकारार्थी मान हलवून मोटाराम घराकडे परतला. काही वेळानं गंगाबाई हळूहळू घरात आल्या, तेव्हा विशाल एकटाच सोफ्यावर बसला होता. सुलभा तिथे नव्हती याचं त्यांना बरं वाटलं. इतक्यात, बाबूरावांनी बायकोला हाका मारणं सुरू केलं व ते ऐकून विशालच्या भुवया उंचावल्या. गंगाबाई धावतच बाबूरावांच्या खोलीकडे गेल्या.

''मला आवरून यायला अजून अर्धा तास लागेल. कृपा करून तोपर्यंत शांत राहा. नंतर आहेच.''

असं त्यांना सांगून गंगाबाई तेथून बाहेर पडल्या; तरीही नवऱ्यानं मारलेल्या क्षीण आवाजातल्या हाका त्यांचा पिच्छा सोडत नव्हत्या.

''वैनीबाय, त्यांना झोपेच्या गोळ्या देतो आहे. आता तुम्ही काळजी न करता, तुमचं काम संपवा आणि सावकाश इकडे या.''

मोटाराममनं त्यांना निश्चिंत केलं. स्वयंपाकघर आवरताना, ओटा धुताना त्यांचा हात सवयीनं भरभर चालत होता; पण त्यांचं लक्ष मात्र बाबूरावांच्या खोलीकडे लागलं होतं.

"इकडे तोंड करा, हा आता तोंड उघडा. आ..करा. आधी या बीपीच्या गोळ्या घ्यायच्या आहेत. थुंकून टाकू नका हो मालकानू. मी पाच म्हणेपर्यंत गिळून टाका. नाही तर विशाल साहेबांना बोलावू का?"

आधी प्रेमानं बोलणारा मोटाराम हळूहळू वैतागला. या सहा वर्षांत बाबूरावांचा आकांत आटोक्यात आणण्याचे सगळे उपाय गंगाबाईंना माहीत झाले होते. मनाशीच हसून त्या पुढच्या कामाला लागल्या. पुन्हा खोलीतून आवाज आला.

"हू, आता झोपेच्या गोळ्या. गिळून टाकताय ना? दाखवा बरं... वैनीबाय, मालक माझ्याजवळ लबाडी करताहेत. झोपेची गोळी घेत नाहीयेत. जरा साहेबांना बोलवता का?" मोटाराम तिथूनच ओरडला.

मागोमाग बाबूरावांनी थांबून थांबून आपल्याला मारलेल्या हाका त्यांना ऐकू येऊ लागल्या. "विठ्ठला, तूच सांभाळ रे बाबा," असं म्हणत त्या पुन्हा कामाला लागल्या. स्वयंपाकघरातलं काम संपवून, देवघरातल्या विठोबाला हात जोडून झोपायला जाईपर्यंत पाऊण तास होऊन गेला. बाबूरावांचं आवरून मोटाराम निघून गेला होता. नवरा भिंतीकडे तोंड करून शांत झोपला आहे, म्हणजे आपल्याला झोपायला हरकत नाही, असं म्हणत त्या अंथरुणावर पडल्या.

आयुष्यातला एकेक दिवस म्हणजे एकेक अध्याय आहे. त्यातून शिकायला मिळालेला धडा विसरता येण्यासारखा नाही. आजच्या त्रासातून शिकायला मिळालेली गोष्ट पुढे कधी व कशी उपयोगी पडेल, हे सांगता येणार नाही. विठ्ठलाची कृपा आहेच. 'आता दुःख आणि आनंद दोन्ही प्रसादाप्रमाणेच आनंदानं, समाधानानं स्वीकारणं यातच खरं सुख आहे.' महाराजांनी प्रवचनात सांगितलेल्या गोष्टी त्यांना अचानक आठवल्या. आज चांगली झोप मिळणं म्हणजे सुख, उद्या वृद्धाश्रम पाहायला जायचं आहे, हेही सुखच. लहान मुलाप्रमाणे नवरा ओरडून हाका मारू लागला तर त्या यातना...नाही ती शिकवण. उद्या मिळणाऱ्या सुखाची पूर्वतयारी. तो पुन्हा झोपला तरी सुख. हे घर सोडून जाणं हा शिकायला मिळालेला धडा.

आपल्याला समजलेली सुख व दुःख यांची परिभाषा, मुलाला समजेल अशा तऱ्हेने सांगावी, असं त्यांना वाटत असतानाच दुसऱ्याच क्षणी 'नको रे बाबा' असं वाटलं. त्यांच्या सुख-दुःखाच्या गोष्टी वेगळ्या आहेत. व्यवसायातील स्पर्धा, कामातलं यश, बायकोचं गरोदरपण वगैरे. प्रत्येकाची सुख-दुःखाची कारणंही वेगळी असतात. या विषयी महाराजांनी नीट उलगडून सांगितलं नाही, असं त्यांना वाटू लागलं. नाही, असं नाही. त्यांनी सांगितलं असेल, मलाच अलीकडे आठवत

नाही. असो. प्रवचनात ऐकलेल्या अनेक गोष्टींच्या आठवणींत, सुख-दुःखाच्या भानगडीत गुंतत जात असताना झोप येऊन त्यांचे डोळे मिटू लागले. जीवनातले सुख-दुःखाचे अनेक प्रसंग त्यांच्या डोळ्यांसमोर अस्पष्टपणे उलगडू लागले. एकूण पाहता दुःखाचे प्रसंगच जास्त होते, असं वाटून त्यांना स्वतःचीच कीव आली आणि झोप येत होती तरीही त्यांना त्याचा त्रास होऊ लागला. मनात आणखी आठवणी, आणखी प्रसंग... आनंदाचे की दुःखाचे हे कळण्यापूर्वीच मनासमोरून पुसले जात होते ते. आठवणींचा ओघ हळूहळू कमी होत गेला. खूप वेळानं गंगाबाईंना गाढ झोप लागली.

अध्याय ३

एक

गंगाबाई आज नव्या उत्साहात उठल्या होत्या. रोजची कामंधामं आटोपून त्या मोटारामची वाट पाहत होत्या. मोटाराम मात्र आला तेव्हा काहीसा विचलित दिसत होता. काही वेळातच गंगाबाई मोटारामबरोबर बाहेर पडल्या. घरामागच्या मोठ्या रस्त्यावरून चालता चालता आजूबाजूच्या उंच इमारती पाहून गंगाबाई चकित होत होत्या.

"किती बदललं आहे सगळं. मी हल्ली फारशी घराबाहेर पडत नाही. त्यामुळे काहीच कळत नाही."

मोटाराम गप्प गप्पच होता. आज त्याच्या चालण्यात नेहमीचा वेग नव्हताच, उलट त्याची पावलं जड झाली होती. बरोबर गंगाबाई असल्यानं त्याला मनातून अपराधी वाटत होतं. विशाल साहेबांकडून आपल्याला दर महिन्याला पगार मिळतो. असं असताना त्यांना काहीच कल्पना न देता त्यांच्या आईला वृद्धाश्रमाचा परिचय करून द्यायला निघालो आहे मी. माझं काही चुकत तर नाहीये ना? कालपासून त्याला हा प्रश्न सतावत होता आणि या विषयी बोलून, त्यानं बायकोला-लक्ष्मीला रात्रभर पिडलं होतं.

"आई तुम्हाला नेहमी पोटभर जेवायला वाढते, साड्या, कपडे आणखीही खूप काही देत असते. होय ना? मग तिला बरं वाटणार असेल तर वृद्धाश्रमाकडे घेऊन जायला काय हरकत आहे? तुम्ही काही स्वतःहून त्यासाठी त्यांच्या मागे लागला नव्हता."

तिनं चार-पाच वेळा शांतपणे समजावून सांगितलं; तरीही मोटारामचं समाधान होत नव्हतं. शेवटी,

"तुम्हाला इतका त्रास होत असेल, तर मी तुम्हाला तिथे घेऊन जाणार नाही, असं स्पष्टपणे सांगून टाका. माझा जीव कशाला खाताय?"

असं म्हणून बायकोनं त्याच्याकडे पाठ फिरवली होती. त्यानं हा वृद्धाश्रमाचा विषय स्वतःहून गंगाबाईंजवळ काढलेला नव्हता, की तिथली कुठलीच गोष्ट त्यांना आकर्षण वाटेल, अशा प्रकारे रंगवून सांगितली नव्हती. गंगाबाईंनीच विषय काढल्यावर त्यानं आश्रमाची वरवरची माहिती दिली होती इतकंच. पण आता गंगाबाई आश्रम पाहायला निघाल्यावर मात्र यांना तेथे रहायला जायचं आहे की काय, अशी शंका आली होती. विठ्ठला, यांच्या डोक्यात कुठून हे खूळ आलं आहे, असं म्हणत तो आणखीनच निरुत्साही झाला होता. गंगाबाई इकडे तिकडे पाहत त्याच्या मागून चालत होत्या. दोन मिनिटांनंतर, मुख्य रस्त्याच्या बाजूला असलेल्या पांढऱ्या बंगल्याकडे बोट दाखवत मोटाराम म्हणाला,

"हा मोठा बंगला दिसतोय ना, तुमच्याकडून निघाल्यावर मी तिथेच कामाला जातो. एक बारा-तेरा वर्षांचा अर्धवट बुद्धीचा मुलगा आहे त्या घरात. सकाळी कसाबसा तयार करून शाळेत पाठवतात त्याला. स्पेशल शाळा असतात ना तिथे. दुपारी तो घरी येतो. नंतर दोन तास मी त्याच्याबरोबर असतो. त्याची आई आहे; पण तिला याचं करायला झेपत नाही. इतका लठ्ठ आहे ना तो. रागावून, हातपाय झाडत जमिनीवर बसला, की त्याला उठवताना दंड भरून येतात. त्याचे वडील किंवा मोठा भाऊ घरी आला, की मग माझी सुटका होते. नंतर मी परत तुमच्याकडे येतो."

गंगाबाईंनी संगमरवर बसवलेल्या त्या भव्य बंगल्याकडे नजर टाकली. देव प्रत्येक ठिकाणी काहीना काही कमतरता ठेवतोच. संगमरवरी बंगल्यात राहण्याचा आनंद आहे, पण घरात मुलाचा केवढा प्रश्न! कालच्या प्रवचनातल्या तत्त्वाचा संदर्भ लावत त्या पुढे निघाल्या असता, बंगल्यातल्या त्या मुलाची गोष्ट ऐकून आठवून अस्वस्थ झाल्या. देवा, आमच्या घरात निरोगी बाळ जन्माला येऊ दे रे बाबा, असं मनाशी म्हणत त्यांनी चालता चालताच देवीला हात जोडले.'आई तुळजाभवानी, बाळाला घेऊन लवकरात लवकर तुझ्या दर्शनाला येईन. मी येऊ शकले नाही तर सुलभा येईल. बाळाला तुझा आशीर्वाद असू दे.' असं म्हटल्यावर त्यांच्या मनाला थोडं समाधान लाभलं होतं.

"पायी पायी गेलो तर आश्रमात पोहोचायला मला वीस मिनिटं लागतात. वैनीबाय, तुम्हाला तर अर्ध्या तासापेक्षा जास्त वेळ लागेल. तुम्ही दमून जाल व घरी परतायलाही उशीर होईल. रिक्षाने गेलो तर बरं पडेल." मोटाराम म्हणाला.

काही वेळातच त्यांची रिक्षा 'आश्रय' अशी मोठी पाटी लावलेल्या आश्रमाच्या जुन्या इमारतीसमोर उभी राहिली. मोटारामच्या मागोमाग उतरलेल्या गंगाबाई इकडे तिकडे पाहत चालू लागल्या.

"वैनीबाय, एक विचारू का?"

आश्रमाच्या जवळ पोहोचत असता मोटारामच्या मुखातून आपोआपच प्रश्न बाहेर पडला. गंगाबाईंनी पहिल्यांदा जेव्हा वृद्धाश्रमाचा विषय त्याच्याजवळ काढला होता तेव्हापासून त्याला ती गोष्ट सलत होती.

''हो विचार की.'' असं म्हणताना गंगाबाईंची नजर मात्र त्या इमारतीकडे लागली होती.

''तुम्ही खरोखरच आश्रमात राहायचा विचार करत आहात?''

''हे पाहा मोटाराम, कधी काय परिस्थिती समोर उभी राहील ते सांगता येतं का? वेळ काही सांगून येत नाही. यांचा आरडाओरडा हल्ली वाढत चालला आहे. उद्या बाळ घरात आल्यावर आमची अडचण वाटायला नको. विशालच्या मनात कधी काय येईल, ते सांगता येत नाही. दोघेही हट्टाला पेटले की काय प्रसंग उभा राहतो ते परवा पाहिलं ना? कोणालाच आवर घालण्याची ताकद आता माझ्यात उरलेली नाही व समोर घडतंय ते उघड्या डोळ्यांनी पाहत गप्प बसणंही जमत नाही. माझी अवस्था जाणतोस ना तू?''

गंगाबाईंच्या कातर आवाजातल्या प्रामाणिक प्रश्नानं मोटाराम व्यथित झाला. त्यांनी उचललेलं पाऊल योग्यच आहे व त्यांना मदत करण्यात आपली काहीच चूक नाहीये, असं त्यानं मनाला समजावलं.

''तुमचं खरं आहे; पण इथे येणारे बरेच जण हे सुनेच्या त्रासाला कंटाळून आलेले असतात. तुम्ही इकडे आलात तर तुमच्या सुनेला तर किती वाईट वाटेल.''

असं म्हणत असताना प्रेमळ चेहऱ्याची, सासऱ्यांजवळ मस्करी करत, गप्पा गोष्टी करत त्यांच्या चेहऱ्यावर उत्साह आणणारी व त्याचबरोबर त्यांची काळजी घेणारी सुलभा मोटारामच्या डोळ्यांसमोर उभी राहिली.

''ती कितीही चांगली असली, तरी नवऱ्याच्या मनासारखंच वागायला हवं ना तिला? तिच्या हातात काय आहे?''

हे त्यांचे स्वानुभवाचे बोल आहेत, हे त्याला माहीत होतं; पण पुढे काही बोलायच्या आधीच ते आश्रमाच्या मोठ्या लोखंडी गेटजवळ येऊन पोहोचले. गंगाबाई आता अधिक बारकाईने पाहू लागल्या.

जुनी दुमजली इमारत. रंग उडालेल्या भिंतींमुळे ती जास्तच जुनाट वाटत होती. मुख्य गेट आणि इमारत यांमध्ये असलेल्या मोकळ्या जागेत मोठमोठे वृक्ष आपल्या फांद्या व पानांचा विस्तार सांभाळत उभे होते. चालण्याच्या वाटेवर फरशा बसवलेल्या होत्या. त्याच्या दोन्ही बाजूंना दगडी बाकं होती. ती मात्र नवीन वाटत होती. गेट उघडून आत पाऊल टाकताना मोटाराम म्हणाला,

''सकाळी तुमच्याकडून इथे आल्यावर, सगळं आवार झाडून स्वच्छ करतो.

नंतर खोल्या झाडून घेतो. गरज असेल त्यांना अंघोळीला मदत करतो व नंतर बाजारातून सामान आणून देतो. संध्याकाळी यायलाच हवं असा नियम नाही, पगार बेताचाच मिळतो, तरी बहुतेक वेळा संध्याकाळी एक चक्कर मारतो. बारीकसारीक कामांबरोबरच सगळ्यांनी औषधं घेतली आहेत की नाही, ते आवर्जून पाहतो. काहींना विस्मरणाचा आजार आहे ना. त्यानंतर तुमच्याकडे येतो. रोज दोनदा इथे येत असल्याने सगळे चांगले परिचयाचे आहेत. म्हणून तर तुम्हाला घेऊन यायची परवानगी मिळाली. नाही तर असं बाहेरच्या माणसांना आश्रम पाहायला मिळत नाही.''

त्याचं बोलणं लक्षपूर्वक ऐकत गंगाबाई त्याच्या मागोमाग चालत होत्या. दहाच्या सुमाराचं ऊन झाडाच्या फांद्यांमधून, पानांमधून जमिनीपर्यंत पोहोचत होतं. त्यामुळे जमिनीवर पसरलेली ऊन-सावल्यांची सुंदर नक्षी पाहताना छान वाटत होतं. तेथील एका बाकावर बसलेली, जाड भिंगाचा चष्मा घातलेली एक व्यक्ती त्यांच्याकडे कधीपासून पाहत होती.

''मोटाराम, कुणाला घेऊन आला आहेस इथे भरती करायला?''

''नाही. तुमचा राजवाडा दाखवायला घेऊन आलोय. काय, अंघोळ-नाश्ता आटपला का? इथे बसलाय म्हणून विचारलं.''

''नाश्ता झाला; पण अंघोळीसाठी आत महायुद्ध चालू आहे. तो मुळे आहे ना, फॉरेन रीटर्न... तो आला ना माझ्यामध्ये. सगळ्या अंगाला तेल फासून बाथरूमचं दार अडवून बसला आहे. आधार देऊन उठव, असं सांगत तुला हाका मारतोय. जा बघ जा.''

असं म्हणून जाड भिंगाचा चष्मा घातलेले ते आजोबा मोठ्याने हसले. थोडं पुढे आल्यावर मोटाराम गंगाबाईंना सांगू लागला,

''हे शिंदे. मुंबईला राहत होते. तीन मुलं. सगळी वेगळी राहतात. बायको गेल्यावर एकही मुलगा यांना सांभाळायला तयार नाही. आधी प्रत्येक मुलाकडे आळीपाळीनं चार-चार महिने राहायचं असं ठरलं होतं. मध्येच एकदा काय झालं, काही कारणं देत चार महिने पुरे होण्यापूर्वीच, पहिल्या मुलानं यांना दुसऱ्या मुलाकडे पाठवलं. पण दुसऱ्याची पाळी अजून आली नव्हती. म्हणून वडील येण्यापूर्वीच तो दाराला कुलूप घालून बाहेर निघून गेला. त्याच रात्री गाडी पकडून शिंदे या गावात आले. स्टेशनवर चक्कर येऊन पडल्यावर कोणी तरी येथे आणून सोडलं त्यांना.'' गंगाबाईंनी वळून पाहिलं. कृश देहाचे शिंदे पाय खाली सोडून दगडी बाकावर बसले होते व हातानं पायाचा अंगठा पकडण्याचा प्रयत्न करत होते.

''सगळे मिळून किती लोक आहेत इथे?''

''वीस. बाकीच्या गावांशी तुलना करता येथील वृद्धाश्रमात लोक कमीच

आहेत, असं सगळे म्हणतात. वृद्धाश्रमात राहणारे लोक जितके जास्त तितकी तेथील कुटुंब व्यवस्था जास्त ढासळत चालली आहे असाच याचा अर्थ, होय की नाही?''

गंगाबाईंनी यावर काहीच उत्तर दिलं नाही. मुख्य दरवाजातून आत गेल्यावर मोठा चौक होता. डाव्या बाजूला भलं मोठं टेबल आणि चार-पाच खुर्च्या. त्याच्या मागे ओळीत ठेवलेली तीन, उंच लोखंडी कपाटं. उजवीकडे दोन जुने सोफे व खुर्च्या आणि छोटं टेबल. डाव्या बाजूच्या ऑफिससारख्या भागात साठी ओलांडलेला, स्थूल देहाचा माणूस रजिस्टरमध्ये काही तरी लिहीत बसला होता. कामात मग्न असल्यानं त्याला ही दोघं आलेली कळलं नसावं.

''गोगटे साहेब,'' मोटारामनं मारलेली हाक ऐकून गोगट्यांनी मान वर केली. डोक्यावर गांधी टोपी, चेहऱ्यावर शांत भाव. कपाळावरच्या गोपीचंदनाच्या टिळ्यामुळे त्यांचा समाधानी चेहरा सात्त्विक वाटत होता. गंगाबाईंना बघून, खुर्चीतून उठून त्यांनी नमस्कार केला.

''मी त्या मोठ्या घरी कामाला जातो ना, या तिथल्या मालकीणबाई, गंगाबाई.''

मोटारामनं परिचय करून देताच गंगाबाईंनी हात जोडले.

''हे गोगटे साहेब. पोस्टात कामाला होते, आता निवृत्त झाले आहेत. आश्रमाच्या हिशेबाचं काम व त्याबरोबरच आश्रमाची व्यवस्थाही हेच पाहतात. ही त्यांची स्वयंसेवा आहे. ट्रस्टी देतात ते मानधनही आश्रमासाठीच खर्च करतात हे.'' मोटाराम सांगत असताना ते संकोचून, हळूच म्हणाले,

''छे, छे. हे सांगण्याची गरज नाही मोटाराम.''

''वैनीबाय आश्रम बघायला आल्या आहेत. तुम्हाला सांगितलं होतं ना, त्याच. त्यांना आश्रम दाखवून येतो.''

''जा, जा. सावकाश फिरून या,'' असं म्हणत ते परत त्यांच्या कामाला लागले. चौकातल्या बोळातून पुढे गेल्यावर थोडी मोकळी जागा होती व त्याच्या डाव्या-उजव्या बाजूला खोल्या होत्या. त्यापुढे स्वयंपाकघर. त्याला लागूनच जेवणाचा हॉल. एकूण जागा प्रशस्त होती. इमारत जुनी असली तरी सगळ्या सोयी चांगल्या आहेत, स्वतःशीच बोलल्यासारखं गंगाबाई पुटपुटल्या.

''उजव्या बाजूच्या खोल्या आहेत ना, त्या बायकांसाठी आहेत. त्याच ओळीत पुढे बाथरूम, संडास आहेत. डाव्या बाजूचा पुरुषांचा विभाग. खोल्या पाहायच्या आहेत का? पण थांबा. आधी स्वयंपाकघरात रखमाबाई आहेत का पाहतो. त्यांची ओळख करून द्यायला हवी.''

गंगाबाईंना थांबायला सांगून मोटाराम घाईघाईत स्वयंपाकघराकडे गेला. इतक्यात, एकदम गोंधळ सुरू झाला. डावीकडून, पुरुषांच्या खोल्या होत्या तिकडून एक

चाळिशीचा माणूस एका वयस्कर व्यक्तीचा हात धरून त्याला हळूहळू चालवत घेऊन येत होता. पाठीत वाकलेली ती व्यक्ती वेदनेने विव्हळत होती. त्यांच्या मागोमाग चार-पाच वृद्ध त्यांना धीर देत येत होते. इतक्यात, तिथे शिंदे टपकले आणि आपला डावा हात कमरेवर हसत ठेवून उजवा हात नाचवत म्हणाले,

"ओ फॉरेन रीटर्नड मुळे, काय झालं काय? अंघोळ झाली की नाही अजून?" त्यांच्या बरोबर असलेला एकजण म्हणाला, "शिंदे काका, आता त्यांना चिडवू नका. बाथरूममध्ये घसरून पडले आहेत. त्यांना कितपत लागलं आहे, हे पाहायला हवं आहे. डॉक्टरांना निरोप दिलेला आहे."

"आज किती तेल चोपडून बसला होतात. लंडनचा साबण आहे म्हणून काय अंगाला इतकं तेल लावायचं? मग आणखी काय होणार दुसरं?" शिंदे म्हणाले.

"शिंदे, नाकावर चष्मा आहे म्हणून वाटेल ते बोलताय. थांबा, गोपाल यांचा चष्मा खेचून काढ आणि मला दे." चालणं थांबवून, हात धरणाऱ्या व्यक्तीला मुळे म्हणाले.

"काका, तुम्ही शांत व्हा आणि चालत राहा. आता डॉक्टर येतीलच. यांच्याकडे नंतर पाहा." हसत हसत गोपाळ म्हणाला.

"मुळे, आता जाऊन चांगली ट्रीटमेंट घेऊन या. तुम्ही परत येईपर्यंत तुमच्या लंडनच्या सुटकेसमधील सगळं सामान ताब्यात घेतो."

उजव्या हाताची तर्जनी नाचवत शिंदे खोल्या असलेल्या दिशेला जाऊ लागले. ते पाहून मुळे घाबरून गेले. दुखऱ्या हातानं गळ्यात अडकवलेली किल्ली त्यांनी चाचपून पाहिली. ती जागेवर आहे हे पाहून त्यांचा चेहरा खुलला. वेदना होत असूनही हसत म्हणाले,

"जा जा, किल्ली तर माझ्याकडे आहे."

"नीट सांभाळून ठेवा हो किल्ली. मी तर अख्खी सुटकेसच उचलून आणणार आहे."

"गोपाळ, माझी सुटकेस घेऊन ये आधी." घाबऱ्या आवाजात मुळे म्हणाले. त्यांच्या चेहऱ्यावर भीती होती. लांबवर उभे असलेले शिंदे हसत होते.

"काका, ते कशाला तुमची सुटकेस घेऊन जातील? पण तुम्ही आता शांत राहून माझ्याबरोबर आला नाहीत ना, तर मीच नेऊन देईन त्यांना ती."

गोपाळ रागावून म्हणाला तेव्हा मुळ्यांनी नाइलाजाने पाऊल पुढे टाकले. त्यांच्या मागून येणारी मित्रमंडळी हसता हसता त्यांना समजावत होती.

"मुळे, तुम्ही अजिबात काळजी करू नका. आम्ही सुटकेसवर बरोबर लक्ष ठेवतो. तुम्ही हिंमत ठेवा व जाऊन या."

असं आश्वासन देऊन तो घोळका बडबड करत हळूहळू पुढे गेला. ते दृष्टिआड

होईपर्यंत गंगाबाई त्यांच्याकडे पाहत होत्या. त्यांच्या चेहऱ्यावर हसू दिसत होतं. इतक्यात त्यांना समोरून मोटाराम येताना दिसला. त्याच्या बरोबर एक बाई येत होत्या. याच त्या रखमाबाई. उंच, मजबूत बांधा, गोरी कांती व गोल चेहरा. त्यांनी छोट्या छोट्या फुलांचं प्रिंट असलेली पांढरी साडी नेसली होती. त्यावर लांब हातांचा पोलका. कपाळावर कुंकू नव्हतं. कानात कुडी, गळ्यात एकपदरी सर, हातात दोन-दोन बांगड्या. एवढच होतं अंगावर. त्या वयाने आपल्याबरोबरच्याच असाव्यात तरी चांगल्या धडधाकट आहेत, असं गंगाबाईंना वाटलं.

''या रखमाबाई. या आश्रमातील स्त्रियांपैकी अतिशय उत्साही व सतत कामात असणाऱ्या बाई. स्वयंपाकघरातल्या सामानाच्या व्यवस्थेपासून ते इथल्या बायकांच्या गरजा ओळखून त्या पुऱ्या करण्याची जबाबदारी यांची.''

मोटारामनं परिचय करून दिल्यावर रखमाबाईंच्या चेहऱ्यावर हसू उमटलं. ते निरागस हसू पाहून गंगाबाईंना खूप बरं वाटलं आणि त्यांच्या मनात रखमाबाईंविषयी स्नेहभाव निर्माण झाला.

''तुम्ही गंगाबाई, हो ना?'' त्या पुन्हा हसल्या.

''वैनीबाय, तुम्हाला आणखी काही माहिती काढायची असेल तर यांना विचारा. त्या सगळं सांगतील. मी आता माझ्या कामाला जातो. निघायची वेळ झाली की सांगा. म्हणजे मी रिक्षाची व्यवस्था करीन. नाही तर दुपारी एकदमच जाऊ, चालेल?''

असं विचारून मोटाराम तिथून निघून गेला. गंगाबाई घरच्यांचा नाश्ता, जेवण सगळं करून आल्या होत्या. एक ओळखीचे आहेत त्यांच्याकडे जाऊन येते. येताना भाजीही आणीन, असं त्यांनी सुनेला सांगितलं होतं. सुलभाही, तुम्ही खुशाल जाऊन या. तसंही कधीतरीच बाहेर पडता तुम्ही. असं म्हणाली होती. तरीही जास्त वेळ थांबणं योग्य नाही, असं वाटून त्या रखमाबाईकडे वळल्या. त्या उत्तरं द्यायला तयारच होत्या. फक्त प्रश्न यायचे होते. इतक्यात मगाशी घडलेला प्रसंग आठवून गंगाबाईंनी विचारलं,

''शिंदे आणि मुळे यांचं एकमेकांशी पटत नाही का? त्यांचं मोठं भांडण थोडक्यात थांबलं असं वाटलं मला.''

''नाही नाही. दोघे अगदी खास दोस्त आहेत. एकमेकांना चिडवायची पद्धत आहे त्यांची ती. त्यातच शिंदेंकडे विनोदबुद्धी जरा जास्तच आहे. म्हणून चालते त्यांची मजा. आपण आधी स्वयंपाकघराकडे जाऊया का?''

रखमाबाईंनी हसत विचारलं आणि त्या दोघी तिकडे वळल्या. स्वयंपाकघर मोठं होतं व अगदी लखलखीत ठेवलेलं होतं. सगळ्यांचं खाऊन झाल्यावर उरलेला नाश्ता एक तरुण स्त्री छोट्या भांड्यात काढून ठेवत होती. एका कोपऱ्यात

स्वयंपाकाची तयारी चालू होती.

"ही रमा. माझी स्वयंपाकघरातील मदतनीस. स्त्रियांच्या विभागाच्या स्वच्छतेचं कामही ती पाहते. इथे आम्ही तीन बायका आहोत. धडधाकट असल्यानं आम्ही आपापली कामं करू शकतो. अंघोळीसाठी किंवा इतर कशासाठी दुसऱ्याची मदत लागत नाही. आपण खोल्या पाहून येऊया का?"

असं म्हणत रखमाबाई त्यांना घेऊन खोल्या पाहायला गेल्या. खोल्या चांगल्या मोठ्या होत्या. प्रत्येक खोलीत तीन किंवा चार कॉट होत्या. कॉट खाली बॅगा, पिशव्या वगैरे प्रत्येकीचं सामान ठेवलेलं होतं. बाकीचं समान ठेवण्यासाठी एक मोठं ओपन कपाट. त्यावर कंगवे, खोबरेल तेलाच्या बाटल्या, औषधं इत्यादी सामान होतं.

"सध्या एकच खोली वापरात आहे. चार खोल्या रिकाम्याच आहेत."

खोलीतल्या दोघींना रखमाबाईंनी गंगाबाईंची ओळख करून देताच त्यातली एक बोलायचा उत्साह न दाखवता फक्त हसली. दुसरीनं मात्र ती वाचत असलेल्या पुस्तकातून डोकही वर न काढता नमस्कार केला.

"वीस लोकांच्या मानाने ही बिल्डिंग खूपच मोठी आहे ना?" गंगाबाई म्हणाल्या.

"हो. नक्कीच. आधी ही इमारत विद्यार्थ्यांच्या वसतिगृहासाठी म्हणून बांधली होती. विद्यार्थ्यांची संख्या वाढल्यामुळे ट्रस्टींनी वसतिगृहासाठी दुसरी इमारत बांधली व इथे वृद्धाश्रम सुरू केला. पुण्या-मुंबईकडे म्हाताऱ्यांसाठी एवढी मोठी जागा कोण देईल? असो. मी चहा आणते. आपण तिकडे दगडी बाकावर बसू या." थोड्याच वेळात त्या चहाचे दोन कप घेऊन आल्या.

"खरं तर हा वृद्धाश्रम चालू केलेला होता विनापत्य लोकांसाठी; पण आता आपल्यासारख्या लोकांनीच भरला आहे हा आश्रम. चला."

असं म्हणत त्या दोघी चालू लागल्या. आता ऊन वाढलं होतं, पण तेथील वृक्षराजींमुळे जाणवत नव्हतं. जमिनीवरील उन्हाची नक्षी प्रखर वाटत होती.

"इथे येऊन राहणं तुम्हाला इतकं अपरिहार्य झालं आहे का?"

बाकावर बसून चहाचा एक कप गंगाबाईंच्या हातात देऊन रखमाबाईंनी थेट प्रश्न विचारला. गंगाबाई अस्वस्थ झाल्या. काही वेळ शांत राहून नंतर म्हणाल्या,

"अगदी आत्ताच ती वेळ आलेली नाही; पण तयारी असावी, म्हणून. कसं काय आहे इथलं वातावरण?"

आपल्या मनातली भीती दिसू न देण्याचा प्रयत्न करत गंगाबाईंनी प्रतिप्रश्न केला.

"आयुष्य मृतवत वाटतं. माझं बोलणं तुम्हाला कठोर वाटेल, भीतिदायकही

वाटेल, पण काळानुरूप पोटच्या मुलांच्या नजरेआड राहण्यातच सुख असतं, असं मला वाटतं.''

रखमाबाईंच्या या उत्तरात अनुभव आणि प्रामाणिकपणा दोन्ही दिसून आलं गंगाबाईंना. असा प्रसंग फक्त आपल्यावरच आलेला नाही, असंही वाटलं त्यांना.

''किती विचित्र गोष्ट आहे पाहा. आपल्याच पोटी जन्माला आलेली मुलं दूर लोटतात; पण त्याच वेळी काहीही संबंध नसलेली माणसं प्रेमाचा वर्षाव करतात. त्यांचा सहवास आनंद देतो. काही काळापुरतं का होईना, पण ही माणसं दुःख विसरायला लावतात. मी काय म्हणते आहे ते कळतंय ना?'' रखमाबाईंनी विचारलं.

गंगाबाईंनी मान हलवली. काही वेळ रखमाबाई सगळं काही निसटून गेल्याच्या भावनेत बसून होत्या. नंतर हळूहळू पुन्हा बोलू लागल्या.

''एक मुलगा इथे आठवड्यातून एक-दोनदा येऊन जातो. भरपूर फळं घेऊन येतो. सगळ्यांची प्रेमानं चौकशी करतो...''

त्या पुढे आणखी बोलणार, इतक्यात... ''इथे, इथे दुखतंय..हात लावू नका...'' असे आवाज येऊ लागले. मुळे काका होते ते.

''काका, उगाच गोंधळ घालू नका. तपासणार कसं हात लावल्याशिवाय? पाटील, यांना घट्ट पकडून ठेवा.'' गोपाळ बोलत होता.

''जरा कळ सोसा, शांत रहा,'' असं सांगणारे अनेक आवाज. हा गोंधळ शांत होईपर्यंत रखमाबाई सांगत असलेला विषय विसरून गेल्या. ते गंगाबाईंना आठवत होतं तरी त्यापेक्षा काही तरी महत्त्वाचं असं त्यांना जाणवलं होतं.

''समदुःखी माणसं एकत्र आली तर दुःख विसरणं सोपं होतं, नाही का?''

गंगाबाईंनी विचारलं. इथलं वातावरण त्यांना वाटलं होतं त्यापेक्षा वेगळं होतं. इथे प्रकर्षानं दिसत होता तो म्हणजे एकमेकांबद्दल वाटणारा आपलेपणा. शिवाय रखमाबाईंचं व्यक्तिमत्त्व त्यांना खूपच आवडलं. त्यांचं मन नकळत स्वतःची तुलना त्यांच्याबरोबर करू लागलं.

''असंच आहे, असं काही नाही. आपल्यासारखेच आणखी अनेक जण आहेत, हे समाधान कधी कधी वाटतं हे खरं असलं तरी रोज सकाळी उठल्यावर, दुःखाची आठवण करून देणारे तेच ते कंटाळवाणे चेहरे पाहून अधिकच यातना होतात. आपण कुणालाच नको आहोत, ही भावना वाढीला लागते.''

हे बोलणं नुसतं अलंकारिक नसून ते वस्तुस्थितीला धरून आहे, हे गंगाबाईंच्या लक्षात येत होतं. बराच वेळ दोघीही निःशब्द बसल्या होत्या.

''इथे जोडपी नाहीयेत का?'' एकदम आठवून गंगाबाईंनी प्रश्न विचारला.

''सध्या नाहीयेत. पूर्वी एक जोडपं होतं; पण जोडप्यांची संख्या अगदी कमीच.

कसं विचित्र असतं पाहा. दोघं असताना सहनशक्ती असते, ती एकटं राहिल्यावर राहत नाही. मग यातना सुरू होतात. माझ्याबाबतीत तेच झालं ना.'' काही वेळ थांबून त्या परत बोलू लागल्या. ''आमचं छोटं कुटुंब. मला एकच मुलगा. गरिबाघरची मुलगी सून करून घेतली... येणाऱ्या सुनेविषयी खूप अपेक्षा होत्या. सगळ्यांना प्रेमानं सांभाळेल अशा. पहिल्याच दिवशी घरातला कारभार तिच्या हाती सोपवला. कुठली सासू असं करेल? मला सांगा.'' गंगाबाईकडे पाहत त्या पुढे बोलू लागल्या,

''पण काय झालं, तुमचा हात खूपच सैल आहे, किती वायफळ खर्च करत असता; असं म्हणत ती स्वतःचा शहाणपणा दाखवायला लागली. सगळीकडून काटकसर सुरू केली तिनं. चार घास भात, दोन छोट्या वाट्या आमटी, पोळ्या असतील तर माणशी दोन पोळ्या. बस, एवढंच जेवण. त्यावर विचारायची सुद्धा नाही. नाश्तासुद्धा इतक्या उशिरा की पोटात कावळे ओरडू लागायचे. ती स्वतः मात्र सारखं काही ना काही तोंडात टाकत असायची आणि जेवणही अगदी व्यवस्थित लागायचं तिला. आम्हाला मात्र तिनं वाढलेलं मूठभर अन्न खाऊन उपाशीपोटी झोपही यायची नाही. मला खूप राग यायचा. माझा नवरा कामगार खात्यात मुकादम असलेला माणूस. एक दिवस म्हणाली, ''तुमचं जेवण तुम्हीच बनवा अम्मा, आमचं मी बनवेन.'' अगदी विचित्र, अनपेक्षित असं बोलली ती. म्हणजे स्वयंपाकाचं सगळं सामान, दूध, भाजीपाला आमचं आम्हीच आणायचं. मुलगा बैलासारखा मान हलवून तिला साथ देत होता. आम्ही नवा फ्रीज घेतला, सोफा घेतला. नवा संसारच मांडला म्हणा ना.'' इतकं बोलून उसासा टाकून म्हणाल्या,

''मुलाला माझ्या हातचं जेवण आवडायचं, तेच जेवायला हवं असायचं पण तिच्यासमोर असं कसं म्हणणार? मग ती नसताना हळूच येऊन खायचा. मीच वाढवलेला माझाच मुलगाच आहे का हा? मला आश्चर्य वाटायचं. सहा फूट उंच असलेला, मॅरेथॉन प्लेअर, पण घरात बायकोनं अडकवलेल्या बेड्या तोडून एक पाऊलही पुढे न टाकणारा अपंग माणूस. आधी दया यायची त्याची; मग सहन होत नाही असं झालं. पुढे तिला दिवस राहिल्यावर घरातलं चित्रच बदलून गेलं. माहेरी सोयी नाहीत म्हणून आई व बहिणींना तिनं इथे बोलावून घेतलं तिसऱ्या महिन्यातच. मी स्वयंपाकघरातला माझा भाग स्वच्छ ठेवत असे. जेवण बनवून झाल्यावर सगळं व्यवस्थित आवरून ठेवत असे. तिची आई दिवसभर तिथेच घुटमळत असायची. आपल्या कळकट हाताने पातेल्यांवरची झाकणं काढून पाहायची. नंतर त्यापेक्षाही जास्त त्रास सुरू झाला. मी बनवलेल्या जेवणात ती हात घालू लागली. दोन वाट्या आमटी काढून घ्यायची व तेवढं पाणी ओतून ठेवायची. भातातला भात, पोळ्या सगळं कमी व्हायचं. सगळं माहीत असूनही तुम्ही घेतलंत का, असं मी म्हणू

शकत नव्हते. शिजवलेलं अन्न खोलीत नेऊन ठेवण्याची वेळ आली होती. कोणाचा विश्वास बसणार नाही अशा गोष्टी.''

काही वेळ थांबून रखमाबाई पुन्हा बोलू लागल्या.

''बाळ झाल्यानंतर तर तिला आवरणं मुश्किल झालं. आम्ही तर त्याला हातही लावत नव्हतो. नातवाबरोबर खेळण्यात वेळ घालवावा, असं यांना खूप वाटायचं, पण तिनं भांडण सुरू केलं. मग मुलानं बाळाला उचललं आणि सरळ यांच्या मांडीवर आणून ठेवलं. अगदी यांचच रूप. यांना पाहून किती हसत होता बाळ; पण घरात वर्षभर तिची आई व बहिणी यांचाच वावर असायचा. हे आपलं घर आहे, असं वाटतच नव्हतं. यांचं पेन्शन मिळत होतं म्हणून आमचं स्वातंत्र्य टिकून होतं. घर यांनी स्वतः बांधलेलं असल्यानं यांच्या नावावर होतं. त्यांनी विल बनवलं आणि त्यांच्या नंतर घर माझ्या नावावर होईल, असं केलं. सुरुवातीला, सुनेजवळ जास्त प्रेमानं वागलीस म्हणूनच ती तुझ्या डोक्यावर बसलीय, असं हे नेहमी म्हणायचे. मुलाची बायको, या घराची सून, पुढे तीच मालकीण होणार, असा विचार करून प्रेमानं वागले, तिच्यावर जबाबदारी टाकली, यात माझं काय चुकलं? हे मला आजपर्यंत कळलेलं नाही.'' इतक्यात मुळे काकांना तपासायला आलेले डॉक्टर परत जाताना दिसले. या दोघींच्या बाजूनं जाताना रखमाबाईंकडे पाहून ते म्हणाले,

''मुळे काकांना फ्रॅक्चर आहे की काय, असं वाटलं होतं, पण थोडी सूज आहे इतकंच. औषध दिलं आहे. दोन दिवसांनी येऊन जाईन.''

रखमाबाईंनी विचारायच्या आधीच सगळी खबर देऊन डॉक्टर निघून गेले. रखमाबाईंना सगळे किती मान देतात, असं मनात येऊन गंगाबाईंनी त्यांच्याकडे पाहिलं. रुंद कपाळ, शांत चेहरा, किंचितही अहंकार नसलेलं गंभीर बोलणं. कानातली चमकणारी कुडी हिऱ्याची असणार. गंगाबाईंच्या मनात त्यांच्याविषयी आदराची भावना दाटून आली.

''आपल्या हातात पैसा असला तर मुलं आपलं ऐकतील, आपल्याला विचारतील हा आपला भ्रम असतो. आज मुलं भरपूर कमावतात; पण त्यांना स्वातंत्र्य हवं असतं. त्यात बाधा आली, की सगळं बिघडून जातं. सुनेच्या तालावर नाचणारा माझा मुलगा घरातून बाहेर पडून दुसरीकडे राहायला गेला आणि हे खचून गेले. स्वाभिमान सोडून, तू आमच्याजवळच राहा असं सांगितलं यांनी. पण निर्णय घेणं मुलाच्या हातात कुठे होतं? नवीन घरात राहायला जाताना आम्हाला तोंडभरून, 'एकदा येऊन जा,' असंही म्हणाला नाही. आमच्याकडे पैसे होते, घर होतं, लॉकरमध्ये खूप दागिने आहेत; पण काय उपयोग? तो गेल्यावर हे मनानं कोसळले. मित्रांनी समजावलं, मी समजावलं तरी त्याचा काही उपयोग झाला नाही. ''तुझ्या वडिलांना बरं नाहीये, नातवाला घेऊन लगेच ये.'' असा निरोप पाठवल्यावर

एकटाच आला.'' बोलता बोलता त्या काही वेळ आठवणींत हरवून गेल्या.

''तीन खोल्यांचं मोठं घर. मनात येईल तेव्हा कुठेही आडवे व्हा; पण एकटी कशी राहणार होते? आधी कसलीच भीती वाटत नव्हती; पण एकटेपणातून ती निर्माण झाली. यांच्याप्रमाणे रात्री झोपून सकाळी उठलेच नाही तर? प्रेत कुजून गेलं तरी शेजाऱ्यांना कळणारही नाही; शिवाय एकटी बघून कोणी घरात घुसलं तर? या काळात माझ्या वयाचा विचारही कोणी करणार नाही. सगळीच भीती. मरण आलं तरी चालेल; पण गोळा होऊन जागेवरच बसले तर कोण करणार, ही भीती. बँकेकडून मिळणारं व्याजही कमी होऊ लागलं आणि आत्मविश्वास पुरा ढासळला. आणखी एक दिवस जरी त्या घरात राहिले असते, तर नक्की वेड लागलं असतं मला. शेवटी घर भाड्यानं दिलं आणि इकडे आले. दर महिन्याला भाडं मिळतं ते इकडे आश्रमालाच देते. बरं, बसून खायची सवय नाही. त्यामुळे इथल्या कामांची थोडी जबाबदारी घेते.'' बोलता बोलता त्या थांबल्या.

''तुमचा मुलगा, नातू येतात का?''

''इथे आल्यापासून मुलगा दर महिन्याला येऊन जातो. अंग चोरून माझ्यासमोर उभा राहतो... घरी ये, आमच्याबरोबर राहा, असा आग्रह चार-पाच महिन्यांपासून सुरू केला आहे त्याने. बहुधा सुनेच्या मनात इस्टेटीचा विचार आला असेल. आता दोन-तीन वेळा नातूसुद्धा आला होता. त्यांच्याशी कठोरपणे वागावं असं वाटतं; पण नाही जमत. सगळ्या आई-बापांच्या कपाळी हेच लिहिलेलं असतं, असं वाटू लागलंय.''

''म्हणजे, इथून बाहेर पडून त्यांच्याबरोबर जाणार की काय?'' इतका वेळ उत्सुकतेनं ऐकणाऱ्या गंगाबाईंनी त्यांना विचारलं.

रखमाबाईंच्या कथेनं हे असं वळण घेतलं होतं तरी गंगाबाई फारशा निराश झाल्या नव्हत्या. आजच ओळख झालेली असताना त्यांनी गंगाबाईंना विश्वासानं सगळं सांगितलं होतं. आपल्याला एक चांगली मैत्रीण मिळाली, असंच वाटलं होतं गंगाबाईंना.

''नाही. घर या ट्रस्टींना द्यावं, असा विचार केला होता. पण आता नातवाला द्यावं असं वाटू लागलंय; कारण माहीत नाही, पण रक्ताची ओढ असावी. मी मात्र शेवटच्या श्वासापर्यंत इथून हलणार नाही.''

रखमाबाई बोलायचं थांबल्या आणि गंगाबाईंना सुटका झाल्यासारखं वाटलं. त्या दोघींच्या परिस्थितीतील अंतर स्पष्ट झालं होतं. रखमाबाईंकडे पैसा होता. त्यामुळे मिळणारा आत्मविश्वास वेगळाच. त्यांचा मुलगा काम धंदा न करता नुसता बसून आहे, तो त्यामुळेच. गंगाबाईंच्या बाबतीत भावानं वडिलोपार्जित इस्टेट विकून यांचा वाटा यांना दिला होता. त्यातील काही पैसे खर्च झाले होते; पण

उरलेले जवळ जवळ पाच लाख रुपये वेळेला उपयोगी पडावेत म्हणून त्यांनी जपून बँकेत ठेवले होते. इथे यावं लागण्यापेक्षा आणखी संकटकाळ तो कोणता? की आपल्या दोघांच्या शेवटच्या श्वासापर्यंतचा या पुढचा काळ हा आपत्काळच असणार होता? प्रश्न खूप होते; पण त्यांना उत्तरं सापडत नव्हती. घराचंही तेच. मुलानं कंपनी काढली. त्याला कर्ज मिळायला सोपं व्हावं, म्हणून नवऱ्यानं घर त्याच्या नावावर करून दिलं. आता हातात काय उरलंय तर अगदी थोडेसे पैसे. तेवढ्या पैशात आपल्याला या आश्रमात प्रवेश मिळेल का, की यासाठी जवळ होतं नव्हतं ते मोडावं लागेल? असे अनेक प्रश्न सतावू लागले होते.

"एकट्यासाठी असे किती पैसे लागणार आहेत? वाटत असेल तर इथे येऊन राहा." रखमाबाईचं हे बोलणं ऐकून त्या अगदीच संकोचून गेल्या. आपल्या मनातल्या शंकांचं निरसन करून घेण्याकरीता आपण फक्त इथे आलो आहोत. दुसरा काहीच उद्देश नाही आपला, असं वाटू लागलं त्यांना.

"पैसे द्यायलाच पाहिजेत, असं काही नाही. रोजच्या कामात हातभार लावलात तरी पुरेसं होईल. त्या कामालाही किंमत आहेच की."

हे ऐकून डोक्यावरचं मोठं ओझं उतरल्यासारखं वाटलं गंगाबाईंना. "तशी स्वयंपाकघरात मी मदत करू शकतेच. सांडगे, पापड घालायचा अनुभवसुद्धा आहे हो माझ्याकडे." इतकं बोलून गंगाबाईंनी एकदम आपल्या जिभेला लगाम घातला. आपली परिस्थिती चांगली नाही, असं आपण वेगळ्या मार्गानं यांना सांगत आहोत, असं वाटून त्यांना लाज वाटू लागली व त्यांनी मान खाली घातली. पण डॉक्टर व वकील यांच्याजवळ खोटं बोलू नये असं म्हणतात ना, तसंच रखमाबाईंबरोबरही खोटं बोलू नये, असं मनात येऊन गंगाबाईंच्या मनातली लज्जा, संकोच गळून पडला व त्यांनी खाली घातलेली मान वर केली.

"तरीही तुमच्यावर इथे यायचा प्रसंग येऊ नये, अशी मी प्रार्थना करीन. कारण घर हे शेवटी घर असतं." रखमाबाईंच्या बोलण्यात, इथे यायचं नक्की करण्यापूर्वी दहा वेळा विचार करा. इथे येणं हा शेवटचा पर्याय असेल, हे सूचित होत होतं. एवढं बोलल्यावर रखमाबाईंचं मन मोकळं झालं. गंगाबाईंकडे पैसे आहेत की नाहीत, हे त्यांच्यासाठी अजिबात महत्त्वाचं नव्हतं. गंगाबाईंच्या डोळ्यांत त्यांच्याबद्दल कौतुक दिसत होतं. किती धीराची आहे ही बाई, त्याशिवाय का दुसऱ्यांचा इतका विचार करते.

"तुम्हीच खंबीर मनाच्या आहात. म्हणूनच तर इथे राहायची मनाची तयारी केली आहे तुम्ही." रखमाबाईंच्या या बोलण्याचं आधी गंगाबाईंना आश्चर्य वाटलं. परंतु नंतर त्या आपला आत्मविश्वास वाढवण्याचा प्रयत्न करत आहेत, हे लक्षात आल्यावर रखमाबाईंचं बोलणं त्यांना खरं वाटू लागलं.

"अशा गोष्टींना सामोरं जाताना आपण बायका खंबीर असतो. तो सगळ्यांना हसवणारा शिंदे पाहिला ना? त्याचा दुसरा चेहरा तुम्ही पाहायला हवा. आपल्यात असलेला गुण म्हणजे प्रसंगानुरूप येणारा अलिप्तपणा; जो पुरुषांच्यात नसतो. तारुण्यात बायको हवी, म्हातारपणात मुलगा हवा. दोन्ही जागच्या जागी असतील तर यांचा पुरुषार्थ पाहावा. नाही तर... उशीर झाला आहे. निघायला हवं तुम्हाला." असं म्हणत कप हातात घेऊन रखमाबाई उठल्या.

रिक्षात बसलेल्या गंगाबाईंना आता हुरूप आला होता. मोटारामच्या मदतीशिवाय त्यांनी रिक्षा बोलावली. त्यांच्या कानात आता, 'तुम्ही खंबीर आहात,' हे रखमाबाईंचे शब्द घुमत होते. येणाऱ्या दिवसांना सामोरं जाण्याकरीता आपण करत असलेली तयारी हे त्याचच द्योतक आहे, हे आधीच आपल्या लक्षात यायला हवं होतं. रखमाबाईंबद्दलच्या कृतज्ञतेनं त्यांचं मन भरून आलं.

...मुलगा घरातून बाहेर काढतो आहे का? काढू दे. पुढचं आयुष्य आपण केलेल्या कल्पनेइतकं कठीण नव्हतं. सध्या मोटाराम रोज घरी येऊन त्यांचं करतो तसंच तो आश्रमात करील. त्याच्या पगाराची व्यवस्था करावी लागेल. आश्रमात राहायला जाण्यासाठी पैसे भरण्याची अट नाहीये, ही मोठ्ठंच समाधानाची गोष्ट आहे. मात्र एक अडचण आहेच. घर सोडणार नाही, असं म्हणून हे हटून बसले तर? त्यांना आतापासूनच समजावून तयार करायला हवं. आपण दोघं इकडे राहायला आलो, तर कदाचित सत्या नोकरी सोडून देईल. त्यामुळे विशालच्या व्यवसायाचं नुकसान होईल व त्याला स्पष्टीकरणं देत बसावं लागेल. घराबाहेर पडण्यामागे असं घडावं, अशी मुळीच आपली इच्छा नाहीये... वाटेत भाजीच्या दुकानातून त्यांनी बटाटे, कोबी, पालकाच्या जुड्या घेतल्या व त्या पुन्हा रिक्षात बसल्या.

दोन

गंगाबाई घरी पोहोचल्या तेव्हा बारा वाजले होते. त्यांच्या अंदाजापेक्षा यायला उशीर झाला होता; पण पहिल्याच दिवशी चांगल्या मैत्रीपूर्ण गप्पा झाल्या होत्या. इकडे सून सासऱ्यांच्या बाजूला बसून टीव्ही पाहत होती.

"आई, तुमचा चेहरा खुललेला दिसतोय. बॉयफ्रेंडला भेटून आलात की काय? खरं बोला हं. बाबा, अहो तुमच्या बायकोला विचारा आधी."

घरात पाऊल टाकताच सुनेने चेष्टा करायला सुरुवात केल्यानं गंगाबाईंना हसू आलं. ही मुलगी सगळ्यांना नेहमी अशीच हसवत असते.

"तुमच्यासारखे आम्हाला बॉयफ्रेंड वगैरे नसतात बरं. वर्गातल्या मुलांबरोबरही आम्ही कधी बोलायचो नाही." या मुलाबरोबर तुझं लग्न ठरवलेलं आहे, असं घरातले सांगायचे. त्यावर आपण फक्त मान हलवायची."

असं हसून म्हणत गंगाबाई भाजीच्या पिशव्या घेऊन स्वयंपाकघरात गेल्या. तेथूनच त्यांनी विचारलं,

"तुमच्या दोघांसाठी भाकरी करू का? विचार तुझ्या सासऱ्यांना. विशाललाही विचार."

"आम्हाला दोघांना भात चालेल. विशाल मीटिंगसाठी पुण्याला गेला आहे. तो रात्री परत येईल."

मुलगा घरात नाही, हे कळल्यावर त्यांना एकदम मोकळं मोकळं वाटू लागलं. आपल्याच नाही तर नवऱ्याच्या मनातही हेच असणार, याबद्दल त्यांना खात्री होती. सगळं आवरल्यावर, जरा आरामाची गरज आहे, असं वाटून त्या स्वयंपाकघरातून बाहेर आल्या. आपण वृद्धाश्रमात जाऊन आलो हे नवऱ्याला सांगण्याची आज योग्य वेळ आहे, असं त्यांना वाटलं. सून माडीवर जायची त्या वाट पाहत होत्या, पण सुलभा घर व ऑफिस यामध्ये तासभर फेऱ्या मारत होती. मोटाराम निघून

गेल्यानंतर गंगाबाई हळूच बाबूरावांच्या पलंगावर जाऊन बसल्या आणि त्यांनी त्यांच्या अंगावरचं पांघरूण नीट केलं. हाका मारल्याशिवाय आलेल्या बायकोला पाहून बाबूरावांनी चेहरा प्रश्नार्थक केला.

"आज कुठे गेले होते माहीत आहे का? वृद्धाश्रमात जाऊन आले." बाबूरावांनी डोळे मोठे करून 'हूं... असा आवाज केला.

"उद्या इथली परिस्थिती फारच बिघडली तर राहायला दुसरा आधार हवा ना. त्याच्या हातचा मार खात इथे राहणं नकोच. बोलून, सगळी व्यवस्था करून आले आहे. तुम्हाला मान्य आहे ना?"

कातर आवाजात त्यांनी नवऱ्याला विचारलं. पत्नीचं बोलणं लक्ष देऊन ऐकणाऱ्या बाबूरावांच्या डोळ्यांत खूप प्रश्न दिसत होते, बोलावंसं वाटत होतं. पण थोडा वेळ थांबून ते फक्त 'हूं....' एवढंच म्हणाले. रोखून धरलेला श्वास सोडून गंगाबाई म्हणाल्या,

"आता मला खूप बरं वाटतंय."

"तिथे तुम्हाला सारखा हट्ट करता येणार नाही. इथं कसं, तुम्ही मला सारख्या हाका मारत बसता, आरडाओरडा करता. तसं तिथं करून चालणार नाही. तिथं बरेच लोक आहेत, त्यांना त्रास व्हायला नको. होय ना? तुम्ही जर गप्प राहिला नाहीत, तर ते आपल्याला बाहेर काढतील. म्हणूनच आरडाओरडा करणं आतापासूनच जरा कमी करा."

गंगाबाईंच्या या बोलण्यावर बाबूरावांनी लगेच हो म्हटलं; पण गंगाबाईंचा त्यावर मुळीच विश्वास बसला नाही. सगळं ऐकलंय असं दाखवत आहेत; पण वागणार मात्र नाहीत तसे, असा विचार करत त्या तेथून उठल्या. त्या एक-दोन पावलं पुढे गेल्या नाहीत, तोवर मागून हाका येऊ लागल्या. लक्ष न देता त्या पुढे गेल्यावर हाका जोरात येऊ लागल्या. शेवटी मागे फिरून त्यांनी नवऱ्याला विचारलं,

"काही खायला देऊ का? की प्यायला हवं आहे काही?" बाबूरावानी 'नको' अशी मान हलवली.

"मग विनाकारण का हाका मारताय? मी आत्ताच तुम्हाला काय सांगितलं? तुमच्यातला हा हटवादीपणाच मुलामध्ये उतरलाय. पडलो तरी मिशीला माती लागली नाही, असं दाखवण्याचा आणि स्वतःच्या हिमतीवर सगळं जिंकण्याचा त्याचा हट्ट. मधल्यामध्ये माझी काय अवस्था होते आहे, याचा कधी विचार केलाय तुम्ही? माझंच पूर्वजन्मीचं पाप असणार. तेच असं भोगावं लागतंय."

बोलता बोलता डोळ्यांत आलेलं पाणी पदराच्या शेवानं पुसत त्या तेथून निघाल्या. पुन्हा मागोमाग येणाऱ्या हाकांकडे त्यांनी लक्ष दिलं नाही. हाका वाढल्या

तरी त्या खोलीकडे वळल्या नाहीत.

संध्याकाळी सातच्या सुमारास मोटारामचा फोन आला. त्याच्या पत्नीची तब्बेत बिघडली होती व तिला दवाखान्यात न्यायचं होतं. त्यामुळे तो रात्री येऊ शकणार नव्हता. गंगाबाई विचारात पडल्या.

...मोटाराम कधीही सुट्टी घेत नसे. तो येऊ शकणार नाही, म्हणतोय म्हणजे नक्कीच काही तरी गंभीर असणार. कुणाच्या तरी मदतीशिवाय बाबूरावांचं सगळं करणं आपल्याला शक्य होणार नाही. जेवण भरवण्याचं काम होऊन जाईल; पण डायपर बदलायचा, जखमांवर औषध लावायचं, सगळ्या अंगाला पावडर लावायची आणि त्यांना झोपावायचं हे सगळं कठीण होतं. विशाल पुण्याहून कधी परत येईल, माहीत नव्हतं. जरी तो लवकर आला तरी त्याला सांगणं नको वाटत होतं. कारण आता परिस्थिती पहिल्यासारखी राहिली नव्हती.

त्यांचं आजारपण नवीन होतं तेव्हा विशाल खूप मदत करत असे. काही दिवसांनी मात्र त्याला वडिलांचं करण्याचा कंटाळा येऊ लागला. उगाच वेळ फुकट जातो असं म्हणायचा. त्यांना हलवायचं असेल, कुशीला वळवायचं असेल तेव्हा उतावळेपणानं हलवायचा. एक-दोनदा त्यांचं डोकं भिंतीला आपटलं तरी त्यांनी चकार शब्द तोंडातून काढला नव्हता. त्यांचे कपडे बदलताना धसमुसळेपणा करायचा. मलम लावताना, पावडर लावताना तशीच घाईघाई. त्यात जराही प्रेम नसायचं की आपलेपणा. अंग लुळं पडलेलं असलं तरी मन जिवंत होतं ना? त्याचं करणं सहन न होऊन बाबूराव डोळे मिटून घेत असत. संकोचही असेच. आपण मान खाली घालायचो; कारण आपल्यासमोर दुसरा पर्यायच नव्हता.

असो. नंतर मोटाराम येऊ लागला. एकदा तो येणार नव्हता त्या दिवशी मी सत्याला बोलावून घेतलं. मृदू मन असलेला हा मुलगा. संयम आणि श्रद्धा असणारा. त्यानं लहान बाळाचं करावं तसं, अतिशय हळुवारपणे यांचं सगळं केलं... आजही त्याला बोलवू या, असं पक्कं ठरवून गंगाबाई ऑफिसच्या दारात येऊन उभ्या राहिल्या. सत्या व सुलभा दोघंही आपापल्या कामात मग्न होती. गंगाबाई आल्या आहेत, हे कळताच सुलभा उठून त्यांच्याकडे गेली. त्यांनी समोर उभा राहिलेला प्रश्न तिला सांगताच, "सत्याला सांगू या." असं म्हणून सुलभा सत्याकडे गेली व तिनं हळू आवाजात त्याला सगळी कल्पना दिली.

"आई, आठ वाजेपर्यंत आलो तर चालेल का? त्या आधी यायला हवं असेल तरी सांग." लगेचच उठून सत्यानं गंगाबाईंना विचारलं.

"चालेल. आठ वाजता चालेल." असं म्हणून त्या माघारी वळल्या. पंधरा मिनिटं आधीच आलेल्या सत्याच्या हातात टॉवेल, पावडर आणि मलम ठेवताना

"तुझ्याकडून अशी कामं करून घ्यायला संकोच वाटतो रे." चेहरा पाडून

गंगाबाई म्हणाल्या.

"आई, असं का वाटून घेतेस? हवं तर रोजसुद्धा येईन यांचं करायला. त्यांना बाबा आणि तुला आई म्हणतो ते काय फक्त बोलण्यापुरतं, असं वाटलं का?"

सत्याच्या या प्रश्नाला गंगाबाईंकडे उत्तर नव्हतं. त्यानं अजिबात वेळ न घालवता बाबूरावांच्या कमरेखालचा भाग आधी स्वच्छ करून घेतला. झब्बा काढून वरचा भाग पुसून काढत असता त्यांच्या मानेच्यावरचा भाग त्याला लालसर झालेला दिसला.

"आई, हे काय आहे, तू पाहिलं आहेस का? हा मानेजवळचा भाग कशामुळे लालसर झालाय?

सत्याने घाबरून विचारल्यावर त्यांनी वाकून पाहिलं. विशालनं मारल्यानंतर काळा निळा पडलेला भाग आता लालसर झाला होता. त्याला काय उत्तर द्यावं, हे त्यांना कळलं नाही. सत्या विषय सोडत नव्हता. त्या सत्याला बोलवायला गेल्या तेव्हा या माराच्या खुणांबद्दल त्यांच्या लक्षातच नव्हतं. विशालची वाट पाहायला हवी होती का? त्यानं केलं असतं का बाबूरावांचं सगळं? आपलंच चुकलं. त्यांना फक्त संकोचच वाटत नव्हता, तर जणू आकाश कोसळलंय अशी स्थिती झाली त्यांची. काही तरी करून ही वेळ मारून न्यायला हवी.

"काही तरी लागलं असावं. माझ्या लक्षात नाही आलं." त्या पुटपुटल्या.

"मा..मारलं...." बाबूराव अडखळत बोलले.

"गप्प बसा. काही तरी बोलू नका."

आता गंगाबाईंच्या छातीत धडधडू लागलं. त्यांनी बाबूरावांच्या तोंडावर हात धरला. त्यांना गप्प करण्याचा दुसरा मार्ग गंगाबाईंना सुचत नव्हता.

"मारलं...मार...लं....खूप मा...र..लं' पत्नीच्या विरोधाला न जुमानता बाबूराव तुटक तुटक बोलले. जोरजोरात रडू लागले. गंगाबाईंचा हात अगतिकपणे खाली आला. त्यांच्याही डोळ्यांतून अश्रू वाहू लागले.

"बाबा, कोणी मारलं तुम्हाला?"

त्यांच्या गालावरून हळू हात फिरवत सत्यानं विचारलं. त्यांची नजर प्रखर होत होती, तरी त्यांच्या डोळ्यांत पाणी जमू लागलं होतं.

"वि...शा...ल.." असं म्हणताना बाबूराव अधिकच रडू लागले. हुंदके देऊन रडू लागले.

गंगाबाईंचा गळा दाटून आला. बाबूरावांच्या तोंडावर पुन्हा हात ठेवून त्यांनी घाबरत सत्याकडे पाहिलं. त्याच्या चेहऱ्यावरचे भाव बदलले नसले तरी त्याच्या डोळ्यांकडे पाहून गंगाबाईंना खूप भीती वाटली. आपल्या कपाळावर हात मारत त्या बाबूरावांना म्हणाल्या,

“माझा जीव घेतल्यावरच तुम्हाला समाधान मिळेल. मुलगा तुम्हाला काय कमी करतो? जेवाखायला घालतो, सेवेला नोकर ठेवले आहेत. आणखी काय हवंय तुम्हाला? तसंही त्या वेळी तुम्ही किती हट्टीपणा करत होतात, आठवतंय?”

पत्नीचं बोलणं ऐकूच येत नाहीये, अशा प्रकारे बाबूराव सत्याकडे पाहत रडत होते. डोळ्यांतून पाणी काढत सत्याकडे वळून गंगाबाई म्हणाल्या,

“सत्या, तू त्यांच्या बोलण्यावर विश्वास ठेवू नको. डोकं फिरलं की कसे वागतात माहीत आहे ना? अशा लोकांना कधी कधी भान राहत नाही. आत्ता जे काय घडलं त्याविषयी कृपा करून विशालसमोर काही बोलू नकोस.”

असं बोलून त्यांनी सत्यासमोर हात जोडले. ...किती कमालीचा वेडेपणा करत आहे आपला नवरा. यांनी आपल्या आयुष्याचा नरक केला आहे. हे असे आहेत म्हणूनच मुलगा तसा आहे. आता सगळा दोष हे त्याच्यावर ढकलत आहेत; पण मी त्याचीच बाजू घेणार...पोहेहाराचा सर असो किंवा ‘गंगा’ अशी मारलेली हाक असो... आता आपण स्वतःच ठरवून घेतलेलं फक्त पत्नीचं कर्तव्य पार पाडायचं. पण कर्तव्य फक्त आपणच निभवायचं का? त्यांनी मात्र पदोपदी अपमान करायचा. या उतरत्या वयात आपण आश्रम शोधत फिरत आहोत, पण आता पुरे. ते आणि त्यांचा मुलगा. बाहेर काढलं ना तर जा एकटेच. बाहेर न काढता, इथे ठेवून घेऊन शिव्या देत राहिला, मारत राहिला तर सगळ्याचा अनुभव घेत राहा. मी माझ्यापुरतं पाहणार... क्षणाक्षणाला वाढत जाणाऱ्या रागाबरोबर गंगाबाई खचून जात होत्या.

“आई, दादाची तुम्हाला इतकी भीती वाटते?”

इतका वेळ खाली मान घालून अश्रू गाळणाऱ्या गंगाबाईंनी मान वर केली.

“हो रे. हाता-पायांतली शक्ती कमी होऊ लागली, की मुलांना घाबरून राहावं लागतं. तुमचं कोणतं पाऊल मुलाच्या रागाला कारणीभूत होईल, याचा विचार करूनच पाऊल टाकावं लागतं आणि असा नवरा नशिबात असेल तर मुलगा जेवायला घालतो, तेच मोठे उपकार मानावे लागतात. तुला नाही कळणार...”

“हे सगळं केव्हा घडलं?” बधिर झालेल्या सत्यानं बाबूरावांना विचारलं.

त्यांनी न चाचरता लगेच, “परवा...” असं उत्तर दिलं. त्यावर काहीच न बोलता सत्यानं त्याचं काम चालू ठेवलं. बाबूराव शांतपणे त्याला सहकार्य करत होते; मात्र त्यांच्या डोळ्यांतून अखंड पाणी वाहत होतं. त्यांना झोपवून सत्या बाहेर येणार, इतक्यात सुलभा ऑफिसमधून घाईघाईत घरी आली.

“काय चाललंय इथे? इतका आवाज येतोय. मी फोनवर बोलत होते, त्यामुळे पटकन येता आलं नाही.” दोघांकडे पाहत तिनं विचारलं.

सोफ्यावर बसत सत्या बोलू लागला.

“परवा दादाने बाबांना मारलं म्हणे?”

त्याची रोखलेली नजर टाळण्याकरीता सुलभानं मान खाली घातली. काही वेळानं तिने गंगाबाईंकडे पाहिले. त्या तर दीनवाण्या चेहऱ्यानं उभ्या होत्या. बाबूराव बोलले असणार, हे लक्षात येऊन ती सत्याकडे वळली. सोफ्यावर बसलेला सत्या या प्रकरणाचा निवाडा केल्याशिवाय हलणार नव्हता. ऑफिसातील छोट्या-मोठ्या मतभेदांचा मोठा इश्यू करणारा सत्या, हे प्रकरण सोडून देणं शक्यच नव्हतं. त्याची समजूत घालून त्याला घरी कसं पाठवता येईल, याचा विचार सुलभा करत होती. विशाल कोणत्या परिस्थितीत बाबूरावांना दूर करू पाहत आहे, याची कल्पना आता सत्याला आली होती.

"मी दादा येईपर्यंत थांबतो. त्याच्याशी बोलून मगच जाईन."

सत्याचं हे बोलणं ऐकून सुलभा बेचैन झाली. आता पुन्हा वादविवाद. हा जिंकणार व समोरचा हरणार. काहीही करून हा विषय इथेच थांबवायला हवा.

"सत्या, विशालनं त्याच वेळी आईंची व माझी माफी मागितली होती."

ती अधीरतेनं म्हणाली. तिला माहीत होतं, की विशालनं केलेला अपराध किती मोठा आहे; तरीही विशालची बाजू घेऊन ती बोलत होती.

"बाबांची क्षमा मागितली का त्याने?"

"उहू..." खोलीतून बाबूरावांचा आवाज आला.

गंगाबाईंनी पुन्हा कपाळावर हात मारून घेतला. आता सगळं हाताबाहेर चाललं आहे, असं वाटून सुलभा तेथेच बसली. तिथेच उभ्या असलेल्या गंगाबाई अस्वस्थ झाल्या होत्या. काही वेळ फोनजवळ चाळा करण्यात घालवल्यावर सत्यानं फोन बंद केला व डोळे मिटून तो सोफ्यावर बसून राहिला. घरात नीरव शांतता होती. सगळे घरी गेल्यानं ऑफिसमध्येही आवाज नव्हता. या वेळेला घरात इतकी शांतता, शक्यच नव्हतं. घड्याळाची बॅटरी संपल्यामुळे तेसुद्धा निःशब्द झालं होतं.

गंगाबाईंनी पतीच्या खोलीत डोकावून पाहिलं. बाबूराव झोपले होते. घोरण्याचा अस्पष्ट आवाज येत होता. कधी नसतो इतका भाबडा चेहरा. नेहमीचा आरडाओरडा कधी नाही तो थांबलेला. तोही गोळ्या न घेता. त्यांनी उसासा टाकला. आधी यातना, मग राग. धक्के मारून उठवायला हवं यांना. करायचं ते सगळं करून आता काही माहीतच नाही, अशा प्रकारे झोपले आहेत. या पुढे जे घडेल त्याची जबाबदारी पण तुमचीच, असं वाटून बाबूरावांजवळ जाण्यासाठी त्या चार पावलं पुढे गेल्या. पण पाय जड होऊन त्या मागे फिरल्या व खोलीच्या दारात बसून राहिल्या. तुळजाभवानी, अंबाबाई यांचं स्मरण करूनही बेचैनी आटोक्यात येत नव्हती. सुनेचा चेहरासुद्धा चिंताक्रांत दिसत होता. या संसाराशी असलेला आपला संबंध आता तुटत चालला आहे, वृद्धाश्रमात जायचा दिवस जवळ येतो आहे, असं वाटून त्यांनी डोळे मिटून घेतले. पांडुरंगाचं ध्यान करता करता, हातून घडलेली

परोपकाराची कामं एकेक करून त्यांच्या डोळ्यांसमोर येऊ लागली.

दारावरची बेल वाजेपर्यंत एक तास निघून गेला होता. सुलभाने दार उघडलं. घरात आलेल्या विशालच्या चेहऱ्यावरचा थकवा सत्याला पाहून नाहोसा झाला.

''सत्या, डील आपल्या मनासारखं झालंय. तू तपशीलवार दिलेली माहिती उपयोगाला आली. तुझ्या कष्टाचं चीज झालं बघ. आज फक्त तोंडी करार झाला आहे. उद्या अधिकृत पत्र पाठवतो, असं म्हणाले आहेत. त्यांच्या सगळ्या सहभागी कंपन्या मिळून खूप मोठं कॉन्ट्रॅक्ट मिळालं आहे.''

विशाल मोठ्या उत्साहात सांगू लागला; पण सत्याची थंड प्रतिक्रिया पाहून तो बुचकळ्यात पडला. त्यानं सभोवती नजर टाकली. जवळच उभ्या असलेल्या सुलभाचा चेहरा संत्रस्त होता. आई उतरलेल्या चेहऱ्याने भिंतीला टेकून बसली होती. साडेदहा वाजले आहेत तरी सत्या घरी न जाता आपली वाट पाहत बसला आहे? काय घडलं आहे, हे कोण सांगेल आपल्याला? सगळे समोर असताना पत्नीला खोलीत नेऊन याबद्दल विचारणंही योग्य नाही. सत्याची तीक्ष्ण नजर पाहून काही तरी गडबड आहे, याची विशालला कल्पना आली. आता प्राप्त परिस्थितीला तोंड देण्याखेरीज गत्यंतर नाही... विशाल बूट काढून हात-पाय धुऊन आला आणि सत्याच्या समोर बसला.

''हूं, आता बोल काय झालं आहे?''

''परवा म्हणे तुम्ही बाबांना मारलंत?'' विषय निघायची वाट पाहत असलेल्या सत्यानं विशालकडे पाहत थेट प्रश्न केला. विशालला प्रश्न कळायला थोडा वेळ लागला; पण लगेचच भुवया उंचावून त्यानं आईकडे पाहिलं. तिच्या चेहऱ्यावरची भीती अश्रूंत मिसळली होती.

''त्यांनी काहीही सांगितलेलं नाही.'' सुलभा घाईघाईत म्हणाली.

काही क्षण थांबून खोलीकडे पाहत, तो उामपणे म्हणाला, ''हो, मी मारलं बाबांना. माझे वडील आहेत ते. मला हवं ते करीन. आता बोल.''

''मी त्यांना, 'बाबा' अशी हाक मारतो.'' सत्या स्पष्ट आवाजात म्हणाला.

''नुसती हाक मारल्यानं ते तुझे बाबा होत नाहीत.''

विशालच्या नजरेत आणि आवाजात मी तुझ्यासमोर आज माघार घेणार नाही, असा भाव होता.

''मनात काही भावना नसताना, उगाचच तशी हाक मारणं मला जमणारं नाही. मला अघळ पघळ गप्पा नको आहेत. बाबा तुम्हाला जड झाले आहेत का, स्पष्टपणे सांगा. मी त्यांना घेऊन जातो.''

शेवटचं वाक्य तो बोलला त्यापेक्षा जास्त जोरात विशालच्या कानावर आदळलं व तो संतापला. एक तर सकाळपासून धावपळ करून तो खूप दमला होता व

भूकही लागली होती. घरी येऊन दोन घास खाऊन अंथरूण गाठावं, असं वाटत असताना हा माझ्या घरात बसून माझ्या बाबांच्या विषयात नाक खुपसतो आहे. नसता मोठेपणा की अहंकार?

"ओझं म्हणजे काय? त्यांच्यासाठी नोकर ठेवला आहे, औषध पाण्याला पैसे खर्च करतो आहे. ओझं वाटलं असतं तर हे केलं असतं?" आवाज चढवून विशालनं विचारलं.

"खर्चाच्या बाबतीत ओझं नाही म्हणत मी. मानसिक दृष्टीनं तुम्हाला त्यांचं ओझं वाटू लागलंय का? की तुमच्यामध्ये भावनात्मक असं नातंच उरलेलं नाहीये?" सत्यानं त्याच चढ्या आवाजात विचारलं. सत्या विषय सोडायला तयार नव्हता.

"नुसतं बरोबर राहून नातं तयार होत नसतं रे. संबंध जिवंत, ताजेतवाने ठेवण्यासाठी सगळ्यांचा सहभाग लागतो. सगळ्यांनी प्रयत्न करावे लागतात. ते चांगले पती होऊ शकले नाहीतच; चांगला बापही होऊ शकले नाहीत. हातात असलेली मालमत्ता मात्र घालवून बसले. तो एक पराभूत माणूस आहे. अशा व्यक्तीबद्दल प्रेम, आदर कसा वाटणार? तरीही मुलगा म्हणून माझी कर्तव्य, कसूर न करता मी पार पाडत आहे. माझ्या कुटुंबाची पार्श्वभूमी माहीत नसताना तोंडाला येईल ते बोलू नकोस!" विशाल संतापून म्हणाला.

"तुमच्या घराचा इतिहास मला माहीत नाही हे खरं असलं; तरी बाबा पराभूत नाहीत. तसं असतं तर आईचं त्यांच्यावरचं इतकं प्रेम आतापर्यंत उरलंच नसतं. त्यांच्या उपचारांसाठी खर्च करावा असं तुम्हाला वाटलंच नसतं. पण दादा, बाबांविषयी तुम्हाला कृतज्ञता वाटत नाही; तरीही बाबांवर हात उचलण्यात पुरुषार्थ आहे, असंही मला नाही वाटत."

सत्या, विशालच्या चढलेल्या आवाजाला भीक न घालता बोलत होता. दोघांचं वाक्‌युद्ध पाहून गंगाबाई हादरून गेल्या. आता हात उचलण्यापर्यंत वेळ यायला नको, असं वाटून सुलभा विशालच्या बाजूला येऊन उभी राहिली. शांत झोपले होते ते फक्त बाबूराव. त्यांच्या घोरण्याचा आवाज अधिकच मोठ्यानं येऊ लागला. विशालच्या पराकोटीला पोहोचलेल्या रागाला आटोक्यात आणण्याचा सुलभा प्रयत्न करत होती. ...या उद्धटाला आता लगाम घालायलाच हवा. प्रत्येक विषयावर तो सांगेल तसं नाचणं आपल्याला जमणार नाही... ही आमची खासगी बाब आहे. तू यात मध्ये न पडता फक्त तुझ्यापुरतं पाहा. नोकरी करतोस त्याचा योग्य पगार तुला देतो. हिशेब करून बघ, नाही तर सोडून जा, असं त्याला सांगावं असं वाटत होतं विशालला. पण ते शक्य नव्हतं. कामाविषयी बऱ्याच प्रमाणात विशाल सत्यावर अवलंबून होता. त्याच्या उद्धट, रोखठोक बोलण्यानं संबंध

बिघडत होते हे खरं असलं, तरी एखादी समस्या समोर उभी राहिल्यावर सत्याचीच आठवण यायची, हे सत्य होतं. विशालचं व्यावसायिक मन जागं झालं व त्याने जिभेला आळा घातला. दोन मिनिटं शांत राहून, राग काबूत आणून तो सत्याला म्हणाला,

"ठीक आहे. कृतज्ञता असायला हवी वगैरे वेदांत मी मान्य करतो; पण मी कशासाठी कृतज्ञ असायला हवं ते सांगशील? यांनी सावत्र आईच्या धाकाने सावत्र भावांचा संसार सांभाळला व आईला आणि मला उपवास घडवले म्हणून? हातात काठी घेऊन मला धाकात वाढवलं म्हणून? शारीरिक अपंगत्वामुळे यांनी आईच्या कष्टात भर घातली म्हणून? आज काकांची मुलं परदेशात स्थायिक झाली आहेत. यावरून समजशील काय ते. हुशार आहेस तू."

"हे सगळं मला माहीत आहे. मला कोणी स्पष्ट सांगितलेलं नसलं, तरी घरात चाललेल्या बोलण्यातून माझ्यापर्यंत पोहोचतं ते. सावत्र असली तरी तिनं मला वाढवलंय, असं म्हणत बाबा तिच्याजवळ आदरानंच वागले असणार. त्यांच्यावरचा राग आणि त्यांचं हे आजारपण यामुळेच तुमची चिडचिड होत आहे. परंतु या सगळ्या कष्टांमुळेच तुमच्यामध्ये आज दिसणारं साहस निर्माण झालं असेल. काहीही करून जिंकायचंच ही मनोवृत्ती यांतूनच आलेली नसेल कशावरून? तुमची चुलत भावंड परदेशात स्थायिक झाली आहेत; पण तुम्हीसुद्धा किती देश फिरून आला आहात. या काळात परदेशात स्थायिक होणं हे काही फार कठीण नाही; पण स्वतःची कंपनी काढून, अत्यंत कमी वेळात केवढी प्रगती करून दाखवली आहे तुम्ही. किती हातांना काम दिलं आहे. हे सगळं करण्याची ताकद त्या काकांच्या मुलांमध्ये आहे का? तुम्ही मात्र आज खंबीरपणे उभे आहात."

सत्याच्या या बोलण्यावर विशाल निरुत्तर झाला.

"तुम्ही जन्मतःच हुशार असणार; यात शंकाच नाही. प्रोत्साहन मिळालं असतं तर याहूनही मोठं काही करून दाखवलं असतंत. पण एक लक्षात ठेवा. खाली असलेल्या लोकांनाच वर चढावं असं वाटतं. वीस वर्षांनंतर मागे वळून पाहाल तेव्हा बाबाच तर आपल्याला वर चढवणारी शिडी होते, हे तुमच्या लक्षात येईल."

यावरही विशालकडे उत्तर नव्हतंच.

"इतकी वर्षं, बाबांनी आपल्यासाठी काही ठेवलं नाही, असं मनात ठेवून तुम्ही ही कंपनी चालू केलीत. त्या वेळी हे घर तुमच्या नावावर कोणी केलं? तुम्हाला जे साध्य करायचं होतं त्याची सुरुवात हीच तर होती ना?"

आता मात्र विशाल चिडून ताडकन उभा राहिला.

"घर नावावर करून उपकार नाही केले माझ्यावर. मला जन्माला घालायची चूक त्यांनी केली ना, त्यामुळे माझ्याकरिता इतकं तरी त्यांनी करायलाच हवं होतं."

"जन्माला घालणे ही चूकच असू शकते, असं नाही. एक बाप म्हणून त्यांनी त्यांच्या जबाबदाऱ्या पार पाडलेल्या आहेत." सत्याच्या बोलण्यात अजूनही कडवटपणा होता.

"म्हणजे काय? आपल्या वासनेतून मला जन्माला घालून हे बाप बनले. त्यात काय मोठं केलंय यांनी?"

हा आता मर्यादा सोडून बोलू लागलाय हे जाणवून, डोळे वटारून सुलभा ओरडली, "विशाल". गंगाबाईंनी घाबरून मान वर केली. सत्या मात्र तिकडे दुर्लक्ष करून पुढे बोलू लागला.

"वासनेच्या भरात जन्माला घालणारे सगळेच बाप ते सिद्ध करायच्या वाटेला जात नाहीत दादा! मुलाला आपलं नावही देत नाहीत. घर लिहून देणं, ही तर पुढची गोष्ट! दुर्दैवानं मला असं म्हणावं लागतंय, की तुम्ही हे जग अजून नीट पाहिलेलं नाही. म्हणून तर तुमच्या समजुतीप्रमाणे मनाला वाटेल ते बोलत आहात." सत्या विशालच्या नजरेला नजर भिडवून बोलला. विशालच्या चेहऱ्यावर गोंधळ होता.

"कळलं नसेल तर मी सांगू?"

मनातल्या गोंधळाचं निवारण व्हावं, या हेतूने विशालने मान हलवली.

"माझा जन्म वासनेतून झालेला आहे. तुम्ही वडिलांच्या पोटी जन्माला आला आहात. म्हणून तर वडिलांची किंमत जेवढी मला कळली आहे ना, तितकी ती तुम्हाला कळणं शक्य नाही."

असं बोलताना सत्याच्या चेहऱ्यावर हलकसं हसू उमटलं. तीक्ष्ण नजरेत हे हसू मिसळून सत्याच्या चेहऱ्यावर वेगळेच भाव उमटले आणि याला आपण जणू पहिल्यांदाच पाहतो आहे, अशा नजरेनं विशाल त्याच्याकडे पाहू लागला.

सत्याची पहिली भेट विशालच्या डोळ्यांसमोर उभी राहिली व त्या वेळी त्यानं सांगितेला सगळा तपशील त्याला आठवू लागला. मनाच्या तळाशी दबलं गेलेलं त्या जागेचं नाव अचानक वर आलं आणि स्पष्ट दिसू लागलं.

"तुझा जन्म, बालपण कुठलं?" खात्री करून घेण्याकरीता विशालनं विचारलं.

"सुकलाजी स्ट्रीट, कामाठीपुरा."

सत्याच्या या उत्तराने विशाल अवाक् झाला. मन गोठून गेलं. तोंडातून एक शब्दही बाहेर फुटत नव्हता. डोळ्यांच्या पापण्याही न हलवता विशाल सत्याकडे पाहत राहिला. सुलभाचा श्वासही क्षणभर थांबून गर्भात हालचाल झाली. पोटावर हात ठेवत तिनं डोळे घट्ट मिटून घेतले. गंगाबाईंना धक्का बसून त्यांचे डोळे विस्फारले गेले आणि तोंडावर हात घेऊन त्या "अरे देवा" असं पुटपुटल्या, ते सर्वांना ऐकू गेलंच.

"आता अर्थ कळला असेल ना माझ्या बोलण्याचा?" यावरही विशाल गप्पच

होता. सत्यानं बोलणं पुढे चालू ठेवलं.

"मी वेश्येचा मुलगा आहे. माझे वडील कोण? हे मला माहीत नाही; पण वडिलांचं महत्त्व मात्र चांगलं जाणतो मी."

आता सत्याच्या चेहऱ्यावर ते हलकंसं हसू पुन्हा दिसू लागलं; पण बाकीचे तिघे शिळेसारखे स्तब्ध उभे होते. बाबूरावांचं घोरणंसुद्धा जागीच थबकलं होतं.

"बाबांच्या हातून त्या वेळी घडलेल्या चुकाच आज तुम्हाला जिद्दी बनायला कारणीभूत आहेत, हे स्वीकारणं कठीण जातंय ना? मला त्यांच्याविषयी सहानुभूती आहे आणि त्यांची जबाबदारी घेण्याची शक्तीही माझ्यात आहे."

इतकं बोलून तो झटकन तेथून निघून गेला. त्या तिघांना भानावर यायला बराच वेळ जावा लागला. बाबूराव जागे होऊन बायकोला हाका मारू लागले.

रात्र खूप झाल्याने रस्त्यावर वाहनांची गर्दी नव्हती; तरीही सत्या नेहमीपेक्षा वेगात गाडी चालवत होता. चेहऱ्यावर थडकणारे थंड वारे त्याला शांत करण्याचा प्रयत्न करत होते; पण आतून कढ येत होते. गाडी एका बाजूला कलंडेल की काय, अशी भीती वाटून त्यानं ती रस्त्याच्या बाजूला थांबवली. पायाचा आधार घेऊन दोन क्षण डोळे मिटून घेतले. प्रॉब्लेम गाडीमध्ये नव्हता. त्याच्या हृदयाचे ठोके त्याला ऐकू येतील इतके जोरात पडत होते. फक्त हात-पाय नाही तर आपलं सगळं अंगच कंप पावत आहे, हे त्याला जाणवलं. इथे कुठल्याच महिन्यात अंगाला झोंबेल असा वारा नसतो; पण आज...आता... त्यांच्या घरून निघाल्यावर सुरू झालं का हे? नाही. दादांजवळ आपण हा विषय काढला तेव्हापासूनच अंग कापत आहे.

आपण कोण, हे स्पष्टपणानं सांगण्याची, गेल्या दोन आठवड्यांतली ही दुसरी वेळ होती.

पहिला प्रसंग होता दहा दिवसांपूर्वी मनिषाजवळ बोलतानाचा. सिद्धेश्वराच्या मंदिराच्या आवारातील तळ्याकाठी बसलो होतो आम्ही, तेव्हाचा. तीन वर्षांपूर्वी ती इथे नोकरीला लागली. ट्रेनिंग देत असताना हिची हुशारी वेगळीच आहे, हे आपल्या लक्षात आलं होतं. सौम्य स्वभाव, साधी राहणी, मर्यादाशील बोलणं आणि तसंच वागणंही. परस्परांचे मोबाइलवर येणारे मेसेज, कधीतरी सिद्धेश्वराच्या मंदिरात होणाऱ्या भेटी. काही दिवसांनंतर मनानं जवळ येऊ लागलो होतो आपण. अजून काही बोलणं झालं नव्हतं; पण एक दिवस तिनं विषय काढला.

"घरच्यांनी माझ्यासाठी मुलं बघायला सुरुवात केली आहे; पण तुझ्या मनात काय आहे ते समजून घ्यायला मला आवडेल."

मी अनाथ आहे, हे तिला आधी सांगितलेलं होतंच; पण आता काहीच लपवायचं नाही, असं ठरवून तिला सगळं सांगून टाकलं. ऐकताक्षणीच तिचा चेहरा पांढराफटक पडला.

"माझ्या घरातले सगळे कर्मठ आहेत. रीतिभाती पाळणारे आहेत. गावाला असलेली आई अजूनही सोवळं नेसते. तोंडावर पदर घेतल्याशिवाय परपुरुषासमोर जात नाही. मी व धाकटी बहीण भावाकडे राहतो. समजतंय ना?"

इतकं बोलून तिनं मान खाली झुकवली. काही वेळानं अगतिक होऊन, "हे कटू सत्य तू मला का सांगितलस?" असं विचारत ओंजळीत चेहरा लपवून ती रडू लागली. काय करावं हे न कळून सत्या गोंधळून गेला. नंतर ती उठून निघून गेली. फोन केला तरी घेत नव्हती, मेसेजलाही उत्तर देत नव्हती. सत्या झोपेवाचून तळमळत होता.

इतक्यात तिचा मेसेज आला... 'घरातल्यांपासून ही गोष्ट लपवली तर घरातले होकार देण्याची शक्यता आहे; पण तुझी ही पार्श्वभूमी ऐकल्यावर मलाच ते नको आहे. तुझ्या जन्माची कहाणी हाच आपल्या दोघांमधील अडथळा आहे. मला क्षमा कर.' तिनं स्पष्ट शब्दात उत्तर दिलं होतं.

खूप यातना झाल्या होत्या तेव्हा. कशाला महत्त्व आहे? जन्माला की संस्कारांना, विचारांना? सांगितल्यामुळेच तर घोटाळा झाला होता. दादा म्हणतात ते खरंच आहे. सत्याला काहीही किंमत नाही. विचार करत करत, दोन्ही हातांनी डोकं धरून बसला असता सत्याला दुःखाचा उमाळा आला. 'आई' असा टाहो फोडावा, असं वाटत होतं, पण शब्द गळ्यातच अडकून तो फक्त हुंदके देऊ लागला...का जन्म दिलास मला...?

अनेक वर्षांपासून दाबून ठेवलेले अश्रू वाहू लागले. आपण विचार करत होतो तो चुकीचा होता. अजून सगळं जसंच्या तसं जिवंत आहे. आठवणी ते सगळं जिवंत ठेवत आहेत, असं वाटून त्याला आणखीनच रडू कोसळलं. आज किती अश्रू वाहणार आहेत ते वाहू देत, मनात कोंडलेलं सगळं मोकळं होऊन जाऊ दे, असं काही त्याला आतूनच वाटू लागलं. रडता रडता आईच्या आठवणी येऊन आई कुठे आहेस तू? माझ्या मदतीला येणार नाहीस का? असं बडबडू लागला तो. सगळा ताण असह्य होऊन, त्याला खूप थकवा आला होता.

दुसऱ्या दिवशी पुन्हा नेहमीप्रमाणे ऑफिस. कोणाला संशयही येणार नाही इतकं स्वच्छ, स्पष्ट बोलणं. आता सगळं संपल्यासारखंच होतं; तरीही यात काही चुकलंय असं मात्र वाटत नव्हतं सत्याला. जीवनात सत्याकडे पाठ फिरवणं आपल्याला जमणार नाही, याची त्याला परत जाणीव झाली. तो खूपच अस्वस्थ झाला होता.

संध्याकाळी आश्रमातील खूप जणांनी त्याला त्याच्या उतरलेल्या चेहऱ्याबद्दल विचारलं होतं. आता त्याला त्याच्या नावाचाही उबग आला होता. मनिषाने पाठ फिरवल्याचं दुःख ताजं असतानाच आजची ही घटना...

त्यानं गाडी स्टँडला लावली आणि तो रस्त्याच्याकडेला एका कट्ट्यावर बसला. रस्त्यावरची वर्दळ आता जवळ जवळ थांबली होती....काय झालंय विशाल दादांना? वडिलांजवळचे संबंध इतक्या खालच्या दर्जाला कसे पोहोचले? मारूनही राग संपत नाही इतके? आपले वडील नाहीयेत म्हणून आपण इतके संवेदनशील बनलो आहोत का? सत्या विचार करू लागला. त्या जागी आपले वडील असते तर आपण दादांसारखेच वागलो असतो का? नाही, शक्यच नाही. दादासुद्धा इतके वाईट नाहीत. आपल्या कर्मचाऱ्यांच्या खासगी आयुष्याचाही बारकाईने विचार करणारा माणूस आपल्या वडिलांच्या बाबतीत इतका कठोर कसा होऊ शकतो? बाबांकडूनही चूक झाली असेल, बाबांचाही दोष असू शकतो. आहेत, ते हट्टी आहेतच; पण दादा त्याचा खूप मोठा इश्यू करतात. हे पाहून मी स्वस्थ बसणं कसं शक्य आहे? म्हणूनच मध्ये पडलो; पण त्यांना तो माझा उद्धटपणा वाटला.

याच्या मागे काही तरी वेगळीच गुंतागुंत आहे, असं सत्याला वाटू लागलं. चूक नेमकी कुठे आहे? त्याची श्रद्धा असलेल्या विचारांची, की ते प्रत्यक्षात आणण्याच्या पद्धतीची? जग काहीही म्हणू दे. त्याला महत्त्व द्यायची गरज नाही, असा विशालदादांचा विचार. मनिषाला मी किती जवळचा होतो! तरीही चार दिवस गेल्यावर सगळं बाजूला टाकून इतरांसारखं आयुष्य सुरू करण्याचा प्रयत्न करेल ती?

एकामागून एक विचार येत होते आणि मनात नुस्ता कल्लोळ झाला होता. त्याची शांत वृत्ती बिघडून गेली आणि तो बेचैन झाला.

इतक्यात कुणीतरी त्याच्या उजव्या खांद्यावर हात ठेवला. अंधारात त्याला चेहरा नीट दिसला नाही; पण कुणी बाई होती. त्यानं पुन्हा पाहण्याचा प्रयत्न केला. परकर घातलेली बाई. मोठा घोळदार परकर.

तो झटकन उठला. या गोंधळात ती आकृती अस्पष्ट झाली. भिकारीण असावी. की....नाही. शक्यच नाही! अशक्यही नाही!

तो गाडीकडे धावला. छातीत धडधडत होतं. ती आकृती त्याचा पाठलाग करू लागली. त्यानं अधीरतेनं गाडी स्टार्ट करायचा प्रयत्न केला, पण नाही. गाडी स्टार्ट होत नव्हती. ती आकृती जवळ येईल या भीतीनं त्यानं गाडी ढकलत न्यायचा प्रयत्न केला. मध्येच पटकन थांबून तो गाडीवर बसला आणि वेगात गाडी पळवू लागला. मागे पाहायचं धैर्य नव्हतंच. आता असं पुन्हा रस्त्यात थांबायचं, बसायचं नाही अशी खूणगाठ त्यानं मनाशी बांधून टाकली.

आश्रमाच्या गेटमधून आत शिरतानाच त्याला ध्यान मंदिराच्या दारात बसलेले हरिकाका दिसले. दिव्याच्या प्रकाशात दुरून ती आकृती छोटीशी दिसत होती. दुरून म्हणजे गेटपासून सुमारे शंभर मीटर अंतरावर. मध्ये थोड्या थोड्या अंतरावर

दिव्यांचे खांब होते. गेटच्या आत गाडी लावून तेथून चालत जाण्याचा त्याचा नेहमीचा शिरस्ता. पण आज उशीर झाल्यामुळे त्यानं गाडी पुढे नेली. आजूबाजूची तुळशीची झाडं वाऱ्यावर डुलत होती. त्याचं भरकटलेलं मन आता शांत होत होतं. त्याला पाहून काका उठले. सत्याला यायला कितीही उशीर झाला तरी ते अशीच वाट पाहत बसायचे, तेही न जेवता.

"सत्या, आज इतका उशीर का रे? मी फोन करत होतो; पण तू उचलला नाहीस. मला काळजी लागून राहिली ना." तो गाडीवरून उतरल्यावर, त्याच्या पाठीवर हळुवार हात फिरवत काकांनी विचारलं.

"आज ऑफिसात खूप काम होतं, काका. त्यानंतर विशाल दादांबरोबर बोलत बसलो होतो. त्यांना यायला आज नेमका उशीर झाला होता. तेथून बाहेर पडल्यावर मनात भलभलते विचार येऊ लागले. मग रस्त्याच्या कडेला थोडा वेळ बसलो."

काकांनी पाहिलं, त्याच्या डोळ्यांत नेहमीचं तेज दिसत नव्हतं. ते पाणावलेले दिसत होते. दाबून ठेवलेलं दुःख हळूहळू विरघळत आहे, असं त्यांना वाटलं. दहा दिवसांपासून एकटाच कुढत होता. थकलेला चेहरा, विस्कटलेले केस, किती वेळा विचारलं तरी काही बोलत नव्हता. त्याच्यामध्ये असलेले बाकीचे सगळे भाव बाजूला सारून, फक्त कठोरता दाखवणाऱ्या भुवयासुद्धा आज अलिप्त वाटत होत्या. त्याचा सगळा रुबाब त्या भुवयांमध्येच होता. त्याचं नाक असो, भुरळ घालणारी छोटी जिवणी असो, सगळं त्याच्या भुवयांच्या आज्ञेत असायचं. त्यांच्या डोळ्यांसमोर वाढलेला, त्यांच्यापेक्षा उंच झालेला हा सत्या!

त्याच्याकडे पाहून त्यांची माया उफाळून आली. प्रेमानं त्याच्या दंडाला धरून त्यांनी ध्यानमंदिराचा दरवाजा उघडला. विठ्ठल मूर्तीचं आणि खोलीतल्या महाराजांच्या पादुकांचं दर्शन घेऊन येईपर्यंत सत्याला कमीत कमी अर्धा तास लागणार, हे काकांना माहीत होतं. नेहमीप्रमाणेच ते सत्याची वाट पाहत मंदिराच्या दारात बसले. त्यांची अनुभवी नजर बाहेरच्या अंधाराला भेदून, परिचित असलेल्या आश्रमाच्या परिसरात फिरू लागली.

तेथील पाच एकराच्या विस्तीर्ण आवारातील वटवृक्ष आश्रमाला भरपूर सावली आणि एकांत पुरवत होते, तेथील वातावरणातील गांभीर्य व पावित्र्य जपत होते. ध्यान मंदिर, ग्रंथालय, प्रयोगशाळा आणि जवळच असलेलं वसतिगृह या चार-पाच इमारती सोडून तेथे वेगवेगळ्या जातींच्या महावृक्षांचं साम्राज्य पसरलेलं होतं. पायवाट सोडली तर सगळीकडे पसरलेलं, तळहाताएवढाही जमिनीचा तुकडा दृष्टीस पडणार नाही इतकं दाट तुळशीचं वन. हे तुळशीवन आत्माराम महाराजांच्या इच्छेनुसार तयार केलेलं होतं. पन्नास वर्षांपूर्वी त्यांनी तीनेक हजाराला येथील शेतजमिनीसह ही जमीन खरेदी केली होती. हे पैसे त्यांचे स्वतःचे होते. नंतर

भक्तांकडून मदत येऊ लागली. आताही आश्रमाला काही कमी पडत नव्हतं. महाराज नसताना त्यांची जागा भरून काढायला विठ्ठल होता ना. शिवाय सत्या व त्याच्यासारखे काही योग्य, विश्वासू लोक होतेच. सगळ्या जातींतील प्रमुख व्यक्तींना बरोबर घेऊन आत्माराम महाराजांनी स्थापन केलेला ट्रस्ट आजही त्याच समरसतेने काम करत आहे. ट्रस्टींची मुलं, नातवंडं इथे काम करत आहेत. नवीन सदस्य होत आहेत, नवीन योजना आखून त्या अमलात आणल्या जात आहेत. दोन नवीन कारखाने सुरू झाले आहेत व उत्तम प्रकारे त्यांचं काम चालू आहे. आश्रमासाठी तन-मन-धन अर्पण करणारे भक्त आहेत... हरिकाका आपल्याच विचारात हरवलेले असताना, पाठीमागून सत्याची हाक त्यांच्या कानावर आली.

"काका, निघायचं का?"

"चला." काका म्हणाले. सत्यानं काकांकडून किल्ली घेतली व मंदिराचा दरवाजा बंद करून, कुलूप लावून ते दोघे बाहेर पडले. ध्यान मंदिराच्या मागच्या अंगालाच वसतिगृह होतं; पण तेथे जायला आडवाट नव्हती. त्यामुळे फिरण्यासाठी तयार केलेल्या वाटेवरून, तुळशीवनातूनच जायला हवं होतं. तुळशींच्या मंजिऱ्यांचा सुंदर वास दरवळत होता. कानावर पडणाऱ्या रातकिड्यांच्या लयबद्ध आवाजामुळे चालताना पावलांचा आवाजही ऐकू येत नव्हता. पायवाटेवर पडणाऱ्या प्रकाशातून दोघे खाली मान घालून चालू लागले.

"बरं वाटतंय का आता?" दोन पावलं चालल्यावर काकांनी विचारलं.

"गुरुजींच्या सहवासात आता काहीसं शांत वाटतं आहे. जखमेवरची खपली कोणीतरी ओरबाडून काढावी, तसं वाटत होतं काका. ज्या दिशेनं चाललो आहे, त्या दिशेबद्दलच मनात शंका होती." रातकिड्यांच्या आवाजामुळे दोघांना बोलणंही अवघड झालं होतं.

"माउलीच्या समोर उभा राहिला होतास, तेव्हाही असंच वाटत होतं का?" काकांनी विचारलं.

"नाही. मनातला सगळा गोंधळ त्या क्षणी मिटला आहे, असं वाटलं...." इतकंच बोलून तो थांबला. मनातली आग विझून मन आता शांत झालं होतं. हवं तर काकांना उघडूनही दाखवू शकला असता, इतकं.

"काका, आज भजनाला सगळी मुलं आली होती का हो?" त्यानं काकांना विचारलं.

"हो आली होती. फक्त तब्बेत बरी नाही म्हणून एकटा हरीश तेवढा आला नव्हता बाकी भक्तगणही बरेच होते." काका.

"हरिपाठ कोणी घेतला?"

"भीमराव गायकवाड. काय अमोघ वाणी आहे त्यांची. अभंगांवरचं विवेचनसुद्धा

किती सुंदर केलं, तेही अगदी उदाहरणांसह. त्यांचं प्रवचन सगळ्यांना पसंत पडतं.''

''सत्या, आज आणखी एक विशेष घटना घडली, माहीत आहे?'' काका सांगू लागले.

''सुमारे वीस वर्षांपूर्वीची गोष्ट. तेव्हा बहुधा तू इथे आलेला नसणार. हिरालाल नावाचा एक मोठा व्यावसायिक होता. सुखलाल त्याचा मुलगा. लाडाकोडात वाढलेला. एके दिवशी हिरालालच्या दुकानात मोठी चोरी झाली. तिजोरीतले लाखो रुपये लुटले गेले. त्या वेळचे लाखो रुपये बरं. प्रयत्न करूनही चोर सापडला नाही व या प्रकरणाचा धक्का बसून हिरालालला हृदयविकाराचा झटका आला. ही गोष्ट तुला आठवते का?'' यावर सत्यानं नाही म्हणताच, ते पुढे सांगू लागले.

''ती एक मोठीच घटना होती. चोरी झाल्यानंतर आठएक दिवसांनी एका रात्री सुखलाल आश्रमात आला व त्याने गुरुजींच्या पायावर लोळण घेतली. ही चोरी मित्रांच्या मदतीनं आपण स्वतः केली आहे, हे गुरुजींच्यासमोर त्यानं कबूल केलं. केलेल्या अपराधामुळे त्याच्या मनाला टोचणी लागून राहिली होती. गुरुजींनी त्याला शांत करून त्याचं मन वळवलं. तेव्हाच्या सभेला गावागावांतून लोक आले होते. त्या सर्वांसमोर गुरुजींनी त्याच्याकडून सत्य वदवून घेतलं.'' काका आठवून आठवून सगळं सांगत होते.

''हे कळल्यावर हिरालाल व त्याचा मोठा मुलगा खूपच भडकले आणि त्यांनी सुखलालची घरातून हकालपट्टी केली. ''त्याने खरं काय ते सांगितलं आहे, त्याला सुधारण्याची एक संधी द्यायला हवी...'' या गुरुजींच्या बोलण्याकडे लक्ष न देता घरातल्यांनी सुखलालला हाकलून दिलं, तेव्हा त्याला गुरुजींनी आश्रय दिला व त्याचं 'रुत्पाल' असं नाव ठेवलं. आता आपल्या एका कारखान्यात एक संपूर्ण खातं तो सांभाळतो. तू ओळखतोस का त्याला?''

''अच्छा, तो रुत्पाल, मी चांगलाच ओळखतो त्याला. तुरुंगात असलेल्या कैद्यांकरीता त्यानं विशेष योजना आखून त्या प्रत्यक्षात आणल्या, तोच ना. याबद्दल सरकारनं 'विशेष पुरस्कार' देऊन त्याचा गौरवही केला होता.''

बोलता बोलता रुत्पालचा उत्साही चेहरा सत्याच्या डोळ्यांसमोर उभा राहिला.

''होय, तोच. आज वीस वर्षांनंतर त्याला हाकलून देणारा त्याचा मोठा भाऊ रुत्पालला शोधत इथे आला होता. फक्त वडील आणि घरातल्या लोकांनाच घेऊन आला नव्हता तर अख्खा गाव लोटला होता त्याच्या बरोबर. इतकी मोठी शिक्षा दिल्याबद्दल भावाची क्षमा मागितली त्यानं. मोठा अपूर्व प्रसंग होता. सगळे मूक झाले होते.'' इतकं सांगून काका सत्यासोबत चालू लागले.

''घरातल्यांनी त्याचा त्याग केल्यावर सुखलाल खूपच दुःखी झाला होता.

“तुमचं बोलणं घरातल्यांना नाही रुचलं. खरं बोलूनही घरात कोणी मला समजूनच घेत नाहीये.” असं गुरुजींजवळ किती वेळा बोलला असेल....दुसऱ्या कोणाला कळलं नाही तरी तुझं तुला कळतंय ना? तू आता इथे माझ्यापाशी आला आहेस, ते पाहिलंय ना त्यांनी? सावकाश विचार कर. गुरुजी शांतपणे त्याला समजावत असत. एकदा नव्हे, तो दुःखविव्हल असताना प्रत्येक वेळीच. ‘सत्यमेवेश्वरो लोके सत्ये पद्मा प्रतिष्ठिता’, अशा उपनिषदातल्या ओळी गुरुजी म्हणून दाखवायचे ते अनेकदा आठवतं. सत्याची कास धरणाऱ्याचा हात सत्य कधी सोडून देत नाही, ही गुरुजींची श्रद्धा आजच्या प्रसंगानं सिद्ध झाली. अशा घटना घडतच असतात. पण आपण प्रत्यक्ष पाहतो त्या घटनांचा आपल्यावर जास्त परिणाम होतो.”

काका बोलायचे थांबल्यावर सत्या पुन्हा त्या घटनेचा विचार करू लागला. रुत्पालला कसला अनुभव आला असेल? आनंद की सार्थक?

त्याला अचानक मनिषाची आठवण आली. वीस वर्षांनंतर समोर येऊन ती माफ कर असं म्हणाली तर? तेही नवरा व मुलं यांच्यासह येऊन. माफ करायला काय हरकत आहे? असा विचार मनात येऊन त्याच्या चेहऱ्यावर तिरस्काराचं हसू उमटलं. त्यानं वळून काकांकडे पाहिलं. साठीच्या जवळ आलेले. बारीक अंगकाठी, साधारण उंची पण भारावून टाकणारं व्यक्तिमत्त्व असलेला ब्रह्मचारी माणूस. काका गुरुजींच्या अगदी जवळचे. ते गेल्यावरही त्यांनी आखून दिलेल्या मार्गावरून चालणारे. गुरुजींप्रमाणेच आस्थेने, प्रेमाने सत्यासारख्या मुलांना सांभाळणारे, संस्कार करणारे. तो एकटाच नाही. त्याच्यासारख्या अनेक मुलांना चांगल्या शिकवणीनं, चांगल्या संस्कारांनी समृद्ध करून समाजासमोर आणत होते ते. असं असताना, त्याचं सत्य एक मुलगी नाकारत होती. अशा वेळी आपल्या वैचारिक पायाबद्दलच प्रश्न निर्माण होऊ शकतो? हा प्रश्न मनात आणून आपण अयोग्य वागत आहोत, असं वाटून त्यानं मान खाली घातली. आपल्याबरोबर म्हणजेच या सत्याबरोबर आपल्या जन्माचं सत्य स्वीकारण्याचं धाडस तिच्यात नाही.

असो. आपण दुःख कुरवाळत बसणारे नाही, या भावनेनं त्याचा आत्मविश्वास बळावला व आपण टाकत असलेली पावलं अधिक दृढ झाली आहेत असं त्याला जाणवलं.

थोड्याच वेळात ते दोघे वसतिगृहासमोर आले. ही मोठी चार मजली इमारत होती. खालच्या मजल्यावर स्वयंपाक घर, मोठा जेवणाचा हॉल आणि पाच राहायच्या खोल्या. वरच्या तीनही मजल्यांवर दहा राहायच्या खोल्या व प्रत्येक मजल्यावर थोडी मोकळी जागा. वेगळ्या ओळीत स्नानगृहं आणि शौचालयं. वसतिगृहात राहणारी मुलं ही शाळेत जाणारी होती. कॉलेजात शिकणाऱ्या आणि नोकरी करणाऱ्या मुलांसाठी वेगळी इमारत होती. सगळी मिळून साठेक मुलं

असतील. ते दोघे आत आले. सत्या त्याच्या खोलीत जाऊन हात-पाय धुवून येईपर्यंत काकांनी स्वयंपाक्याला उठवला.

"अरे वा, आज गव्हाची खीर बनवलीय?" ताटाकडे पाहून सत्याचे डोळे चमकले. दोघं शेजारी बसले. पानाभोवती पाणी फिरवून त्यांनी ...वदनी कवळ घेता....म्हटलं आणि जेवायला सुरुवात केली. जेवता जेवता सत्यानं मनिषाबद्दल सगळं काही काकांना सांगितलं. त्याच्या श्रद्धेला कसा तडा गेला आहे हेही.

"तिला माफ करायची तयारी ठेव. ती तुझ्याकडे नक्की परत येईल."

"नाही काका, मी तिला चांगला ओळखतो. पूर्ण विचार करूनच निर्णय घेणारी आहे ती. आणि एकदा घेतलेल्या निर्णयाला धरून राहणारी."

त्याच्या बोलण्यावर काका हळूच हसले. त्यानंतर बाबूरावांच्या घरचा विषय निघाला. दिवसभराचा वृतांत सांगण्याचा परिपाठ आजही चालू होता.

"ते माझे वडील आहेत. मी मला हवं ते करीन, असं दादा म्हणाले. तेव्हा त्यांच्या बोलण्यात, वडील माझ्या उपकाराखाली राहत आहेत आणि त्यांच्यावर माझा पूर्ण अधिकार आहे, असा अहंकार ठासून भरलेला दिसत होता. अशा मुलाच्या जवळ आई-बाबांनी राहावं, हे मनाला रुचत नाही. तशीच वेळ आली तर त्या दोघांना मी इथे घेऊन येऊ शकतो का? ट्रस्टी परवानगी देतील?" सत्यानं विचारले.

"सत्या, हा आश्रम अनाथ मुलांसाठी आहे. त्या वयस्कर जोडप्याला इथे ठेवून घेतलं आणि नंतर काही तरी खुसपट काढून लोकांनी विरोध करायला सुरुवात केली तर परिस्थिती बिकट होऊ शकते. मी काय म्हणतोय ते लक्षात येतंय ना?" काकांनी सत्याला विचारलं.

"तू कॉलेजला जात होतास तेव्हा मराठे दांपत्याला मदत करण्याचा तुझा उद्देश होता. त्या वेळी अशीच परिस्थिती समोर आली होती, नाही का?" काही वेळानं काकांना आठवलं.

"होय. मराठे साहेबांना दिसणं नाहीसं झालं आणि त्यांच्या बायकोला विस्मरणाचा आजार. त्यांना पोटचं मूल नसल्याची खंत सतत वाटत असे. त्या दोघांना एकटं सोडून येणं नको वाटून मी किती वेळा त्यांच्याकडेच रात्र घालवलेली आहे." सत्यालाही आठवत होतं.

"काही दिवसांतच अमेरिकेहून परत आलेल्या त्यांच्या पुतण्याने त्यांना मुंबईला घेऊन जायचं ठरवलं. निघताना तुला मिठी मारून ते खूप रडले होते. त्यांनी देऊ केलेले पैसे तू नम्रपणे नाकारले होतेस. त्या मुलानं मला सगळं कळवलं होतं." काका म्हणाले.

"बाबूरावांच्या बाबतीत काय करावं? तसे ते तुझ्या चांगलेच परिचयाचे

आहेत.'' काकांचं बोलणं ऐकून सत्या विचारात पडला. बाहेरून कठोर वाटत असला तरी सत्या अत्यंत मृदू मनाचा मुलगा होता. अत्यंत प्रखर अशी तार्किक बुद्धी; तरीही प्रसंगोपात भावनेला महत्त्व देणारा. तसा तो आवेशात वाहून न जाता, सगळ्या शंका दूर करून घेऊन, काकांना विचारून सगळं ठरवायचा व नंतरच एखादं काम हातात घ्यायचा. ज्येष्ठांबद्दल त्याला अपार भक्ती आणि श्रद्धा. इथे राहणाऱ्या सगळ्यांवरच हे संस्कार केले जात होते. त्याच्या अंगात ते पूर्णपणे मुरले होते. त्याला आत्ताच सत्तावीस वर्षं पुरी झाली होती, यावर काकांचा कधी कधी विश्वासच बसत नसे.

कालचक्राच्या विस्मयकारक गतीचा विचार करत असलेल्या काकांच्या लक्षातच आलं नाही, की सत्याचं जेवण होऊन तो आपल्यासाठी थांबला आहे. ''अन्नदाता सुखी भवं... '' असं म्हणत ते उठले तेव्हा रात्रीचा एक वाजला होता. काकांची वेगळी खोली होती, तरी त्याचा ते फारसा उपयोग करत नसत. नाश्ता, जेवण, झोप सगळं सत्याबरोबर असे. ''काका झोपायचं ना...'' असं म्हणून त्यानं दोघांचे बिछाने टाकले व दोघे आडवे झाले. शेतात, कारखान्यात चाललेली कामं, उद्याच्या दिवसाची तयारी अशा विचारात असताना त्याला पुन्हा मनिषाची आठवण छळू लागली.

तोंड फिरवून तो भिंतीकडे पाहू लागला आणि त्याच्या डोळ्यांसमोर चित्र साकारू लागलं. तो आणि विठुमाउली. गेल्या दहा दिवसांपासून त्याला मनिषा चित्रात दिसेनाशी झाली होती. ती तशी पुन्हा दिसू शकणार नाही, हे वास्तव त्रास देणारं असलं, तरी त्यावर मात करण्याची शक्ती आपल्यात आहे, हे जाणवून त्याला समाधान वाटलं. विठुमाउलीच्या चित्राकडे एकटक पाहताना तो गुणगुणू लागला, ''जय जय रामकृष्ण हारी''. त्याच्या सुरात सूर मिसळत काका त्याच्याकडे वळले व त्याच्या कपाळावर हळुवारपणे हात फिरवू लागले.

सत्याचे डोळे हळूहळू मिटू लागले.

अध्याय ४

एक

"मुन्ना, चल ऊठो, आँखे खोलो. किती हाका मारायच्या तुला? ऊठ आता."

चम्पा मावशीनं दंडाला धरून हलवल्यावर त्याला थोडीशी जाग आली. डोळे अर्धवट उघडून त्यानं सभोवती नजर टाकली. झोपताना बरोबर असलेले विनोद दादा, अनिल आणि बाकीची मुलं केव्हाच उठली होती. वैशाली व बाकीच्या मुलीही नव्हत्या. तळहाताएवढ्या चाळीच्या या वरच्या माळ्यावर सूर्यकिरणांना थेट प्रवेश नव्हताच; तरीही जिन्याच्या बाजूने आत शिरकाव करणाऱ्या कवडशांचा उजेड थोडाथोडा पसरला होता. सकाळची छान, कोवळी प्रकाश किरणं तेथे येत नसली तरी सकाळ झाली आहे, हे कळण्याइतपत प्रकाश सूर्यानं पाठवला होता. रोजच्या रोज ठरलेल्या वेळी तेथे येऊन त्याची झोपमोड करणाऱ्या सूर्याचा मुन्नाला राग आला खरा, पण त्याच वेळी त्याला सूर्याचा अभिमानही वाटला. कारण वेश्येचा मुलगा आहे, हे माहीत असूनही इतर लोकांप्रमाणे सूर्य त्याच्याशी वाईट वागत नव्हता; उलट त्याची फसवणूक न करता, भेदभाव न करता त्याच्यासाठी प्रकाश घेऊन आला होता. तो माळा तरी केवढासा होता तर त्याच्यासारखी सहा-सात मुलं जेमतेम झोपू शकतील एवढा. एखादा मोठा माणूस चार पावलं टाकू शकेल एवढीच जागा. मोठ्या प्रयासानं त्यानं डोळे उघडले व पुन्हा आजूबाजूला पाहिले. जाग आल्या आल्याच त्याला आईची आठवण आली.

"मौसी, मला अम्माकडे जायचं आहे."

डोळे चोळत चोळत मुन्ना म्हणाला. सगळे तिला मावशी म्हणायचे म्हणून मुन्नाही तसंच म्हणायचा. डोक्यावर भुरभुरणारे पांढरे केस, पाठीला किंचित पोक व गोल चेहरा असलेली चंपा मावशी.

"थूत तुझी. इतना बडा होकर भी अम्माके पास जाना है तुझे? चल, तोंड धुवून घे. तुला नाश्ता देते. बादमे मेरेको बाहर जाना है. आल्यावर तुला आईकडे

घेऊन जाईन. तबतक हिलना नही इधरसे.'' चंपा मावशी घाईघाईत म्हणाली.

''अभी उठता है की दिखाऊ? वो सरकारी इस्पिटलमे डॉक्टर देता हाई न, वैसा बडा इंजिक्षन चाहीये क्या? चल, ऊठ.'' बकोटं धरून मावशीनं उचलल्यावर मुन्नाला हसायला आलं.

''उठतोय. अभि छोड दे.''

हसत हसत उठलेल्या मुन्नानं, आपली विरलेली चादर मावशीला दाखवली.

''बघ, किती फाटलीय. इसके बुराकमेसे पाव बाहर आता है.''

''तेरे अम्माको बताव. वो रोकडा देगी तो नया चादर लाउंगी.''

मावशीचं बोलणं ऐकून मुन्नाचा चेहरा उतरला. आईजवळ पैसे नाहीत, हे माहीत असताना तिला कसं सांगणार? त्यानं मागितल्यावर तिनं घेऊन दिली असती ही गोष्ट वेगळी; पण तो आईला काहीच सांगणार नव्हता. तिला त्रास होईल, तिच्या टपोऱ्या डोळ्यांत काळजी निर्माण होईल, असं तो काहीच करणार नव्हता. विचारात असलेल्या त्याच्याकडे लक्ष द्यायला मावशीला वेळ नव्हता. कोपऱ्यात ठेवलेल्या अल्युमिनियमच्या प्लेटकडे बोट दाखवत ती म्हणाली,

''त्यात वडापाव आहे. पटकन खाऊन घे. नाही तर दुसरा कोणीतरी येऊन खाऊन जाईल. बादमे नाश्ता नाश्ता करके आयेगा तो देनेको कुछ भी बाकी नाही है. मुन्ना, हवं तर विनोद दादाजवळ खेळ नाही तर इथेच बस; पण मी येईपर्यंत अम्माच्या खोलीकडे फिरकायचं नाही. तू समझता है ना?'' असं म्हणून ती बाहेर जायची तयारी करू लागली.

त्यानंही प्रामाणिकपणे मान हलवली. शिडी उतरून चार पावलांतच मावशी रस्त्यावर पोहोचणार होती. तिच्यामागून तोही आवाज न करता एकेक पायरी उतरू लागला. नशिबानं खाली कोणीच नव्हतं. गेटच्या बाहेर येऊन त्यानं उजवीकडे वळून पाहिलं. मावशी भराभर चालत होती. मुन्नाचे डोळे तिचा पाठलाग करू लागले. ती पुढे कुठे जाते, पाहायला हवं. वेगात चालणारी तिची आकृती हळूहळू लहान होऊ लागली. तो डोळे फाडून पाहू लागला. आता एक आडवा रस्ता आला; पण ती उजवीकडे न वळता सरळ जाऊ लागली. म्हणजे नक्कीच रेहमान चाचाच्या दुकानात जात असणार. उजवीकडे वळली असती तर थेट आईच्या तिकडे गेली असती.

त्याचा चेहरा खुलला. आपल्या हातात फार थोडा वेळ आहे, हे लक्षात येऊन त्याने पटापट रस्ता क्रॉस केला व तिथल्या झुडपाआड उभा राहून त्याने चड्डी खाली केली. घाईघाईत असतानाही त्याने हव्या त्या पानावर शूचे थेंब उडवले. शू करत करत धुळीत चित्र उमटवताना त्याला खूपच गंमत वाटू लागली. काही वेळ तो यातच रमून गेला. पण नंतर भानावर येऊन धावत परत चाळीजवळ आला.

जवळच्याच नळावर तोंड धुऊन, चुळा भरून त्याने ओला हात केसांवरून फिरवला आणि तो जिना चढून माळ्यावर आला. प्लेटमधला वडापाव हातात घेऊन परत खाली उतरून तो मावशी गेली त्या रस्त्यावरून भराभर चालू लागला. या सुकलाजी स्ट्रीटमधून थोडं वरच्या अंगाला चालत गेलं, की 'जहांगीर बेहराम मार्ग' यायचा. पण आईच्या खोलीकडे पोहोचण्यासाठी इतकं लांब जावं लागत नव्हतं. सात-आठ चाळी आणि एक-दोन दुकानं ओलांडून उजव्या बाजूला वळलं, की चौदाव्वी गल्ली यायची. तिथेच तर आईची कोठी होती. आता तो चालत होता त्याच्या विरुद्ध दिशेला गेलं, की निमकर मार्ग लागायचा. तेथे तो फक्त खेळायला जात असे. तिकडे जाताना विनोद दादा हमखास बरोबर असायचा. विचार करत चालताना हातातला वडा-पाव संपल्याचं मुन्नाच्या लक्षात आलं. पोट कुठे भरलं होतं? आणि खिशात फक्त एक रुपया होता. परत जाताना रेहमान चाचाच्या दुकानातून आणखी एक वडा-पाव किंवा क्रीम बन घेऊन खाऊ शकतो, असं म्हणत तो नेहमीसारखा चौदाव्या गल्लीत शिरून उजवीकडे वळला.

एकेक खोली मोजत मागे टाकत तो सावकाश पुढे चालला होता. जन्मापासूनच तो येथील चित्र पाहत असल्यामुळे त्याला त्यात काही विशेष वाटण्यासारखं नव्हतं. तरीही त्याची छाती धडधडत होती. कारण या वेळी इथे येण्याची परवानगी नसताना, तो चोरून आला होता. आपलं चोरटं वागणं आईला कळणार नाही, असंच वाटत होतं त्याला. आणि आईला कळलंच तर तिला कसं तोंड द्यायचं याची भीतीही वाटत नव्हती, इतकी आस होती त्याला आईला भेटण्याची. दुपारी बारानंतर येऊन, दोन-तीन तास थांबून मग त्याला तिथून निघून जावं लागे. बाकीच्या आया त्यांच्या मुलांवर अशी बंधनं घालत नसत. मुन्नाची आई मात्र या बाबतीत अगदी कठोरपणे वागत असे. एकेक कोठी, त्यातील पोटमाळे बघत मुन्ना चालला होता. या खोल्या मोठ्या होत्या. त्यानं कधी आत डोकावून नीट पाहिलं नव्हतं. पण प्रत्येक मोठ्या खोलीत छोट्या छोट्या खूप खोल्या असाव्यात. सगळ्या खोल्यांच्या खिडक्या आत्ता बंद होत्या, पण संध्याकाळी धंद्याच्या वेळी त्या उघडल्या जातात व आत असलेल्या बाया बाहेर डोकावू लागतात, असं विनोद दादाच सांगत होता.

चौथी खोली ओलांडून पुढे गेल्यावर त्याची पावलं मंद झाली. आईची खोली आता जवळ आली होती. तिच्या घरवालीला सगळे घाबरायचे; पण मावशीच्या व आईच्या डोळ्यांत तशी भीती मुन्नाला कधीच दिसली नव्हती. त्यालाही तिची कधी भीती वाटत नसे. आता खोलीच्या बाहेर कोणीच नव्हतं. समोर मिट्ट काळोख असलेला बोळ आणि बोळाच्या टोकाला, उजव्या बाजूला आईची खोली हळूहळू

पावलं टाकत तो चालू लागला. तेवढ्यात डावीकडच्या जिन्यावरून कोणी तरी उतरत आहे, असा आवाज आला. तिथेच उभा राहून त्यानं वळून पाहिलं. एक ढेरपोट्या माणूस पँटची बटणं लावत जिना उतरत होता. मुन्ना आईच्या खोलीजवळ येऊन उभा राहिला. खिडकी उघडलेली होती. खिडकीखाली उभं राहिलं की आतील बोलणं ऐकू येत असे.

"चंपा, तू आलीस तेव्हा मुन्ना उठला होता काय गं?"

हा आईचा आवाज. त्याने लगेच ओळखला. म्हणजे मावशी दुकानातून इथे आलीसुद्धा. पाठ वाकलेली होती तरी इतकी चपळता. कानंसुद्धा तशीच भराभर करायची ती.

"हा, सुबेसे तेरी याद निकलता हई. अवघं नऊ वर्षांचं पोर ते. आता मोठा झाला आहे, सारखं आई आई करू नये, असं त्याला सांगताना कठीण होतं गं चंद्रा."

मावशीच्या बोलण्यावर आईनं उसासा टाकला. ती मधूनच खोकत होती. मावशी पुन्हा बोलू लागली.

"चंद्रा, तू आणि इथल्या आणखी चार-पाच बाया सोडल्या तर बाकीच्या सगळ्या बाया त्यांच्या मुलांना गावाला पाठवतात किंवा त्यांच्याजवळ तरी ठेवतात. मुलाला शेजारच्या गल्लीत ठेवून तुला काय साध्य करायचं आहे? तो या वातावरणापासून लांब राहील, असं तुला वाटतंय का?"

मावशीचा हा प्रश्न मुन्नानं या आधी अनेक वेळा ऐकला होता. आता आई बोलत होती,

"शेजारच्या गल्लीत का असेना, या खोलीत माझ्याबरोबर राहण्यापेक्षा ते बरं नाही का? बाकीच्यांना हे कसं चालतं मला माहीत नाही. पडदा लावायचा आणि एका बाजूला मुलाला झोपवून दुसऱ्या बाजूला गिऱ्हाइकाला.... मला नाही ते जमणार. तुला माहीत आहे ना चंपा. मला गाव, शेत, जमीन काही नाही. कुठे पाठवणार त्याला? आम्हा दोघांना या वेश्यावस्तीशिवाय आसरा आहे का गं? इथेच सुरुवात झाली, आता शेवटही इथेच होणार असंच वाटतंय."

यावर कोणीच काही बोललं नाही. दोन मिनिटांनी ती पुन्हा म्हणाली,

"आजपर्यंत तू देवासारखं त्याला सांभाळत आली आहेस. आत्ता तरी मला त्याची काळजी नाहीये पुढचं पुढे पाहू."

त्यावर मावशी लगेचच म्हणाली,

"मी काही मोठे उपकार करत नाहीये. तू आणि बाकीच्या बाया चार पैसे देता त्यावरच तर मी पोट भरत्येय ना माझं."

नंतर मावशी बाकीच्या बायांजवळ बोलू लागली; पण ते स्पष्ट ऐकू येत नव्हतं.

आळस, सुस्ती, जोराच्या जांभया, तळमळ, राग ... पण तेव्हा आई बोलत नव्हती. तिला खोकला येत होता. थोड्या वेळानं मावशी म्हणाली,

"चल, मैं अभी निकलती हू. तुमच्या सगळ्यांचं जेवण बनवायचं आहे ना. बारा वाजता तुझ्या मुलाला घेऊन येऊ ना?"

हे ऐकून मावशीला आपल्याबद्दल किती विश्वास आहे, याची मुन्नाला जाणीव झाली व आता इथे थांबण्यात धोका आहे, असं वाटून त्यानं तेथून पळ काढला. उड्या मारत, पळत रस्ता काटत तो चाळीजवळ येऊन पोहोचला. चाळीच्या दारात उभा असतानाच समोरून पोरांचं टोळकं आलं.

"मुन्ना, गिल्ली दांडू खेलनेको आता हई ना तू?" दादा त्याला बोलावू लागला.

"खेलनेको किधर जाना है?"

"आलेक्झांड्रा सिनेमाके पास. नया सिनेमा आनेवाला है, पोस्टरभी देख लेंगे."

अनिल सांगू लागला. पोस्टर म्हटल्यावर मुन्नाचे डोळे चमकले. .....मोठी मोठी चित्रं, ओठाला रंग लावलेल्या बाया, उडणारे केस असलेले हीरो. हातात हात असलेले, मिठी मारत असलेले, रागावलेले, हसणारे किती वेगवेगळी रंगीत चित्रं. त्यावरील रंग, आकार, सगळंच आकर्षक. बघितल्या बघितल्या मनात जाऊन बसतात. रात्री भिंतीकडे तोंड फिरवून झोपल्यावर सगळी चित्रं भिंतीवर दिसू लागतात. झोप लागल्यावरही डोळ्यांसमोर येतात. उठण्यापूर्वी सगळी एकत्र करून मनाच्या पेटीत कोंबून ठेवतो तरी दुसऱ्या दिवशी झोपताना सगळी भिंतीवर हजर. आता तर आणखी नवीन चित्र पाहायला मिळणार होती... कल्पनेनंच त्याचं मन भारावून गेलं; पण अचानक मुन्नाच्या लक्षात आलं, की खेळून परतायला उशीर होणार, संध्याकाळ होणार. मग आईला कसं भेटणार? काहीही करून आईला भेटायलाच हवं.

"पण तुम्हाला यायला उशीर होईल. मुझे अम्मासे मिलना है."

मुन्ना रडकुंडीला येत म्हणाला.

"अरे, ये देख. लोलीपॉप के लीये रोनेवाला बच्चा. बिच्चारा. दिवसभर सारखा आईसाठी रडत असतो." अनिल त्याला चिडवू लागला. त्याला चिडवत, डोक्यावर टपल्या मारत सगळे निघून गेल्यावर विनोद हळूच त्याच्याजवळ आला.

"चल, मैं विडी लेके आया हूं. कशी ओढायची शिकवतो तुला. मोठा झाला आहेस ना? आईला भेटायचं आहेच रे."

विनोदचं बोलणं ऐकून मुन्नाचा चेहरा खुलला. त्यांच्या ग्रुपमध्ये तो सगळ्यात लहान असल्यामुळे त्याची नेहमीच उपेक्षा व्हायची. क्रिकेट खेळतानाही तसंच. हातातली बॅट कोणीतरी हिसकावून घ्यायचा किंवा पायात पाय घालून खाली

पाडायचा.....आता विडी ओढायला मिळणार आहे म्हणजे आपण खरोखरच मोठे झालो असं वाटतंय; पण आईपासून दुरावणार नाही ना आपण?

"दादा, जरा थांबशील? आईला भेटून आल्यावर एकत्रच जाऊ या." मुन्ना म्हणाला.

"जमणार नाही." डावा हात उंचावत विनोद खडसावून म्हणाला.

इतक्यात गयावया करत मुन्ना म्हणाला,

"दादा, अपने ग्रुपमे तू सबसे बडा है ना? मेरेको छोडके जाएगा तू? मी भेटलो नाही तर आईला किती वाईट वाटतं, तेरेको मालूम है ना?"

विनोद काही वेळ त्याच्याकडे पाहतच राहिला. नंतर त्यानं खिशातून दोन विड्या काढून मुन्नाच्या हातात दिल्या.

"या नीट जपून ठेव. संध्याकाळी ओढू आपण. नीट ठेव."

असं बजावून, धावत जाऊन तो मित्रांच्या घोळक्यात मिसळला. मुन्नाच्या चेहऱ्यावर कृतज्ञता पसरली. दोन्ही विड्या त्याने खिशात ठेवून दिल्या; पण तिथं त्या सुरक्षित राहतील का, असं वाटून, चाळीत शिरून तो सरळ वरच्या खोलीत गेला. तिथल्या कोपऱ्यात ठेवलेल्या आपल्या पिशवीत त्यानं त्या दोन्ही विड्या नीट ठेवून दिल्या. तरीही त्याचं समाधान होत नव्हतं. त्याने विड्या पिशवीतून बाहेर काढल्या व एका पेपरच्या तुकड्यात नीट गुंडाळून त्या पुन्हा पिशवीत ठेवल्या. पुन्हा दोनदा हळूच पिशवी उघडून त्या आहेत, याची खात्री करून घेतली व पिशवी जागेवर ठेवली. तरीही मन स्थिर होईना. मग त्या पिशवीवर त्यानं हळूच हात फिरवला. तो खाली उतरणार इतक्यात मावशी आणि तिच्याबरोबर चाळीत राहणाऱ्या दोन बायकाही आल्या व स्वयंपाकाला लागल्या. मुन्नाला पाहून मावशी म्हणाली,

"अजून एक घंटा बाहेर खेळ. हातातलं काम संपलं, की तुला आईकडे घेऊन जाते."

हो म्हणून तो खाली उतरला; पण मित्र नाहीयेत हे आठवून तो पुन्हा वर आला. खेळण्यासाठी गोट्या बाहेर काढत असताना पिशवीत त्याला अचानक चित्रांचं पुस्तक दिसलं. ते दीदीने परवा दिलेलं पुस्तक होतं.

दीदीनंच त्याला लिहायला-वाचायला शिकवलं होतं. ती कोणत्या तरी सेवा संस्थेकडून येत असे. काही वर्षांपासून ती इथे येत होती. ती मुलांसाठी खेळणी, खाऊ, फुगे घेऊन यायची, तरीही बरीचशी मुलं तिला पाहून पळून जायची. मुन्ना मात्र तिची वाट पाहत असायचा. ती आली की तिला मनातलं सगळं सांगायचा. शिकवलेला धडा वाचता आला, की 'हुशार आहेस' असं म्हणून दीदी त्याला शाबासकी द्यायची. हे सगळं तो दुसऱ्या दिवशी आईला न विसरता सांगत असे.

पिशवी बाजूला ठेवून, हातात पुस्तक घेऊन जमिनीवर बसला.

दीदी आठवड्यातून फक्त तीन दिवस यायची. आज ती येणार आहे की नाही, अशी शंका येऊन त्यानं मावशीला हाक मारली व दीदी येणार आहे का, याची चौकशी केली.

"आज कौनसा वार है? गुरुवार आहे ना, आयेगी, आज दीदी आयेगी." मावशी म्हणाली.

आज पुढचा धडा शिकायचा आहे. त्यानं नवीन धड्यातले शब्द वाचायला सुरुवात केली. 'पिंपळवृक्ष' जवळच पिंपळाच्या मोठ्या झाडाचं चित्रं होतं. 'वस्तूप्रदर्शन' बाजूला दुकानांची चित्रं, त्यापुढे मुलांचे खेळ, त्यांची चित्रं. सावकाशपणे एकेक चित्रं पाहत, अक्षरांवर बोट ठेवत तो मोठ्याने वाचू लागला. 'राजवाडा', 'धबधबा' ...ही चित्रही फार सुंदर होती. पुढील शब्द होता 'कुटुंब'. एक पुरुष, एक बाई आणि दोन मुलं असं होतं ते चित्रं. सगळ्यांचे चेहरे हसरे होते. पुरुषानं चांगले कपडे घातले होते. त्याच्या शेजारी उभ्या असलेल्या बाईच्या अंगावर छान साडी, दागिने होते. तिनं केसांची वेणी घातली होती. पुढे दोन मुलं. एक मुलगा, एक मुलगी. 'कुटुंब' हा शब्द वाचून ते चित्रं तो एकाग्रतेनं पाहत असतानाच त्याला काही दिवसांपूर्वी घडलेली गोष्ट आठवली.

तीन आठवडे झाले असतील. दादाबरोबर सगळी मुलं सफेद गल्ली ओलांडून थोडी पुढे गेली असता, रेडिओ दुरुस्तीच्या दुकानातला करीम जोरात ओरडला,

"सबको बता दे, रांडांची पोरं येत आहेत."

असं म्हणून त्यानं डोळा मारला व विचित्र चेहरा करत हसला तो. तत्क्षणी दादा ओरडला,

"आम्ही रांडलेक आहोत. तो तेरा जनम कैसा हुआ है रे, डुक्कर?"

हे ऐकून करीम संतापला आणि शर्टच्या बाह्या वर करत दुकानाच्या बाहेर आला. दादानं त्याची कॉलर पकडून एकट्यानं त्याला जमिनीवर लोळवला. हा हा म्हणता तिथे गर्दी जमली. लोक टाळ्या वाजवत भांडणाची मजा घेऊ लागले. मारामारी करणाऱ्यांना चेव चढला. इतक्यात पोलीस शिट्ट्या फुंकत तेथे हजर झाला. "कुठले रे तुम्ही?" असं विचारताच करीमनं दुकानाकडे बोट दाखवलं तर दादानं 'सुकलाजी स्ट्रीट' असं सांगितलं. सुकलाजी स्ट्रीटचं नाव ऐकताच, "थू, रांडलेक. पुन्हा मारामारी करताना दिसलास तर एकेकाला उचलून आत टाकीन भोसडीच्यांनो." पोलीस ओरडू लागला. त्याच्या तावडीतून सटकून दादा लांब पळाला आणि मग थांबून, पोलिसाकडे पाहून थुंकून, जोरात म्हणाला, "तू रांडलेक, तुझा बाप रांडलेक." आणि बरोबरच्या पोरांना घेऊन तो क्षणात तेथून पसार झाला. सगळी मुलं मुन्नापेक्षा मोठी होती. जोरात पळायचा प्रयत्न करूनही मुन्ना एकटाच मागे पडला. पोलीस तर मागं लागले होते. त्याला अर्थही कळत

नव्हता अशा भाषेत ते शिव्या देत होते. दूर गेलेल्या दादानं एकदा मागे वळून पाहिलं व मुन्नाला पाहून तो झरकन परत फिरला. मुन्नाला पटकन उचलून पाठीवर घेऊन त्याच वेगानं तो पुन्हा पळू लागला व धापा टाकत गढीजवळ पोहोचला. तेथून गल्लीत घुसलं, की दोन मिनिटांत पोलिसांना चुकवता आलं असतं, पण आता पाठलाग थांबला होता. दादा मुन्नापेक्षा सहा-सात वर्षांनी मोठा असेल. त्याच्या पाठीवरून खाली उतरून, श्वास टाकत मुन्नानं विचारलं,

"दादा, आपल्याला असं का म्हणतात?" अनेक वेळा विचारलेला, मनात पुन्हा पुन्हा उठणारा हा प्रश्न मुन्नाला सतत त्रास देत असे. मावशीला विचारलं तेव्हा तिच्या शिव्या खाल्ल्या होत्या. आईला विचारण्यासारखं नव्हतच आणि दादाला त्याला उत्तर द्यायची गरज वाटत नव्हती. त्यामुळे तो गप्प होता. "दादा, सांग ना?" त्याचा शर्ट ओढत मुन्ना म्हणाला.

"सांगण्यासारखं खूप आहे; पण तू आधी मोठा हो मुन्ना." दादाचं हे बोलणं मान्य न करता मुन्ना म्हणाला,

"विडी ओढण्याइतका मोठा झालो आहे ना मी? मग कळेल नला. तू सांग." तो पुन्हा हट्ट करू लागला.

"आपल्याला आई असते; पण बाप, कुटुंब नसतं. बाप नसणाऱ्या मुलांना तसं म्हणतात. आता बाप का नसतो, हे विचारू नकोस, लाथ घालीन."

एवढं एका दमात बोलून, इतकं सांगून तुझ्यावर उपकारच केले आहेत, अशा नजरेने मुन्नाकडे बघत दादा निघून गेला. आम्हाला कुटुंब नाही, बाप नाही म्हणून आम्ही तसं, एवढंच त्याला कळलं होतं. आता त्याला 'कुटुंब' सतावू लागलं. कुटुंब म्हणजे काय? ते कसं असतं? याची काहीच कल्पना करता येत नव्हती. पोस्टरवरच्या चित्रातूनही काही कळत नव्हतं. कुटुंबाबरोबर 'बाबा' या व्यक्तीविषयीही कुतूहल जागं झालं. आईला शंका विचारली असता तिनं, "आत्ता काही विचारू नको," असं सांगितलं. मावशी नीट सांगत नव्हती व आणखी कोणाला विचारणार होता तो? आणि आता त्याला अचानक पुस्तकात कुटुंबाचं चित्रं दिसलं. चित्रात चार जणं आहेत. ते पाहून मनात गोंधळ निर्माण झाला.

"मौसी," तो जोरात ओरडला. "इधर देखो, कुटुंबाचं चित्र आहे. मी शोधत होतो ना? इथे मिळालं बघ."

"कुटुंब, अच्छा, क्या है वो? चित्र बघून मला सांग."

हे ऐकून पुस्तक हातात घेऊन मुन्ना धडधडत खाली उतरू लागला. मावशी त्याच्याकडे पाहतच राहिली. ...एवढासा मुलगा. बटणं तुटलेला शर्ट, विरलेली चड्डी, कित्येक दिवसांत तेलाचा स्पर्शही न झालेले, विस्कटलेले डोक्यावरचे केस आणि पुस्तकातील चित्रावर केंद्रित झालेलं सगळं लक्ष. बारीक, वाळक्या अंगाचं

पोरगं; पण डोळे मात्र विलक्षण चमकदार. अगदी दुसऱ्या कोणाचेही नव्हते असे. हा हल्ली किती प्रश्न विचारत असतो. काय उत्तर द्यावं आपल्याला कळत नाही. मग आपण उगाचच शिव्या देत बसतो. तो घाबरतो पण त्याचे प्रश्न काही संपत नाहीत... हातात पुस्तक घेऊन मुन्ना खाली उतरत होता.

"मौसी, ये देख. चित्रातलं कुटुंब. त्यात चार जण आहेत. असं का असेल गं?"

निष्पापपणे विचारत तो मावशीला पुस्तक दाखवू लागला. त्याच्या प्रश्नाने मावशी गडबडली; पण मुन्ना आतुरतेनं तिच्या उत्तराची वाट पाहत होता. अगदी अधीर झाला होता.

"मुन्ना, तुझ्या आईलाच विचार ना. मला नाही सांगता येणार."

असं सांगणाऱ्या मावशीचा आवाज नकळत कातर झाला आणि ती मान वळवून दुसरीकडे पाहू लागली. 'बावळट कुठली' असं रागारागात पुटपुटत तो जिन्यावर बसून राहिला. तो निराश झाला तरीही त्याचं सगळं लक्ष मात्र त्या चित्रावर खिळलेलं होतं. हातातलं काम संपवून मावशीनं हाक मारेपर्यंत तो तेच पाहत बसला होता. तिच्या पाठोपाठ चौदाव्या गल्लीत पोहोचेपर्यंत त्यानं आपलं पुस्तक डाव्या काखेत जपून धरलेलं होतं.

मावशीनं आईच्या खोलीचं दार हळूच लोटलं. त्याला पुढे करून ती त्याच्या मागे उभी राहिली. मुन्नानं हळूच आईच्या खोलीत पाय टाकला. फक्त दिवसा पाहायला मिळायची आईची खोली. आत काय काय होतं ते सगळं त्याला माहीत होतं. चार भिंतींच्या कडेने ठेवलेल्या खाटा किंवा पलंग म्हणा. खोलीत सगळ्या मिळून सहा बायका होत्या. प्रत्येकीला वेगळी खाट होती. आतील भाग दिसणार नाही, अशा प्रकारे लावलेले पडदे. पांढऱ्या रंगाचे पण कळकट्ट झालेले. दिवसा कोणी पडदे खाली सोडलेले त्यानं पाहिले नव्हते. रात्री पडद्यात झोपत असतील का? इतक्या उन्हाळ्यात? प्रत्येक वेळी निर्माण होणारे प्रश्न, लहानपणापासूनच मनावर ओरखडा उठवणारे. प्रत्येकीच्या खाटेखाली तिचं तिचं सामान ठेवलेलं होतं. एका कोपऱ्यात ताटं, वाट्या, गडू. एक मोठा आरसा. दुसऱ्या कोपऱ्यात दोरीवर लोंबणारे कपडे. तो राहत असलेल्या चाळीइतका काळोख नव्हता तरी फारसा उजेडही नव्हता. खोलीत आल्या आल्या त्यानं सवयीनं उजवीकडे मान फिरवली.

पहिलाच पलंग आईचा होता. त्याला पाहून तिच्या चेहऱ्यावर हास्य उमटलं. नुसतं हसणं नाही, त्याला बघितल्यावर तिचा चेहरा खुलला. खरं तर तिचा चेहराच तसा होता. आज ती पिवळ्या रंगाची साडी नेसली होती. कपाळावर गोल कुंकू, नाकात चमकी, कानात कुड्या. मध्ये भांग पाडून केसांचा छान अंबाडा घातला

होता. तिच्या टपोऱ्या डोळ्यांत त्याच्या सगळ्या प्रश्नांची उत्तरं दिसायची त्याला. तिच्यावर खूप प्रेम होतं त्याचं.

"मुन्ना, तिकडे का उभा आहेस? येना इकडे."

असं तिनं बोलवताच तो तिच्याजवळ गेला. तिच्या जवळ जाताना प्रत्येक वेळी त्याला वाटायचं, की आपल्या आईसारखी दुसरी कोणीच नाही. चौदाव्या रस्त्यावर नाही, सुकलाजी स्ट्रीटवर नाही आणि पूर्ण कामाठीपुऱ्यातही आपल्या आईसारखी कोणीच नाही. तो हळूच तिच्यासमोर जाऊन उभा राहिला.

"आज क्या क्या किया मेरे लाडलेने?" त्याला जवळ घेत तिनं विचारलं. तिच्या चेहऱ्यावर हसू होतं. ती नेहमीच शांत असे. तो मात्र तिला एकावर एक प्रश्न विचारत असे.

"तेरा लाडला आज अंघोळ करणार आहे वाटतं." मागून हसत हसत मावशी म्हणाली.

"खरंच की काय?" आई आणखीनच हसली. ती वाकून त्याला उचलून घेऊ लागली तेव्हा त्याच्या जवळचं पुस्तक तिला दिसलं. "नया बुक..." असं म्हणून आधी तिनं ते पलंगावर ठेवलं आणि मग त्याला उचलून वर बसवलं.

"देख, तेरे कपडे, हाथ-पैर सब गंदा है. चाळीत गेल्यावर पहिली अंघोळ करून घे हा. शहाणा माझा बाळ."

त्यावर हो म्हणत मुन्ना आईला अगदी बिलगून बसला. तिच्याजवळ गप्पा मारता मारता किती तरी वेळा तो असाच झोपून जात असे. त्याचं हे नेहमीचंच होतं. आल्यावर आधी दहा मिनिटं पलंगावर बसून बोलायचं, नंतर हळूच आईच्या मांडीवर बसायचं. आईच्या सहवासाची गोडी हळूहळू चाखायला आवडत असे त्याला. तिचं चित्रं तो अगदी सावकाशपणे मनात साठवून ठेवत असे. ती त्याच्यासाठी अमूल्य होती. पोस्टरवरची एकही बाई आईसारखी दिसत नसे. आई चुंबकासारखी होती. ती सगळ्यांनाच आकर्षून घ्यायची. गिऱ्हाइकांनाही. त्याला माहीत होतं ते. मावशीच्या तोंडूनही ऐकलं होतं त्यानं. तेथील सगळ्या बायांना चहा आणि पान पुरवणारा मेहमूद किती वेळा सांगत असे, "चंद्रादीदी गिऱ्हाईकांचं मन राखण्यासाठी जीव टाकते. ती कोठीत आल्यापासून इकडे इतकी गर्दी होते, की गर्दीपासून बचाव करण्याकरीता घरवाली जास्तीचे चार रखवालदार उभे करते." त्याला आईजवळ सावकाशपणे गप्पा मारता येत नसल्या, तरी आई आपल्या जवळ आहे ही जाणीवच किती भारी आहे, हे मुन्ना कुणालाही सांगायला जात नसे. आईच्या बाजूचाच पलंग अनिलच्या आईचा होता; पण अनिल काही तिला रोज भेटायला येत नसे. बाकीचेही तसेच होते. आपल्या मुलांना भेटावं, असं त्यांच्या आयांना तरी वाटायचं की नाही कोण जाणे? त्यांच्या आयांना ते कधी कधीच

भेटायला यायचे. तो मात्र मोठा झाला तरीही, रोज असाच आईला भेटायला येणार यात काहीच शंका नव्हती. खास करून तिला तर खात्रीच होती.

"चंद्रा, हा काही तुझा मुलगा वाटत नाही. तुझा आडवा बांधा, आणि हा तर बारकुंडा आणि ताडासारखा उंच. रंगाचंही तेच. चेहऱ्यावर तुझ्यासारखं तेज नाही."

समोरच्या पलंगावर बसलेली विनोदची आई मुन्नाकडे पाहत म्हणाली. चंद्रा त्यावर नुसतं हसली व तिनं मुन्नाला मांडीवरून खाली उतरवला. थोडी घाबरली होती वाटतं ती; पण स्वतःला सावरून तिनं पुस्तक हातात घेतलं व मुन्नाला काही विचारू लागली. तो पुस्तकाची पानं भरभर उलटू लागला. ते चित्र मिळत नसल्याने अधीर होऊन तो पानं परत परत उलटत होता. शेवटी हवं ते चित्र दिसताच त्यानं ते पान आईच्या डोळ्यांसमोर धरलं आणि म्हणाला,

"अम्मा, ये देख कुटुंब. कुटुंब म्हणजे काय गं?"

ती काही वेळ त्या चित्राकडे पाहत होती; पण मावशीसारखी विचलित न होता हसत हसत ती मुन्नाला सांगू लागली,

"कुटुंब म्हणजे आई, बाबा आणि मुलं. सगळी एकत्र राहतात, ते कुटुंब."

"बाबा म्हणजे कोण?"

त्यानं लगेच प्रश्न विचारला. आई त्याच्याकडे पाहू लागली. त्याच्या डोळ्यांत उत्तर ऐकण्याची इच्छा आणि निश्चय. किती अधीर झाला होता तो. या प्रश्नाचं उत्तर आणखी किती दिवस टाळणार आहोत आपण? असे प्रश्न त्याला पदोपदी त्रास देणार आहेत, हे माहीत असतानाही.

"ते नोकरी करतात आणि कुटुंबासाठी म्हणजेच मुलांसाठी आणि आईसाठी पैसे कमावतात."

ती हळूहळू सांगत होती. त्याचा पुढचा प्रश्न तयार होताच.

"आई काय करते?"

"आई मुलांची काळजी घेते आणि जेवण बनवते."

"मुलं काय करतात?" लगेच पुढचा प्रश्न.

"मुलं लहान असतात तेव्हा आई-बाबा त्यांची काळजी घेतात आणि मुलं मोठी झाली, की ती आई-बाबांची काळजी घेतात."

आईनं दिलेल्या उत्तरावर विचार करत मुन्ना काही वेळ उभा होता आणि आई त्याचा पुढचा प्रश्न काय असेल, याचा अंदाज घेत होती. काही वेळातच मुन्नाचा प्रश्न आला.

"तू माझी अम्मा आहेस ना? मग आमच्याबरोबर चाळीत का राहत नाहीस? आपल्याबरोबर बाबा का नाहीत? तू माझी काळजी का घेत नाहीस?"

प्रश्नांची सरबत्ती ऐकून तिनं त्याच्या कपाळावर ओठ टेकले व त्याला जवळ

घेतलं.

"मुन्ना, पुढे काही दिवसांनी तुला सगळं कळेल; पण आत्ता मी सांगितलेलं लक्षात आलं आहे ना?"

त्याच्याकडे पाहत आई म्हणाली. तो आईच्या डोळ्यांत एकटक पाहू लागला. तिच्या चेहऱ्यावर हास्याबरोबरच वेदनाही जाणवली त्याला. आपल्याला कुटुंब नाही याची त्याला खात्री पटली; तरीही एक प्रश्न उरत होताच.

"अम्मा, मला बाबा नाहीतच का?"

"वेश्येचा मुलगा," या शिवीपासून सुटका करणारी एकमेव व्यक्ती म्हणजे बाबा. ते आहेत किंवा नाहीत याचा शोध घ्यायला दादाला सांगू आपण; पण नंतर केव्हातरी. मुलाकडे पाहताना तिचे टपोरे डोळे भरून आले.

"आहेत, मुन्ना तुला बाबा आहेत... पण..."

असं म्हणत ती रडू लागली. हुंदके देत तिनं त्याला जवळ घेतलं. तिचा गरम श्वास त्याला जाणवत होता. तिच्या डोळ्यांतल्या अश्रूंनी त्याचा सदरा भिजून गेला. हे सगळं त्याला नवीन होतं. तो बावरून गेला.

"अम्मा, रडू नको. परत नाही विचारणार. मी पुन्हा बाबांचा विषय काढणार नाही;" पण तिचं रडणं थांबत नव्हतं व ते कसं थांबवावं, हे त्याला कळत नव्हतं. रडता रडता "तुझे बाबा..." असं काही सांगू इच्छित होती.

"चंद्रा, तू इधर रहने लायक नाही है. दहा वर्षं झाली तुला इथे येऊन; पण जराही मुर्दाडपणा नाही आला तुझ्यात. हे सगळं मुलाला सांगत बसलीस तर उद्या तुला चपलेनं झोडून काढील तो. चार पैसे कमावतेस, स्वतःचं पोट मारून त्यातूनच मुलाला वाढवतेस. कशाकरिता? तुझं हे आता अति झालं आहे. मुन्ना, चल. बास झाल्या गप्पा. तुझ्या प्रश्नांमुळे आईला किती त्रास होतो, ते कळत नाही तुला? आता हे सगळं सोड आणि समोर आहे ते मुकाट्यानं खाऊन घे." मावशीचा आवाज चढला होता.

इतक्यात दाराची कडी वाजली. कालही तो आला होता. हल्ली बऱ्याच दिवसांपासून येतो असं त्याला आठवलं. आईनं रडणं थांबवून त्याला घाईघाईत पलंगावर बसवला. "बस, मी लगेच येते." असं म्हणून ती तेथून वेगात बाहेर पडली. जाता जाता, मी येईपर्यंत दार उघडून बाहेर येऊ नकोस, असं बजवायला विसरली नाही. नेहमी तो इथेच पलंगावर झोपायचा; पण आज बेचैन होता. आतापर्यंत रडत असलेली अम्मा डोळे पुसून कुठे गेली? आपण पाहू या का? पण आईनं सांगितलं आहे, की दार उघडायचं नाही. मागे वळून त्यानं खिडकीकडे पाहिले. आईचा पलंग व शेजारचा पलंग यांच्यामध्ये खिडकी होती. थोडा प्रयत्न केला तर खिडकीवर चढू शकू, असं वाटलं त्याला. दोन्ही पलंगांचा आधार घेत

घेत तो कसाबसा खिडकीवर चढला आणि पुढे वाकून त्यानं खिडकीचे गज पकडले. तेथून काही अंतरावर त्याला आई दिसली. तिच्या समोरच काळी टोपी घातलेला कुणी उभा होता. या बाजूनं त्याचा चेहरा नीट दिसत नव्हता. त्यानं तिचे हात हातात घेतले होते, त्याला दिसत होतं त्यानुसार त्यानं आईला मिठीत घेतलं. आईनं डोळे मिटून घेतले होते तरी ती हसत होती. अरे, इतका वेळ चाललेलं रडणं एकदम गायब? आणि चेहऱ्यावर हे हास्य...

मुन्ना पुढे बघू शकला नाही इतका घाबरून गेला. धडधडत्या छातीनं तो खाली उतरला आणि पलंगावर आडवा झाला. हसणारी आई डोळ्यांसमोर दिसत होती. आई आत येऊन पाच मिनिटं झाली नाहीत; तेवढ्यात मावशी व बाकीच्या बाया आल्या व तिच्यावर तुटून पडल्या.

"चंद्रा, तुझं हे जे काय चाललं आहे ना, ते घरवाली किंवा दलालानं पाहिलं ना तर तुला जिवंत सोडणार नाहीत. त्याचीही हाडं मोडून टाकतील. फक्त धंद्याच्या वेळीच यायचं असं असताना तो या वेळेला का येतो? इतनाही प्यार हई तो शादी करनेको बोलो उसको."

आई काहीच बोलली नाही. मान खाली घालून ती खोलीच्या मध्ये येऊन उभी राहली. तिचा चेहरा आणखीनच खुलला होता. अंबाडा सुटून तिचे लांब केस कमरेपर्यंत आले होते. मुन्ना तिच्याकडे काहीशा कुतूहलाने पाहू लागला; पण त्याला काही ती अपराधी वाटली नाही.

"अशा लोकांचं प्रेम तुला माहीत नाही का चंद्रा? मी असाच एकावर विश्वास ठेवून पळून आले होते. प्रेमानं त्याला नवरा म्हणत होते; पण साला, माझ्याकडचे पैसे संपेपर्यंत त्यानं मजा मारून घेतलीन. मी पुढे काय करू असं विचारलं, तर तुझा धंदा आहे ना? पुन्हा चालू कर, असं म्हणाला. दिवसा मी तुझा नवरा असेन. रात्रीतला सगळा त्रास तू सहन कर म्हणाला. माझं अंग पेटून उठलं होतं. एक लाकूड त्याच्या तोंडावर फेकून मारलं आणि मागे वळूनही न बघता निघून परत इथे आले. तुम्ही सगळ्याजणी पाठीशी उभ्या राहिल्या नसतात तर मी मोडून पडले असते. घरवाली तुला इथे राहू देईल का अशानं? माझी कहाणी विसरली तर नाहीस?"

विनोदची आई बोलत होती; पण आई त्यावर काहीच बोलली नाही. मुन्ना इथेच आहे, हे त्या सगळ्या विसरल्या होत्या. एकेक करून सगळ्या तिच्या जवळ आल्या.

"सोन्याची अंडी देणारी कोंबडी आहेस तू. रोज संध्याकाळी सगळ्याच नटून-सजून गिऱ्हाईकासमोर उभ्या असतात; पण आधी सगळे तुझ्यासाठीच विचारत असतात. तुझ्यासाठी तासन्तास थांबणारी गिऱ्हाईकं आहेत ना, त्यातलाच एक तो आहे. त्याच्यात जास्त गुंतू नको. तुलाच त्रास होईल."

असं कोणी म्हणालं तर दुसरीनं आणखी काही सांगितलं. सगळ्यांचं बोलणं

संपल्यावर आई शांतपणे, हळू आवाजात पण ठामपणे म्हणाली, "ते इतरांसारखे नाहीत." मुन्ना पलंगावर बसून, सगळ्यांकडे पाहत, सगळ्या बायांचं बोलणं लक्ष देऊन ऐकत होता.

"त्याचं प्रेम खरं असेल तर तो तुला हातची जाऊ देणार नाही; पण तुला पळवून नेण्याची ताकद आहे का त्या पुरुषात? तुझ्या मुलाला बरोबर नेण्याची तयारी आहे त्याची?"

मावशीनं असं विचारताच आई घाबरीघुबरी झालेली वाटली. मुन्ना इथेच आहे, हे लक्षात आल्यावर तिनं बाकीच्या बायांना जायला सांगितलं व ती मुलाकडे धावली.

"मुन्ना, तू आता नीघ. उद्या ये हा." त्याला जवळ घेत ती म्हणाली. काही न बोलता तो उठला. हातात पुस्तक होतच. इथे येताना मनावर असणारं प्रश्नांचं ओझं आता जास्त जड झालं होतं. चाळीत येऊन, वरच्या मजल्यावर जाऊन बसल्यावर आईच्या खोलीत घडलेला प्रत्येक प्रसंग, त्यांच्यात झालेली बोलणी सगळं त्याला पुन्हा पुन्हा आठवत होतं... "बाबा आहेत पण..." आईनं तिचं वाक्य अर्धच सोडून दिलं होतं. सगळ्यात जास्त खुपत होतं ते काळ्या टोपीवाल्यानं आईचे धरलेले हात, त्यानं तिला छातीशी कवटाळलं होतं ही गोष्ट, शिवाय आईच्या चेहऱ्यावर फुललेलं हसू. तसं हसू तिच्या चेहऱ्यावर त्यानं अजूनपर्यंत केव्हाही पहिलं नव्हतं. मावशी येऊन जेवण वाढेपर्यंत तो जागेवरून हलला नव्हता.

नंतर दीदी अभ्यास घ्यायला आली.

"चला, सगळ्यांनी अभ्यासाला बसा." असं म्हटल्यावर पुढे आली ती दोघंच. तो आणि नेत्रा. तिची भाषा वेगळी असल्यामुळे त्यांच्यात मैत्री नव्हती. दीदी मराठी आणि इंग्रजी अशा दोन्ही भाषेत शिकवत असे. ती मात्र इंग्रजीत शिकायची. चाळीत येऊन दीदीने शिकवायला सुरुवात केली, की मावशी आणि बाकी सगळे बाहेर जायचे. मुन्ना दीदीकडे पाहत होता. तिचे डोळे मोठे नव्हते, पण चमकदार होते. वागण्यात मृदू. किती प्रेमानं बोलत असते. कुठल्याही प्रश्नाला न कंटाळता उत्तर देते. चूक झाली तरी न रागावता चार-पाच वेळा पुन्हा समजावून सांगते. आजच्या नवीन धड्यातील शब्द वाचताना 'कुटुंब' या शब्दाजवळ मुन्ना अडखळला. डोक्यात शिरून सतत डोकं पोखरत बसलेला भुंगा. या विषयी आता आईला विचारण्याचा पर्याय उरलाच नव्हता.

"दीदी, एक प्रश्न विचारू? कोणीच उत्तर देत नाहीये म्हणून मी गोंधळून गेलो आहे." त्याचा गोंधळ पाहून दीदीने हसून मान हलवली.

"माझी अम्मा बाजूच्या गल्लीत राहते, मी इथे राहतो. हे आमचं कुटुंब होत

नाही ना?''

त्यानं निरागसपणे विचारलेला प्रश्न ऐकून दीदीचा चेहरा आक्रसला. तिने तो शब्द पुस्तकात शोधला.

''तसं नाही मुन्ना, तू रोज आईला भेटतोस ना?''

''हो, रोज भेटतो.''

''आई तुझ्यावर खूप प्रेम करते ना?''

''हो, करते.''

''मग हे कुटुंबच आहे. तू आणि आईचं छोटं कुटुंब.'' असं म्हणून दीदीने त्याचे गाल धरले. तिचं म्हणणं न पटल्याने त्यानं ते चित्र तिच्या समोर धरलं.

''कुटुंब म्हटल्यावर बाबा असायला हवेत ना?''

आईचं रडणं आठवून आपल्याला रडू फुटेल, असं मुन्नाला वाटू लागलं. त्याचे डोळे पाण्यानं भरले आहेत, हे पाहून दीदी त्याच्याजवळ जाऊन बसली व त्याच्या पाठीवरून हात फिरवू लागली.

''मुन्ना, असा घाबरून जाऊ नकोस. कुटुंबात बाबा असतात हे खरं आहे; परंतु कामाठीपुऱ्यातल्या कुटुंबात बाबा नसतात. तुझं कुटुंबही तसंच आहे. कळलं का बाळा?''

दीदीचं बोलणं ऐकल्यावरही मुन्नाचं रडणं थांबलं नव्हतं. आपण काही तरी गमावलंय, असं वाटत असताना काय गमावलंय ते मात्र कळत नव्हतं. तसंही करीम, पोलीस शिपाई आणि इतर लोक म्हणतात ते खरंच आहे. मी वेश्येचा मुलगा आहे. आपल्याला बाबा असते तर असं झालंच नसतं. मुन्नाचं रडणं थांबत नव्हतं. दीदीने ते थांबवलंही नाही. ती फक्त त्याच्या पाठीवरून हात फिरवत बसली. नेत्रा त्याच्याकडे बघत बसली होती. काही वेळानंतर दीदी म्हणाली,

''मुन्ना, आता मी काय सांगते ते नीट ऐक.'' मुन्ना मुसमुसत तिच्याकडे पाहू लागला.

''तू इतर मुलांसारखा नाही आहेस. तू हुशार आहेस. एवढ्यात तुझी तीन पुस्तकं शिकून झाली सुद्धा. शिकवलेलं तुला लगेच कळतं, सगळं लक्षात राहतं. या पुढे मी आठवड्यातून पाच वेळा येईन. मोठे मोठे धडे शिकवीन. शिकशील ना तू?'' त्यानं लगेच होकार दिला.

''चांगलं शिकलास की मोठा झाल्यावर तुला चांगली नोकरी लागेल. मग तुझं स्वतःचं कुटुंब असेल. तू चांगला बाबा होशील.''

तिनं सांगितलेलं त्याला सगळं समजलं होतं, हे त्याच्या नजरेवरून कळत होतं.

''आता फक्त अभ्यासाकडे लक्ष द्यायचं. शनिवार व रविवार सोडून रोज मी

तुझ्यासाठी येणार आहे.'' असं सांगून दीदी पुढच्या शब्दाकडे वळली.

''तुझी वही इकडे दे. त्यात लिहून देते. उद्यापर्यंत सगळे पाठ हवेत.'' असं म्हणून तिनं दहा, बारा नवीन शब्द लिहून दिले. दीदी गेल्यावर त्यानं ते सगळे शब्द वाचून काढले. आता त्याला खूप हलकं वाटत होतं. आता आधीचे धडेही परत वाचावे, असं त्याला वाटू लागलं. वाचताना त्याला डोक्यात असलेले प्रश्न त्रास देत नव्हते, कंटाळाही येत नव्हता. संध्याकाळी मित्रांच्या टोळक्याबरोबर हाजी अली, गेटवे इकडे भटकायला जायचं नाही, असं त्यानं ठरवून टाकलं. आपल्या आजूबाजूलाच अनुभवण्यासारखं, शिकण्यासारखं खूप आहे याची त्याला अचानक जाणीव झाली. सगळी संध्याकाळ त्यानं चाळीतल्या छोट्या दिव्याच्या मंद प्रकाशात घालवली. रात्रीचा स्वयंपाक करत असताना मावशीने त्याला विचारलं,

''का रे मुन्ना, आज बाहेर गेला नाहीस?''

''आता जाणारही नाही. पढाई करेगा. दीदी आता रोज येणार आहे अभ्यास घ्यायला.''

बटाटे चिरता चिरता त्याच्याकडे पाहत मावशी म्हणाली,

''तू आणि तुझी आई अगदी वेगळे आहात. चुकून इकडे आलात.''

रात्री दादा आणि बाकीची मुलं परत आली, तेव्हा मुन्ना झोपला होता; पण त्याला झोप येत नव्हती. वैशालीला परत यायला उशीर झाला होता. सगळे झोपल्यावर मावशी दिवा घालवून खाली गेली. दादानं हळूच विचारलं,

''विड्यांचं काय केलंस?''

''नीट जपून ठेवल्या आहेत.''

''कोणाला सांगितलं नाहीस ना?''

''नाही.''

''उद्या ओढू या.''

''चालेल.'' असं म्हणून मुन्नानं भिंतीकडे तोंड फिरवलं. त्याच्या मनात असलेल्या कामाठीपुऱ्याचं चित्र नेहमीप्रमाणे आजही त्याला भिंतीवर दिसू लागलं. ही जुनी चाळ, मावशी, आई, तिच्या मैत्रिणी, तेथील पलंग, आईच्या चेहऱ्यावरचं हसू, काळी टोपीवाला माणूस. आईनं त्या पुरुषाला मारलेली मिठी व त्या वेळचं तिच्या चेहऱ्यावरचं वेगळंच हास्य... आता कुटुंबाचं चित्र. चांगले कपडे घातलेला तो काळी टोपीवाला पुरुष, त्याच्या बाजूलाच उभी असलेली आई. अंबाडा घातलेली, छान साडी नेसलेली आणि दागिने घातलेली.

त्यांच्यापुढे उभा होता मुन्ना. आणि त्याच्या बाजूला? चित्र दिसायला थोडा वेळ लागला. नेत्रा. चौघांचेही हसरे चेहरे. चित्र पाहून आनंदीत झालेल्या त्याच्या ओठांवर हसू उमटलं आणि त्यानं डोळे मिटले.

दोन

रात्री विशालला शांत झोप लागली नव्हती. सकाळी सत्याजवळ कसं आणि काय बोलावं, याचाच तो विचार करत होता. आपल्या आई-वडिलांच्या संबंधांत त्यानं इतक्या गांभीर्याने विचार करण्याचं कारण कळल्यावर विशाल पुन्हा बेचैन झाला...

सत्याच्या मनातली त्यांच्या विषयीची भावना ही सामान्य भावना नाही. चार दिवसांनी कमी होणारा आदर, प्रेम नाहीये ते. ती अनन्य भक्ती आहे. त्याची लहानपणची परिस्थिती अगदी दयनीय अशीच होती. त्यामुळेच आई-वडिलांना तो देव मानतो व त्या जागी असणाऱ्या सगळ्यांनाच तो देवाचं स्थान देतो. पण देव म्हणावेत, असे आई-वडील वेगळे असतात हे त्याला कुठे कळतंय? हे त्याला कोण पटवून देणार? सत्याची पार्श्वभूमी पाहता, तो राहत असलेल्या आश्रमातलं जीवन ज्या सिद्धांतानी बांधलेलं आहे, ते सिद्धान्त जगण्यासाठी निरुपयोगी आहेत. म्हणूनच प्रत्यक्ष जीवनातला व्यवहार, त्यातील बारकावे त्याला कधीच कळणार नाहीत. सत्याच्या मनातला आपल्या आई-बाबांविषयीचा सेवाभाव गेल्या सहा वर्षांत इतका दृढ झाला आहे, की आपल्याच घरातील आपल्या स्वातंत्र्याला धक्का बसू लागला आहे.

विशालला हे एक संकटच वाटू लागलं. ऑफिसमधला एक कर्मचारी ऑफिसपुरता मर्यादित न राहता घरातील एक सदस्य बनला आहे. त्याला घरात यायला मनाई केली, तर तो नोकरी सोडून जाऊ शकतो. या वास्तवाची जाणीव होऊन विशाल फेऱ्या मारू लागला. त्याला ऑफिसातून काढून टाकण्याचा प्रश्नच येत नाही. पण म्हणून घरात आपण त्याला घाबरून का राहायचं? अशा संदिग्ध मन:स्थितीत विशाल खोलीबाहेर आला असता खालून ओरडण्याचा आवाज आला. या सगळ्या परिस्थितीला, बेजबाबदार असा आपला बाप कारणीभूत आहे, असं मनात येऊन त्याला बाबूरावांचा भयंकर राग आला... स्वतःच्या पराभवाची कारणं

शोधताना बायकोचा ढालीसारखा उपयोग करायचे आणि आता समोर येणाऱ्यांची सहानुभूती मिळवण्याचा प्रयत्न करत असतात. पण त्या वेळी बाबा कसे वागत होते, हे या लोकांना कसं कळणार? विशालला ते दिवस आठवू लागले...

बाबांनी शेत विकलं त्यानंतर काही दिवसांतच आमची आजारी मिल बंद व्हायच्या मार्गावर आहे, हे कानावर येऊ लागलं. मिलबद्दल आपलेपणा वाटून मी एकटाच वरच्यावर तेथे जात असे. धाग्यांचे गुंडे, तयार झालेलं कापड याचा हिशेब ठेवत असे. जास्त काही कळत नव्हतं, पण सुरुवात तर केली याचं समाधान होतं. बाबांशिवाय दुसरे कोणीही भागीदार, त्यांना दुसरे उद्योग असल्याने नियमितपणे मिलमध्ये येत नसत. खरं तर मिलला सरकारी अनुदान मिळून, नवीन यंत्रसामग्रीही घेतलेली होती. पण फायदा होत नसल्यानं, हे बुडणारं जहाज आहे अशी भावना निर्माण होऊन कुणालाच त्यात गम्य उरलं नव्हतं. बरं चादरी, टॉवेल ही फक्त सोलापूरची खासियत न राहता मुंबई, दिल्ली वगैरे बऱ्याच ठिकाणी त्यांचं उत्पादन मोठ्या प्रमाणात सुरू झालं होतं. त्या वेळी मी नववीत होतो. त्या दिवशी शनिवार होता. सहामाही परीक्षेचा शेवटचा पेपर देऊन मी घरी आलो, तर आई देवघरात रडत बसली होती. आज्जी टीव्ही पाहत होती. मी काय झालंय, हे विचारायच्या आधीच आई किंचाळत म्हणाली,

"मिलला आग लागून लाखो रुपयांचा माल जळून खाक झाला आहे. यंत्रसामग्रीसुद्धा बरीचशी जळाली आहे." बाबा घरी येताच, आता पुढे काय? असं कळवळून विचारलं तिने, तेव्हा बाबांनी रागात उत्तर दिलं,

"बघू या. होईल काही तरी."

हे ऐकून आईच्या डोळ्यांत भीती दाटून आली. रात्री त्यांच्या खोलीतून मोठमोठ्यानं बोलण्याचे आवाज येऊ लागले. जोरजोरात कपाटं उघडल्याचा, लावल्याचा आवाज. आईचा दीनवाणा स्वर... मी घाबरून उठलो. आज्जी वरच्या मजल्यावर निघून गेली. तिनं व काकांनी आवराआवर करायला घेतली होती. तीन दिवसांनंतर ते सगळे घर सोडून निघाले. तेव्हा बाबा त्यांना म्हणाले,

"माझ्याकडून काही चूक झाली आहे का? सांगा. मी ती सुधारतो."

"नाही. इतके दिवस तू तुझं कर्तव्य पार पाडलंस. आता आमचं ओझं तुझ्यावर नको." हे आज्जीचं तत्त्वज्ञान सांगणारं उत्तर.

"इतके दिवस बाबांच्या जिवावर बसून खाल्लंत आणि बाबांचे सगळे पैसे संपवलेत. आता आम्ही संकटात आहोत, तर पळून चालला आहात काय? लाज कशी वाटत नाही? थू..."

मी दात ओठ खात आज्जीकडे बघून किंचाळलो. बाबांनी हात उचलला असता त्यांच्याकडे अशी जळजळीत नजर टाकली, की घाबरून ते मागे सरले. अचानक झालेल्या आघातातून पुन्हा उभं राहणं मुश्किल आहे, हे लक्षात येत असतानाच पुढच्या महिन्याभरात मिल अधिकृतपणे हातातून गेली. आलेल्या पैशातून छोटी मोठी कर्ज भागवून उरलेली रक्कम अगदीच लहान आहे, असं आई म्हणाली होती. बाबा आता पुढे काय करणार, काहीच कळत नव्हतं. चार दिवस, चार आठवडे, चार महिने सरले तरी बाबांनी घरातून पाऊल बाहेर टाकलं नाही. त्याच प्रमाणे एखादी नोकरीही स्वतःहून घरी चालत आली नाही. सुरुवातीला नवऱ्याला धीर देणारी आई नंतर काळजीने पोखरली गेली.

पैसे मागितले, की बाबा रागवायचे आणि घराबाहेर निघून जायचे.

"हे असंच चालू राहिलं, तर पैसे मिळवण्याची इच्छाच मरून जाईल. बसून राहणारा पुरुष आणि भटकत राहणारी बाई, दोन्ही वाईटच. अशी म्हणच आहे ना. वेळेला उपयोगी यावेत म्हणून बाजूला करून, साठवून ठेवलेले पैसेही संपत आले आहेत."

असं आई एकदा रागानं म्हणल्यावर बाबा खोलीत जाऊन बसले. दुसऱ्या दिवशी सकाळपासून रोज बाहेर जाऊ लागले. आईला वाटलं ते नोकरीला जातात; पण महिना झाला तरी पगार मिळालाच नव्हता. एके दिवशी आईनं सांगितलं.

"जरा जाऊन बघ रे कुठे जातात ते."

मी त्यांच्या मागोमाग गेलो. आमच्या मिलच्या समोरच एक विडी कारखाना होता. त्याच्या भिंतीला टेकून, ते मिलकडे बघत बसलेले होते. हाच त्यांचा दिनक्रम असावा. मी हे सारं आईला येऊन सांगितलं.

"असं का करताय? सांगा, पुढे जगायचं कसं?" डोळ्यांत पाणी आणून आई म्हणाली.

"मी कोणाकडे नोकरी मागायला जाणार नाही. अगदीच फुटकळ कामं करायला सांगतात." त्यांची तक्रार ऐकून मला राग आला.

"तुमचा व्यवसाय सांभाळू शकला नाही तुम्ही, आणि तुम्हाला दिवाणाची नोकरी हवी काय?" असं मी म्हणताच त्यांनी मान खाली घातली.

तो क्षण अत्यंत वेदनादायी आणि कुरूप असा होता. मनात नुसती आग पेटली होती. सगळं असह्य झालं होतं; पण आपली दुर्बलता कबूल करायला मन तयार नव्हतं. मला राहवेना. त्यांच्या जवळ जाऊन त्यांचे दोन्ही हात हातात घेऊन म्हणालो,

"बाबा, मान खाली का घालता? जीवनात मोठं व्हावं, म्हणून मला किती बोलायचात, माझ्यावर किती रागवायचात तुम्ही? आणि आता तुम्हीच हार मानताय?"

माझं बोलणं ऐकल्यावर त्यांना काही तरी बोलायचं होतं; पण तोंडातून एक शब्दही बाहेर पडला नाही. मी अस्वस्थ झालो. पुढच्या वर्षी बोर्डाची परीक्षा होती, त्याची काळजी वाटत होती.

"मी कसा अभ्यास करणार? तुम्ही हात झटकलेत तर मला कोण शिकवेल?"

असं ओरडून बोलताना माझा आवाज फाटून शेवटी मला रडू फुटलं. शर्टाच्या बाहीने डोळे पुसत त्यांच्याकडे पाहिलं. ते जमिनीकडे नजर लावून स्थिर बसले होते. मी थकून, मागे वळून निघालो तेव्हा मला म्हणाले,

"काही तरी घडेल. होईल काही तरी. बघ." ते ऐकून मला हुरूप आला.

यांना काही नवीन मार्ग दिसला की काय? की माझ्या शिक्षणासाठी जादूने पैसे उगवणार आहेत?

"असं काय घडणार आहे?" मी कुतूहलाने विचारलं. माझे डोळे उत्सुकतेने त्यांच्याकडे पाहत होते.

"इतके दिवस कसे गेले? तसेच होईल काही तरी."

ते वर पाहत म्हणाले. मी निराश झालो. भित्रेपणा, तो लपवण्यासाठी वेगवेगळे आविर्भाव. रागावणं, खोटं बोलणं वगैरे. या क्षणी या माणसाचा आणि आपला संबंध संपला, असं मनात ठरवून टाकलं. एकदाच त्यांच्याकडे तिरस्काराने पाहून जिना चढू लागलो. इतक्यात, आईचा क्षीण आवाज कानावर आला.

"हातात होतं नव्हतं ते सगळं संपून गेलं आहे."

"म्हणून काय झालं गंगा, आता आईची जबाबदारीही नाही. एवढा मोठा संसार इतके दिवस सांभाळला नाही का? प्रत्येक वेळी काय तुझ्या माहेराहून पैसे येत होते?" ते बायकोवरच चडफडत होते.

मी निराश झालो होतो.

त्या वेळी विज्ञानाच्या मास्तरांनी मला सावरलं, समजावलं. ते आम्हाला मोबदला न घेता शिकवायचे, आमचा घरचा अभ्यासही करून घ्यायचे. त्यांना मुलं नव्हती; पण माझ्यासारख्या अनेक मुलांना त्यांनी आधार दिला. दहावीनंतर तुम्ही तीन वर्षांचा डिप्लोमा करा. पटकन नोकरी मिळेल. तांत्रिक शिक्षण नंतर पूर्ण करू शकता. त्यांचा सल्ला मी मनापासून ऐकत असे. माझा आत्मविश्वास वाढत होता.

"नाश्ता व जेवण माझ्याकडेच करा. विद्यार्थ्यांसाठी आहार ही गोष्ट जास्त महत्त्वाची आहे. तब्बेत चांगली ठेवायला हवी, नाही तर अभ्यासावर परिणाम होईल."

इतक्या अगत्याने काळजी घेणाऱ्या मास्तरांना मी वडिलांच्या जागी मानू लागलो.

आणि बाबा... ते असूनही नसल्यासारखे वाटू लागले. मास्तरांची पत्नीही प्रेमळ आणि मितभाषी होती.

मुलांना आग्रहाने जेवू घालणाऱ्या मास्तरांच्या प्रेम, जिव्हाळ्यामुळे माझा संकोच कमी होऊ लागला. मी रोज त्यांच्याकडेच जेवू लागलो. माझ्या यायच्या-जायच्या वेळेकडे त्यांचं लक्ष असे. आईनं अलीकडे मसाले, लोणची, पापड, सांडगे करून विकायला सुरुवात केली होती. नवऱ्याने ढकलून दिलेली जबाबदारी तिनं आपल्या खांद्यावर घेतली होती. एक दिवस ती म्हणाली,

"एका कारखान्यात काम मिळालंय."

पण आठवड्याभरातच... "मालकाची नजर चांगली नाही. दुसरीकडे प्रयत्न करते," असं म्हणाली. दुसरी नोकरी कशाला हवी आहे? तू करत आहेस तेच काम नीट नियोजन करून केलंस तर छोटासा उद्योगच होईल तो. कमीत कमी दहा लोकांना काम देऊ शकशील, असे शब्द ओठावर आले होते; पण मोठ्या प्रयासाने ते थांबवले. ते तिला आवडलं नसतं. मला म्हणाली,

"माझ्या माहेरच्या इस्टेटीतला माझा हिस्सा भाऊ मला देणार आहे. माझा हिस्सा विकून येणारे पैसे माझ्या नावावर बँकेत ठेवतो म्हणाला आहे. दर महिन्याला व्याज मिळेल ते तुला पाठवतो, असंही म्हणाला आहे तो. जोडीला माझी थोडीफार कमाई आहेच. काहीच नसण्यापेक्षा चांगलं. शेतातलं थोडं थोडं धान्यही पाठवणार आहे तो. तांदूळ, ज्वारी विकत आणायला लागणार नाही."

तिच्या नवऱ्याच्या 'असंच होईल काही तरी' या विचारांच्या पार्श्वभूमीवर मला आईची दया आली. जास्त खोलात न जाता मी अभ्यासावर लक्ष केंद्रित केलं.

दहावीचा निकाल लागला आणि माझ्या अंदाजापेक्षा खूपच चांगले मार्क्स मला मिळाले. माझं नाव आणि फोटो पेपरात छापून आला. निकालाच्या दिवशी घरी आलो, तेव्हा आई माझा पेपरात आलेला फोटो बाबांना दाखवत होती.

"मी म्हटलं होतं ना? तुला छान मार्क्स मिळणार."

माझ्या मार्कांपेक्षा तिचं भविष्य खरं ठरल्याचा आनंद तिच्या बोलण्यात दिसत होता. मला राहवलं नाही. पुढे होऊन मी म्हटलं,

"हे घडलंय त्यात तुझा काही वाटा नाहीये हं. पुस्तकांनी मन मोठं केलं म्हणून हे सगळं घडलं."

असं म्हणून मी भराभर जिना चढू लागलो. बाबा म्हणाले,

"बघ. काय झालं? आता सगळं चांगलंच घडतंय ना?"

उफाळून येणारा संताप मोठ्या प्रयत्नाने काबूत ठेवत मी म्हणालो,

"आई, कृपा करून तुझ्या नवऱ्याला गप्प बसायला सांग."

लगेच ती मध्ये पडली. अगदी हळुवारपणे. प्रत्येक वेळी असंच असतं तिचं. ही आपल्या नवऱ्याला इतका मान का देते? हा मला नेहमीच सतावणारा प्रश्न होता.

मास्तरांनी सरकारी कॉलेजमध्ये प्रवेश घेऊन दिला. फी त्यांनीच भरली. आईनं पैसे दिले असते तर टेक्निकलकडे गेलो असतो; पण विचारलं असतं आणि तिने नकार दिला असता आणि तिच्याबद्दल वाटणारा आदर कदाचित कमी झाला असता, अशी भीती वाटून गप्प बसलो. मास्तरांच्या सांगण्यप्रमाणे, कॉलेज सुरू होण्यापूर्वी प्रौढ शाळेत गणित, विज्ञान हे विषय शिकवायला सुरुवात केली. शिकवणीचे पैसे मिळाल्यावर आईसमोर ठेवून म्हटलं,

"घरात जेवतो-खातो. त्यासाठी हे पुरेसे आहेत ना?"

हे ऐकून तिच्या डोळ्यांत पाणी आलं. ती भावुक झाली होती.

"तुझ्याकडून जेवणाचे पैसे घेऊ कारे? हेच ओळखलंस का मला?"

"आई, त्या माहेरच्या इस्टेटीतल्या तुला मिळालेल्या हिश्श्यावर पहिला अधिकार कोणाचा? तुझ्या मुलाचा की नवऱ्याचा?"

परीक्षा घेतल्यासारखा माझा प्रश्न ऐकून ती गोंधळून गेली.

"असं का विचारतोस बाळा?" तिच्या प्रश्नाला उत्तर न देता, मी पुन्हा तिला प्रश्नच विचारला,

"माझ्या शिक्षणासाठी मागितले असते, तर तुझ्याकडचे पैसे दिले असतेस?"

"हो. यांना सांगून..." इतकं बोलून ती गप्प झाली. तिचा प्रामाणिकपणा पाहून मनाला यातना झाल्या. त्या वेळी शिक्षणासाठी पैसे घेतले नाहीत, म्हणून आहेत हे संबंध तरी टिकून आहेत.

"हे पैसे घेतलेस तरच मी घरात जेवेन. माझ्या जेवणाचे नाही गं, घरखर्चासाठी देतोय. घे आता." असं म्हणून पैसे ठेवून उठून गेलो.

त्या नंतर काही दिवसांनी आज्जीचं निधन झालं. मोठ्या मुलाने म्हणजेच बाबांनी तिचं श्राद्ध वगैरे सगळं यथासांग करून व तिला स्वर्गाची वाट मोकळी करून दिली. सगळा खर्च अर्थातच आईच्या माहेरच्या पैशातूनच झाला होता. आईनं मला हे सांगितल्यावर मी त्यावर प्रतिक्रिया न देता गप्प राहणंच पसंत केलं.

आठवणीत हरवलेल्या विशालला एकदम सुलभाच्या हसण्याचा आवाज आला. ती झोपेत हसत होती. हसता हसता मध्येच काही तरी बोलतही होती. तहान लागली असं वाटलं म्हणून पाणी पिऊन तो पुन्हा अंथरुणावर पडला. परंतु झोपेचा पत्ताच नव्हता. शेवटी उठून तो खाली आला व सरळ ऑफिसकडे वळला. आत जाऊन त्यानं झीरोचे दोन बल्ब लावले. सगळीकडे मंद प्रकाश पसरला. त्यानं सभोवती नजर टाकली. आठ वर्षांपूर्वी सुरू केलेल्या ऑफिसचं आजचं रूप पाहून त्याला केलेल्या कष्टाचं चीज झाल्यासारखं वाटलं. तिथल्या खुर्चीवर बसून विशालनं पाय पसरले व दोन्ही हात डोक्याच्या मागे ठेवून डोकं मागे टेकलं. असं आरामात बसल्यावर मनात पुन्हा आठवणींनी गर्दी केली.

डिप्लोमा परीक्षेत मी पहिला आलो आणि मला पुण्याला नोकरी मिळाली, हे कळल्यावर मास्तर खूश झाले. घरी येऊन सगळं आईला सांगितलं. मला नोकरी मिळाली याचा तिला खूप आनंद झाला. तिच्या नवऱ्याला भविष्य कळत होतंच, त्यामुळे त्यांना सांगायच्या भानगडीत पडलो नाही. शिवाय त्यांना सांगितल्यावर ते शुभ बोलतीलच, याची खात्री तिलाही नव्हती. ऑफिसच्या जवळच एक खोली भाड्यानं घेऊन पुण्यात ऑफिसला हजर झालो. पहिल्या पगारात मास्तरांना रेशमी धोतर आणि त्यांच्या पत्नीला साडी घेतली. दोघांना शेजारी उभं केलं आणि हातातली पिशवी त्यांच्या पायावर ठेवली व नमस्कार केला. दोघांनाही भरून आलं होतं. मास्तरांनी मला प्रेमानं मिठी मारली व त्यांच्या पत्नीने गोडधोड खायला घालून आनंद साजरा केला. आई-बाबांना काय आणलं आहेस, असं त्यांनी विचारताच प्रामाणिक उत्तर दिलं, 'आईला साडी व तिच्या नवऱ्याला काहीही नाही.' दोघांनाही ते आवडलं नाही. त्यांनी समजावल्यामुळे मनात नसतानाही बाबांना एक धोतर घेतलं.

तंत्रशिक्षण संपवून, पुढच्या दहा वर्षांत कामाचा भरपूर अनुभव कमावला. सर्किट बोर्डच्या व्यवसायातील बारकावे आत्मसात केले. त्याच वेळी मनात स्वतःची कंपनी सुरू करण्याची इच्छा चांगलीच जोर धरू लागली होती. गावाला गेलो तेव्हा मास्तरांना भेटून, ही गोष्ट त्यांच्या कानावर घातली. "कारखान्याला लागते तशी मोठ्या जागेची आवश्यकता नाही. दहा कॉम्प्युटर बसतील एवढी जागा भाड्यानं मिळाली तरी पुरे आहे. पण बोर्ड तयार करण्याच्या कामाच्या तांत्रिक परवानगीसाठी मात्र जास्त पैसे खर्च होतील." मास्तरांना म्हणालो.

"आधी या सगळ्यासाठी पैसे उभे करावे लागतील. त्या विषयी काय विचार केला आहेस?" त्यांनी विचारलं.

"बँकेकडून कर्ज मिळेल; शिवाय साठवलेले थोडे पैसे आहेत," मी म्हणालो.

"परमिशन घेणे, कॉम्प्युटर खरेदी याला पैसे लागणार; शिवाय भाड्याचं ओझं वेगळंच. तुमचं घर मोठं आहे. घराला लागून चार भिंती बांधून घे आणि ऑफिसचा बोर्ड लावून टाक. भाड्यासाठी खर्च झाले असते ते पैसे बँकेचा हप्ता भरण्यासाठी उपयोगी पडतील. साठवलेले पैसे सध्या विसरून जा. उद्योगात जम बसेपर्यंत गरज पडली तर ते पैसे उपयोगी पडतील. बघ, तुला पटतंय का."

मास्तरांचा सल्ला योग्य वाटला. कर्जासाठी बँकेत विचारणा करायला गेलो असता नवीनच समस्या समोर आली.

"तुम्ही कमावते आहात, आणखीन कुठलंही कर्ज नाही, हे सगळं खरं आहे; परंतु घर तुमच्या नावावर नाही. आधी घर नावावर करून घ्या किंवा सामायिक मालकीसाठी घराच्या कागदपत्रांत तुमच्या नावाचा समावेश करून घ्या. नंतर या."

असं मला सांगण्यात आलं.

मास्तरांकडे जाऊन सगळं त्यांना कथन केलं. यात कसली आली आहे समस्या, असं त्यांनी विचारताच,

"त्यांच्या नावाबरोबर 'सहमालक' म्हणून माझं नाव लावणं मला आवडणार नाही आणि घर माझ्या नावावर करा असं सांगावं, हेही मला पटत नाहीये."

आईच्या नवऱ्यासमोर उभं राहून त्यांच्याकडे काही तरी मागावं, ही कल्पनाच मला असह्य वाटली. मास्तरांनी त्यांची खुर्ची आणखी थोडी माझ्याजवळ सरकवली.

"या घराचा वारस कोण आहे?" त्यांनी विचारलं. बोललो नाही तरी माझ्या नजरेत 'मी' हे उत्तर होतं.

"इतक्या आर्थिक अडचणी असतानाही अजून घर हातातून गेलं नाहीये, हे तुझं भाग्य समज. उद्या तुझ्या वडिलांची बुद्धी फिरली आणि त्या परिस्थितीत घर जायची वेळ आली तर काय करणार आहेस? आज तरी ते त्यांच्याच नावावर आहे, याची तुला खात्री आहे? मी काय म्हणतोय कळतंय ना?"

त्यांचं बोलणं ऐकल्यावर आधी मला काहीच कळलं नाही; पण पुढच्याच क्षणाला भीती दाटून आली. "आधी ते घर तुझ्या नावावर करून घे. दोघांच्या अथवा एकट्याच्या, तसंही ते पुढे तुलाच मिळणार आहे." स्वाभिमानाचं भूत मानेवरून उतरवून ठेवलं आणि एका दमात घर गाठलं. आई व बाबांना समोर बोलावून घेतलं.

"घराला जोडूनच ऑफिस बांधायचं ठरवतोय; पण घर माझ्या नावावर नसल्याने बँकेकडून कर्ज मिळत नाहीये."

सांगताना छातीत धडधडत होतं. ते लगेचच उठून खोलीत गेले व त्यांनी आईला हाक मारली. झगडा आत, माझ्या मनात चालला आहे, की बाहेर या गोंधळात पडलो होतो. आतून लोखंडी कपाट उघडल्याचा खर्र र ... असा आवाज आला. दुसऱ्याच मिनिटाला ते बाहेर आले व हातातील पिवळ्या रंगाची पिशवी माझ्यासमोर ठेवून म्हणाले,

"यात घराची सगळी कागदपत्रं आहेत. घर तुझ्या नावावर करण्यासाठी कधी, कुठे सही करू सांग. लगेच करतो." असं म्हणून त्यांनी मान खाली घातली.

मला धक्काच बसला. यातही त्यांचा हटवादीपणा लपलेला असेल का? माझं चित्त स्थिर नव्हतं. कापऱ्या हातांनी पिशवी उघडून कागदपत्रांवर नजर फिरवली. मूळ प्रति व्यवस्थित होत्या. पिशवी घेऊन मी बाहेर पडलो तरी त्यांची मान खालीच होती. ऑफिसचं बांधकाम चालू असताना एकदा मास्तर घरी आले होते. मी दोघांची ओळख करून दिली. आई त्यांच्याशी छान बोलली, परंतु तिचा नवरा काही तोंड उघडायला तयार नव्हता. मास्तर बांधकामाचं निरीक्षण करत बराच वेळ उभे होते.

"घर आणि ऑफिसमध्ये ही भिंत आहे ना, तिथे एक दरवाजा बसवून घे. म्हणजे घरात जा-ये करायला सोपं होईल. ऑफिसातील कर्मचाऱ्यांसाठी वेगळं प्रवेशद्वार आहेच."

त्यांच्या सुचनांना अनुसरून मी पुढचा आराखडा बनवला. ही माझ्याकडून छोटीशी भेट. असं म्हणून एक पाकीट ते मला देऊ लागले. मी स्पष्ट नकार दिला. माझ्या शिक्षणासाठी खर्च झालेले पैसे मी आग्रह करूनही त्यांनी घेतले नव्हते. शेवटी ऑफिसचं बांधकाम पूर्ण व्हायला आलं. कर्मचाऱ्यांची भरती होऊन किती दिवसांत नव्या ऑफिसमध्ये कामाला सुरुवात करता येईल, याचा विचार मी अजून केला नव्हता.

जवळच पावलांचा आवाज येऊन, सावली दिसू लागली म्हणून तिकडे पाहिलं. सुलभा येत होती. "तुम्ही इतका वेळ इकडे आहात?" तिनं झोपाळलेल्या आवाजात विचारलं. तिला हळूच जवळ घेऊन तिच्या पोटाला कान लावला. आतून विचित्र आवाज येत होते. "तुझा मुलगा किती तल्लख आहे गं, या वेळेला उठून कामाला सुद्धा लागला." यावर लगेच 'तो आत नवीन ऑफिस बांधतोय ना. सतत धावपळ चाललेली असते. झोपेचं तर नावच घेत नाही."

असं म्हणून ती मला बिलगली; पण तिला झोप आल्यामुळे थोड्याच वेळात तेथून उठलो. ऑफिसचं दार बंद करून खोलीत येऊन झोपेपर्यंत उशीर झाला होता. छान झोप लागली.

अध्याय ५

एक

विशाल खाली उतरला तेव्हा सत्या गप्पा मारत बाबूरावांना नाश्ता भरवत होता. ते सुद्धा उत्साहात दिसत होते. बाजूलाच गंगाबाई हसत उभ्या होत्या. हे पाहून विशाल क्षणभर गोंधळला; पण त्यांच्याकडे लक्ष नाही असं दाखवत, अलिप्तपणे तो जेवणाच्या टेबलाकडे वळला. गंगाबाई त्याच्यासाठी नाश्ता आणायला गेल्या. 'गुड मॉर्निंग दादा' असा नेहमीच्या उत्साहात म्हणून सत्यानं बाबूरावांजवळचं बोलणं पुढे चालू ठेवलं.

"मुलाचं गोत्र कोणतं आहे, हे माहीत नसतानाही गुरुजींनी त्याची मुंज लावून दिली. त्याला चारशे गाई देऊन, याच्या हजार गाई होईपर्यंत परत यायचं नाही, असा आदेश दिला. 'जशी आज्ञा गुरुजी.' असं म्हणत मुलगा रानात परत गेला."

सत्याचं बोलणं थांबल्यावर 'हूं...' असं म्हणून ते त्याच्या तोंडाकडे पाहू लागले. त्यांच्या मनात प्रश्न दिसत होता, 'पुढे ..का ...य?'

"तिथेच थांबण्यात गंमत आहे. पुढची गोष्ट उद्या. आता तोंड उघडा. हा शेवटचा घास."

असं म्हणत त्यानं पोह्यांचा घास त्यांना भरवला व त्यांचं तोंड पुसून घेतलं. सत्या गेल्यानंतर बाबूरावांनी विशालकडे पाहिलं. नेमका तोही त्याच वेळी त्यांच्याकडे पाहत होता. काल रात्री घडलेला सगळा प्रकार त्याला आठवत होता पण, आता त्याचं मन अगदी स्वच्छ होतं. बाबूरावांबद्दल आता त्याला राग, चीड, तिरस्कार, किळस काहीच वाटत नव्हतं. आपण आता इतके निर्विकार झालो आहोत, याचं त्यालाच आश्चर्य वाटून त्याच तंद्रीत तो ऑफिसला निघाला. आता महत्त्वाच्या कामात लक्ष घालणं आवश्यक वाटल्यानं बाकीचे विषय मागे पडले असावेत, असंही त्याच्या मनात आलं. तो ऑफिसात पोहचेपर्यंत सत्या त्याच्या कामाला लागला होता. "सत्या आत ये थोडं बोलायचं आहे." विशालचं मन भावनारहितच

होतं. सत्या येऊन समोरच्या खुर्चीत बसल्यावर विशालनं बोलायला सुरुवात केली.

"काल आपल्यामध्ये झालेल्या बोलण्यानंतर काही गोष्टी स्पष्ट करणं मला आवश्यक वाटतंय. कोणत्याही कारणानं पुन्हा अशी परिस्थिती उद्‌भवली तर मला ते चालणार नाही."

बराच विचार केल्यानंतर, 'आपण कंपनीचे मालक आहोत,' ही भावना जागी होऊन तो ठामपणे बोलत होता. त्या बोलण्यात आवेश नव्हता; पण गोंधळही नव्हता. सत्या त्याच्याकडे पाहतच राहिला.

"माझ्या आई-वडिलांबद्दल तुला वाटणारा आदर मला माहीत आहे व त्या मागची पार्श्वभूमीही काल तू मला सांगितली आहेस. त्यामुळे मला तुमच्या दोघांच्या विषयी काहीच बोलायचं नाहीये; पण तू आमच्यामध्ये आलेलाही मला चालणार नाही."

आता सत्याच्या चेहऱ्यावर काहीसा गोंधळ दिसू लागला. विशाल बोलत होता,

"आमच्यामध्ये नसलेल्या गोष्टींना तू उगाचच जास्त महत्त्व देत आहेस. ज्या मुलाने आपले वडील पाहिलेलेच नाहीत, त्याच्या मनात वडिलांचं प्रेम उफाळून येणं हे अगदी स्वाभाविक आहे. परंतु त्यांना वडिलांच्या जागी मानण्यासाठी हे कारण पुरेसं आहे, हे मात्र मला पटत नाही. त्यांनी घेतलेल्या मोठ्या कुटुंबाच्या जबाबदारीचा परिणाम क्षणाक्षणाला अनुभवत मी वाढलो आहे. म्हणूनच या व्यक्तीला स्वीकारणंच कठीण आहे. आदर ही तर नंतरची गोष्ट. तसं पाहायला गेलं तर आम्ही दोघे आपापल्या जागी योग्यच आहोत. माझं बोलणं लक्षात येत आहे ना?"

आता सत्याच्या डोक्यात थोडा प्रकाश पडू लागला होता.

"मी तर शाळेतल्या मास्तरांनाही वडिलांचा मान देत आलो आहे. त्या विषयी मागे एक-दोनदा तुझ्याजवळ बोललोही आहे; पण यांच्या पाया पडण्याचा दिवस माझ्या आयुष्यात कधीही येणार नाही. ती योग्यता असेल तर येईल ना तो दिवस." यावरही सत्या काहीच बोलला नाही.

"तू ज्यांना वडिलांच्या जागी मानतोस ना, त्या व्यक्तीसाठी मलाही खूप वाटतं, त्यांच्या या स्थितीबद्दल दया येते, त्यांचा हटवादीपणा सहनही करतो मी. पण कधी कधी राग अनावर होतो. त्याला तू फार महत्त्व देऊ नयेस, इतकंच सांगतो."

विशालनं आपलं बोलणं संपवलं व आता बोलण्याची तुझी पाळी आहे, अशा नजरेनं सत्याकडे पाहिलं. तो अगदी शांतपणे बोलला होता. त्याच्या बोलण्यात कुठेही राग, तिरस्कार नव्हता, फक्त वास्तवता होती. तरीही बोलण्याची ही कुठली तऱ्हा?

पाच मिनिटांनी सत्या बोलू लागला. "दादा, तुमची मन:स्थिती मी समजू शकतो. काल एक गोष्ट मी तुम्हाला सांगितली होती. त्यांनी त्या वेळी काही चुका केल्या; पण त्यामुळेच आज तुमच्यामध्ये ही जिद्द निर्माण झाली आहे, पण हे मान्य करणं तुम्हाला जमत नाहीये. तुम्हाला येणारा पराकोटीचा राग तिरस्कारासारखा दिसतो; त्याला माझा विरोध आहे."

सत्याचं हे स्पष्ट बोलणं ऐकून, सकाळपासून सांभाळलेला विशालचा तोल ढळू लागला.

"सत्या, तू काय बोलत आहेस याची जाणीव आहे ना? गेली सहा वर्षं मी त्यांची पूर्ण जबाबदारी घेतली आहे. त्यांची औषधं, ट्रीटमेंट, जेवणखाण कशातही काही कमी केलं नाहीये. तिरस्कार करणारा माणूस हे सगळं करेल का? आणि तिरस्कार कसला रे? सांग एकदा."

आता विशालच्या भुवया उंचावल्या होत्या, संताप वाढू लागला होता.

"सांगतो, ऐका. राग ही भावना आहे, तर हिंसक वर्तन ही क्रिया. तुम्ही त्यांची जबाबदारी घेतली आहे म्हणून त्यांना मारण्याचा अधिकार तुम्हाला मिळाला आहे, अशी तुमची समजूत झाली आहे. माझा त्याला विरोध आहे. जबाबदारी माझ्याकडे देऊन टाका. त्यामुळे अधिकार जाईल, अशी भीती वाटते?"

विशालच्या नजरेला नजर देत सत्यानं विचारलं. प्रश्नही आणि उत्तरही त्याचंच. सत्याच्या वाद घालण्याच्या कलेचं कौतुक करावं, असं विशालला वाटलं. याला फक्त वाद म्हणायचं की वास्तव? कुठून शोधून काढतो ही भाषा? शांतपणे आत्मपरीक्षण करायला हवं, असं वाटत असतानाच त्याला उत्तरही द्यायला हवं, असं वाटून प्रामाणिकपणे विशाल म्हणाला,

"नाही, भीती नाही; पण वडिलांना घरात न सांभाळता दुसरीकडे पाठवून दिलं, अशी बदनामी नको आहे मला."

"दादा, मनात येईल ते करून दाखवण्याचा तुमचा स्वभाव आहे. तुमच्यातला हाच गुण मला आवडतो. आता एकदाच काय तो निर्णय घेऊन टाका. कोण काय म्हणेल, याला महत्त्व नाही. बाबांवर न रागावता त्यांना जवळ ठेवून घेऊ शकाल, असं वाटतं का तुम्हाला? तसं नसेल तर त्यांना माझ्याकडे घेऊन जातो."

यावर विशाल निरुत्तर झाला. इतक्या वर्षांत असं कधी घडलं नव्हतं. त्या दिवशी मात्र हात उचलला गेला खरा. असं पुन्हा घडणार नाही, असं ठरवलंय; पण पुन्हा त्यांचा राग येणारच नाही, हे मात्र खरं नाही. सगळं त्यांच्या वागण्यावर अवलंबून आहे. पण बाबांना त्याच्याबरोबर पाठवणं शक्य नाही. हा तर अटी घातल्यासारखा बोलतोय. काही तरी करून आताची वेळ निभावून न्यायला हवी. आपण तरी कुठल्या आधारावर वाद घालणार? शेवटी दोघांचं एकमत होणं शक्य

नाही, असं वाटून आपल्या विचारांना आवर घालत विशाल म्हणाला,

"ठीक आहे. पुन्हा असं काही घडलं तर पाहू, तेव्हा तुझ्याकडे पाठवेन त्यांना." त्याच्या आवाजात सुरुवातीला असलेली गुर्मी आता उरली नव्हती.

"पुन्हा कधी, चुकूनही त्यांच्यावर असा हात उचलण्याचा प्रसंग आणलात तर त्यावेळी मात्र मला थांबवण्याचा प्रयत्न करू नका."

असं निर्णायकपणे बोलून सत्या तेथून निघाला. पाठमोऱ्या सत्याकडे पाहत असता, आपलं आयुष्य हे त्याच्या हातातलं बाहुलं बनलं आहे, असं वाटून 'जा, चालता हो.' असं असहायपणे ओरडावं असं वाटलं त्याला; पण आवाज फुटला नाही.

दिल्लीचं काम आपण त्याच्या भरवशावर हातात घेतलंय, किती तरी नव्या प्रोजेक्टमध्ये तो मुख्य जबाबदारी निभावत आहे, सगळ्या नवीन ऑर्डर्स सत्याच्या जिवावर मिळणार आहेत. तोच सगळ्याच्या केंद्रस्थानी आहे. इतर लोकही हुशार आहेत; पण याची हुशारी वेगळी आहे. घर, ऑफिस, व्यवसाय याचे मालक आपण आहोत, पण ते नावापुरतं. सगळी सूत्र हलवणारा सत्याच आहे. हे मनात येताच विशाल अधिकच हतबल झाला, त्याच बरोबर त्याचा संतापही वाढत चालला. आणि सगळा राग बाबूरावांवर निघाला. इतके दिवस सांभाळलं त्यासाठी कृतज्ञतेचा एक शब्दही नाहीच; पण त्यांना मारल्याची घटना मात्र त्यांनी बरोबर सत्याला सांगितली. हे आठवून त्यांच्यावरचा राग आणखीनच वाढून त्याच्या मनाचा इतका वेळ सांभाळलेला तोल ढळू लागला. हात-पाय थरथरू लागले, घशाला कोरड पडली आहे, असं वाटत असतानाच त्याच्यातला हट्टीपणा नव्यानं उसळून आला.

तो झटकन उठून ऑफिसमधून बाहेर आला व लांब ढांगा टाकत त्यानं घरात प्रवेश केला. ओसरीवर कोणीच नव्हतं. स्वयंपाकघरातही कोणाची चाहूल नव्हती. त्यानं बाबूरावांच्या खोलीत डोकावून पाहिलं. ते शांत झोपले होते. पटकन खोलीत शिरून दार लावल्यावर त्याचा राग उफाळून आला. सारासार बुद्धी नष्ट झाली, की काय? आपण करतोय ते योग्य आहे? एकदाच मारलं असताना, ती वेळ मीच आणली असं म्हणाला होता ना सत्या? त्यानं पुन्हा बाबूरावांकडे पाहिलं. काहीच जाणीव नसल्यासारखे झोपले होते ते. एक नाही चांगल्या चार लावून देतो, असं म्हणत हात उचलणार इतक्यात...

घराची कागदपत्रं त्याच्यासमोर ठेवून, खाली मान घालून बसलेल्या बाबूरावांचं चित्र त्याच्या डोळ्यांसमोर उभं राहिलं आणि त्याच्या हातातील शक्ती जणू निघून गेली.

एकीकडे त्यांना मारल्याशिवाय आपला राग कमी होणार नाही, असं वाटत असतानाच, आपल्या थरथरणाऱ्या हाताकडे पाहताना त्यांना मारणार नाही, असं

आईला व सुलभाला दिलेलं वचन त्याला आठवलं. सत्यासमोर आपण हार मानली आहे; पण आता सगळ्यात महत्त्वाचं आहे ते आपलं अस्तित्व. असं वाटत असताना त्याचा हात जास्तच थरथरू लागला. दुसऱ्या हाताच्या मदतीनं त्यानं आपला हात हळूहळू खाली आणला. घाबरून त्याने डोळे मिटून घेतले. 'थप्पड लागली? किती डास....' तो चाचरत बोलू लागला. ते ऐकून आपल्या घोगऱ्या आवाजात 'हूं...'असं म्हणत बाबूरावांनी पुन्हा आपले डोळे मिटून घेतले. आता विशालला संताप आणि समाधान दोन्हीचा अनुभव येत होता. अजूनही कापणारा उजवा हात त्यानं डाव्या हाताने घट्ट पकडून ठेवला होता. आपण जिंकलोय, असं वाटून त्याच्या चेहऱ्यावर विजयाचं हास्य झळकलं. त्याच आवेशात तो भराभर चालत ऑफिसात आला. सत्याला पाहून जोरजोरात हसावं असं वाटून

तू मोठा बुद्धिवंत असशील रे, पण माझं स्वातंत्र्य तू हिरावून घेऊ शकत नाहीस. त्यांना फटके देऊन आलोय. कळलं वेश्येच्या पोरा?... असं ओरडत, मांडीवर हात मारत त्याला आव्हान द्यावं, अशी त्याला इच्छा झाली. त्या कल्पनेनंही त्याला विलक्षण आनंद झाला; पण लगेचच त्याचा चेहरा म्लान झाला. छे, संस्कार नसलेल्या माणसासारखं कसं बोललो आपण? नाही, मी जिंकलो हे खरं नाही. खोटं आहे ते. माझे हात तर कापत आहेत, मी त्यांना मारू शकलो नाही, मी त्यांना हातही लावू शकलो नाही. का?... सत्याला घाबरतोस? की त्यांच्याबद्दल प्रेम वाटू लागलंय?

मनात आंदोलनं चालू असतानाच विशाल भराभर घरी आला आणि बाबूरावांकडे पाहू लागला. ते छान झोपले होते. तू त्यांचा तिरस्कार करत नाहीस, हे सिद्ध झालं आहे. राग आल्यावर प्रत्येक वेळी तू हिंसक होतोसच असं नाही. त्या दिवशी मारलंस ते त्यांच्या हट्टीपणामुळे भावना भडकल्या म्हणून. तू इतकाही नीच नाहीस.

त्याला आपण जिंकल्याचा भास होऊ लागला. नाही, मी खरोखरच जिंकलो आहे. हे सत्याला सांगायला हवं असं वाटून, अधीर होऊन तो परत ऑफिसकडे जाऊ लागला.

"विशाल, हे काय चाललं आहे? इकडून तिकडे..तिकडून इकडे सारख्या फेऱ्या मारत आहेस, काय झालं आहे?"

सुलभाचा आवाज कानावर आल्यावर त्यानं मान वर केली. हिला सगळं सांगितलं पाहिजे. आत्ताच्या आत्ता. काहीही न लपवता सगळं सांगून टाकावं. हा विजयाचा आनंद पराभवात रूपांतरित होण्यापूर्वीच बोलायला हवं.

"चल, लवकर चल. तुला सगळं सांगायचं आहे, खूप बोलायचं आहे. चल." असं म्हणून तो भराभर माडीच्या पायऱ्या चढू लागला. विशाल सावकाश. मला भराभर चढवत नाहीये, असं म्हणणाऱ्या सुलभाचा हात सोडून तो एका दमात

वर जाऊन पोहोचला आणि अस्वस्थ होऊन तिची वाट पाहू लागला. जमेल तितक्या वेगानं वर चढत ती खोलीपर्यंत पोहोचली. दाराला कडी घालून तिच्या मांडीत डोकं खुपसून पडल्यावर हार-जीत सगळं एकजीव होऊन त्यानं मोठ्यानं हुंदका दिला.

“काय झालं विशाल, हे काय, तू रडतो आहेस?” प्रेमानं त्याच्या डोक्यावरून हात फिरवत, पाठीवर थोपटत ती त्याला शांत करण्याचा प्रयत्न करत होती; पण त्याला बोलायचं होतं ते अश्रूंमध्ये विरघळून गेलं होतं.

दोन

बाबूरावांना अंघोळ घालून, त्यांचं आवरून मोटाराम निघून गेल्यावर गंगाबाईंना घरात बसवेना. स्वयंपाकघरातलं काम आवरलं होतं. बाबूराव बसल्या बसल्या पेंगत होते. कधी कधी गोंधळ करायचे, पण दिवसा त्या सतत समोर नसल्या तरी चालत होतं. "आई, दिवसातून बाहेर एखादी चक्कर मारून या. तेवढंच बरं वाटतं आणि त्यांनाही जरा सवय होईल." असं कालच सून म्हणाली होती. तसंही आणखी किती दिवस जायला मिळणार आहे? तिचं बाळंतपण सुरू झालं, की उंबरठ्याच्या बाहेर पाऊलही टाकायला मिळणार नाही, असं म्हणत त्यांनी पिशवी हातात घेतली व सुनेला सांगून त्या बाहेर पडल्या. रिक्षा कशाला, असं वाटत असताना पाच मिनिटं चालल्यावरच त्यांना दमायला झालं. रिक्षात बसल्या बसल्या त्यांचं मन संपूर्ण आश्रमात फिरून आलं. इथे यायला आपण इतक्या अधीर का? या प्रश्नाच्या उत्तराच्या जागी त्यांच्या डोळ्यांसमोर रखमाबाईंचा चेहरा उभा राहिला. त्यांचं प्रेम आणि पहिल्याच भेटीत त्यांनी दिलेला आत्मविश्वास. तो नसता तर इथे यायला आपण इतक्या सहजी तयार झालो नसतो. किती उत्साहानं आपण घरून निघालो आहोत, पण आज पुन्हा आपल्याला इथे पाहून गोगटे साहेबांना काय वाटेल? पण गोगट्यांचा सात्त्विक चेहरा डोळ्यांसमोर येऊन गंगाबाईंच्या मनातला हा गोंधळ लगेचच नाहीसा झाला.

रिक्षातून उतरून त्यांनी गेटच्या आत नजर टाकली. सगळे फिरायला बाहेर पडले आहेत वाटतं. इथं तिथं घोळके दिसत होते. मोठमोठ्यानं हसण्याचे आवाजही येत होते. लोखंडी गेट उघडून त्या आत गेल्या. सगळे गेटकडे पाठ करून तीन ओळींत उभे होते. त्यांच्या समोर उभी असलेली व्यक्ती हात वर करून मोठमोठ्याने हसत होती. सगळे त्यांचं अनुकरण करत होते. हा..हा...हा... सगळीकडे लयबद्ध असा हसण्याचा आवाज भरून राहिला होता. हे हसणं खरं होतं की कृत्रिम?

त्यांच्या हसण्यात बाधा नको, असा विचार करून गंगाबाई जवळच्याच दगडी बाकावर हळूच जाऊन बसल्या. त्याच वेळी समोरून येणाऱ्या गोगट्यांनी त्यांना पाहिलं व ते त्यांच्याकडे येऊ लागले. इतक्यात शिंदेंनी आरोळी ठोकली,

"गोगटे, तुम्हाला हसणं जमायलाच पाहिजे. या, आमच्याबरोबर इथे उभे राहा."

"तुम्ही शिकताय ना, ते खूप आहे. त्यामुळेच सगळा आश्रम हसत असतो."

गोगटे कुठे जात आहेत, ते पाहायला सगळे जण त्या बाजूला वळले. बाकावर बसलेल्या गंगाबाई दिसताच रखमाबाईंनी त्यांना हात केला. शिंदे त्यांच्याकडे येऊन म्हणाले,

"बाई, तुम्हीही चला आमच्याबरोबर हसायला. खूप मजा येते."

घाईघाईत चालताना नाकावरचा घसरलेला चष्मा सावरत बोलणाऱ्या शिंदेंकडे पाहून गंगाबाई संकोचून गेल्यामुळे उत्तर देऊ शकल्या नाहीत. त्यांच्या मदतीला गोगटे धावून येत असता हसायला शिकवणारे मास्तरही तेथे आले व शिंदेंना पाहून ओरडू लागले.

"शिंदे, हसणं चुकवून तुम्ही पाचव्यांदा पळून आला आहात. असंच करत बसलात तर तुम्हाला एकट्याला हसायला लावीन." हे ऐकताच शिंदे मागे वळले. गोगटे पुढे होऊन गंगाबाईंना म्हणाले, "तुमचं घर इथेच आश्रमाच्या जवळ आहे का?"

"चालत जाण्यासारखं नाहीये; पण रिक्षाने जवळ म्हणता येईल, असं आहे."

"माझं घर इथून पाच मिनिटांवर आहे. सून ऑफिसातून आली, की कधी कधी संध्याकाळच्या वेळी माझी पत्नीही येते इथे. सुनेला सरकारी नोकरी आहे, मुलगा खासगी कंपनीत. नातवंडांची जबाबदारी आम्हा दोघांची."

ते इतके बोलणारे असतील, असं गंगाबाईंना वाटलं नव्हतं. त्यांनी मनातला प्रश्न लगेच विचारून टाकला.

"माझ्या इथे येण्यामुळे तुम्हाला काही अडचण होत नाहीये ना? कालही आले होते मी."

"छे छे." मान हलवत गोगटे म्हणाले. "काही लोक गप्पा मारायचं निमित्त करून येतात, इथे राहणाऱ्यांना दुखावतात. त्याचा त्रास होतो. ते समजून उमजून करतात असं नाही; पण सगळ्यांच्या संवेदना सारख्या नसतात ना. म्हणून बाहेरच्या लोकांना यायला मनाई करतो."

"असं हसायला कधीपासून शिकवतात इथे?" गंगाबाईंनी विचारलं.

"झाली असतील चार-पाच वर्षं. योगासनं शिकवायला दुसरे मास्तर येतात. काल डॉक्टर आले होते ना, ते वरच्यावर येऊन सगळ्यांची आपलेपणानं चौकशी

करतात. शारीरिक आजारपण लगेच दिसून येतं, पण मानसिक आजार बळावल्याखेरीज लक्षात येत नाही. काय झालं आहे ते कळून घेणं, नंतर त्यावर उपचार करणं सगळं कठीण असतं...''

ते बोलत असताना हसण्याचा लयबद्ध आवाज पुन्हा येऊ लागला. हा हा हा... हसण्याची पुनःपुन्हा आवर्तनं होत होती आणि शेवटी... हा तर रडण्याचा आवाज होता. घाबरून सगळे वळून पाहू लागले. ते शिंदे होते. आपल्या जागेवर उकिडवं बसून ते जोरात रडत होते. गोपाळ आणि बाकी लोक त्यांना धरून आत घेऊन गेले. मास्तरांनी शिकवणं थांबवलं. सगळी पांगापांग झाल्यावर गंगाबाईसुद्धा गोगट्यांबरोबर चालू लागल्या. रखमाबाई त्यांची वाटच पाहत होत्या.

''अगदी राहवलं नाही, म्हणून आजही आले.''

रखमाबाईंना बघितल्यावर गंगाबाईंच्या मनात साहस आणि समाधान दोन्ही निर्माण झालं होतं. ओसरीवरच्या सोफ्यावर शिंदे बसले होते. त्यांच्या डोळ्यांतलं पाणी आता आटोक्यात आलं होतं. त्यांच्या बाजूला गोपाळ आणि मुळे होते.

''मी त्या हसण्याच्या वर्गाला इथून पुढे मुळीच येणार नाही. हसणं कसं आतून यायला हवं. असं छाती आणि घसा पिळून नाही.''

हरलेल्या आवाजात शिंदे म्हणाले. ''ठीक आहे,'' गोपाळ लगेच त्यांना सावरत म्हणाला. गोगटे त्यांच्या जागेवर जाऊन बसले. बाजूच्या सोफ्याकडे जाता-जाता रखमाबाईंनी इशाऱ्यानं गंगाबाईंना बोलावून घेतलं. कोणी तरी आलं आहे, हे शिंदेंच्या लक्षात आलं नव्हतं.

''तीन मुलगे आहेत; पण इथे आल्यापासून एकही मुलगा भेटायला आलेला नाही,'' शिंदे पडलेल्या आवाजात म्हणाले.

''अरे, सोड दोस्ता, आम्ही आहोत ना? आपल्या सगळ्यांच्या कथा एकच आहेत.'' मुळे त्यांच्या पाठीवरून हात फिरवत, त्यांना शांत करत म्हणाले.

''ती होती तोपर्यंत बरं होतं. एकमेकांना दोघं होतो. हात-पाय धड आहेत, तोपर्यंत मुलांना त्रास द्यायचा नाही, असं ठरवून एकाच्याही घरी गेलो नाही. त्या वेळी हसण्याला अर्थ होता आणि जगण्यालाही.'' बोलताना शिंदेंचा आवाज अधिकच क्षीण होत गेला.

''त्या दिवशी रात्री झोपायला उशीर झाला होता. अचानक ती उठून बसली व छातीत दुखतंय म्हणू लागली. तुझे उपास कमी कर आता, असं म्हणत तिला गरम पाणी व गोळ्या दिल्या. गोळ्या घेऊन झोपली; पण परत अर्ध्या तासानं उठली. छातीत दुखतंय म्हणत तळमळू लागली. चेहरा घामानं थबथबला होता. आम्ही घाबरून गेलो. शेजारच्या डॉक्टरांना बोलावलं; पण तेवढ्यातच सगळं शांत झालं होतं. माझ्यावर रुसून निघून गेली ती.'' शिंदे हुंदके देत बोलत होते.

"त्रास होतोय म्हणून कधी एकही दिवस बसून राहिली नाही प्रतिभा. चाळीस वर्षांचा सहवास होता आमचा. 'कायम तुमच्या सोबत असेन,' असं म्हणणारी ती अशी कशी निघून जाऊ शकते? सांग गोपाळ; तेही मला एकट्याला सोडून? सांग ना."

बोलताना त्यांच्या डोळ्यांतून पाण्याच्या धारा वाहत होत्या. किती प्रयत्न केला तरी आता त्यांचं बोलणं थांबवणं शक्य नव्हतं; कारण ते आतून येत होतं. आपोआप उसळून बाहेर पडत होतं. मुळे त्यांच्या पाठीवर हात फिरवत म्हणाले,

"बोला शिंदे, बोला. बोलणं नको वाटून आपण सगळं दुःख मनात साठवून ठेवतो. दाबून ठेवतो. मग ते दुःख बाहेर कसं पडणार? बोला तुम्ही."

"मुंबईला आमचा फ्लॅट होता. मला पेन्शन मिळतं, त्यामुळे आमचा भार कोणावरही नव्हता; तरीही आई गेल्यावर आमच्याकडे येऊन राहा, असं एकाही मुलानं म्हटलं नाही. आता पुढे काय करायचं, ते ठरवायला मोठा मुलगा आला. फ्लॅट विकायचा व मी प्रत्येकाकडे चार-चार महिने राहायचं, असं ठरलं. माझी बुद्धी कुठे गहाण पडली होती कोण जाणे. विकला फ्लॅट. आलेले पैसे तिघांना सारखे वाटून दिले. तोपर्यंत कोणाच्याही घरी असलो तरी त्यांना माझी अडचण वाटत नव्हती. हे मला नीट सांभाळतील, असं मलाही वाटत होतं; पण तो माझा भ्रम होता, हे आता लक्षात येत आहे." बोलता बोलता शिंदे थोडा वेळ थांबले; पण आता ते खूप सावरले होते.

"मोठ्याचा दादरला तीन खोल्यांचा फ्लॅट आहे. मला वेगळी खोली नव्हतीच. नातेवाइकांसाठी म्हणून एक खोली राखून ठेवली होती व माझी व्यवस्था मुलांच्या खोलीत केली होती. सून महाखाष्ट. नाश्ता वाढायची, पण मला हाक मारायची नाही. बाकी सगळ्यांना बोलवायची. मग मुलगा हाक मारेल, याची वाट पाहत बसून राहायचं. तोपर्यंत पोटात भुकेने कावळे ओरडू लागत. माझं दुपारचं जेवण छोट्या डब्यात काढून ठेवून सून ऑफिसला जायची. अंघोळही अगदी ठरल्या वेळेवर करावी लागे. नाहीतर त्या दिवशी अंघोळ नाही, असा नियम होता. स्वयंपाकघरातील कोणत्याही वस्तूला मी हात लावत नसे. पण सुरुवातीला चार दिवस तिनं खूप तमाशा केला. काजू संपले कसे? बेदाणे दिसत नाहीत कुठे, कुणी खाल्ले? असं म्हणत सगळ्यांची चौकशी केली. मी देवाशपथ कशालाही हात लावलेला नाही, असं सांगितलं...."

हे सांगताना शिंदे त्या दिवसांत हरवून गेले आहेत, असं स्पष्ट दिसत होतं.

"नातवंडांना माझ्या सहवासात फारसं राहू देत नसे ती. खेळायला जा, अभ्यास करा, असं कशा ना कशात गुंतवून ठेवायची. मी सकाळी व संध्याकाळी शिवाजी पार्कवर फिरायला जायची सवय लावून घेतली होती. खूपच कंटाळा आला तर सिद्धिविनायकाच्या मंदिरात जाऊन यायचो. बऱ्याचदा नाश्ता, चहा बाहेरच

घ्यायचो. काही दिवसांनी आमचा समवयस्क लोकांचा ग्रुप तयार झाला व गप्पा होऊ लागल्या, मन थोडं शांत झालं. फिरून यायला मला पाच मिनिटं उशीर झाला तरी ती आकाशपाताळ एक करायची. एकदा तर तिनं आकांडतांडव केला.

"तुमचं वय झालंय हे विसरलात का? कुठे तरी चक्कर येऊन पडलात किंवा आणखी काही कमी-जास्त झालं तर आम्ही काय करायचं? बाकीच्यांना काय उत्तर द्यायचं? उशिरा परत येण्यापेक्षा फिरायला जाऊच नका. तेच बरं." तिची आज्ञा, पाळल्याशिवाय पर्याय नव्हता.

पहिल्या महिन्यात मुलाला पैसे देऊ लागलो तर नको, कशाला? म्हणत शेवटी घेतलेच.

"बाबा, तुम्ही बाथरूम, टॉयलेट नीट वापरत नाही, अशी तक्रार आहे हिची." मुलगा म्हणाला.

"बाथरूम मी खराब करत नाही, तुझी मुलंच करतात. मुलं जाऊन आल्यावर मी किती तरी वेळा ते स्वच्छ करत असतो," मी म्हटलं.

पण माझ्या बोलण्यात त्याला काहीच इंटरेस्ट नव्हता. "कोणी बाहेरचं आलं की तुम्ही लगेच खोलीतून बाहेर येता, तसं करू नका. खोलीतच बसून राहा. वाटलं तर ही बाहेर बोलावेल तुम्हाला."

दुसरी तक्रार बाहेर पडली होती. मी मान हलवली. असो. सूनबाई फोनवर बोलताना मधूनच, हल्ली आम्हाला पहिल्यासारखी प्रायव्हसी मिळत नाही, असं मुद्दाम मोठ्यानं सांगत असे. त्याचा अर्थ मला आता कळत होता. घर विकून आयुष्यातली मोठी चूक केली होती. चार महिने कधी संपणार, याची अस्वस्थपणे वाट पाहत होतो. या घरातून कधी एकदा सुटका होईल, असं वाटत होतं." शिंदेंचं बोलणं ऐकताना गोगटेंचा लिहिणारा हात थांबला होता.

"दुसरी सून गृहिणी आहे. इथे घरातलं वातावरण चांगलं असेल, असं वाटत होतं; पण आगीतून फुफाट्यात पडलो आहे, असा अनुभव पहिल्याच रात्री आला. मला जेवायला वाढल्यावर तिचं बोलणं सुरू झालं...

"दुसऱ्या दोन्ही घरी नवरा-बायको दोघं कमावणारी आहेत. इथे सगळं एकट्याच्या पगारात भागवावं लागतं. एक माणूस वाढला तरी खर्च वाढतोच ना."

"माझा खर्च मी करतो, तुमच्यावर भार नाही पडणार माझा."

"असं म्हटलं तरी तिच्या चेहऱ्यावरची नाराजी हलली नाही. तिचा स्वभावच तसा. प्रत्येक गोष्टीचा हव्यास. नेहमी जावांजवळ तुलना करत राहायची. काळ वेळ न पाहता नवऱ्याची हेटाळणी करत राहायची. सतत टीव्हीवरच्या मालिका पाहत बसलेली असायची. त्यातून वेळ मिळेल तेव्हा घरातील कामं, स्वयंपाक वगैरे चालायचा. कुकरच्या शिट्ट्या होत आहेत, डाळ करपते आहे, हे पाहून मला चीड

यायची; पण हिच्या हातून रिमोट काही सुटायचा नाही. त्यातच मधून मधून फोनवर बोलणं. नवरा व मुलगा सकाळी बाहेर जाणार ते संध्याकाळी परत येणार. तोपर्यंत असं किती काम असणार? ही असाच टाइम पास करायची ते मला आवडत नसे.''

''असंच एकदा मी तिला म्हटलं, ''हे पाहा, हवं तर तूही नोकरी कर. मी घरात मदत करतो. मुलाच्या अभ्यासाकडेही पाहतो. संधी मिळत असेल तर चार पैसे मिळवण्यात शहाणपणा आहे. तुझ्या नवऱ्याला माझ्यासारखी पेन्शन मिळणार नाहीये...'' पण हे ऐकून ती माझ्यावरच ओरडू लागली.

''पाहुणे म्हणून आले आहात तर पाहुणे म्हणूनच राहा. आम्हाला मदत करायच्या निमित्ताने इथेच मुक्काम ठोकायचा विचार करून आला आहात का? आणि हो, मला नोकरी कर, असं माझ्या नवऱ्यानंही कधी सांगितलं नाही. मग तुम्ही कोण आहात हो सांगणारे? थांबा, यांच्या कानावरच घालते आता सगळं.''

पुन्हा अडचणीत आलो. रात्री मुलाला घरी यायला उशीर झाला होता; तरीही आल्या-आल्या माझ्याकडे आला.

''बाबा, तिला कशाला उपदेश करायला जाता? ती हट्टी आहे. वाद घालण्यात हरणार नाही; मग घरातलं वातावरण बिघडतं, मुलांवरही परिणाम होतो. उगाच भांडणं नकोत म्हणून मीही गप्प बसतो. ती जेवायला खायला व्यवस्थित देते आहे ना? मग तुम्हीही शांत राहा ना.''

''असा कसा रे तुझा संसार? आपण कष्ट करून संसाराला मदत करावी, असं तिला वाटलं पाहिजे. तूही तिला काही सांगत नाहीस का? पण तिला नोकरी करायचीच नव्हती.'' एका आवेशात शिंदे बोलत होते आणि सगळे शांतपणे ऐकत होते.

''तिथे घराच्या आसपास फिरण्यासारखी जागा नव्हती. त्यामुळे मी जास्त वेळ घरातच असे. सून नाश्ता, जेवण माझ्यासमोर आणून ठेवत असे. नातवाला तिनं माझ्यापासून दूर केलं नाही; पण त्याला माझ्याबद्दल जवळीक वाटत नसे. आई सारखाच तोही सतत टीव्ही पाहत राहायचा. त्याला कोणाबरोबर बोलायला, मिसळायला आवडायचं नाही. पहिल्या मुलाला द्यायचो त्यापेक्षा थोडे जास्त पैसे या मुलाला दिले तर, ''तिच्याकडे द्या.'' असं म्हणाला. तिनं लगेच मोजून पवहिले व ''उरलेले पैसे कुठे आहेत?'' असं विचारलं. वेळ प्रसंगाला असावेत, म्हणून ठेवले आहेत, असं सांगितलं. माझं उत्तर तिला पटलं नव्हतं, हे स्पष्टच दिसत होतं. दोन दिवसांनंतर मुलगा म्हणाला,

''बाबा, तसेही तुम्ही अजून तीन महिने राहणार आहात. ते सगळे पैसे एकदमच दिलेत तर मुलाचा विमा उतरवायला मदत होईल.''

उद्या बँकेत जाऊन आणतो असं म्हटल्यावर.... नेहमी देता त्यापेक्षा थोडे

जास्त द्या, असं हिनं सांगितलं आहे, असं म्हणाला. देताना दोन हजार जास्त दिले, तर तिनं गोंधळ करायला सुरुवात केली. इतके पैसे जमवून ठेवताय, ते काय मेल्यावर बरोबर घेऊन जाणार आहात का? हयात असतानाच दिले तर मुलं-नातवंड आनंद तरी घेतील त्याचा. माझ्याकडे पाहत तिचं तोंड चालू होतं. एक पैसाही जास्त देऊ नये हिला, असं वाटत होतं; शिवाय तीन महिन्यांचे पैसे आधीच दिल्यामुळे माझी किंमत कमी झाली होतीच.''

शिंदे सांगत असलेल्या गोष्टी सगळे लक्षपूर्वक ऐकत होते. इतक्यात मोटाराम तेथे आला व सगळ्या श्रोत्यांमध्ये बसलेल्या गंगाबाई त्याच्या दृष्टीस पडल्या. गंगाबाईंनी मात्र त्याला पाहिलं नव्हतं. कालच तर आपण यांना इथे घेऊन आलो होतो. दुसऱ्या दिवशीही त्या स्वतःहून आलेल्या पाहून त्याला आश्चर्य वाटलं. पण तसं न दाखवता तो आपल्या कामाला लागला. शिंदेंचं बोलणं चालूच होतं.

''प्रतिभाची खूप आठवण येते. नवऱ्याचा मान वाढतो तो बायकोमुळेच. ती गेल्यावर त्याला काडीची किंमत उरत नाही. आमच्या समाजात नवरा गेल्यावर बाईचं कुंकू पुसून, तिच्या हातातल्या बांगड्या काढून टाकतात व तिचं जगणं बाह्यरूपात असहाय्य करतात; पण ज्याची बायको गेली अहे, तो पुरुष अंतरंगातून उद्ध्वस्त झालेला असतो.''

शिंदे उसासा टाकत म्हणाले. त्यावर अर्थात कोणी काहीच बोललं नाही. शिंदे आता तिसऱ्या मुलाकडचा अनुभव सांगू लागले...

''तिसऱ्या मुलाची एकच खोली होती. त्याचा संसारही छोटा होता. त्याच्याकडे फार सुखसोयी नव्हत्या. तिथं माझ्यावर कसली बंधनही नव्हती, त्याचप्रमाणे निवडीला वावही नव्हता. हॉलच्या एखाद्या कोपऱ्यात तुम्ही राहू शकता. बसायला, झोपायला तुम्हाला बरं पडेल. असं सांगून त्या दोघांनी विषय संपवून टाकला. ती दोघंही कमावती होती. सकाळीच बाहेर पडायची ती रात्री परत यायची. सुनेनं सुरुवातीलाच प्रामाणिकपणे सांगून टाकलं होतं,

''मामंजी, तुम्हाला काय हवं असेल ते संकोच न करता बनवून घ्या. माझ्यावर अवलंबून राहू नका. नवऱ्यासाठी जेवण करायचं नसलं तरी मला खूप कामं असतात.''

''मला तेथे पूर्ण स्वातंत्र्य होतं; पण घरात जिन्नसच नसायचे. कधी बाहेरून खाऊन आलं तरी त्यांना कळायचं नाही. मी एकट्यासाठी किती अन् काय बनवणार? त्यांचं मित्रमंडळ मोठं होतं. कधी कधी बरेचजण घरी यायचे. मग मी हॉलमधून खोलीत जायचो. रात्री उशिरापर्यंत गडबड असायची. सगळे गेले की हॉलमध्ये येऊन, सगळं स्वच्छ करून झोपावं लागे. सकाळी त्या दोघांची ऑफिसला जायची धावपळ सुरू व्हायची, त्या वेळी झोपून राहायला संकोच वाटायचा. मग

उठून बसायचो. इथे मला कसला त्रास नव्हता; पण मन शांत नसायचं. आपलंच काही तरी चुकत असावं, असं वाटू लागलं होतं... पहिल्या महिन्यात मुलाला पैसे देऊ लागलो तर तो नको म्हणाला. पण त्याच्या बोलण्यानं मला धक्का बसण्यापूर्वीचं खोलीतून गडबडीत सून म्हणाली,

"तुम्ही इतकं प्रेमानं देताय तर नको का म्हणायचं? उद्या तुमच्याच नातवंडांसाठी उपयोगी होतील. द्या, मी घेते."

"दिले तिच्या हातात पैसे. असेच दोन महिने गेले. सुनेकडचे कोणी पाहुणे परदेशातून यायचे आहेत, असं कानावर आलं. ते तीन दिवस राहणार होते. येणाऱ्या पाहुण्यांना हॉलमध्ये झोपायला द्यावं, अशी चर्चा दोघांमध्ये चालली होती. मग मला तीन दिवस मोठ्या भावाकडे पाठवावं, असं त्यांनी ठरवलं. त्यानं मोठ्या भावाला फोन लावला, तेव्हा त्याचं बोलणं माझ्या कानावर पडत होतं.

"माझं ऐक दादा, फक्त तीन दिवस त्यांना तुझ्याकडे राहू दे. पाहुणे गेले, की मी स्वतः त्यांना न्यायला येईन. त्यानंतर जास्तीचे तीन दिवस माझ्याकडे ठेवेन त्यांना."

"यावर तिकडून काय उत्तर आलं ते कळलं नाही. पुन्हा बोलणं सुरू झाल्यावर मात्र हा मुलगा चिडला होता.

"तीन दिवसांपेक्षा एकही दिवस नाही वाढणार, ती माझी जबाबदारी. परवा संध्याकाळी टॅक्सीत बसवून देतो. सातपर्यंत तिकडे पोहोचतील ते."

"असं म्हणून फोन ठेवला व मला सगळं समजावून सांगितलं त्यानं. मी माझ्या सामानाची बॅग भरली. निघताना,

"बाबा, मी तुम्हाला सोडायला आलो असतो; पण त्यांना आणायला एअरपोर्ट वर जाणं आवश्यक आहे." ते खरंही होतं.

"दुसऱ्या दिवशी संध्याकाळी माझी टॅक्सी दादरला मुलाच्या बिल्डिंगसमोर उभी राहिल्यावर मुलाला फोन केला; पण स्वीच ऑफ येत होता. टॅक्सीवाल्याला पैसे देऊन, लिफ्टनं पाचव्या मजल्यावर गेलो. दारावरची बेल कितीदा वाजवली, पण दरवाजा काही उघडला गेला नाही. दहा मिनिटं थांबून पुन्हा खाली आलो व रखवालदाराला विचारलं. तो म्हणाला, "इथेच कुठे तरी गेले असतील, येतील." शिवाजी पार्कवर जाऊन बसावं असं मनात आलं; पण सामान घेऊन कुठे जाणार? असेच दोन तास होऊन गेले. त्याचा पत्ता नव्हता. जन्मलो, वाढलो त्याच गावात असं निराश्रित झाल्यासारखं वाटू लागलं.

"आपल्यावर कधी अशी वेळ येईल, अशी कल्पनाही केली नव्हती. निराशा, दुःख आणि त्याबरोबरच राग उफाळून आला. तसाच रेल्वे स्टेशनवर आलो आणि सोलापूरची ट्रेन पकडली. मागे कामानिमित्ताने दोन-तीन वेळा आलो होतो, त्यामुळे

हा भाग माहितीचा होता. मुलं दोन दिवस शोधत बसतील, त्यांना चांगला धडा शिकवू या, असं वाटत होतं. पण गाडीत बसल्यावर माझं मलाच खरं ज्ञान प्राप्त झालं. माझ्या मुलांना मी नकोसा झालो होतो. प्रतिभाच्या आठवणींत सगळी रात्र घालवली आणि सकाळी सडकून ताप भरला. चक्कर येत होती. पोटात काहीही नव्हतं हे लक्षात आलं. स्टेशनवर कसा उतरलो माहीत नाही. डोळे उघडले तेव्हा इथे होतो.'' आपली कहाणी संपवून त्यांनी आजूबाजूला पाहिलं. सगळे स्तब्ध होते.

''इथे आहात ते मुलांना कळवलंत का?'' काही वेळानं रखमाबाईंनी विचारलं,

''हो. दोन दिवसांनी धाकट्या मुलाला फोन केला होता.''

''त्या वेळी तिकडे मोठाच गोंधळ उडाला असेल ना? मोठा मुलगा कुठे गेला होता तेव्हा, काही कळलं?' मुळेनी विचारलं.

''मी काही विचारलं नाही. रात्रभर शोधूनही मी सापडलो नाही, असं मोठ्यानं धाकट्याला सांगितलं होतं. मी फक्त धाकट्या मुलाला फोन केला. तो येतो म्हणाला, ''पण मी येऊ नकोस असं सांगून टाकलं. त्यानंतर काहीच संपर्क नाही त्यांचा.'' शिंदेंच्या भावनांचा आवेग आता काहीसा शमला होता.

''आता थोडी विश्रांती घ्या.'' असं म्हणून गोपाळ त्यांना खोलीकडे घेऊन गेला. चहा पाठवू का, असं विचारून त्या दोघी स्वयंपाकघराकडे वळल्या. रखमाबाई गंगाबाईंकडे पाहत म्हणाल्या,

''मुलांना वाढवताना आपण कुठे चुकतो की काय, कळत नाही. की फक्त आपल्या वाट्याला आलेली मुलं अशी आहेत? तुमच्या घरात कोणाचं चालतं, मुलगा की सून?''

''माझी सून अगदी सोन्यासारखी आहे; पण बाप आणि मुलाचे संबंध तेल आणि शिकेकाईसारखे आहेत.''

हे सांगताना गंगाबाईंच्या लक्षात आलं, की आपण रखमाबाईंना आपल्या घराविषयी अजून काहीच सांगितलेलं नाही. शिंदेंची कहाणी ऐकल्यावर, सगळ्यांच्याच घरात डोशांना छिद्र असतात, हे प्रत्येकालाच जाणवलं होतं. आता आपण निःसंकोचपणे बोलू शकू, असा विश्वास गंगाबाईंना वाटू लागला. कोणाचंही नाव न घेता त्या सांगू लागल्या.

''मुलगा असा आहे हे खरं; पण त्याच्याकडे नोकरी करणारा एक मुलगा आम्हा दोघांची, खास करून यांची खूप काळजी घेतो. परवाची ही घटना घडून गेल्यावर आम्हा दोघांना घेऊन जातो, असं ठणकावून सांगितलं त्यानं माझ्या मुलाला. हे ऐकून खूप बरं वाटलं तेव्हा. पण पोटच्या मुलाचा मात्र विश्वास वाटत नाही मला. चार दिवसांनी पुन्हा असं घडणार नाही, कशावरून? असो. आता ते प्रकरण मागे पडलं आहे म्हणून मीही गप्प बसले. मी इथे येऊ शकले, पण

दुसरीकडे कोठे जाण्याचं धैर्य आता माझ्यात नाही.'' गंगाबाईंच्या या बोलण्यावर रखमाबाई गप्पच होत्या. गंगाबाईंच्या घरातल्या परिस्थितीचा पूर्ण अंदाज घ्यायचा प्रयत्न त्या करत असाव्यात, असं वाटत होतं. गंगाबाईंना मात्र आता छान मोकळं वाटत होतं. घरी परत जाताना त्यांच्या मनात सत्याचा विचार होता. त्याच्याबरोबर गेलं नाही तर त्याला वाईट वाटेल किंवा त्याच्याबरोबर जाऊन चार दिवस राहण्याचं शास्त्र केलं तर आपल्या दोघांना सांभाळताना प्रत्यक्षात काय समस्या येतात, याची त्याला कल्पना येऊ शकेल. असंच करणं योग्य ठरेल असं त्यांना वाटलं. संबंधही चांगले राहतील. रखमाबाईना भेटावसं वाटून इथे आलो ते बरं केलं, असा विचार केल्यावर त्यांना खूप हलकं वाटलं. हल्ली आपण दूरचा विचार करू लागलो आहोत, या विचारानं त्यांना उत्साह आला. आधीपासूनच आपण असा विचार केला असता तर बाप-मुलाचे संबंध बिघडूच दिले नसते, असं वाटून ठीक आहे, आता तरी आपण थोडं धाडस करू शकतो, असं म्हणत त्यांनी मनातल्या मनात रखमाबाईंचे आभार मानले.

गंगाबाईनी घरात पाऊल टाकलं तेव्हा बाबूराव जोरात किंचाळत होते. त्यांच्या ओरडण्याचा आवाज गेटच्या बाहेर रस्त्यापर्यंत ऐकू जात होता. ''बाबा, काय हवंय?'' असं सुलभा त्यांना किती परीने विचारत होती; पण काही न सांगता ते फक्त ओरडत होते आणि सुलभाला ते सहन करणं अशक्य झालं होतं. मधलं दार बंद असूनही त्यांचा आवाज ऑफिसात पोहोचत होता व तेथील कामात अडथळा येत होता. यावेळी कसला गोंधळ चालला आहे, असा विचार करत विशाल खुर्चीवरून उठला. आणखी दोन-तीन महिने बाबा जरा शांत राहतील तर बरं होईल. नवीन ऑफिस सुरू झाल्यावर हा त्रासच उरणार नाही... असा विचार करत तो घरात शिरला. मीटिंग रूममध्ये बसलेल्या सत्यालाही हा ओरडण्याचा आवाज ऐकू आला व विशालच्या पाठोपाठ तोही निघाला. एका बाजूनं बायको व दुसऱ्या बाजूनं विशाल आणि सत्या आलेले पाहून बाबूराव नेहमीप्रमाणे गप्प झाले. सगळ्यांना पाहून सुलभा संतापली.

''एकसारखं ओरडून सगळ्यांना यायला भाग पाडलंत. कशासाठी सांगा? समोर उभं राहून किती वेळा विचारलं, की काय हवं आहे; पण नाही सांगितलंत आणि ओरडत बसलात. असं का करता? आई नव्हत्या म्हणूनच ना? मी त्यांना बाहेर पाठवलं होतं. त्या कायम नजरेसमोर हव्या असतात, होय ना?''

यावर बाबूराव खाली मान घालून बसले होते, न बोलता.

''उद्या बाळ आलं घरात, की त्यांना खूप काम असणार आहे. सतत तुमची सेवा करायला त्यांना जमणार नाही तेव्हा. तुम्ही थोडं तरी समजून घ्यायला हवं ना,

मी काय सांगतेय ते ऐकताय ना, बाबा?'' सुनेने समोर उभं राहून विचारल्यावर नाइलाजाने बाबूरावांनी हुंकार दिला.

विशाल सगळं मनात ठेवतो. मन मोकळं करून बोलत नाही. त्यानं वडिलांना मारलं ही गोष्ट खरी आहे. त्याचं समर्थन करता येणार नाही; पण तो काही इतका वाईट नाही. ते परक्या लोकांजवळ चहाड्या करतात, पराकोटीचा हट्टीपणा करतात. आताही उगाचच ओरडाओरडा करत होते...

नवऱ्याची होणारी चिडचिड, संताप या मागचं कारण सुलभाला आता कळू लागलं होतं. तिलाही त्याचा अनुभव येऊ लागला होता. ती थकून शेजारच्या सोफ्यावर बसली. थोडा वेळ थांबून विशाल ऑफिसला परत निघाला. सत्यानं बाबूरावांच्या जवळ येऊन हळूच विचारलं, ''बाबा, तुम्हाला काय हवं आहे? का इतका गोंधळ करताय?'' सत्याला पाहून त्यांनी पुन्हा मान खाली घातली. सत्या काही वेळ तेथेच उभा राहिला होता. नंतर मान वर करून हळूच आवाजात ते म्हणाले, ''पा...णी'' त्यांनी तोंड उघडल्यावर सत्यानं त्यांना पाणी पाजलं व तो ऑफिसला गेला. सुलभाही काही न बोलता विशालबरोबर ऑफिसला गेली. सगळे जायची वाट पाहत असलेल्या गंगाबाई नवऱ्याजवळ येऊन म्हणाल्या,

''तुम्ही असंच वागत राहिलात तर सत्याही एक दिवस तुमच्यावर रागवेल. आत्ताच त्याच्या बोलण्यात चिडचिड दिसत होती. तुम्हाला नाही का ती कळली? विशाल तुमच्यापासून दुरावला आहे, तसा सत्याही दूर जायला नको. तुम्ही सगळं जाणता, मला माहीत आहे.'' गंगाबाई हताश होऊन म्हणाल्या.

यावर बाबूरावांनी काहीच प्रतिक्रिया दिली नाही. त्यांच्याकडे नजर लावून बसलेल्या गंगाबाईंच्या मनात आलं, मी आता यांना जे बोलले तो संताप होता, की सावधगिरीचा इशारा होता? आपला नवरा काहीही ऐकणार नाही, हे माहीत असूनही त्याला पुन्हा पुन्हा का समजावत असतो आपण? इतक्यात, बाबूरावांनी मान वर करून पत्नीला हाक मारली. गंगाबाईंनी त्यांच्याकडे पाहिलं. ते नजरेतून चुकीची कबुली देत होते का? त्यांच्या पुन्हा पुन्हा कानावर येणाऱ्या हाका. त्यात डोकावणारी अपराधी भावना.... दुसऱ्या कुणालाही कळणार नाही, अशा त्यांच्या भाषेत ते मला सगळं सांगत असतात. त्यांच्या वागण्याच्या या पद्धतीमुळेच मला असं गप्प राहावं लागतं. बाबूराव खालच्या आवाजात पुन्हा पुन्हा हाका मारू लागल्यावर गंगाबाई उठून त्यांच्यासमोर जाऊन बसल्या.

ऑफिसात गेल्यावरही सुलभाचा राग कमी होत नव्हता. विशालकडे पाहून ती मोठ्याने म्हणाली,

''किती नाटक करत असतात...'' विशालनं डोळ्यांनी इशारा करत तिला गप्प राहायला सांगितलं. सहकाऱ्यांसमोर घरातल्या गोष्टी नकोत, असं त्याचं मत; तरीही

या प्रसंगानंतर सत्याला काय वाटत असेल, याची उत्सुकता त्याला होतीच. पाच मिनिटांत सत्या परत आला व विशालच्या बाजूला बसत म्हणाला, ''बाबा सगळं जाणून बुजून करतात, सहानुभूती मिळवण्याकरिता. मी समोर असलो, की काही तरी निमित्त शोधून काढतात. आईला या सगळ्याची कल्पना आहे; पण तुम्ही वाहिनीला समजावून सांगा. म्हणावं काळजीचं काहीही कारण नाही.''

सत्याचं बोलणं ऐकल्यावर विशालला सुटका झाल्यासारखं वाटलं. बाबा असं वागतात हे खरंच होतं, तरीही आता मध्ये न पडता तो गप्पच राहिला होता. परिस्थिती पाहून सत्यानंच निर्णय दिला होता. निर्णायक स्वरूपात काहीही बोलू नकोस, असं सुलभाला समजावून सांगायला हवं. काही असो, मनावरचा मोठा भार उतरल्यासारखं वाटलं विशालला.

बाबांचं वागणं, त्यांचा आरडाओरडा सत्याला खरोखरच कंटाळवाणा वाटू लागला होता. घरातल्यांचं लक्ष वेधून घेण्यासाठी आटापिटा करत असतात. त्यांच्या सहनशक्तीची परीक्षाच चालविली आहे यांनी. आपल्या गैरहजेरीत बाबांचं वागणं वेगळं असतं, हे सत्याच्या लक्षात आलं होतं. आपण दादांजवळ फारच कठोर, सडेतोड वागलो हा विचार त्याला छळू लागला. पण नाही, दादा वडिलांजवळ प्रेमानं वागत नसतानाही त्यांनी मुलाजवळ मायेनं वागायचं? कसं व का? अर्थात, दादाच त्यांना प्रेमानं वागायची संधीच देत नाहीत, ही भावना सत्याच्या मनात अधिकच दृढ झाली.

इतक्यात अचानक त्याला मनिषा दिसली व त्यानं लगेच दुसरीकडे मान वळवली. ऑफिसमध्ये आता तिच्याशी जास्त बोलणं होत नसे. गरज असेल तेव्हाही बोलवंसं वाटत नसे. उपेक्षाही सहन करता यायला हवी... पण नाही, आश्रमात साध्य होत असे तो मनाचा समतोल इकडे आल्यावर डळमळू लागे. आपण नोकरी सोडली तर या समस्येला उत्तर मिळेल? दादांना कारण कळलं तर ते तिला नोकरीवरून काढून टाकील. शेतकरी कुटुंब. तिच्या नोकरीचाच काय तो आधार आहे, असं सांगत होती नाही का. की दुसरीकडे नोकरी शोध, असा सल्ला द्यावा? काहीच नको. गुरुजींनी सांगितलेला मार्ग अनुसरण्याची शक्ती असेल तर अलिप्तपणाने वागता यायला हवं. गुरुजी कसे तासन्‌तास ध्यानात मग्न असायचे, ते त्याला आठवलं. मनिषा त्याच्याकडेच येत आहे, हे पाहून त्याच्या छातीत धडधडू लागलं. तिचं मन बदललं तर नसेल? पण ऑफिसमध्ये हा विषय काढायला नको एवढी समज तिलाही आहेच.

''चार प्रपोझल्स तुमच्याकडे पाठवली आहेत. तुम्ही पाहून मंजूर केलीत, की ग्राहकांना मेल टाकते. उद्या संध्याकाळच्या आत त्यांना मेल पोहोचणं गरजेचं आहे.''

मनिषानं शांतपणे सांगितल्यावर त्यानेही यांत्रिकपणे मान हलवली.

"अभिनंदन मनिषा! लग्न ठरलंय ना? मला आताच कळलं."

अचानक सुलभाचा आवाज आला. आपले कान, डोकं, मान सगळं विलक्षण गरम झालं आहे, असं सत्याला वाटू लागलं.

हळूच "थँक्स," असं म्हणत मनिषा त्याच्या टेबलापासून दूर होऊन तिच्या जागेवर जाऊन बसली. इतकी घाई? आपल्यात झालेलं बोलणं अजून मनातून पुसलंही गेलं नसताना... की सगळं विसरून जाण्याकरीताच दुसऱ्या कोणाची निवड केली? उठून बाहेर जाण्याची तीव्र इच्छा सत्यानं प्रयासानं दडपून टाकली. कामात लक्ष लागत नव्हतंच. एक सत्य त्याला क्षणाक्षणाला टोचत होतं.... तिनं त्याला नाकारलं होतं. हो, तिनं सत्याला नाकारलं होतं, हेच सत्य होतं. अर्धा तास शांत बसल्यानंतर हळूहळू सावरून त्यानं समोरच्या कॉम्प्युटरकडे पाहत कामाला सुरुवात केली.

अध्याय ६

एक

रात्री भिंतीवर दिसणारी चित्रं सकाळी जाग यायच्या वेळी एकातएक मिसळून गेली होती. जाग आल्या आल्या तसाच अंथरुणावर बसून मुन्ना पुस्तक पाहण्यात तल्लीन झाला. मुन्नाचे डोळे पुस्तकातल्या 'कुटुंब' या चित्राकडे लागलेले होते.

"मुन्ना जा, हात-मूँह धोके आ जल्दी! रोटी खा ले. बाकीची मुलं खाऊन कधीच बाहेर गेली."

मावशी ओरडली. त्यानं तिला अंघोळ करून येतो, असं सांगितलं. काल अंघोळ न करताच तो आईकडे गेला होता. आई किती छान, स्वच्छ होती; पण हा कळकट कपड्यांनी तसाच तिच्या मांडीवर बसला होता. मग त्यालाच लाज वाटली होती. जड मनानं त्यानं पुस्तक पिशवीत ठेवून दिलं. गडबडीत असल्यानं कपड्यांचं बोचकं न सोडता, एक शर्ट आणि चड्डी त्यानं त्यातून खेचून बाहेर काढली व दोरीवरचा चाळीतला एकमेव टॉवेल हातात घेऊन तो खाली उतरला. टॉवेल ओला नव्हता त्याअर्थी आज कोणीच अंघोळ केलेली नव्हती. कधी कधी दादा संध्याकाळी किंवा रात्री अंघोळ करायचा. चार पायऱ्या उतरल्या नसतील, तोच त्याला दात घासायची आठवण झाली. ब्रश आणि पेस्ट देऊन दीदीनं 'रोज न चुकता दात घासायला हवेत,' असं त्याला बजावलं होतं. तो पटकन परत वर गेला. काल आपण दात घासले नव्हते, हे आठवून त्याला स्वतःची शरम वाटली. शेजारच्या नळावर जाऊन त्यानं दात घासले व शर्टाच्या बाहीला तोंड पुसत तो पुढे निघाला.

दोन चाळी ओलांडल्यावर अंघोळीची जागा होती. चारी बाजूंना चार पत्रे उभे करून आडोसा तयार केलेला होता. हीच होती अंघोळीची जागा. या बाथरूमसमोर कायम गर्दी असायची; पण नशिबानं आज दुसरं कोणीच नव्हतं. त्यानं बाजूच्या नळावरून बादली भरून आणली व तो त्या बाथरूममध्ये शिरला. बाप रे, साबणच आणला नव्हता. जाऊ दे आज तशीच अंघोळ करूया, असं म्हणणार इतक्यात

त्याला पिवळ्या रंगाच्या साबणाचे झिजलेले काही तुकडे खाली पडलेले दिसले. तो ते उचलण्याचा प्रयत्न करू लागला. जमिनीवरच्या खडीच्या तुकड्यांमधून ते सहजी त्याच्या हातात येत नव्हते. साबणाचा एक छोटासा तुकडा हाताला लागेपर्यंत त्याची अर्धी अंघोळ होत आली होती.

"मौसी, नाश्ता दे." तीन दिवस वापरलेले कपडे चोळामोळा करून कोपऱ्यात फेकून देत मुन्ना ओरडला. नाश्ता करताना, तो लगेच करायच्या एका महत्त्वाच्या कामाचा विचार करत होता. उठता उठता त्यानं काही तरी ठरवून मावशीला सांगून टाकलं, "आज आईला भेटायला येणार नाहीये. दादाबरोबर बाहेर जायचं आहे व नंतर अभ्यास करायचा आहे."

हे ऐकून मावशीला आश्चर्यही वाटलं आणि भीतीही. तिनं विचारलं, "मुन्ना, असं का करतो आहेस? तू गेला नाहीस तर आई छाती बडवून घेईल."

तिच्या बोलण्यात काहीच अतिशयोक्ती नव्हती. कधी तरी बरं नसलं आणि तो आईकडे गेला नाही तर चंद्रा दिवसभर बेचैन असायची, हे तिथल्या बायांनाही माहीत होतं.

"मौसी, आजका एक दिन. मला जायलाच हवं आहे. हवं तर मला बरं नाही असं सांग तिला."

मावशी ऐकत होती. काय चाललेलं असतं या पोराच्या मनात; पण आईनं आखून दिलेली लक्ष्मणरेषा हा ओलांडणार नाही, याची खात्री होती. त्याच्या आईची शिकवणच तशी होती. शेवटी मावशीला त्याचं म्हणणं मान्य करावच लागलं.

नाश्ता झाल्यावर हातात पुस्तक घेऊन तो बसला होता खरा; पण त्याचं सगळं लक्ष लागलं होतं ते मावशी कधी बाहेर पडत्येय याच्याकडे. ती बाहेर पडल्या पडल्या तो सुसाट निघाला आणि चौदाव्या गल्लीत जाऊन उजवीकडे वळला. आईच्या कोठीच्या समोर त्याला मावशी दिसली. ती आत जायची वाट पाहत, दोन पावलं पुढे जाऊन तो इकडे तिकडे पाहत रस्त्यावर उभा राहिला. इथून आईची खोली स्पष्ट दिसत होती. आत जाऊन येणारा तो... त्याची नजर चुकवण्याचा प्रश्नच नव्हता. डोळ्यांची पापणीही न हलवता तो उभा होता; पण काही तरी शंका येऊन तो पळत पळत आईच्या खोलीसमोर आला. तिचा आवाज ऐकून त्याला हायसं वाटलं. तो त्याच पावली परत फिरला व खोलीपासून थोडा लांबवर वाट बघत उभा राहिला. इतक्यात तो त्याला दिसलाच. काळी टोपीवाला, नाही तो तर त्याचा बाबा. किती उंच, आईपेक्षा रुंद चेहरा आणि मजबूत बांधा. तो लगबगीनं आईच्या खोलीत शिरल्यावर मुन्ना थोडा पुढे जाऊन उभा राहिला. तो माणूस थोड्याच वेळात बाहेर पडला आणि रस्त्याच्या दुसऱ्या दिशेनं जाऊन झटकन दिसेनासा झाला. त्याचा पाठलाग करत मुन्ना थोडा पुढे गेला; पण त्याचा काहीच

उपयोग झाला नाही. कारण लांब लांब ढांगा टाकत तो खूप दूर गेला होता, एकदाही मागे वळून न पाहता. हाच नेहमी आईला भेटायला येणारा. तिला हसवणारा, जवळ घेणारा. हाच आपल्या कुटुंबातला आपला बाबा आहे, यात मुन्नाला तिळभरही शंका नव्हती. आईनं त्याला आपल्याबद्दल सांगितलं असेल किंवा नसेलही. पण तो आपल्याजवळ का बोलत नाही, हा प्रश्न पुन्हा पुन्हा डोकं वर काढू लागला होता. निराश होऊन तो गल्लीच्या कोपऱ्यावरच्या कट्ट्यावर बसला.

इतक्यात समोर 'बॉम्बे मिठाई' वाला दिसला आणि मुन्नाचे डोळे चमकले. खिशातून चार आणे काढून त्याला दिल्यावर मिठाईवाल्यानं घड्याळाच्या आकाराची मिठाई मुन्नाच्या हाताभोवती गुंडाळली व तो निघून गेला. मिठाई चारदा जिभेने चाटल्यावर त्याचा उत्साह मावळला. परंतु दुसरं काही करायला नसल्यानं तो बराच वेळ हात चाटत बसला होता. आता ती विरघळून तोंडाला चिकटू लागली होती. शेवटी कंटाळून हातापासून सोडवून त्यानं ती खाऊन टाकली आणि पराभूत पावलं टाकत तो चाळीजवळ आला. दारात मावशी उभी आणि समोर दादा.

"सांग, मला खोटं सांगून कुठे गेला होतास?" मावशी खरोखर रागावली होती. ती डोळे वटारून व कमरेवर हात ठेवून बोलत होती.

"बॉम्बे मिठाई" त्यानं अनिच्छेने हात पुढे करत सांगितलं, पण तिचा विश्वास बसला नाही. मिठाईनं रंगलेल्या तोंडाकडेही तिचं लक्ष गेलं नाही.

"मला न सांगता तुझं काय काय चाललेलं असतं रे? थांब तुझ्या आईलाच सांगते. आता दादासंग इथेच खेळ. माझी नजर चुकवून गेलास तर बघच....."

डाव्या हाताची तर्जनी नाचवत त्याला दम भरून मावशी आत गेली. त्याला मावशीची दया आली. कितीही रागावली तरी ती त्याला मारू शकत नव्हती.

"सोड तो विषय. जा, विड्या घेऊन ये. मस्तपैकी ओढू या."

दादा लगेच त्याच्या कानाशी लागला. तो उत्साहाने लगेच वर गेला व गुंडाळून ठेवलेल्या दोन्ही विड्या पटकन चड्डीच्या खिशात टाकून दादासमोर हजर झाला. दोघेही रस्ता क्रॉस करून समोरच्या झुडपात घुसले. दादानं दाखवल्याप्रमाणे दोन बोटात विडी पकडून झुरका घेताक्षणीच ठसका, खोकला व विचित्र वास.

"थू.. मला नाही आवडली."

"अरे, पहिल्यांदा असंच वाटतं, पण सवय झाली की रोज हवीच असं वाटायला लागतं... बघ, आली ना ओढता? यायलाच हवी. विडी ओढता आली तरच तू खरा पुरुष. विडी आवडायलाच हवी."

अनिल मुन्नाच्या चड्डीकडे पाहत म्हणाला. तो कुठेही नेहमी हाच विषय काढत असे. खोकत, धूर आत घेत, वासाची सवय करून घेत हळूहळू मुन्ना विडी

ओढायला शिकला. दोन्ही विड्या संपल्यावर ते दोघे तेथून पळाले. एकट्यानंच रस्ता क्रॉस करून मुन्ना चाळीजवळ आला, तेव्हा मावशी त्याच्याकडे विचित्र नजरेने पाहू लागली. हे पाहून तिची कटकट चुकवण्यासाठी मुन्ना भराभर वर गेला. मावशी आज त्याच्याजवळ नीट बोललीही नव्हती.

संध्याकाळी दीदी आली. काल दिलेला अभ्यास त्यानं व्यवस्थित केला आहे, हे पाहून तिनं मुन्नाला शाबासकी दिली व त्याला काही छोटी छोटी वाक्य लिहून दिली. त्याला आता शिकण्यात खूप रस वाटू लागला होता. दीदीबरोबर असताना तो बाकी सगळ्या गोष्टी विसरून जात असे. आज नेत्रा शिकवणीला आली नव्हती; पण रात्री दिसणाऱ्या भिंतीवरच्या चित्रात मात्र आली होती. काल आली होती तशीच. आई, काळी टोपीवाला माणूस, नेत्रा आणि स्वतः तो. चौघांच्याही चेहऱ्यावर हास्य दिसत होतं.

दुसऱ्या दिवशी मावशी त्याला घेऊन आईकडे गेली. मावशीने कालची सगळी हकीकत आईला सांगून टाकली.

"हल्ली तुझा मुलगा खूपच खोटं बोलतो."

हे ऐकून आईचा चेहरा उतरून गेला. तिनं मुन्नाला मांडीवर बसवलं. बराच वेळ ती त्याला छातीजवळ कवटाळून बसली होती. नंतर मात्र तिनं त्याला दूर करून बाजूला उभा केला.

"मुन्ना, तुला किती समजून सांगितलं तरी तू... सत्य बोलल्यामुळे, पळवून नेलेल्या गायी गोपालांना परत मिळाल्या ही गोष्ट तुला माहीत आहे ना? आणि सत्य बोलणाऱ्या राजाची ती गोष्ट? खोटं बोलल्यामुळे निबीड अरण्यात एकट्या पडलेल्या राजकुमाराची गोष्ट? आठवतेय ना?' तरीही खोटं का बोलतोस बाळा? मला त्यामुळे त्रास होतो माहीत आहे ना? मी कधी खोटं बोलते का?"

आईचा रागावलेला आवाज ऐकून त्याला एकदम आईपासून दुरावल्यासारखं वाटू लागलं.

"यापुढे नाही बोलणार खोटं." आईच्या मोठ्या हातात आपला छोटासा हात ठेवत मुन्ना म्हणाला. लगेच तिनं त्याला मायेने जवळ घेतलं. तेव्हा अधीरतेने मुन्ना म्हणाला,

"तुझ्या कोठीसमोर वाट पाहत उभा राहीन उद्या. परवा आलेला तो काळी टोपीवाला माणूस...तो माझा बाबाच आहे. त्याला भेटण्यासाठी, त्याची वाट पाहीन. तू त्याला भेटतेस हे मी खिडकीतून बघितलेलं आहे."

यावर ती काहीच बोलली नाही; पण तोच पुढे बोलू लागला,

"आणखी एक गोष्ट सांगायची आहे. मावशीची नजर चुकवून मी रोज सकाळी इथे येतो. तुझं बोलणं ऐकतो आणि जातो. आज मात्र आलो नव्हतो काल

दादाबरोबर विडी ओढली; पण ही सवय वाईट आहे, असं कळलं. पुन्हा नाही ओढणार. तुझ्यापासून लपवलेल्या गोष्टी इतक्याच आहेत. आणखी काहीही खोटं बोललेलो नाही.''

इतकं बोलून त्यानं आईकडे पाहिलं. तिने हसून त्याला जवळ ओढलं व त्याला कुरवाळत त्याच्या कपाळावर ओठ टेकले. आपला प्रामाणिकपणा आईनं ओळखला आहे, हे पाहून त्याला अभिमान वाटला. आता छळणारा एकच प्रश्न उरला होता. तो सुटला की बास. आणखी काही नको. त्याला जे वाटत होतं ते आईच्या तोंडून आलं तरच खरं.

''आई, तो काळी टोपीवाला माणूस, तोच माझा बाबा आहे ना?''

या त्याच्या प्रश्नावर ती काही बोलली नाही, पण दुसऱ्याच क्षणाला तिला खोकल्याची उबळ आली. मध्येच तोंड घालून मावशी ओरडली, ''नाही. तो तुझा बाप नाही. पुन्हा पुन्हा विषय काढून आईला का त्रास देतो आहेस? ही गोष्ट आता मनातून काढून टाक. दीदीने काय सांगितलं आहे? अभ्यासाकडे लक्ष द्यायचं आहे ना? पुन्हा हा प्रश्न विचारायचा नाही. चल, आपण निघूया.''

असं म्हणून ती त्याला खेचत बाहेर नेऊ लागली, तरी आई काही बोलली नाही. ती बोलल्याशिवाय त्याचा विश्वास बसणार नव्हता. तो खाली मान घालून चालू लागला. आज शिकवायला आलेल्या दीदीलाही फारसा उत्साह वाटत नव्हता. तिनं कालचाच धडा पुन्हा वाचायला लावला. संध्याकाळी मावशी कोणाला तरी भेटायला बाहेर गेली ती दुसऱ्या दिवशी संध्याकाळी येणार, असं कळलं. त्याला रात्रीचं जेवण मिळालं नाही. दादा व त्याचं टोळकं उशिरा परत आलं आणि वैशालीचा कंपू तर त्याहून उशिरानं. भिंतीवर दिसणाऱ्या चित्रांमध्ये काहीच बदल झालेला नसूनही त्याला झोप लागली नाही. तो खूप वेळ जागा होता.

दुसऱ्या दिवशी सकाळी त्याचा निश्चय पक्का झाला होता. आज त्याला विचारूनच टाकायचं. जरा लवकर निघून तो आईच्या खोलीच्या बाहेर वाट पाहत उभा राहिला. तो काळी टोपीवाला नेहमीच्या घाईनेच आला व आईच्या खोलीत गेला. काही वेळानं बाहेर येऊन तडक पुढे निघाला. मुन्ना समोरच उभा होता; पण त्यानं पाहूनही मुन्नाकडे दुर्लक्ष केलं व तो निघाला. निराश झालेला मुन्ना त्याचा पाठलाग करत धावू लागला. दहा पावलं गेला नसेल तोच काही तरी शंका येऊन त्या माणसानं मागे वळून पाहिलं.

''ए पोरा, कोण रे तू? काय हवंय तुला?''

दया येऊन, थोडं थांबून त्यानं विचारलं. काय उत्तर द्यावं ते मुन्नाला कळलं नाही, पण त्याचं गोड बोलणं त्याला आवडलं. तो फक्त मान खाली घालून उभा राहिला. काही क्षणातच त्या माणसानं खिशात हात घालून रुपयाचं नाणं बाहेर

काढलं आणि मुन्नाच्या हातावर ठेवलं आणि तो पुन्हा चालू लागला. मुन्नाचे डोळे भरून आले. तोंडातून शब्दही बाहेर पडत नव्हता. भराभर पुढे होऊन मुन्नाने त्याच्या शर्टाचं टोक हातात धरून जोरात खेचलं. त्याने न रागावता, शांतपणे मुन्नाकडे निरखून पाहिलं आणि रस्त्यातच त्याच्यासमोर उकिडवं बसून, त्याचे हात हातात घेऊन हळू विचारलं.

"मुला, नाव काय तुझं?" त्या माणसाच्या नितळ नजरेत चमक होती, आईसारखी.

"मुन्ना" मुन्ना हळूच म्हणाला.

"छान आहे नाव; पण तू माझ्या मागोमाग का येतो आहेस? काही हवंय का तुला?" त्याचं मृदू बोलणं आणि मुलायम स्पर्श अनुभवल्यावर, खिन्न झालेल्या मुन्नाचे डोळे वाहू लागले.

"तुम्ही... तू माझा बाबा.... आहेस ना?" असं विचारत तो आशेनं त्यांच्याकडे पाहू लागला. नकारार्थी उत्तर ऐकण्याची, स्वीकारण्याची त्याची तयारीच नव्हती.

"नाही बाळा, तुझा बाबा मी नाही."

असं हळू आवाजात सांगून त्यानं मुन्नाचे डोळे पुसले व तो माणूस पुढे चालू लागला....नाही म्हणजे काय? कुटुंबाचं चित्र परिपूर्ण होणार म्हणून किती आतुरतेनं बाबांची वाट पाहत होतो मी. आईसुद्धा म्हणाली होती, की बाबा आहेत. त्यानं तिला जवळ घेतल्यावर ती किती खूश दिसते. छे, हा तर नाही म्हणतोय. पण मग माझा बाबा? तो कुठे असेल? ...दोन पावलं पुढे जाऊन तो त्या माणसाला म्हणाला, "पण तुम्ही तर आईला भेटायला रोज येता ना?"

आता याला सोडायचा नाही, अशा हट्टानं ओरडल्यामुळे मुन्नाचा आवाज फाटला होता. नजर पूर्णपणे विझलेली होती आणि ओठ दाताखाली दबले गेले होते. पुढे निघालेला तो क्षणभर थांबला व त्याने मागे वळून विचारले,

"चंद्राचा मुलगा आहेस तू?"

हो. अशी मान हलवताना डोळ्यांतलं पाणी पसार होऊन मुन्नाचा चेहरा हसू लागला. त्या माणसानं लागलीच वाकून हसत हसत मुन्नाला उचलून घेतलं व तो चंद्राच्या कोठीकडे चालू लागला. आता त्याचा चेहरा मुन्नाच्या अगदी समीप होता. मुन्नानं त्याचे हात घट्ट पकडले होते. मुन्ना लक्षपूर्वक पाहू लागला. त्याचा चेहरा हसरा होता, मोठे डोळे आणि उजळ रंग. इतर कोणाहीपेक्षा त्याच्या बरोबर मुन्नाला जास्त सुरक्षित वाटत होतं. दादा त्याला घेऊन धावायचा तेव्हा सतत पडायची भीती वाटत असे मुन्नाला. त्या भीतीला इथे थाराच नव्हता. मुन्नानं आपला उजवा हात त्याच्या मानेभोवती टाकला व हळूच त्याला मिठी मारायचा प्रयत्न केला. त्यानंही त्याला जवळ घेऊन घट्ट मिठीत घेतला. 'बाबा' असं म्हणत मुन्ना हुंदके देऊ

लागला. इतके दिवस आपण किती, काय गमावलं होतं... त्याच्या मनात आलं. 'बाबा' अशी पुन्हा एकदा हाक मारल्यावर त्यानं मुन्नाला आणखी जवळ घेतलं व तो त्याचं डोकं कुरवाळू लागला. मुन्नाला खूप रडू येत होतं.

त्यानं चंद्राच्या खोलीची कडी वाजवली. तिनं दार उघडलं व त्या दोघांना पाहून ती चकीतच झाली. हा....आता इथे कसा काय, असं म्हणत असतानाच सगळं लक्षात येऊन तिनं त्या दोघांना आत घेतलं. खोलीत असलेल्या बाया त्यांच्याकडे पाहत पाहत पटकन बाहेर पडल्या.

"मला हाक मारून यानं आपली ओळख सांगितली मला. मोठा हुशार पोरगा आहे बघ तुझा."

तो म्हणाला. चंद्रा त्यांच्या जवळ सरकली. मुन्ना आनंदीत होऊन मनातल्या मनात या क्षणाची तुलना पुस्तकातल्या 'कुटुंब' या चित्राशी करू लागला. बाबा, आई आणि तो स्वत: त्यात फक्त नेत्रा नव्हती. तिला उद्या बोलवता येईल, असा विचार करत असतानाच आईनं त्याला त्या माणसापासून दूर ओढलं.

"मुन्ना, त्यांना जाऊ दे आता. ते इथे जास्त वेळ थांबले तर उद्या यायला अडचणी येतील त्यांना."

ही असं का बोलत आहे? त्याला सोडणं मुन्नाच्या जिवावर आलं होतं. मुन्नानं त्याचा हात घट्ट धरून ठेवला.

"मुन्ना, उद्या येतो. आज भेटलो ना, तिथेच भेटूया. शाणा बाळ तो. आता हात सोड बरं. मला उशीर होतो आहे."

तो हसत हसत म्हणाला आणि त्यानं हळूच आपले हात सोडवून घेतले. तो बाहेर निघून गेल्यावर आईनं मुन्नाला उचलून पलंगावर बसवला. नंतर सगळ्या बाया एकेक करून आत आल्या, तेव्हा मुन्ना खुशीत हसत होता.

"मुन्ना, आता झालं समाधान?"

आईनं विचारलं, पण त्याला उत्तरच देता येत नव्हतं. तिच्याही डोळ्यांत आनंद होता. काही वेळानं मुन्ना उड्या मारत, धावत चाळीत परत गेला आणि पुस्तक बाहेर काढून पाहत बसला. मध्येच बाबाचा चेहरा आठवून तो बेचैन झाला तरी त्याचं बरोबर असणं, त्यांची मिठी सगळं आठवून मुन्नाला नवीन हुरूप आला. जेवण झाल्यावर दादानं त्याला बोलावलं.

"आणखी दोन विड्या आहेत. चल, ओढून येऊया." तो 'नको' म्हणताच अनिल त्याला चिडवू लागला.

"तू पुरुष नाहीच आहेस."

"ठीक आहे; पण मला बाबा आहे." अजिबात न चिडता मुन्ना एकदम बोलून गेला.

काही वेळातच वैशाली तिच्या टोळक्याबरोबर आली. मावशी तिला 'धटिंगण'च म्हणायची. ती होतीच तशी. सारखी भटकत असायची. ती चाळीत कमी आणि बाहेर जास्त असायची. सकाळी बाहेर पडायची ती कुठे कुठे भटकंती करत रात्री परत यायची. आल्यावरही तिचा गोंधळ चालूच असायचा. मावशीच्या शिव्या खाल्ल्या नाहीत, असा दिवस जात नसे तिचा. ती दादापेक्षाही थोराड दिसायची. बरोबरच्या मुलींना कसले कसले खेळ शिकवायची. जमिनीवर रेषा आखून बारीक खडीवरून लंगडी घालत जायचं. पाय खाली टेकला की औट... असो, संध्याकाळी दीदी आली तेव्हा त्यानं मन लावून अभ्यास केला. जुन्या धड्यांबरोबरच नवीन वाक्यंही त्यानं अगदी बिनचूक लिहिली. त्यामुळे दीदी त्याच्यावर आज खूश होती. आज नेत्रा आली होती. ती नेहमीप्रमाणेच मुकी असल्यासारखी गप्प होती.

नेत्रा कामाठीपुऱ्यात सगळ्यांचीच आवडती होती, हे मुन्नाला माहीत होतं. इथला सगळा परिसर तिच्या चांगला परिचयाचा आहे. अभ्यास झाल्यावर ती एकदा सगळीकडे फेरी मारून येते. काही काम आहे का? मदत हवी आहे का? असं बायांना विचारते व मदत करतेही, असं त्या दिवशी मावशीच सांगत होती. दीदीच्या स्वच्छता अभियान, आरोग्यविषयी अभियान यांतही ती सहभागी होत असे.

"दीदी, ही बोलत का नाही?" मुन्नाने विचारलं

"मुन्ना, तिची भाषा वेगळी आहे. आपलं बोलणं तिला कळत नाही."

"कोणती आहे तिची भाषा?"

"तेलगू" दीदीच्या या उत्तरावर पुन्हा प्रश्न, "म्हणजे कुठली?"

"आपण सगळे मराठी बोलतो ना? तशाच लांब लांबच्या भागांत, गावांत वेगवेगळ्या भाषा बोलल्या जातात. अशाच एका गावातून ती आली आहे. म्हणून ती तिथली भाषा बोलते."

हे ऐकून मुन्ना नेत्राकडे पाहू लागला. भाषा कळत नाही हे बरोबर; पण पाहून हसताही येत नाही? मुन्नाला रागच आला.

"तिने तिचा गाव सोडून इकडे कशाला यायचं?" त्यानं रागात विचारलं.

"तसं नाही मुन्ना. पूर्वी, तिच्या आजोबांच्या काळात तिच्या गावातले किती तरी लोक नोकरीच्या शोधात इकडे आले. तू सगळी मुंबई अजून नीट पाहिली नाहीस. मोठा झालास की पाहा. इथल्या मोठमोठ्या इमारती या लोकांनीच बांधल्या आहेत. ते बांधकाम करण्याच्या कामात तरबेज असतात. त्यांना 'कामाठी' असं म्हणतात. ते सगळे इथे राहतात म्हणून या भागाला 'कामाठीपुरा' असं नाव पडलं. अशी आलेली सगळी कुटुंब एकत्र राहतात आणि ते त्यांच्या भाषेत बोलतात. कळलं?"

"त्यांच्या कुटुंबात बाबा असतात?"

यावर दीदी नाही म्हणाली. या दीदीच्या उत्तराने त्याला बरं वाटलं. मला बाबा

आहे, हे त्याला सांगायचं होतं; पण नेत्राकडे पाहून तो गप्प बसला.

दीदी संध्याकाळपर्यंत होती. ती गेल्यावर लगेच मुन्ना चाळीतून बाहेर पडला. आई राहत असलेल्या चौदाव्या गल्लीपर्यंत चक्कर मारून यायचं, असं त्यानं ठरवलं होतं. या आधी कधीही अशा संध्याकाळच्या वेळी तो एकटा तेथे गेला नव्हता व तिथं खास काही बघण्यासारखं आहे, असंही त्याला कधीच वाटलं नव्हतं. आज मात्र काही तरी मोठं साहस करण्याची ईर्ष्या त्याच्यात निर्माण झाली होती. चाळीतून बाहेर पडून तो उजवीकडे वळला आणि गल्लीतल्या पाहिल्याच खोलीसमोर उभा राहून त्यानं एकदा सभोवती नजर टाकली.

गर्दी. दिवसा साधारणपणे सुनसान असलेले रस्ते आता गजबजून गेले होते. लोकांची गर्दी, धावपळ, बोलण्याचे आवाज, कलकलाट. रस्त्यावरचे खांबसुद्धा जिवंत होऊन सगळे रस्तेच हालचाल करू लागले आहेत, असं वाटत होतं. चहाच्या टपऱ्या, पानाची दुकानं उघडली होती. ऐकता ऐकता नाचावसं वाटेल, अशी हिंदी सिनेमातली उडती गाणी रेडिओवर मोठमोठ्याने वाजत होती. रस्त्यावरून जाणारे-येणारेही थोडं थांबून, गाण्याच्या तालावर हात-पाय, कंबर हलवून पुढे जात होते. कोठ्यांच्या पुढे लाकडी बाकड्यांवर गुंड वाटतील, अशी पुरुषमाणसं बसलेली दिसत होती. ते व्यवहार पाहणारे दलाल लोक आहेत, कामाठीपुऱ्याचा कारभार तेच चालवतात, असं दादा सांगत असे. त्यांच्या तोंडात गुटखा होता वाटतं. दादाला त्या विषयी माहीत होतं. मुन्ना उभा होता तिथल्या बोळातून बोलण्याचे आवाज त्याच्या कानावर येऊ लागले. नीट ऐकू येत नव्हतं म्हणून तो चार पावलं पुढे सरकून बोळात वाकून पाहू लागला. आत कट्ट्यांवर बसलेल्या तीन बाया हसत हसत मोठमोठ्यानं गप्पा मारत होत्या. त्यांच्याकडे मुलाखत घ्यायला आलेला एक पेपरवाला तिथून कसा पळून गेला, त्याची स्टोरी एकजण सांगत होती.

"कोणालाच माहीत नसलेल्या गोष्टी समोर आणतो," असं म्हणत आला होता मोठा तो पेपरवाला. बिचारा... तुमचं शोषण होतंय ना? खरं काय ते नीट सांगा. असं म्हणून आम्हा दोघींना किती प्रश्न विचारत होता. म्हटलं, सांगते; पण त्यानंतर माझ्याशी लग्न करून घर पोराबाळांनी भरून टाकशील ना? असं विचारल्यावर त्याच्या चेहऱ्यावरचा रंगच बदलला. तू पाहिलास ना रोझा?"

तिच्या बोलण्यावर दुसरी मान हलवत जोरात हसू लागली. पेपर म्हटल्यावर मुन्नाला आठवलं, मागे एकदा दीदीबरोबर एक पत्रकार आंटी आली होती. तिनं सगळ्या मुलांना रांगेत उभं करून फोटो काढले होते. लहान मुलांना बाहेर पाठवून दादा आणि वैशाली या दोघांना वेगवेगळं बोलावून तिनं प्रश्न विचारले होते. तिनं काय विचारलं, त्याबद्दल त्या दोघांनी आजपर्यंत तोंड उघडलं नव्हतं.

"म्हणे शोषण. डोंबल त्याचं. दिवसेंदिवस गिऱ्हाइकं कमी होऊ लागली

आहेत त्याची आम्हाला काळजी लागून राहिली आहे. याला काय? त्यातच या मेल्या रोगाने काही बायका अचानक मरून गेल्या. त्यामुळे लोक इकडे यायला घाबरत आहेत. अशावेळी, इथल्या परिस्थितीबद्दल, इथे राहण्याऱ्या सगळ्यांनाच काही रोग झालेला नाहीये, याबद्दल लिहायला हवं ना या लोकांनी.''

दुसरीच्या या बोलण्यानंतर सगळ्याच चिंताक्रांत दिसू लागल्या.

''दिवसाला आठ-दहा गिऱ्हाइकं तरी करायला हवीत, असं घरवालीचं दडपण असतं. मी म्हणते मला तर झोप, जेवणही नसलं तरी चालेल; पण गिऱ्हाईक तर यायला हवं ना? या परिस्थितीत या पेपरवाल्यांना काय सांगायचं? आपल्याच इच्छेनं आलेल्या किती तरी मुली आहेत इथे, हे कळल्यावर तो बेवकूफ काय म्हणाला गं?'' तिसरीनं कुतूहलानं विचारलं.

''आधी या 'रोझा'ची कथा सांगितली. घरी अठराविश्व दारिद्र्य. नोकरीत अगदीच कमी पैसे मिळत होते. मग आली इकडे. पण तिला वाटलं होतं तेवढे पैसे नाही मिळत इथे. शिवाय मिळतात त्या पैशातला अर्धा वाटा घरवालीचा. उरलेल्या अर्ध्या पैशात जेवण-खाण, कपडे, दागिने, औषधं सगळं भागवून काही पैसे घरी पाठवायला लागतात. हे सगळं सांगून, त्रास होतो, तरी जगायला हवंच. इथल्या प्रत्येकीच्या नशिबात तेच आहे..... तोंड वाकडं करत काय काय लिहून घेत होता. तू हवी होतीस बघायला.'' पहिली बोलता बोलता काही वेळ थांबली. नंतर पुन्हा बोलू लागली,

''नंतर मीना, तुझी कहाणी ऐकवली. एकदा मित्रानं वापरल्यावर तुलाही रुची वाटायला लागली. संसार थाटून काय मोठं मिळणार अहे, असं वाटून तुझी तूच यात पडलीस. असं सांगताच तो यावर विश्वास ठेवायलाच तयार नव्हता.''

''आणि तुझी कहाणी?''

असं मीनानं विचारताच, ''हो सांगितली ना.'' असं म्हणून ती शांतपणे बोलू लागली... ''लग्नाच्या दिवशी रात्री आम्ही खोलीत एकत्र आलो, तेव्हा माझ्या चेहऱ्यावरचा घुंगट दूर करण्यापलीकडे याची गाडी पुढे सरकलीच नाही. त्याने फक्त बोलण्यातूनच महाल बांधले आणि दमून झोपून गेला तो. माझ्यामध्ये उसळणारा उत्साह होता. असो. सकाळी उठल्यावर माझे पाय धरून गयावया करत म्हणाला, ''राणी, कोणाला काही सांगू नको.'' नामर्द ... असं म्हणून त्याला झटकून टाकला. सगळ्यांना सगळं सांगून टाकलं. सगळं बिघडून गेलं होतं. आयुष्य पतिव्रतेसारखं जगायचं ही मनातली आकांक्षा धुळीला मिळाली होती. शेवटी सहन न होऊन एका रात्री दिराचा दरवाजा वाजवला आणि माझी मलाच घृणा वाटू लागली. आपली इच्छा पूर्ण करून घेण्यासाठी त्यांचे उपकार कशाला? असं वाटून इथे आल्ये. सगळं तपशीलवार सांगितलं त्या पेपरवाल्याला.''

तिनं बोलणं थांबवलं तेव्हा तिघींचेही चेहरे गंभीर झाले होते.

''पुढे काय झालं?''

''काय होणार? तत्क्षणी उठून उभा राहिला. मान खाली होती. एकही शब्द न बोलता चालू लागला. तो निघाला तेव्हा 'रोझा' ओरडून म्हणाली होती,

''कामाठीपुऱ्यात खुल्लमखुल्ला धंदा चालतो. शोषणाबद्दल कहाण्या हव्या असतील तर तुमच्या समाजातच शोधा. इकडे यायचं काय कारण? मागे वळूनही न पाहता सटकला इथून.''

बोलणं संपल्यानंतर ती उठून कोठीकडे गेली. उरलेल्या दोघीसुद्धा तिच्या मागोमाग गेल्या.

मुन्ना रस्त्यावर आला तेव्हा चांगलंच अंधारून आलं होतं. रस्त्यांवर, दुकानात, कोठ्यांमध्ये लाइट झगमगू लागले होते. रेडिओवरची गाणी आणखीनच मोठ्यानं कानावर आदळत होती. त्याचबरोबर छातीत धडकी भरेल असं जोरदार म्युझिक आणि या आवाजाबरोबरच स्पर्धा करणारा गर्दीचा आवाज. मुन्ना गोंधळून उभा असताना एक-दोघे जण त्याला घसटून पुढे गेले. तो थोडा बाजूला होऊन उभा राहिला. तिथंच असलेल्या पानाच्या दुकानात गिऱ्हाइकांची गर्दी झाली होती. काही लोक पानपट्टीबरोबर कसली तरी पाकिटं खरेदी करत होते.

''फॉरेनची आहेत, असं म्हणताय तरी भीती वाटते. एखादा रोग चिकटला ना तर तुला शोधत येईन, सांगून ठेवतोय.'' एक गिऱ्हाइक थोडं घाबरत तरी हसत हसत बोलत होतं.

''साहेब, मी आहे ना. तुम्ही खुशाल घेऊन जा. इथपर्यंत आल्यावर आता कसले घाबरताय?''

पानवाला त्याला धीर देत होता. त्याच्याकडची गर्दी आणखीनच वाढल्यावर मुन्ना थोडासा रस्त्याकडे सरकला. रस्त्यावर दलालांची धावपळ चालू होती. इतक्यात इकडे तिकडे पाहत दबकत चालणारा एक माणूस त्याला दिसला. नक्की कुठे जायचं ते न कळून एकेका कोठीसमोर उभा राहत तो पुढे पुढे जात होता. एकानं येऊन त्याला विचारलं,

''कोणती कोठी हवी आहे साब? कानडी, तेलगू, मराठी....?''

मुन्नाला त्याच्या बोलण्यावरून कळलं, की तो दलाल आहे. गिऱ्हाईकांना शोधून आणण्याचं काम दलालांचं, असं दादा म्हणाला होता. म्हणजे तो माणूस गिऱ्हाईकच असणार. दलालाच्या प्रश्नाला उत्तर देताना तो माणूस गडबडला होता.

''तुम्ही काही बोलूच नका साब. एकदम फाइन माल आला आहे. चला, माझ्याबरोबर पुढच्या कोठीत चला. एकदा पाहून तर घ्या.''

दलाल त्याला हात धरून घेऊन जाऊ लागला. तो माणूस थोडा कचरत होता.

''एकदा माल पाहून घ्या साब, बघायला पैसे पडत नाहीत ना. नाही आवडली तर नाही सांगा. पुढच्या कोठीत नेतो तुम्हाला. तुम्ही पहिल्यांदाच आला आहात होय ना? चला.''

असं म्हणत तो दलाल जबरदस्तीनं हात पकडून त्या माणसाला घेऊन जाऊ लागला, तो त्याला घेऊन जात आहे, की खेचून नेत आहे अशी शंका यावी अशा प्रकारे. गिऱ्हाईक पटलं तर उत्तमच. असो. तो दृष्टिआड झाल्यावर मुन्ना आईच्या कोठीकडे वळला.

आईच्या कोठीसमोर ही गर्दी होती, गोंधळ होता. कोठ्यांवर पहारा देणारे सिगरेटी ओढत कोठीच्या बाहेर उभे होते. दिवसा तो सहज आत जाऊ शकत असे, पण आता रात्री ते शक्य नव्हतं.

बाप रे... तीच गल्ली, तीच कोठी पण दिवसाचं चित्र आणि रात्रीचं चित्र यांत किती फरक होता. म्हणूनच आई सांगत असते, की चुकूनही रात्री या बाजूला यायचं नाही. तिनं घालून दिलेला नियम मोडून इथपर्यंत आलो एवढं पुरे आहे. आता परत फिरणं चांगलं, असा विचार करत असतानाच त्याला अनिल दिसला. म्हणजे बाकीचे पण इथेच असणार. तो अनिलकडे जाण्यासाठी वळणार, इतक्यात बाजूच्या कोठीत मोठाच गोंधळ उडालेला दिसला. दोन दांडगट माणसं एका माणसाला उचलून आणत होती... ''खिशात पैसे नसताना इथे काय खेळ खेळायला आला आहेस? मादरचोद.'' असं म्हणत ते त्याला जमिनीवर पाडून बडवू लागले. तो गयावया करत होता, जबड्यातून रक्त वाहू लागलं होतं तरी त्याच्या मदतीला कोणीही येत नव्हतं. मुन्ना चार पावलं मागे सरकला. तिथला प्रकार असह्य होऊन मुन्ना चाळीकडे परतू लागला. आता दाट अंधार झाला होता. दलाल आणि गिऱ्हाईकांनी गल्ल्या ओसंडून गेल्या होत्या. रेडिओ जोरात किंचाळत होते. कसा माल पाहिजे साब? माझ्याबरोबर चला. मी देतो तुम्हाला... असं सांगत दलाल रस्त्यावरून येणाऱ्या-जाणाऱ्याना भंडावून सोडत होते. विनंतीनं सुरुवात होऊन नंतर दादागिरी सुरू होत होती.

दिवसा शांत असणाऱ्या कामाठीपुऱ्याची मुन्नाला आता भीती वाटू लागली. तेथील परिसर न्याहाळणाऱ्या मुन्नाला, तेथील प्रत्येक व्यक्तीच्या चेहऱ्यावर भीतीची छाया दिसू लागली. तो पाहत होता. पैसे मिळाले नाहीत तर काय? याची घरवालीला काळजी, दलालांना गिऱ्हाईक मिळालं नाही तर काय, याची काळजी तर गिऱ्हाईकाला माल चांगला असेल का, याची चिंता. पानवाल्यासमोर दुकानातील पाकिटं खपतील की नाही, हा प्रश्न. प्रत्येक जण आपापल्या भीतीच्या हातातलं बाहुलं बनलेला भासत होता. आणि त्या भीतीवर मात करण्यासाठी एकमेकांजवळ हसणं, बोलणं, मारामाऱ्या, भांडणं करणं हे सगळं चाललं होतं.

त्याला अचानक आईची आठवण आली. इथल्या अशा वातावरणामुळे मुलाला दूर ठेवण्याचं भय तिला वाटत होतं. त्याच्यावर लक्ष ठेवणाऱ्या मावशीलाही भय होतं, मुलांना वेश्येची पोरं म्हणणाऱ्या पोलिसाला भय होतं, तसंच पोलिसाला शिव्या घालत पळणाऱ्या दादालाही. सगळ्यांनाच कशाची ना कशाची भीती आहे, असं वाटत असताना मुन्नाच्या मनात आलं, की आजच भेटलेला बाबाही भीतीपासून दूर नाही. धावत जाऊन आईला भेटून येण्याचीही त्याला भीती वाटू लागली.

मुन्ना अस्वस्थ झाला. त्याच्या मनातली भीती क्षणाक्षणाला वाढू लागली आणि आता इथे थांबणं नको, असं वाटून त्यानं तेथून पळायला सुरुवात केली. वाटेत ठेचकाळून पडता पडता सावरत, दुप्पट वेगाने धावत, कुठेही न थांबता तो चाळीजवळ येऊन पोहोचला. त्याला धाप लागली होती. चाळीत मावशी नव्हती, पण समोरच नेत्रा बसली होती.

"मुझे.... मुझे बहुत डर लग रहा है." नेत्राकडे पाहत तो जोरात ओरडला. त्याला धड बोलताही येत नव्हतं. चाळीत पोहोचल्यावरही भीती कमी झाली नव्हती. आई त्याला समजवायची, शांत करायची तशी अपेक्षा तो नेत्राकडून करत होता; पण तसं काहीच घडत नव्हतं. त्याला रडू कोसळलं. असहाय्यपणे तो ओरडला,

"ए घुबडे, मला खूप भीती वाटते आहे." त्यानं ओरडून सांगूनही तिला काहीच फरक पडला नाही. ती तशीच बघत बसली. आता मुन्नाला राग आला. "मी खूप घाबरलोय. ऐकते आहेस ना?" हाताच्या मुठी वळवत, दातओठ खात तो ओरडला. त्याचं अंग थरथरत होतं. नेत्रानं त्याच्याकडे पाहिलं आणि काही न बोलता पाठ फिरवून ती तेथून निघून गेली. "अम्मा," असं किंचाळत तो वर जाऊ लागला. त्याच्या डोळ्यांतून अखंड अश्रू वाहत होते. तो पटकन अंथरुणात शिरला व त्यानं आपली चादर अंगाभोवती लपेटून घेतली. तरीही ना भीती कमी झाली ना डोळ्यांतलं पाणी थांबलं. निष्प्राण डोळ्यांनी तो भिंतीकडे पाहू लागला. त्याला तेथे पुन्हा चित्र दिसू लागली. चौदाव्वी गल्ली, सिगारेटचा दर्प, दलाल, पानाच्या-चहाच्या टपऱ्या, आईची कोठी, रक्त, आणि रेडिओवरची गाणी. त्याच बाजूला त्याला कुटुंबाचं चित्र दिसलं. आई-बाबा, आणि तो. हे चित्र दिसल्यावर त्याची भीती कमी होऊ लागली आणि रडणंही आटोक्यात आलं. तोंडावरून चादर घेऊन तो ते चित्र पाहत रमला असता त्याला खालून आवाज ऐकू आला. कोणी तरी धडाधड जिना चढून वर आलं. "हो झोपतो," कानावर आलं; पण मुन्नानं पांघरुणाबाहेर डोकावून पाहिलं नाही.

दोन

बाबाने यायला आज खूपच उशीर केला. मुन्ना कधीपासून आईच्या कोठी बाहेर वाट पाहत उभा होता. एक तर रात्री किती वेळा तो झोपेतून घाबरून उठला होता. सकाळीही अजिबात उत्साह नसताना बाहेर पडून त्याने भीत भीत या गल्लीत पाऊल टाकलं होतं.

गल्लीनं मात्र त्याचं नेहमीप्रमाणे स्वागत केलं होतं. तेही रात्रीच्या घटनांचा थांगपत्ताही लागू न देता आणि रात्रीची रहस्य न उलगडता. बाबाला बघून त्याचे डोळे चमकले. तिला, ''थांब, येतो'' असं नजरेनं खुणावून आल्या आल्या त्याने मुन्नाला उचलून घेतलं आणि मिठाईचा मोठा पुडा त्याच्या हातात ठेवला.

''हा सगळा माझ्यासाठीच ना?''

त्यानं तोंडाचा आ वासून विचारलं. ''थोडा खाऊ तुझ्या मित्रांनाही दे,'' असं म्हणत, मुन्नाला घेऊन तो माणूस भराभर चालत चौदावी गल्ली ओलांडून मशिदीच्या दिशेनं निघाला. एकीकडे रात्री काय काय घडलं, ते त्याला सांगावं असं वाटत असतानाच, त्याच्या सुरक्षित सहवासात, मनातल्या भीतीबद्दल काही बोलावं असं मुन्नाला वाटलं नाही. मशिदीबाहेरच्या कट्ट्यांवर आपल्या शेजारी मुन्नाला बसवून त्यानं खिशातून एक काळ्या रंगाचं घड्याळ बाहेर काढलं. त्याला समजतील असे आकडे असणारं, असलं घड्याळ फक्त कुंभारवाडा गल्लीतल्या मोहन जवळ होतं. एवढं मोठं घड्याळ मुन्नाच्या हातावर बांधल्यावर त्याचा खुललेला चेहरा पाहून बाबाला हसू आलं.

''आकडे वाचता येतात ना? आता किती वाजले सांग बरं.''

''हो येतात ना. बारा वाजून पंधरा मिनिटं.'' मुन्नानं लगेच उत्तर दिलं.

''शाब्बास, अक्षरं लिहिता-वाचता येतात ना?''

असं विचारल्यावर मुन्नानं अजूनपर्यंत झालेल्या व आता चालू असलेल्या

अभ्यासाविषयी त्याला सगळं सांगितलं. त्याचा हात धरून, शेजारी बसून, त्याचं बोलणं लक्ष देऊन ऐकणाऱ्या बाबाविषयी प्रेमाचं भरतं येऊन 'बाबा' असं म्हणून मुन्नानं त्याला मिठी मारली. आपण ज्याच्याजवळ बोलतो आहोत, तो दुसरा-तिसरा कोणी नसून, आपला बाबा आहे, ही भावना नव्यानं निर्माण झाली. मिठाई, घड्याळ या गोष्टी मुलांना बाबांशिवाय कोण देणार? दोन-पाच मिनिटं त्याच्याबरोबर बसून, 'उद्या येतो,' असं म्हणत बाबा जायला निघाला.

''तुम्हा दोघांनाही लवकरच इथून बरोबर घेऊन जाईन. या घाणीत, नरकात राहणं पुरे आता.''

कुठे आहे घाण? मुन्नाला कळेना. तो सभोवती पाहू लागला. भरून वाहणारी गटारं आणि कचऱ्याचे ढीग त्याच्या नजरेला पडले; पण या गोष्टीशिवाय कामाठीपुऱ्यातले रस्ते कसे दिसतील, याची कल्पनाही त्याला करता येत नव्हती. त्यानं मागे वळून पाहिलं, बाबा त्याच्यापासून बराच दूर गेला होता. नंतर मुन्ना आईकडे गेला. तिने हसत हसत विचारलं,

''काय रे, माझ्याकडे येण्यापेक्षा बाहेर थांबून वाट पाहायला आवडतं वाटतं?''

''काल रात्री तुझ्या कोठीच्या बाहेर आलो होतो.''

असं म्हणून त्यानं दोन्ही हात पुढे केले. तो खोटं बोलणारा नव्हता; पण काही तरी लपवत असावा. त्याचं बोलणं सतत खोकत असलेल्या तिनं नीट ऐकलं नाही, पण तिचं लक्ष त्याच्या हातातल्या मिठाईकडे गेलं. बॉक्स उघडून तिनं तेथे असलेल्या सर्वांना मिठाई वाटली. तोंडात भरपूर मिठाई कोंबून, पलंगावर बसून मुन्ना घड्याळाकडे बघत बसला असता आईनं त्याला मांडीवर घेतला. पण तेवढ्यात तिला इतकी ढास लागली, की तिनं त्याला मांडीवरून उतरवून परत पलंगावर बसवला. काही वेळ मन लावून घड्याळाकडे पाहून झाल्यावर त्यानं मान वर केली. आई भिंतीकडे तोंड करून खोकत होती. त्याच वेळी मावशी दीपाला हाक मारत आत आली,

''ए दीपा, तो आलाय. तुला भेटायचंय म्हणतोय.''

हे ऐकल्यावर खोलीतल्या सगळ्या बायांनी दीपाकडे माना वळवल्या. दारापासून जरा लांब असलेल्या आपल्या पलंगावर दीपा झोपली होती. तिची झोप अजून पूर्ण झाली नव्हती. डोळे अर्धवट उघडून तिनं चिडून विचारले,

''कोण? तो म्हातारा का?''

''होय,'' तिच्या जवळ जात मावशी म्हणाली.

''ही एक कटकटच झाली आहे. मी त्याच्याबरोबर जाणार नाही, असं सांगूनही पुन्हा पुन्हा येऊन का त्रास देतोय हा?'' वैतागून ती उठून बसली.

''काय माहीत? आत बोलावू का त्याला? बाहेर थांबून सारख्या तुला हाका

मारतो आहे. घरवालीला सांगायला गेला तर तुलाच बाहेर काढायची ती.''

मावशीच्या या बोलण्यावर 'हू' असं करून तिनं अंगावरची चादर कोपऱ्यात भिरकावली आणि ती उठून उभी राहिली. तिनं केस आवरून बांधून टाकले तेव्हा सगळ्या बाहेर जाऊ लागल्या. पण दीपा म्हणाली की...कोणीही बाहेर जायची गरज नाही. म्हाताऱ्याबरोबर काय असं घडणार आहे.... दुसऱ्या क्षणाला केस आणि दाढी पांढरी शुभ्र झालेली एक व्यक्ती आत आली. त्याचं तोंड सुरकुतलेलं होतं आणि त्यानं घातलेले कपडेही जुनाटच दिसत होते. असा कसा हा म्हातारा? मुन्ना विचार करू लागला. इतक्यात तो म्हातारा बोलू लागला...

''तुला किती वेळा सांगायचं? मला ओळखतच नसल्यासारखी का वागतेस?'' आवाज चढवत तो म्हणाला.

''तुला किती वेळा सांगायला हवं, की तू कोण आहेस मला माहीत नाही. मी तुला ओळखत नाही..'' दीपा संतापली.

''तू खोटं बोलत आहेस. तुला बरोबर आठवतं आहे; पण तू विसरल्याचं नाटक करत आहेस. सगळं आठवतंय तुला.''

''दिवसाला दहा गिऱ्हाइकं येतात. तू कोण मोठा महाराजा लागून गेलास की तू लक्षात रहावास?'' तिचा आवाज चढला होता.

''दीपा, मी गिऱ्हाईक नाही. मी तुझा बाप आहे. माझी ओळख...''

त्याचं बोलणं पुरं होण्याआधीच तिथलाच एक गडू हातात घेऊन तो तिनं त्याच्या दिशेने जोरात भिरकावला. त्याची कड त्याच्या कपाळाला लागून तिथं रक्ताची एक रेष उमटली; पण तो शांतच होता.

''तोंड बंद कर. माझं नाव सुद्धा घेऊ नकोस. वीस वर्षांपूर्वी मला घरवालीला विकून टाकलंस, तेव्हा बाप आहेस हे विसरला होतास का चांडाळा?''

कमरेवर हात ठेवून त्याच्यासमोर उभी राहत ती जोरजोरात विचारू लागली. येणारं रडू तिनं प्रयासाने थांबवलं होतं. दोन्ही हातांनी त्याची कॉलर पकडून ती बोलू लागली,

''आता कुठच्या तोंडानं आला आहेस? आणि मी तुझ्याबरोबर घरी येईन, असं तुला वाटलंच कसं? चालता हो इथून. परत इथे दिसलास तर दलालाला बोलवून घेईन. चल नीघ.''

असं म्हणून कॉलर पकडलेली असतानाच तिनं त्याला पाठीमागून ढकलून दिलं. तोल जाऊन तो पडणार होता; पण वाचला. त्यानं मदतीसाठी आजूबाजूला पाहिलं पण सगळे आपल्या कामात गुंतलेले दिसत होते. पुन्हा काही तरी बोलण्यासाठी त्याने तोंड उघडलं, पण तिनं त्याला दम भरला.

''आता तोंडातून एक शब्द काढलास तरी तुझं काही खरं नाही. पहिला बाहेर

हो. पुन्हा इथे पाऊल टाकू नकोस...'' तो नाइलाजाने परत फिरल्यावर धाडकन दार लावून ती पलंगावर बसली.

''तिन्ही त्रिकाळ प्यायलेला असतो हा. आईनं घरकामं करून आम्हाला वाढवलंय. हा रात्री घरी आला, की राडा सुरू व्हायचा. आईला खूप मारायचा. आम्ही तीन बहिणी. मी सगळ्यात मोठी. एक दिवस आई घरात नसताना, ''चल, तुला नवे कपडे घेऊन देतो,'' असं सांगून मला घराबाहेर घेऊन गेला आणि जबरदस्तीनं इथे आणून सोडलं यानं. एकाला सांगितलं आहे, तो कपडे आणून देईल. तू बस, मी लवकरच येतो... असं सांगून निघून गेला. रात्रभर फक्त रडत बसले होते. सगळे माझ्याजवळ निर्दयपणे वागत होते. मावशी, त्यावेळी तू मला समजावलं होतंस. पंधरा दिवसांनंतर एका श्रीमंत माणसाला मला दाखवण्यात आलं. त्याला नवीन कोवळी पोरगी हवी होती म्हणे. तिथंच सुरुवात झाली. या वीस वर्षांत किती गिऱ्हाइकं झाली असतील ती कुणी मोजलीत? पण वडील आहे, असं सांगत तो यायला लागला ना तेव्हापासून खूप त्रास व्हायला लागला. आयुष्याच्या पुस्तकातला हिशेब आपल्या डोक्यात कधीच शिरला नाही, या गोष्टीचंच अधिक वाईट वाटतं.''

दीपा आपल्या कळाहीन नजरेनं दरवाज्याकडे पाहत बोलत होती, तेव्हा सगळ्या निःशब्द झाल्या होत्या.

''मी काय सांगते ते कळतंय ना मावशी?''

दीपानं विचारल्यावर हो म्हणत मावशी तिचे हात हातात घेऊन तिला सावरत, तिच्या शेजारी बसली.

आईकडून परत आल्यावर मुन्नानं बराच वेळ घड्याळ पाहण्यात घालवला. त्यातील तास काटा आणि मिनिट काटा कसा फिरवायचा, ते शोधून काढायला बराच वेळ जाणार होता. तो घड्याळात गुंग झालेला असताना खालून गोंगाट कानावर आला. आधी नीट ऐकू येत नव्हतं; पण नंतर मावशीचा रागीट आवाज येऊ लागला.

''वैशाली, अलीकडे तू खूप बदलली आहेस. मी दीदीजवळ बोलले आहे. तिच्या माहितीतली एक संस्था तिकडे मुंबईला आहे. तुला तिकडेच पाठवायचं आहे. तुझी आईही तयार आहे तुला पाठवायला. चल, तयारी कर.''

''मी कुठेही जाणार नाही.'' ती हटवादीपणानं म्हणाली. तिची बोलण्याची तऱ्हाच अशी होती.

''जाणार नाही म्हणजे काय? इथे राहून काय चाललेलं असतं तुझं? सकाळपासून रात्रीपर्यंत सगळ्या गल्ल्या पालथ्या घालत फिरत असतेस.'' सहनशक्ती संपून मावशी म्हणाली.

"धंद्यालाच लागते आता, आईसारखी."

तिचं बोलणं संपायच्या आत जोराचा आवाज आला. बहुधा कानफटात बसली असावी. पाठोपाठ 'आई' असं जोराचा रडण्याचा आवाज. मुन्नानं घड्याळातून डोकं वर काढून पाहिलं. मावशीने आजपर्यंत असं कोणाला मारलेलं ना त्यानं पाहिलं होतं ना ऐकलं होतं. इतक्यात चिडलेल्या वैशालीचा आवाज त्याला ऐकू येऊ लागला.

"मावशी, तुला किती मारायचं आहे तितकं मार. मी धंद्याला लागणार म्हणजे लागणार. त्या दीदीबरोबर पाठवायचा प्रयत्न जरी केलास ना तरी कुठे तरी पळून जाईन. हवी तेवढी गिऱ्हाईकं मिळतील मला. घंटा, हाफ नाइट, फूल नाइट मला सगळं माहीत आहे. चांगला धंदा करून रोकडा कमवीन तेव्हा बघत राहशील. हो, जा आणि माझ्या आईला सांग हे सगळं." ओरडत, किंचाळत भराभर पावलं टाकत ती निघून गेल्याचं त्याला कळलं.

"या मुलीला झालंय तरी काय? आमच्यासारख्यांच्या नशिबात हेच असावं. कोणाच्या तरी जाळ्यात फसून अडकली तर काही केल्या बाहेर पडता येणार नाही, तडफडत आयुष्य काढावं लागेल. इतकी वर्षं या धंद्यात काढली; पण शेवटी चार पैसे सुद्धा गाठीला उरले नाहीत. घरवाली कोठीचं यजमानपण देत असतानाही त्यासाठी नकार दिला. असलं आयुष्यच ऐषआरामाचं वाटत होतं तेव्हा. हा धंदा घाणेरडा असला, तरी सोडून द्यावा असं वाटत नव्हतं. असं असताना तू तरी हे सगळं का नाकारशील? आता या वयात आपलं पोट भरण्याकरिता तुम्हा सगळ्यांना जेवूखाऊ घालायची जबाबदारी घेतली मी. अंग दुखेपर्यंत कष्ट करून तरी समाधान मिळतंय का? तर नाही. त्यातच या मुलांना सांभाळणं. बाकी सगळे बरे आहेत, पण ही वैशाली मात्र... तिला सांभाळायला हवी असं हिची आई म्हणत असते, पण रक्तातला गुण कुठे जाणार? कुठल्या फालतू माणसाचं बीज आहे, कोण जाणे."

बोलता बोलता मावशी अचानक बोलायची थांबली. नंतरही बराच वेळ तिचा आवाज आला नाही. आता रात्री भिंतीकडे तोंड करून झोपल्यावर दिसणाऱ्या चित्रात मुख्य होतं ते घड्याळ. मुन्नाने ते कोणालाही न दाखवता एका पिशवीत लपवून ठेवलं होतं. झोपताना बराच वेळ तो ते सारखं चाचपून पाहत होता.

दुसऱ्या दिवशी दुपारी मुन्ना मोठ्या उत्साहानं आईच्या कोठीबाहेर वाट पाहत उभा राहिला होता. घड्याळासंबंधी कळलेल्या सगळ्या गोष्टी त्याला बाबाला सांगायच्या होत्या. आणखी काही नवीन माहिती करून घ्यायची होती. तो घड्याळ हातावर बांधूनच आला होता. अर्धा तास वाट पाहूनही बाबा आला नाही. आणखी काही वेळ गेल्यावर त्याला कंटाळा आला व त्यानं आईच्या कोठीचा दरवाजा

वाजवला. दरवाजा उघडला, पण आई व मावशी दोघीही आत नव्हत्या. विनोदची आई त्याला म्हणाली,

"तुझ्या आईला व मावशीला घरवालीने वर बोलावलं आहे. त्यांना यायला उशीर होईल. तू चाळीत परत जा कसा."

पण मुन्ना तेथून जायला तयार नव्हता. नंतर सगळ्याच जणी त्याला जायला सांगू लागल्या. पण कोणाचंही न ऐकता त्यानं तिथेच थांबायचं ठरवलं आणि तो पलंगावर चढून बसला. आईची वाट पाहता पाहता त्याला शेवटी झोप लागली. बऱ्याच वेळानं धाडकन दरवाजा उघडला व आधी मावशी आत आली. तिच्या मागोमाग आत येणाऱ्या आईकडे तो डोळे चोळत पाहू लागला. ही आपली आईच आहे का? विस्कटलेले मोकळे केस, ठिणगीसारखे लाल डोळे आणि डोळ्यांबाहेर पसरलेलं काजळ. ती आत येऊन पलंगाच्या एका बाजूला बसली असता तो घाबरून पूर्ण भानावर आला.

"आमचं म्हणणं कुठे ऐकतेस तू? तुझ्या केसाला जरी धक्का लागला ना, तरी तिचंच नुकसान होणार. त्यामुळे तुला काही करणार नाही ती. पण त्याचं काय करतील कोणास माहीत. कुणाचाही जीव घ्यायला तयार असलेले गुंड कमी आहेत का या कामाठीपुऱ्यात?"

मावशीचं बोलणं ऐकून आईनं चेहरा ओंजळीत लपवला. सगळ्यांच्या डोळ्यांत भीती दिसत होती. विनोदची आई म्हणाली,

"काल संध्याकाळी इथं त्याला अडवून मारलं म्हणे. कोठीत पाय टाकू दिला नाही त्याला. रस्त्यात सगळीकडे रक्त पसरलेलं होतं म्हणतात. त्यानंतर काय झालं माहीत नाही."

हे ऐकून आई ओक्साबोक्शी रडू लागली. मधूनच तिला खोकल्याची उबळ येत होती.

"तिकडे घरवाली प्रश्न विचारत होती, तेव्हा तुला खोटं सांगता येत नव्हतं? मी एक सांगत होते आणि ती वेगळंच भलतंच बोलत होती. सत्य बोलण्याची प्रतिज्ञा घेतलेल्यांनी या धंद्यात यायचंच कशाला म्हणा? प्रेम करून या बिचारीला अडचणीत आणलं आणि आता स्वतः यातना अनुभवतोय."

आईकडे पाहत मावशी रागारागात बोलू लागली. सगळ्या आईकडे सहानुभूतीनं पाहत होत्या. आईचं रडण थांबत नव्हतं. काही वेळानं मावशीचं मन विरघळलं.

"चंद्रा, मी आहे ना, काळजी करू नकोस. पण तो जिवंत आहे की नाही, हे आधी पाहायला हवं आहे."

हे ऐकून आई उठून बाहेर धावली. तिच्या मागोमाग गेलेली मावशी एका मिनिटातच परत आली.

"पुन्हा वर गेली आहे. घरवाली आपल्या प्रामाणिकपणाची किंमत आपल्याला देईल असा भ्रम आहे तिला." असं बडबडू लागली.

"नेहमी भेटायला येणाऱ्या त्याचं आपल्यावर खरं प्रेम आहे, असंच हिला वाटतंय. बरोबर घेऊन जाईल आणि चार दिवसांत हाकलून देईल. त्यापेक्षा चांगला चोप देऊन त्यालाच इथून हाकलून दिला तर ते जास्त बरं होईल, असं मला वाटतं." विनोदची आई म्हणाली.

"नाही, तो तिचा गाववाला आहे. आधीची ओळख आहे त्यांची. तसा चांगला वाटतो आहे."

दीपाच्या बोलण्यानंतर त्यांच्या बोलण्यावर पडदा पडला. खूप वेळ झाला तरी आई परत आली नव्हती.

"मुन्ना, आता तू परत जा. उद्या ये हा." सगळे त्याला घालवायचा प्रयत्न करत होते, "पण बाबा उद्या येईल ना?" तेथील परिस्थिती पाहून घाबरलेल्या मुन्नानं विचारलं.

"हा बाबा कोण? इतके दिवस येत होता तो? असा समोर दिसेल-भेटेल तो बाबा नसतो. तो तुझा जन्मदाता बाप नाही. आईचं लग्न झालं तर वेगळी गोष्ट. पण आता तसं होणार नाही. तू याचा विचार करू नकोस. इतके दिवस राहत आहेस ना तसंच पुढेही राहायचं आहे. शहाणा आहे बाळ माझा. चल, आपण चाळीत जाऊ या. मी पण येते."

बाकीच्यांना डोळ्यांचा इशारा करून मावशीनं त्याला बळेच बाहेर काढला. तिनं जेवायला दिलं; पण त्याला जेवायची इच्छाच नव्हती. आपल्याला घड्याळ देणारा आपला बाबा नाही, हे त्याला पटत नव्हतं. एका हातानं आपल्याला उचलून घेऊन एका हातानं आईला जवळ घेणारा तो, त्यानं स्पष्ट सांगितलं नव्हतं, आणि त्याला कसं विचारावं, हा मुन्नाला पडलेला प्रश्न होता. पण आईच्या डोळ्यांतलं समाधान, तृप्ती हे त्याचं उत्तर नव्हतं का? दुपार टळून संध्याकाळ व्हायला लागली. आपलं मन सांगतं तेच बरोबर आहे, याची त्याला खात्री होती, तरीही मावशीच्या बोलण्यामुळे त्याच्या मनातला गोंधळ वाढला होता. आता आईलाच विचारून टाकू, असं मनाशी ठरवून तो खाली उतरू लागला. तेवढ्यात मावशीनं त्याला हटकलं.

तिला, एका मिनिटात परत येतो असं सांगून, तो पळत पळत आईच्या कोठीजवळ आला. झोपलेली आई तो जवळ गेल्यावरही उठली नाही. डोळ्यांच्या इशाऱ्यांनीच त्याला जवळ बोलावून त्याचा छोटासा उजवा हात हातात घेऊन ती डोळ्यांतून पाणी गाळू लागली. त्याचा हात त्या अश्रूंनी भिजून गेला होता. काय झालं असावं, याची त्याला थोडीशी कल्पना आली. उत्तर मिळण्याचा भरवसा

नसतानाही, त्यानं त्याच्या मनात सलणारा प्रश्न तिला हळू आवाजात विचारलाच.

"अम्मा, म्हणजे तो माझा बाबा नाही?" पाण्यानं भरलेले त्याचे डोळे पाहून तिला अधिकच रडू आलं.

"मुन्ना, ते तुझे जन्मदाते वडील नाहीत."

तिनं दिलेलं उत्तर हे त्याच्या प्रश्नाचं उत्तर नव्हतंच. अथवा त्याला त्याचा अर्थ कळला नव्हता....हेच तर मी विचारतो आहे ना. शेवटी तो माझा बाबा आहे की नाही? आईला आता तिची चूक कळून चुकली होती.

"नाही मुन्ना, ते तुझे बाबा नाहीत."

तिनं सावकाश, एकेका शब्दावर भर देत उत्तर दिलं. हे ऐकून मुन्ना कोलमडून गेला.

"पण मग त्यांनं दिलेलं घड्याळ..., मिठाई... मला उचलून घेणं? आपल्याला इथून घेऊन जाऊ, असंही म्हणाला होता तो माणूस. त्याचं काय?" असं म्हणत मुंन्नानं आपले ओठ घट्ट मिटून घेतले.

"आपल्याला ते इथून घेऊन गेले असते तर ते तुझे बाबा झाले असते. त्यांनी खूप प्रयत्न केले; पण ते त्यांना साध्य झालं नाही."

आई तिच्या थकलेल्या डोळ्यांनी त्याच्याकडे पाहत म्हणाली. ही काय भानगड आहे? न सुटणारा गुंता सगळा. मुन्ना वैतागून गेला. हा शेवटचा प्रश्न असल्यासारखं त्यानं विचारलं,

"तर मग माझा खरा बाबा कोण आहे?" तो मनातून खूप दुःखी झाला होता. डोळे सारखे भरून येत होते.

"माहीत नाही बाळा, कामाठीपुऱ्यात जन्मलेल्या कोठल्याही बाळाला त्याचा खरा बाप कोण आहे, ते कधीच कळत नाही."

असं सांगणाऱ्या आईच्या अंगात आता त्राण उरलं नव्हतं. "मुन्ना, आईचा जीव एवढा का पिळून काढत आहेस? बरं नसल्यानं ती झोपून आहे, हे तुला दिसत नाही का?"

विनोदची आई तयार होऊन बाहेर जाता जाता रागानं त्याला म्हणाली. ती रागावल्यामुळे मुन्ना तेथून निघाला.

विचारण्यासारखं आता काही उरलं नव्हतं. आईच्या हातातला हात सोडवून घेत तो निघाला तेव्हा क्षीण आवाजात ती म्हणाली,

"ते असते तर खऱ्या बाबांपेक्षाही जास्त प्रेम दिलं असतं त्यांनी तुला मुन्ना. बाबा होण्यासाठी जन्मच द्यायला हवा असं नाही."

त्यानं वळून तिच्याकडे पाहिलं तेव्हा तिचे डोळे मिटत आले होते. तो रस्त्यावर येऊन उभा राहिला. शर्टच्या बाहीनं पुन्हा पुन्हा पुसूनही डोळे परत भरून

येत होते. रस्त्यावरची गर्दी वाढत होती. कामाठीपुरा हळूहळू गजबजू लागला होता. एकेक दुकान उघडू लागलं होतं. हातात सायकलची चेन आणि तोंडात सिगारेट असलेले दलाल गिऱ्हाईकच्या शोधात फिरू लागले होते. त्याला बाबा आहे; पण कोण ते माहीत नाही. आता मिळाला होता तो खरा बाबा नव्हताच. पण त्याला माझा बाबा व्हायचं होतं. या कामाठीपुऱ्यानं त्यांना तशी संधी मिळू दिली नाही. त्याच्या दृष्टीनं तो त्याचा बाबाच होता. अनिल, विनोद, वैशाली, नेत्रा कोणालाच बाबा नव्हते. परंतु कामाठीपुऱ्याला त्याच्याशी काहीही देणं-घेणं नव्हतं. रोज संध्याकाळी तेथे होणारी गर्दी, तेथील शेकडो लोकांची वर्दळ, पानपट्टीवाला, चायवाला यांची लगबग, पाकिटांची होणारी विक्री या सगळ्या गोष्टींचं कामाठीपुऱ्याला सोयर-सूतक नसायचं. मुन्नाचं दुःख, त्याच्या आईचं रडणं याच्याशी कामाठीपुऱ्याचा काहीही संबंध नव्हता.

दुपारच्या वेळी झोपेत असणाऱ्या सगळ्या कोठ्या आता जाग्या झालेल्या राक्षसासारख्या हात-पाय झटकताना दिसत होत्या. त्याच्या उजवीकडची कोठी डोळ्यांतून आग ओकत होती, तर समोरची कोठी हात पसरून त्याला कवेत घेऊन गिळू पाहत होती. त्यानं आईच्या कोठीकडे पाहिले. ती कोठी तर जवळ येणाऱ्याला लाथा घालायला पाय वर उचलून उभी आहे, असं वाटत होतं. त्याला कळून चुकलं होतं, या सगळ्या कोठ्या राक्षसासारख्या होत्या. संध्याकाळ होताच, भुकेनं कासावीस होऊन भक्षासाठी जिभल्या चाटणाऱ्या राक्षसासारख्या. 'एकदम कडक माल. एकदा आत जाऊन पाहून तर घ्या.' असं म्हणत गिऱ्हाइकांना पटवून कोठीत पाठवणारे पंटर लोक गिऱ्हाइकांच्या पैशांवर भरपेट खाऊन झोपायचे ते दुसऱ्या दिवशी संध्याकाळी उठायचे, आणि उठायचे ते नवीन सावजाच्या शोधातच. बायांच्या मिळकतीत या पंटर लोकांचा वाटा असायचा.

आता इथे थांबलं तर हे वातावरण आपल्याला गिळून टाकील, असं मुन्नाला वाटू लागलं. परवा इथे आलो त्या वेळी वाटलेल्या भीतीचं कारण अचानक स्पष्ट झालं होतं. पुन्हा या वेळेला इथे पाऊल टाकायचं नाही, असं त्याने ठरवून टाकलं आणि जोरात पळायला सुरुवात केली. अंगातली घसरणारी चड्डी वर ओढून घेत तो पळू लागला. त्या कोठीतल्या सगळ्या बाया, अगदी आईसकट त्या राक्षसाच्या दासी आहेत आणि त्याच्या बंधनात अडकलेल्या आहेत, याचा अर्थ त्याला अचानक समोर आला आणि त्यांना यातून सोडवलंच पाहिजे, ही भावना त्याला टोचू लागली. तो क्षणभर तेथेच उभा राहिला. आपण असहाय्य आहोत, असं वाटून त्याला रागही आला आणि रडूही आलं. त्यानं एक दगड उचलला आणि राक्षसाच्या दिशेने भिरकावला; पण तो लागला नाही. मग दुसरा ..तिसरा... तो दगड फेकतच होता. पण अचानक, "ए भडव्या, काय करतो आहेस?" असं कोणी तरी ओरडलं.

त्यानं शेवटचा दगड जोरात भिरकावला आणि तो तेथून पळाला. वाटेत दगडाला अडखळला, ठेच लागली पण न थांबता तो पळत होता. चौदावी गल्ली ओलांडण्याच्या वेळी त्यानं धावण्याचा वेग अधिकच वाढवला. आतल्या आत सुरू असलेल्या रडण्याचा आवाज वाढून बाहेर फुटू पाहत होता.

रडत रडत, धावत मुन्ना चाळीजवळ आला. दारात वैशाली उभी होती. तिला ढकलून वर चढून तो कोपऱ्यात जाऊन बसला, त्या वेळी त्याचा श्वास घशात, पाणी डोळ्यांत आणि आवाज गळ्यातच अडकला होता. खूपच दुःखी, बेचैन झाला होता तो. त्या अंधूक प्रकाशात ती मागून येऊन त्याच्या समोर उभी राहिली. ‘‘इतका का थरथर कापत आहेस?’’ तिनं विचारलं. ‘‘भीती’’ त्याला इतकंच बोलता आलं. ‘‘भीती वाटण्यासारखं काही नाही त्यात. चल, मी दाखवते तुला.’’ असं म्हणून तिनं आपला परकर काढून टाकला आणि त्याला वर उठवलं. ती काय करत आहे हे न कळून, तो विरोध करू लागल्यावर तिनं त्याच्या चड्डीवरची पकड अधिकच घट्ट केली. ‘‘सोड, सोड. वैशाली. तो सर्व शक्ती एकवटून ओरडू लागला. त्याचं काही न ऐकता ती त्याचे कपडे काढण्याचा प्रयत्न करू लागली. ‘‘गप्प बस. तुझी सगळी भीती निघून जाईल, बघ.’’ असं म्हणून तिनं त्याला अंगाशी दाबून धरला. ‘‘आई’’ तो हतबल होऊन किंचाळू लागला; इतक्यात अचानक कोणी तरी येऊन त्याला बाजूला ढकलून दिलं आणि ती व्यक्ती सटासट वैशालीच्या थोबाडीत लगावू लागली. वैशाली आपला भला मोठा परकर अंगावर गुंडाळत कशीबशी बाहेर पळाली. मुन्ना थरथरत भिंतीकडे तोंड करून बसत आपलं रक्षण करणारी व्यक्ती कोण आहे, ते पाहू लागला.

नेत्रा. ती नेत्रा होती. त्याच्या शर्टची बटणं लावून, त्याच्या डोक्यावरून हात फिरवत, त्याचे डोळे पुसत त्याला सावरायचा प्रयत्न करत नेत्रा त्याच्या जवळ बसली. त्या अंधारात तिच्या डोळ्यातल्या भावना त्याला दिसत नव्हत्या; पण त्यात आईच्या डोळ्यांत असणारी माया असावी, ही त्याची कल्पना खोटी असण्याचं कारणच नव्हतं. त्याच्या मनावर उठलेल्या चऱ्यांमुळे तो अत्यंत दुःखी होऊन रडत असतानाच नेत्रानं त्याचं डोकं आपल्या मांडीवर घेतलं व त्याच्या पाठीवरून हात फिरवत ती त्याला शांत करू लागली. त्याच्या अश्रूंनी तिचे कपडे भिजले होते व त्याचा गारवा त्याच्या गालांना बराच वेळ जाणवत होता.

‘‘मुन्ना, कुठे आहेस रे? कुठे कुठे शोधत फिरायचं तुला.’’

असा आरडाओरडा करत मावशी वर आली. तिला, ‘‘पापडू इक्कड ऊंनाडू’’ असं काहीतरी आपल्या भाषेत सांगणाऱ्या नेत्राचा आवाज कानाला गोड वाटत होता...जेवून घे. चल लवकर..असं सांगून मावशी खाली गेली, तरी तो हलला नाही. नेत्रानंही त्याला उठवायचा प्रयत्न केला नाही. पाच मिनिटं वाट पाहून

मावशी वर आली व तिनं मुन्नाच्या कपाळावर हात ठेवला. त्याचं अंग तापलं होतं. मावशी घाबरून गेली.

"आधी तुझ्या डोक्यातलं हे नसतं खूळ काढून टाकायला हवं. का असं काही तरी विपरीत करायला जातोस?" असं म्हणत मावशीनं त्याला जवळ घेतलं.

काही वेळानं मावशीनं जेवायला बोलावल्यावर, त्याचा हात धरून हळूहळू जिना उतरणाऱ्या नेत्राला थांबवून तो म्हणाला, "नेत्रा तू माझी आई आहेस...? तेव्हा ती हसली. खालच्या बल्बच्या उजेडात तिचा चेहरा त्याला स्पष्ट दिसत होता. चमक असलेले डोळे, गालावर खळ्या. आश्चर्यानं तो पाहतच राहिला. खालच्या पायरीवर पोहोचलेल्या मावशीनं पुन्हा हाक मारल्यावर ती दोघं पटपट खाली उतरू लागली. त्यानं आग्रह केला म्हणून नेत्रा आज इथेच जेवली. ती जाईपर्यंत तिच्या गालावरची खळी त्याचं लक्ष वेधून घेत होती. त्या रात्री भिंतीवर चार चित्रं होती. रस्त्यात पसरलेलं बाबाचं रक्त, आईची राक्षसी कोठी, वैशालीचा परकर आणि कुटुंबाचं चित्रं.... तो, आई आणि गालावरच्या खळीसह नेत्रा. तो बराच वेळ चुळबुळत जागा होता.

तीन

दुसऱ्या दिवशी सकाळी मुन्नाचं सगळं अंग दुखत होतं. तो हात-पायही हलवू शकत नव्हता. तापाच्या गुंगीतच होता तो. दादानं जवळ जाऊन त्याला हात लावून पहिलं तर मुन्ना तापानं फणफणला होता. त्यानं मावशीला हाक मारली.

"दवाखाना दहाशिवाय उघडणार नाही. चल, गार पाण्याच्या घड्या ठेवू कपाळावर. कालसुद्धा अंग गरम होतं त्याचं. गोळ्या दिल्या होत्या; पण उपयोग झाला नाही."

त्याला कळत होतं, की मावशी व दादा आपल्या जवळ आहेत. काही वेळाने आपल्याला कोणीतरी धरून नेत आहे, हेही त्याला जाणवलं होतं. कमरेला काही तरी जोरात टोचलं आणि त्यानं हळूच डोळे उघडले. त्याच्या जवळ डॉक्टर उभे होते. शिव्या घालत होते... "गटारगंगेत राहणाऱ्या मुलांचं दुसरं काय होणार? जेवण झाकून ठेवायचं असतं, हे माहीत तरी आहे का तुम्हाला? संडासला जाऊन आल्यावर साबण लावून हात धुतोस का?" त्यांनी विचारलं..... तो नुसता मान हलवत होता. साबण नव्हताच. किती वेळा नळालाही पाणी यायचं नाही. गडूभर पाण्यात काय काय धुणार? हाताला माती लावून, घासून चड्डीला हात पुसायचे...

"थू: घाणेरडी पोरं. अशा अस्वच्छतेमुळे भयंकर आजार होऊ शकतात. किती समजावून सांगा...."

ते बडबडत होते तेव्हा मुन्नानं डोळे मिटून घेतले होते. थोड्या वेळानं डोळे उघडले तर समोर नेत्रा दिसली. 'पाणी' असं म्हटल्यावर तिनं मांडीवर डोकं घेऊन पाणी पाजलं. मावशी म्हणाली,

"इकडे मुलाला ताप आणि तिकडे आईला. तुझा जरा कमी झाला आहे; पण ती तिकडे तळमळते आहे."

आईला भेटावंसं वाटत होतं; पण ते शक्य नाही, हे त्याला कळत होतं. बाबा

येऊन वाट बघत उभा असला तर? त्यानं निराशेनं अंथरुणावर हात आपटला. रात्री मावशी उशाशी बसून होती. तिनं औषध दिलं, पाणी दिलं, पेज भरवली. किती काळजी घेत होती ती. दुसऱ्या दिवशी उठायचं त्राणच नव्हतं अंगात. दादा एकदा येऊन उठवून गेला. एकदा तरी आईला पाहून यायला हवं असं वाटून डोळे उघडले, तर समोर नेत्रा दिसली....किती वाजले असतील? बाबा यायची वेळ झाली का? की आज वाट पाहून निघून गेला असेल तो? नेत्राला घड्याळ दाखवावं का? पण अंगात ताकदच नव्हती... आई कशी आहे विचारलं, तर नेत्रानं फक्त मान हलवली.

तिसऱ्या दिवशी सकाळी थोडं बरं वाटून मुन्ना उठून बसला. मावशीनं आणून ठेवलेल्या पावातला थोडा तुकडा खाऊन त्यानं औषधाच्या गोळ्या घेतल्या. नेत्रानं त्याच्या पिशवीतलं चित्रांचं पुस्तक काढलं व दोघं पुस्तक चाळू लागली; इतक्यातच मावशी धावत आली.

"मुन्ना, तुझ्या आईला दवाखान्यात नेणार आहेत. तुला भेटायचं आहे, असा सारखा धोषा लावला आहे तिनं. चल, आपण लगेच जाऊया."

तिचं बोलणं ऐकून त्याच्या हातातलं पुस्तक गळून पडलं. दादानं त्याला उचलून घेतलं व ते निघाले. ती राक्षसी कोठी आईला गिळून टाकणार नाही ना, असं वाटत होतं त्याला. दादा, मावशी बरोबर होते, तरी मुन्ना घाबरून गेला. आई तिच्या पलंगावर मलूल होऊन पडली होती. दादानं मुन्नाला आईच्या पलंगाजवळ आणून उभं केलं. "आईऽऽऽ" तो जोरात ओरडला, पण आई हलली नाही. मुन्नानं एका हाताने पलंगाची कड पकडली व दुसऱ्या हातानं त्यानं आईचे गाल पकडून तिचं तोंड आपल्याकडे वळवलं. तिचे मोठे डोळे मिटलेले होते. सगळी शक्ती एकवटून तो ओरडला, "आईऽऽऽ" तेव्हा तिच्या पापण्या किंचित उघडल्या. ती बोलायचा प्रयत्न करत होती; पण आवाज फुटत नव्हता. निस्तेज डोळ्यांतून अश्रू मात्र वाहत होते. बिचारा मुन्ना, काय बोलावं ते न कळून तिच्या गालावरून हात फिरवू लागला.

"आई, बाबा आला तर त्याला काय सांगू?"

असं विचारणाऱ्या मुन्नाच्या डोळ्यांतून अखंड आसवं गळत होती. तिनं डोळे मिटून घेतले तेव्हा आत साठलेलं पाणी बाहेर पडलं आणि त्याला अधिकच भीती वाटली. बाबा येईल असं सांगून तिची समजूत घालावी, असं त्याला वाटत होतं, पण बोलताच येत नव्हतं. त्यानं तिला चार-पाच हाका मारल्या; पण व्यर्थ. ती काहीच बोलत नव्हती. तो जमिनीवर पडून धाय मोकलून रडू लागला. त्याच्या हाता-पायांतलं बळच निघून गेलं होतं. दादानं त्याला धरून बाजूला केलं, आणि त्याच वेळी आत आलेल्या माणसांनी आईला उचलून बाहेर नेलं. मावशी जोरजोरात

रडत होती, बाकीच्या बायाही तोंडात पदर कोंबून रडत होत्या. मुन्नाचा चेहरा रडून रडून लाल झाला होता. त्यानं क्षणाक्षणाला मारलेली, 'आईऽऽऽ' अशी हाक जीवघेणी वाटत होती. त्याचं डोकं गरगरू लागलं आणि डोळ्यांसमोर एकदम अंधारी आली. त्यानं डोळे उघडले तेव्हा जवळ मावशी होती. आईची भयंकर आठवण येऊन तो कसाबसा उठून बसला; पण त्याचं डोकं भणभणत होतं. काही वेळानं त्यानं आईबद्दल विचारलं, तेव्हा शेजारी दीदी होती.

"आता कसं वाटतंय मुन्ना?"

दीदी त्याच्या डोक्यावरून हात फिरवत बसली होती. त्याच्या आवाजात व नजरेत भीती भरून राहिली होती. त्याला जवळ घेत दीदीनं सांगितलं.

"तिला हॉस्पिटलमध्ये नेलं आहे. मुन्ना, तुझी आई आता बरी होणं कठीण आहे. तू धीराचा मुलगा आहेस. मला माहीत आहे. समोर येईल त्या परिस्थितीला आपल्याला तोंड द्यायला हवं आहे."

'म्हणजे..म्हणजे.. आई मरणार की काय,' स्वतःशीच बोलल्यासारखा तो बोलला आणि त्याला काही तरी संपलं असल्याच्या भावनेनं घेरून टाकलं. दिवस उतरताना झोपलेल्या त्याला रात्र झाली तरी कोणी उठवलं नाही. त्या दिवशी चाळीतील कोणीच नीट झोपलं नव्हतं. मुन्ना उठून बसला तेव्हा शेजारी नेत्रा होती.

"नेत्रा, माझी आई कुठे असेल गं?" तिच्या मांडीवर डोकं ठेवून रडणाऱ्या त्याचं सांत्वन करणं नेत्राला कठीण जात होतं.

"मुन्ना, आता कुठे तुझा ताप उतरतो आहे. असा सारखा रडू नकोस. आम्ही सगळे आहोत ना तुझ्याबरोबर."

मावशीनंही किती समजावलं; पण उपयोग होत नव्हता. दोन दिवसांनंतर त्याला बरं वाटू लागलं. तो थोडा सावरल्यावर मावशी आणि दीदी यांनी त्याच्या आईची ट्रंक त्याच्या समोर आणून ठेवली.

"ही तुझ्या आईची इस्टेट."

ती जिवंत आहे का? असं त्यानं विचारलं नाही व ती जिवंत नाही, हे त्यांनी सांगितलं नाही. आता आपल्याला ही ट्रंकच आईच्या जागी असणार आहे, हे त्याच्या लक्षात आलं होतं. ही ट्रंक जवळ असताना त्याला शांत करायला, समजावायला आणखी कोणाचीही गरज नव्हती. दीदी व मावशी खाली उतरत असतानाच त्यांचं बोलणं मुन्नाच्या कानावर आलं... "देह आतून पोखरून टाकणारा हा आजार आणखी किती जणांचा जीव घेणार आहे, कळत नाही..." त्या रात्री मुन्नानं भिंतीकडे पाहिलंही नाही. त्याला भीती वाटत होती. आता कुटुंबाचं चित्र दिसणं अशक्यच होतं. उफाळून येणाऱ्या दुःखाला रोखण्यासाठी त्यानं दुसरीकडे मान वळवली. बऱ्याच वेळानं त्यानं तोंडावरून चादर बाजूला सारून पाहिलं असता

त्याला नेत्रा दिसली.

आईच्या ट्रंकेचं झाकण उघडताना मोठा आवाज येत असे. ट्रंकेत देव-देवतांचे खूप फोटो होते. गळ्यात कवड्यांच्या माळा घालून, हातात देवीची परडी घेऊन तुळजापूरच्या अंबाबाईच्या नावानं जोगवा मागायला कोठीवर कोणी आलं, तर आई त्याला भक्तिभावाने नमस्कार करीत असे, न चुकता देणगीही देत असे हे त्याला आठवलं. ट्रंकेत नुसते फोटो नव्हते तर मूर्तीसुद्धा होत्या. त्या शिवायही खूप काही होतं. कुंकवाचा करंडा, लाल व हिरव्या रंगाच्या काचेच्या बांगड्या, मंगळसूत्राचे सर, कानांतले दोन जोड व एक मोठा आरसा. शिवाय पाच पैसे, दहा पैसे, पावल्या, अधेल्या अशी मूठभर नाणी. दोन-पाच रुपयांच्या काही नोटाही होत्या. एक पांढरा कंगवा आणि एक लाल टॉवेल. तिच्या वस्तूंबरोबर त्यानं आपलीही एक वस्तू ट्रंकेत ठेवली. बाबानं दिलेलं काळं घड्याळ. आई, बाबा आणि तो, तिघंही तेथे सुरक्षित असणार होते. ट्रंक उचलताना ती मघापेक्षा जड वाटत होती. त्याच दिवशी दुपारी दीदी मावशीला सांगत होती,

''एक-दोन दिवसांत त्याला घेऊन जाईन. सगळी सोय झालेली आहे. दुसऱ्या कोणाबरोबर पाठवला तरी हरकत नाही; पण मला त्या बाजूला जायचंच आहे, म्हणून माझ्याबरोबरच नेईन.''

''आता त्याच्या भविष्याची काळजी नाही. तू भेटलीस हे बरं झालं. नाही तर या पोरक्या पोराची काय गत झाली असती, कोणास माहीत. हा फक्त पोटाचाच प्रश्न नाही. पण माझ्याकडे तरी दुसरा काय मार्ग आहे?''

मावशीचा आवाज जड झाला होता. त्या रात्री मावशी त्याच्याजवळ झोपली.

''मुन्ना, झोपलास का?''

''दीदी एक-दोन दिवसांत तुला इथून चांगल्या ठिकाणी घेऊन जाणार आहे. तुझ्या आईला मुक्ती मिळायला हवी ना? त्यासाठीच तुला या नरकातून बाहेर पडणं गरजेचं आहे, असा विचार कर. म्हणजे तुला बरं वाटेल. कळतय ना?''

त्याने 'हो' म्हणताच मावशीनं त्याला जवळ घेतला.

''तुझी आई इथे आली त्यावेळी ती वीस वर्षांची होती; पण हे वातावरण तिच्या पचनी पडलं नाही. इथे ती रमलीच नाही. असून नसल्यासारखी असायची. वेगळीच होती ती. चिखलात कमळ असावं ना तशी. गिऱ्हाइकं तिच्यासाठी जीव टाकायचे. किती श्रीमंत लोक तिला शोधत यायचे; पण ही मात्र.... ती आल्यावर वर्षभरातच तुझा जन्म झाला. हे बाळ नको, असं सगळे सांगत असताना, हिनं हट्टाने नकार दिला. तिचा हट्ट कसा असायचा माहीत आहे? तोंडानं काहीही बोलायची नाही. फक्त डोळ्यांनी बोलायची ती. या चाळीतच तिनं तुला वाढवलं. तिला रात्रभर जागरण असायचं आणि दिवसा तुझ्यामुळे झोप मिळायची नाही. पण तिच्या

चेहऱ्यावरचं हसणं कधी कमी झालं नाही... बाळा, मी काही तरीच बोलत बसले आहे रे. तू लहान आहेस हे विसरूनच गेले बघ.'' असं म्हणत मावशी बोलायचं थांबली.

''नाही मावशी, बोल तू.'' मुन्ना म्हणाला.

''चंद्रा म्हणजे पौर्णिमेचं चांदणं होती. लग्न झालं असतं तर चांगला संसार केला असता तिनं. संसाराची स्वप्न दाखवणाऱ्यांची गती पुढे काय होते कोण जाणे. ती मात्र या सगळ्यातून बाहेर पडून निघून गेली.'' मावशी बोलत होती.

''इतके दिवस जमेल तसं सगळ्यांचं केलं, तसंच तुला वाढवलं. काही कमी-जास्त झालं असेल तरी पुढे सगळं नीट होईल बघ तुझं. दीदी तुझं खूप कौतुक करत असते. म्हणते मुन्ना खूप हुशार आहे. मला माहीत आहे ते. तुझ्या अंगात चांगलं रक्त खेळत असणार. बरं, एक सांगून ठेवते. एकदा इथून बाहेर पडलास की पुन्हा या वेश्यावस्तीत पाऊल टाकायचं नाही. मागचं सगळं विसरून जायचं. आणखी एक, काही झालं तरी खोटं बोलायचं नाही. तुझ्या आईला खूप दुःख होईल. ऐकतो आहेस ना मुन्ना?''

त्याच्या केसातून हात फिरवत मावशी बोलत होती. तो मधूनच हूं, हूं करत होता. आता मावशी बोलायची थांबली. ती फक्त मंद श्वास घेत होती. काही वेळानं मुन्नानं विचारलं. ''मावशी, तू इथे कशी आलीस?''

''माझी कथा ऐकून काय करणार आहेस बाबा? जाऊ दे. सोड तो विषय.''

मावशी म्हणाली. मग त्यानंही फार आग्रह केला नाही. आजूबाजूच्या चाळीतल्या बाया करायच्या तशी शिक्षा मावशीनं मुलांना कधी केली नव्हती, की कधी, मारलं नव्हतं. आईसह सगळ्याच बायांबरोबर नेहमीच प्रेमानं वागणाऱ्या मावशीमध्ये नक्कीच काही तरी वेगळं आहे, असं त्याला वाटलं. ती बराच वेळ त्याच्या कपाळावरून हात फिरवत, त्याच्याजवळ बसली होती. थकलेली असल्याने नंतर तिला झोप लागली. मुन्ना मात्र जागाच होता. भिंतीकडे तोंड करण्यापूर्वीच त्याला तेथे काय दिसणार ते माहीत होतं. तेथील चित्रात तो फक्त एकटा होता.

पुढचे दोन दिवस नेत्रा सतत त्याच्याबरोबर होती. त्याला घेऊन जाण्याचा दीदीचा बेत तिला कळला होता वाटतं. दादा, अनिल कोणीच बोलत नव्हते. वैशाली तर कुठे दिसतच नव्हती.

''उद्या दुपारी बारा वाजता व्हॅन येईल. दुसरीकडून आणखी मुलांनाही घ्यायचं आहे. सगळे एकत्रच रात्रीची गाडी पकडतील.'' दीदी येऊन सांगून गेली.

''नेत्रा, उद्या मी जाणार.'' मुन्ना म्हणाला.

तिच्या गालाच्या खळ्या पाहून त्याला अचानक वाटलं, की हिला एकटीला इथे सोडून आपण जाणं योग्य नाही. तो धावत मावशीकडे गेला.

"ती इथेच राहील बाळा. तुझ्याबरोबर कशी पाठवणार तिला?" मावशी म्हणाली.

"पण तिला विचार ना येणार आहे का ते?"

त्यानं हट्टच धरला; मग मावशीनं तिच्या भाषेत नेत्राला विचारलं. तिनं मान हलवत 'नाही' असं म्हटल्यावर त्याला राग आला, पण कुठे तरी बरंही वाटलं. ती तयार झाली आणि दीदी नाही म्हणाली तर?

"चल, एक चक्कर मारून येऊया जुन्या अड्ड्यावर. येतोस?"

दादानं विचारताच मुन्नाने नकार दिला. आता दुसरं काही नको, नेत्राच्या मांडीवर थोडा वेळ झोपावं, असं त्याच्या मनात आलं. निघायच्या दिवशी मावशीनं खीर केली होती. सगळे गप्प होते. नेत्राच्या डोळ्यांत मात्र आनंद होता.

मुन्नाच्या मनात राक्षसी कोठ्यांची भीती असूनही, एकदा शेवटचं चौदाव्या गल्लीपर्यंत जाऊन यावं, असं अचानक त्याच्या मनात आलं. गल्लीतून उजव्या बाजूला वळून, एकेक कोठी ओलांडून पुढे जाताना त्याच्या आठवणी जाग्या होत होत्या. त्याला नेहमी ठेच लागायची ती दगडी पायरी, सदैव गर्दी असणारं पानाचं दुकान, कोठीतल्या बाया, दलाल गप्पा मारत बसायचे ते लाकडी बेंच..... पहिल्यांदा बाबा भेटला होता ती जागा पाहून त्याला भरून आलं. आईच्या कोठीसमोर आल्यावर मुन्नाला आत पाऊल टाकायचा धीर होत नव्हता. पण हळूच पुढे होऊन त्यानं कोठीचं दार वाजवलं. दीपा त्याला पाहून बाजूला झाली. त्यानं आईच्या पलंगाकडे पाहिलं, तेथे कोणी तरी काळीबेंद्री बाई झोपली होती. ती त्याला पाहून रागावली; शिवाय तिचं बोलणही त्याला समजलं नाही. तो तेथून बाहेर पडला. इथे घालवलेले दिवस त्याला आठवू लागले. रस्त्याच्या पलीकडच्या टोकाला असलेल्या देवीच्या देवळात त्यानं कधी पाउलही टाकलं नव्हतं. आता चार पावलांतच चौदाव्वी गल्ली संपणार होती. डावीकडे वळल्यावर सगळं संपल्यातच जमा होतं. तिथंच उभा राहून त्यानं एकदा मागे वळून पाहिलं. डोळ्यांनी पाहिलेलं सगळं मनाच्या कप्प्यांत साठवून त्यानं तो कप्पा मिटवून टाकला.

दीदी ठरल्या वेळेच्या दहा मिनिटं आधीच आली. सकाळपासून त्याच्या सोबत बडबड करणारी मावशी, तो निघाला तेव्हा मात्र बाहेरही आली नाही. त्यानंच आत जाऊन तिच्या पदराचा शेव ओढला, तेव्हा त्याला कवटाळून ती रडू लागली. मुन्नाचे मित्र ओळीनं उभे होते. दादा थरथर कापत होता, गळा भरून आल्यामुळे त्याला बोलवत नव्हतं. काहींनी मान हलवून त्याला निरोप दिला, तर काहींनी मिठी मारून. सगळ्यांत शेवटी नेत्रा मान खाली घालून उभी होती. आजही तिच्या गालावरच्या खळ्या तशाच दिसत होत्या. मुन्नाचे डोळे सारखे पाण्यानं भरून येत होते. त्याचा हात हातात घेऊन त्याला निरोप देताना तिलाही रडू येत होतं. त्याने निग्रहाने आपलं

तोंड वळवलं.

त्याची ट्रंक त्याच्या आधीच व्हॅनमध्ये पोहोचली होती. ''असा इकडे ये मुन्ना.'' दीदी म्हणाली. व्हॅनमध्ये चढत असताना आईचा चेहरा आठवून त्याला एकदम रडू कोसळलं. त्याला जवळ बसवत दीदी म्हणाली,

''निघताना असं रडू लागलास तर तुझ्या मित्रांनाही वाईट वाटेल. त्यांना अच्छा करून त्यांचा निरोप घे आता.''

तिनं त्याला खिडकीत बसवून, त्याचा हात वर करून हलवला. त्याने खिडकीतून डोकं बाहेर काढून पाहिलं. खाली उभे असलेले सगळे मित्र हात हलवून त्याला निरोप देत होते. या सगळ्यांत आई मात्र कुठेच दिसत नव्हती. व्हॅन निघाली. दीदी त्याला जवळ घेऊन शांत करत होती. एक मिनिट झालं असेल, आपण कुठल्या बाजूनं जात आहोत हे पाहायला त्यानं मान वर केली. व्हॅनने आत्ताच चौदाव्वी गल्ली ओलांडली होती. आता मशिदीचं कंपाउंड येईल, हे आठवून त्याच्या डोळ्यांसमोर बाबा उभा राहिला. वाहतूक कोंडीमुळे व्हॅन गचकन उभी राहिली आणि रस्त्यावरच्या गर्दीत लांबवर त्याला काळी टोपी दिसल्याचा भास झाला. मुन्नाचे डोळे चमकले. त्या माणसानं मान खाली केलेली असल्याने चेहरा दिसला नाही; पण हाताला बांधलेली पांढरी पट्टी इथूनही स्पष्ट दिसत होती. तीच ठेवण, तोच मजबूत बांधा. तो बाबाच होता. शंकाच नाही. अचानक व्हॅन सुरू झाली व तो मोठ्याने ओरडला, ''बाबा, बाबा.''

''दीदी, व्हॅन थांबव ना. बाबा दिसला मला. आधी व्हॅन थांबव.''

त्याची नाजूक मन:स्थिती लक्षात घेऊन दीदी म्हणाली,

''नाही, मुन्ना, तुला बाबा नाहीयेत. शांत हो बरं.'' यावर तो पुन्हा ओरडला,

''बाबा नाही; तरीही बाबा आहे. मी तुला सांगितलं नाही. पण आईसाठी तो रोज यायचा. आम्हा दोघांना इथून घेऊन जाईन, असं म्हणायचा. तोच तो.''

असं म्हणत त्याच्याकडे बोट दाखवत, खिडकीतून डोकं आणि हात बाहेर काढून तो जोरात ओरडला, ''बाबा''. व्हॅन त्या माणसाच्या अगदी जवळून जात होती तरी रस्त्यावरच्या गोंगाटामुळे त्याला हाक ऐकू गेली नसावी, असं मुन्नाला वाटलं. त्याचा चेहरा अजून मुन्नाला दिसला नव्हता, नाही तर तो बाबाच आहे, याची खात्री झाली असती. लंगडत चालतोय. फक्त हातालाच नाही तर पायालाही पट्टी बांधलेली आहे. तीच काळी टोपी, ''थांबव, थांबव'' केविलवाणा होऊन तो दीदीला सांगू लागला. दीदीनं त्याचे हात घट्ट पकडले आणि म्हणाली,

''मुन्ना, मावशीनं मला सगळं काही सांगितलं आहे. तुझी आई गेल्यावर आता तो तुझा बाबा नाही. त्याला भेटून तू जास्तच दुःखी होशील. आता गाडी थांबवली तर आपली रेल्वे चुकेल. पुढचा प्रवास महत्त्वाचा आहे. बाळा, आता गप्प बस.''

तो हतबल झाला. दीदीला विरोध करायची शक्तीच उरली नव्हती त्याच्या अंगात. तो पुन्हा खिडकीकडे वळला. व्हॅन त्या माणसाला मागे टाकून पुढे चालली आणि काही वेळातच तो हळूहळू दिसेनासा झाला. मुन्नाला रडू फुटलं. तू माझ्यापासून बाबाला तोडलं आहेस... असं दीदीला सांगावसं, त्याला वाटत होतं, पण त्याच्या तोंडून शब्दच फुटत नव्हते. बाबाबद्दलही खूप बोलायचं होतं... दीदी काही न बोलता त्याचे हात हातात घेऊन बसली होती.

त्याचं घड्याळ ट्रंकेत सुरक्षित होतं आणि बाबाचं चित्र त्याच्या मनात. ते पाहत पाहत तो दीदीच्या मांडीवर आडवा झाला आणि दीदीनं आपल्या हातातले त्याचे हात हळूच सोडवले.

चार

“आपण बोलायला लागलो, की हे निरगाठीसारखे घट्ट, अतूट बनतात. बोललंच नाही की कसे मजेत, मोकळे असतात. आपण आजच्यासारखं गप्प राहणंच चांगलं.'' खोलीत आल्या आल्या विशाल सुलभाला म्हणाला.

तिलाही त्याचं म्हणणं पटलं. इतके दिवस तिला सासऱ्यांबद्दल कणव यायची, विशाल त्यांच्याशी किती कठोरपणे वागतो असं किती तरी वेळा वाटायचं. पण आजचा त्यांचा आडमुठेपणा तिनं स्वतः पाहिला होता. विशाल अर्धा तास किती प्रकारे त्यांना समजावत होता, पण जाम तोंड उघडलं नाही त्यांनी. सत्या आल्यावर मात्र त्याच्याकडे पाणी मागून घेतलं, हे पाहून तिचा संताप झाला होता. ते जाणूनबुजून असं वागतात, हे स्पष्टच झालं होतं. हे असंच चालू राहिलं तर हे प्रकरण कोणत्या थराला जाईल, ते सांगता येत नाही. घाबरून तिनं विशालकडे पाहिलं. तो झोपायच्या तयारीत होता. मला सांगितल्याशिवाय कोणताही निर्णय घेणार नाही, असं म्हणाला आहे हा. पण सासरे असेच वागत राहिले, तर त्याच्या रागाचा कडेलोट होऊन हातातून सगळंच निसटून जाईल, या वास्तवाची जाणीव होऊन, ते असं वागणार नाहीत, याची काळजी घ्यायला हवी, असं तिच्या मनात आलं. उद्या आई बाहेर गेल्यावर सासऱ्यांजवळ बोलू या, असं मनाशी ठरवल्यावर सुलभाला थोडं बरं वाटलं. ते पदोपदी चुका करत असताना विशालला बोलून काय फायदा? त्यानं खाली मान घालून चाललेलं मला आवडणार नाही. मला रागच येईल, अशी स्थिती आणू नका तुम्ही सासरेबुवा, असं समजून सांगायला हवं त्यांना, असं स्वत:शीच म्हणत असतानाच उशी घेऊन बिछान्यावर पडलेल्या विशालनं तिला हाक मारली, “चुटकी, सांगायचं राहूनच गेलं बघ. उद्या सकाळी मला दिल्लीला जायचंय. 'ए-वन मेट्रोचिप्स कंपनी'नं मला थेट भेटायलाच बोलावलं आहे. कार्यशाळेच्या दोन दिवस आधी. म्हणजे उद्याच माझी भेट घ्यायची आहे

त्यांना. उद्या त्यांची बोर्ड मीटिंग आहे. कंपनीचे आणखी दोन मेंबर आणि काही परदेशी लोक असणार आहेत मीटिंगला. माझ्याशी बोलल्यावर, सगळे सहमत असतील तर आपल्याला मोठी ऑर्डर मिळेल.''

सुलभाचे हात हातात घेऊन विशाल काहीसा थकलेला असूनही मोठ्या उत्साहाने सांगू लागला. त्याच्याकडे पाहून तिला त्याची दया आली. गेली सात वर्षं पाहते आहे, नुसता कष्ट करतो आहे. प्रत्येक क्षणाचा उपयोग पैशासारखा जपून करतो आणि पैशांना वेळेइतकंच महत्त्व देत असतो. पैसा आणि वेळ दोन्ही सारखेच मौल्यवान आहेत त्याच्यासाठी. या गोष्टी व्यर्थ घालवणं म्हणजे काय, याची चांगलीच जाणीव आहे त्याला. एखाद्या नामांकित कंपनीत नोकरी करून भरपूर पगार मिळाला असता. सुखाचं, आरामाचं आयुष्य जगू शकला असता; पण ते सोडून, इतक्या मोठ्या व्यवसायाची जबाबदारी शिरावर घेतली आहे यानं. वडिलांची आळशी वृत्ती आणि जबाबदारी घेण्याची सवय दोन्ही पाहिलं आहे यानं, म्हणूनच असा वागत असेल, की यशस्वी व्हायचं असेल तर हे असंच वागायला हवं ही जिद्द, हट्ट असेल का या मागे? सुलभा विचार करता करता त्याच्याकडे पाहू लागली. त्याचे डोळे मिटलेले होते.

प्रसंगी ठाम निर्णय घेऊन घर आणि ऑफिस दोन्ही सांभाळतोय. अशा मुलाचा अभिमान वाटायला हवा ना? पण बाहेरच्या लोकांना डोक्यावर बसवायचं. तो घेऊन जातो म्हणाला तर जाणार का त्याच्या मागून? पोटच्या मुलापेक्षा आणखी कोण जवळचं असतं आई-वडिलांना? उद्या मेल्यावर विशालच सगळं करणार ना? एवढीही जाणीव नसावी? तिला सासऱ्यांचा राग आला आणि त्याच वेळी विशालबद्दल मनात माया दाटून आली. सासूबाईंना सगळं कळतंय. त्याही सासऱ्यांना समजवायचा प्रयत्न करत असतात; पण ते मात्र कोणाच्याही म्हणण्याला दाद देत नाहीत, उलट त्यांना त्रासच देतात.

तिला तिच्या आजोबांची आठवण आली. जवळ जवळ पंचाण्णव वय होतं, तरी स्वतःचं कामं ते स्वतः करायचे. कुठल्या विषयात नाक न खुपसता घरकामातही मदत करायचे. मुख्य म्हणजे कोणाकडूनही कसली अपेक्षा करायचे नाहीत. अपेक्षा हेच सगळ्या समस्यांचं मूळ असतं का? विशाल आईला देतो तसा मान वडिलांना का देत नाही? काही असो. लवकरात लवकर सासऱ्यांजवळ बोलायला हवं... विशाल झोपून गेला होता. तिला मात्र झोप येत नव्हती. उद्या बाळ आल्यावर सगळं काही ठीक होईल, या आशादायक विचारानं तिला काहीसं समाधान वाटलं.

आई व समीरदादा सुलभाला भेटायला येणार होते; पण तिकडच्या परिस्थितीमुळे त्यांचं येणं रद्द झालं. ''तुझ्या बाळंतपणानंतर सगळं काम आईंवर पडणार आहे. बाळाचं करायची जबाबदारी तू घे बरं का, त्यांची कामं वाढवू नको.'' असं आईने,

सांगितलं होतं. तिचाही यायचा विचार होताच; पण नक्की ठरत नव्हतं. बाळाच्या व घरातल्या इतर कामांत गंगाबाईंना मदत म्हणून मोटारामनं एका बाईंना विचारून ठेवलं होतं. दोन महिने कसेही जातील. खरा बदल नंतर होणार आहे. सुलभा विचार करत होती. बाळ कोणासारखं असेल? या आजोबांसारखं नसलं म्हणजे मिळवलं. ते आजोबा चालतील; पण त्यांना कॅन्सर आहे. तो आनुवंशिक आजार असेल का? मग नकोच. सुलभाचे विचार इकडे तिकडे भरकटू लागले.

सत्या खरोखरच वेश्येचा मुलगा असेल का? त्याचं बालपण कामाठीपुऱ्यात गेलेलं असेल? म्हणूनच त्या दोघांना, खास करून बाबांना तो इतकं मानतो का? वेश्येच्या मुलावर इतके चांगले संस्कार कसे काय असू असतात? तिला खूप झोप येत होती, पण मनातले विचार काही थांबत नव्हते.

विशालला सत्याचा किती अभिमान आहे. सत्यानं त्याच्या भूतकाळाविषयी सगळं खरं खरं सांगितलं, ही केवढी मोठी गोष्ट आहे. आपण त्याचा आदर केला पाहिजे, त्याच्याबद्दल उगाच मनात काही ठेवू नकोस, असं मला सांगत असतो विशाल नेहमी. सत्यालाही विशालबद्दल कौतुक आहे; पण मतभेदही आहेत. सत्यानं बाबांचा विषय काढल्यावर विशाल गप्प बसतो. सगळ्याच्या मुळाशी असलेलं कारण म्हणजे सासरेबुवा. दिवसेंदिवस ते जास्तच हट्टी होत चालले आहेत. सुलभाच्या मनातले विचार हळूहळू विरत जाऊन ती झोपेच्या आधीन झाली.

चारचा गजर लावलेला असताना विशालला तीन वाजताच जाग आली. सुलभा मात्र गाढ झोपली होती. प्रयत्न करूनही विशालला पुन्हा झोप लागली नाही. जाग आली तेव्हा बऱ्याच दिवसांनी त्याला छान, हलकं वाटत होतं, आणि याचं कारण त्याला चांगलं माहीत होतं. काल सत्याने बाबूरावांविषयी जे सांगितलं होतं, त्यामुळे विशालला खूप मोकळं वाटलं होतं व त्याचाच परिणाम म्हणून आज त्याला फ्रेश वाटत होतं. असे आणखी चार-पाच प्रसंग घडले तरी पुरेसे आहेत. सत्यालाही रागच येईल. बाबूरावांबद्दल सत्याच्या मनात जी भक्ती, आदर आहे ना, तो हळूहळू कमी व्हायला हवा. सुलभाचं मनसुद्धा बदलत आहे. माझं वागणं तिला हल्ली पटायला लागलं आहे, असं दिसून येत आहे. तिचा पाठिंबा असेल तर आपण काहीही करू शकू; अगदी काहीही.

विशालच्या चेहऱ्यावर समाधानाचं हसू उमटलं. विजय मिळवायला फक्त इच्छाशक्ती असून भागत नाही, पूरक वातावरणालाही तेवढंच महत्त्व असतं. मास्तर पाठीशी उभे राहिले नसते, त्यांनी मार्गदर्शन केलं नसतं, तर आपल्याला कुठलं यश मिळणार होतं? आता यशाची परिभाषाच बदलत आहे. त्या वेळी स्वतःचं ऑफिस सुरू करणं हीच खूप मोठी गोष्ट होती. आता नवीन बिल्डिंग, लाखो रुपयांच्या ऑर्डर्स याही गोष्टी छोट्या वाटतात. असं नेहमीच असतं. पहिला मैलाचा

दगड गाठणं फार महत्त्वाचं असतं. त्यासाठी करावे लागणारे परिश्रम, सहन करावा लागलेला त्रास पुढील लक्ष्य साध्य करण्यासाठी आपल्याला सिद्ध करत असतो. ही ऑफिसची जागा बांधताना किती कटकटी होत्या. मास्तर रोज चक्कर मारून जात होते. पण घरात बसून असलेल्या या माणसानं एकदाही बाहेर डोकावून पाहिलं नाही. कसलीच इच्छा, ईर्षा, जिद्द नसेल तर जीवनात चैतन्य, वेग कसा येणार? नुसतं बसून आणि झोपा काढून काय मिळणार आहे? बाबांनी चटपटीतपणा दाखवलाय, उत्साहानं काम केलंय असं कधी दिसलंच नाही. चेहऱ्यावर मात्र नेहमीच मंद हास्य असायचं. यांची हुशारी फक्त बाहेरच्या लोकांसमोर. एकदा मास्तर नीट सांगून गेले असतानाही कामगारांनी चुकीच्या जागी भिंत बांधायला सुरुवात केली. त्यांनी संध्याकाळी येऊन पाहिलं आणि ते बांधकाम त्यांनी तोडायला लावलं आणि मला फोन केला. मी तेव्हा पुण्याला नोकरी करत होतो. त्या रविवारी घरी आलो तेव्हा आईला म्हटलं,

"तुम्ही घरी असता ना, मग काम चाललंय तिकडे जरा लक्ष द्या ना. माणसं कमी आहेत त्यामुळे कामाला वेग नाहीये. कामगार हळूहळू काम करताहेत. मुद्दाम चालढकल करत आहेत. मास्तरांनी काय रोज यायचं का इकडे?"

"आज मी त्यांना म्हटलं होतं; पण मला त्यातलं काही समजत नाही म्हणाले."

फुलके वाढून जेवणाचं ताट तयार करताना आई म्हणाली, भाजीच्या दोन वाट्या दिसत होत्या. हे त्यांचं ताट आहे, हे लक्षात येऊन माझा संताप झाला.

"दिवसातून तीन वेळा जेवायचं कळतं का?"

"असं बोलू नये रे. हट्टाला पेटून जेवण सोडून दिलं तर काय करायचं?" डोळ्यांत पाणी आणून ती म्हणाली,

"म्हणून काय प्रत्येक ठिकाणी हटवादीपणा करणार का तुझा नवरा? सोडणार असतील तर सोडू देत जेवण. शंभर वर्षं जगले तरी त्यांना काय कमी पडणार आहे?" मी चिडून बाहेर पडलो. गेटजवळ जाताना पाहिलं, हे शेजारच्या मुलाला उचलून खेळवत होते. "कोणाजवळ जात नाही हा पोरगा. फक्त तुम्ही दिसलात, की तुमच्याशी बोलत असतो." त्या मुलाचे आजोबा सांगत होते, तेव्हा यांचा चेहरा खुलला होता. मी काही वेळ उभा राहून पाहत होतो. हे सगळं मला कळण्यापलीकडचं होतं.

"कुठल्या पातळीवर उतरतो आहेस तू विशाल? मला नाही हे पटणार. त्यांच्याविषयी असा अनादर दाखवणं योग्य नाही. त्यांना दोष देत बसून तुला काय मिळणार आहे?"

मास्तरांना सगळं सविस्तर कथन केल्यावर त्यांची माझ्या बोलण्यावरची

प्रतिक्रिया होती ही.

"माझ्या समस्या तुम्हाला कळणार नाहीत." मी त्रासिक चेहरा करून म्हटलं.

"दुसऱ्या कोणाला त्या कळतात का?" त्यांनी विचारलं.

मी अर्थातच निरुत्तर झालो. ऑफिसचं बांधकाम पुरं होत आलं असतानाच एक दिवस त्यांनी मला बोलावलं.

"पुण्याला आमच्या ओळखीतलं एक चांगलं स्थळ आहे. छान आहे मुलगी. शिकलेली आहे, चांगल्या कंपनीत नोकरीला आहे. तुला शोभेल अशीच आहे. त्यांच्याकडे शब्द टाकतोय तुझ्यासाठी." हे ऐकून मी थोडा घाबरलो.

"मास्तर, मी अजून नीट सेटल झालेलो नाही. अशातच लग्नाची जबाबदारी घ्यायची... थोडी भीती वाटतेय." सरळ बोलून टाकलं.

"कामाबद्दल तू काळजी करू नको. आज ना उद्या प्रगती होणारच आहे; पण विचार करत बसलास तर ही मुलगी हातची जाईल." मास्तरांनी असं म्हटल्यावर दोलायमान मन:स्थितीत कबूल झालो.

"हा घे मुलीच्या भावाचा नंबर. लाव फोन. तुझ्या घरातली परिस्थिती सविस्तर सांगून टाक त्यांना."

मुलगी पाहण्याचा कार्यक्रम झाला. मुलीशी बोलणं झालं. समजूतदार, हुशार वाटली. मास्तर म्हणाले ते खरंच होतं. सुलभा साधी, सरळ मुलगी आहे, हे लक्षात आलं. जराही अहंकार, अभिमान नव्हता बोलण्यात. आधी मी ऑफिसबद्दलच बोललो. दुसरं काय बोलायचं, याचा विचारच केला नव्हता. ती नोकरी सोडून इकडे येईल का, या बद्दल मनात शंका होती. माझं व्यक्तिमत्त्व, जीवनशैली याविषयी तिला काय वाटतंय, याची काहीच कल्पना करता येत नव्हती. त्यांचा परिवार आमच्या घरी आला तेव्हा मास्तरही त्यांच्याबरोबर होते. आईनं त्यांचा पाहुणचार खूप छान केला व त्यांच्याबरोबर छान संवादही साधला तिनं. आईचा नवरा मात्र जेवढ्यास तेवढं बोलून बाहुल्यासारखा बसला होता.

त्यांनी दुसऱ्यांदा आम्हाला बोलावलं तेव्हा आम्ही तिघंही गेलो. एकट्या सुलभाजवळ पुन्हा एकदा बोलणं झालं. माझा होकार स्पष्ट सांगून टाकला. तिचं उत्तरही तेच होतं. दोन दिवसांनंतर तिच्या वडिलांनी फोन करून लग्नाच्या तारखेचा विषय काढला. आई खूप आनंदात होती. तिचा नवरा शेजारच्या मुलाला खेळवायला गेला होता. मी मास्तरांना विचारलं,

"तुम्ही मला वडिलांच्या जागी आहात. लग्नात विवाहातील विधींमध्ये भाग घ्याल ना?"

यावर ते गोंधळून गेलेले दिसले. अर्थात मीही त्यांच्यावर दडपण आणलं नाही. अगदी मोजक्या लोकांच्या उपस्थितीत विवाह करावा, हा माझा विचार तिचा भाऊ

समीर याला मान्य होता. कन्यादानाचा विधी नको, असं म्हणताच तो थोडा अस्वस्थ झाला; मात्र तुळजा भवानीच्या साक्षीनं विवाह करू या, या विचाराला त्यांचा होकार होता. हे सगळं ऐकून आई आश्चर्यचकीतच झाली. त्यांचे नातेवाईक, मित्रमंडळी यांच्यापैकी कोणीही असं लग्न केलं नव्हतं, असं आईच्या नवऱ्यानं खोलीत बसून जाहीर करून टाकलं. लग्न ठरल्यानंतर पुण्यात असूनही सुलभाला भेटणं शक्य होत नव्हतं. रविवारच्या सुट्टीत गावाला येऊन बांधकामाकडे पाहावं लागे. एकदा तिला बाहेर घेऊन गेलो. निवांतपणा मिळावा म्हणून लांब सिंहगडवर गेलो. मनातलं सगळं सांगून तिच्याजवळ मन मोकळं करायचं होतं मला. तिथं तिचा हात हातात घेऊन बसलो असता, मनातला सल, दुःख सांगण्यापेक्षा मनातली स्वप्नं, आयुष्याचं ध्येयच तिला उत्साहानं सांगून टाकलं. त्यात ती कशी सहभागी होऊ शकेल, हेही मोकळेपणानं सुचवलं. माझं म्हणणं तिला समजलं आहे, असं तिच्या नजरेतून दिसत होतं.

लग्नाची तारीख जवळ येत होती. एका शनिवारी घरी आलो तर आई हातात कसली तरी यादी घेऊन आली.

"लग्नानिमित्त नातेवाइकांना द्यायच्या भेटवस्तूंची यादी आहे." ती काहीशी घाबरतच म्हणाली.

तेव्हाच माझ्या लक्षात आलं, की हे हिचं काम नाही

"लग्नाला बोलवायचं नाहीये. मग भेटवस्तू कशाला?" त्यावर कोपऱ्यातून आवाज आला... "आपला मान राहायला हवा म्हणून..."

"तुमचा मान राहायला हवा, यासाठी खर्च करायला माझ्याकडे पैसे नाहीत आणि असले तरी देणार नाही."

"घर तुझ्या नावावर करून दिलं आहे ना?"

लगेच आवाज आला. या वेळी बोलण्यात तिरस्कार होता. हे ऐकून माझा ताबा सुटला. ते बाहेर येणार नाहीत, हे माहीत असल्याने मीच आत गेलो. माझ्या पाठोपाठ घाईघाईनं आई आत आली. महाशय, खाली मान घालून खुर्चीवर बसलेले होते.

"घर माझ्या नावावर करून दिलंत ही फारच वाईट गोष्ट केलीत, असं वाटतंय ना?"

समोर उभा राहून विचारलं आणि बाहेर निघालो, तेव्हा ते हळूच म्हणाले, "मी लग्नाला येणार नाही." मी मागे वळणार; इतक्यात आई मध्ये पडली व म्हणाली, "एक पाऊल पुढे टाकशील तर माझी शपथ. मी त्यांना समजावते. तू कृपा करून आता बाहेर जा."

तिच्या डोळ्यांत पाणी होतं. असं पुढे आणखी किती वेळा घडणार होतं नकळे.

"हे असं का बोलतात कोणास माहीत," आई म्हणाली.

"काय गं, तुझं हे आयुष्य? सतत त्या हरलेल्या माणसाच्या मागे-पुढे करत असतेस."

खरं तर मी असं म्हणायला नको होतं. त्या नंतर दोन दिवस ती माझ्याजवळ नीट बोलली नव्हती. त्या नंतर घरातलं वातावरण बिघडलेलंच होतं. मी गप्प गप्पच असायचो.

मास्तर व त्यांची पत्नी आमच्याबरोबरच लग्नाला आली होती. सुलभाचं मंगळसूत्र त्यांनीच खरेदी केलं होतं. आई-वडिलांपेक्षा मास्तर मला खूप जवळचे आहेत, हे तोवर सगळ्यांच्या लक्षात आलं होतं. लग्नानंतर लोणावळा-खंडाळा इकडे फिरायला गेलो. लांब कुठे तरी जाण्यापेक्षा, तिच्या सहवासात जास्तीत जास्त वेळ घालवून, एकमेकांमध्ये मोकळेपणा आणावा असं वाटत होतं. आता आपण एकटे नसून आपल्यासोबत आणखी कोणी आहे, ही भावनाच सुखद होती. ती घरातली व बाहेरची कामंही आनंदानं करू लागली. त्याच वेळी कल्पना नसताना दोन ऑर्डर्स आल्या. ऑफिसमध्ये मी एकटाच होतो. अजून दुसऱ्या कोणाचीच नेमणूक केली नव्हती. ऑर्डर पुऱ्या कशा होणार, या विवंचनेत असताना, तिनं तिच्या कंपनीतल्या सहकाऱ्यांच्या मदतीनं उमेदवार शोधून, फोनवर जुजबी मुलाखती घेऊन, योग्य उमेदवार वाटले त्यांना ऑफिसमध्ये बोलावलं व काही जणांना कामावर घेऊन टाकलं. अशा प्रकारे आमचं काम वेळेवर सुरू झालं व टेन्शन दूर झालं. अशी बायको मिळवून दिल्याबद्दल मास्तरांचे आभार मानण्याकरीता पुन्हा त्यांच्या घरी गेलो व त्यांच्या पायांवर डोकं ठेवलं. नेहमीप्रमाणेच त्यांनी भरघोस आशीर्वाद दिला.

दुर्दैव असं, की दुसऱ्याच दिवशी सकाळी त्यांच्या शेजारची मुलगी धावत येऊन निरोप सांगून गेली, की मास्तरांना हॉस्पिटलमध्ये ठेवलं होतं व मला तातडीनं बोलावलं होतं. मी तेथे पोहोचण्यापूर्वीच त्यांची प्राणज्योत मालवली होती. त्यांच्या पत्नीबरोबर त्यांचे नातेवाईक होते. त्यांच्या जवळच्या लोकांत मी गणला जात नव्हतो आणि मास्तरांना मी किती जवळचा होतो हे त्यांना पटवून द्यावं, असं मला वाटलं नाही. माझ्याच वयाच्या त्यांच्या एका नातलगानं हट्टानं त्यांना अग्नी दिला तेव्हा मी माझे डोळे पुसायच्या प्रयत्नांत होतो. रक्ताच्या नात्याबरोबरच कर्तव्य येतात, नको असतानाही. तेथे इच्छा असली तरी मायेच्या बंधांना जागा नव्हती, मास्तरांच्या जाण्यानं सुलभाही दुःखी झाली होती, की मला तसं वाटलं होतं? विचार करत बसायला वेळच कुठे होता? सारखं काम आणि काम. स्पर्धा, आपण मागे पडणार नाही ना, ही भीती. सुलभाला मन मोकळं करायची संधी न देता मीच माझ्या भावनांचं प्रदर्शन तिच्यासमोर करत होतो. तिला काय वाटतं, आहे हे कळून

न घेता मीच माझ्या मनातलं सगळं सांगून टाकत होतो. बऱ्याच वेळा तिचा पाठिंबा असायचा मला. कधी कधी मात्र रागवायची आणि...

अचानक घड्याळाचा गजर वाजू लागला. विशालनं घाईघाईत उठून तो बंद केला. सुलभा झोपली होती ना. त्याला मात्र निघायची तयारी करायची होती.

अध्याय ७

एक

सत्याला जाग आली तेव्हा हरिकाका उठून अंथरुणाची घडी करत होते. त्या नंतर ते अंघोळीला गेले. सत्यानं दोघांची अंथरूणं नीट एकावर एक रचून ठेवली. ध्यान मंदिरात जायची तयारी करता करता काका स्वयंपाकघरात डोकावून, नाश्ता व जेवणाच्या तयारीकडे लक्ष टाकून येतात, हे सत्याला माहीत झालं होतं. कधी कधी ते मुलांच्या खोल्यांकडेही चक्कर मारत असत. सत्या दरवाजा लावत असताना मुलं अंघोळी वगैरे आटपून ओळीनं खाली उतरत होती. या दोघांना पाहून 'नमस्ते हरिकाका, नमस्ते दादा' असं म्हणत ती पुढे चालू लागली. काका त्यातल्या लहान मुलाला जवळ बोलवून, त्याच्याशी गप्पा मारत चालू लागले. ध्यान मंदिराकडे जायची पायवाट सुरू झाली आणि सत्याची नजर आजूबाजूला फिरू लागली.

मोठमोठ्या वृक्षांच्या पसाऱ्यातून मधूनच दिसणारं आकाश धूसर झालं होतं. सूर्योदयाची चाहूल होती ती. सकाळच्या वेळी आकाशात विखुरणाऱ्या नानाविध रंगांची मजा या वृक्षराजीमुळे नीटशी पाहता येत नसे. सत्याला ते सगळेच रंग पाहायला खूप आवडत. त्याच्या निर्मितीमागचा मूळ भाव त्याला उत्साहीत करत असे. लाल रंगाचं म्हणणं वेगळं, फिका निळा रंग देत असलेली प्रसन्नता वेगळी, राखाडी रंगाचा अलिप्तपणा, आणि पांढऱ्या रंगातील शांतता, यांची तुलना कशाबरोबर होऊ शकेल का? सत्या या रंगांच्या सान्निध्यात हरवून जायचा.

"काका, हे निसर्गसौंदर्य पाहून आश्चर्य चकित व्हायला होतं ना, कुठून येतं हे? गुरुजी असते तर त्यांनी या बाबतीत छान विस्तारानं सांगितलं असतं."

सत्याच्या या बोलण्यावर काका हसून म्हणाले,

"ते नसले म्हणून काय झालं? उत्तरं शोधण्याची शक्ती त्यांनी तुला दिली आहे ना सत्या?"

काकांच्या बोलण्यातला प्रत्येक शब्द तो लक्षपूर्वक ऐकत होता, तरी त्याची

नजर चालत असलेल्या पायवाटेकडे होती. पक्ष्यांची किलबिल अखंडपणे कानावर पडत होती. जमिनीपासून ते आकाशापर्यंतच्या पोकळीतील चैतन्याचे आम्ही एकमेव वारसदार आहोत, असं समजून वाहणारे शीतल वारे आणि त्या चैतन्यात न्हाऊन निघणारी सृष्टी. जमिनीवरील दगड-धोंडे, पाला-पाचोळा आणि वेगवेगळे सजीव. सत्या प्रत्येक पावलागणिक याचा अनुभव घेत होता.

"काका, काही प्रश्नांची उत्तरं फक्त तेच देऊ शकत होते."

काकांबरोबर चालता चालता सत्या म्हणाला. पायवाटेच्या बाजूनं लावलेली तुळशीची झाडं छान वाढली होती. त्या तुळशीवनातला हलकासा सुगंध सर्वत्र दरवळत होता. त्यांच्या खूप पुढे एका ओळीत सगळी मुलं चालत होती.

सत्या व हरिकाका ध्यानमंदिरात पोहोचल्यावर काही मुलांनी परड्या भरून तुळशी खुडून आणल्या, तर काही मुलं भजनाची तयारी करू लागली. काही मुलं व आश्रमात राहणारे इतर लोक आत सतरंज्यांवर बसले होते. मंदिरात दिव्यांचा मंद प्रकाश पसरला होता. दोन मोठी मुलं प्रत्येकाच्या कपाळावर अष्टगंध आणि बुक्क्याचा टिळा लावत होती. बाहेरून येणारे भक्तही त्यांच्याकडून टिळा लावून घेत होते. सकाळच्या भजनाला लोक कमी असत. संध्याकाळी मात्र खूप गर्दी होत असे. आधी काका व नंतर सत्यानं त्या मुलांकडून कपाळावर टिळा लावून घेतला. काका सगळ्यांच्या मागे जाऊन बसले, तर सत्या विठ्ठलाच्या मूर्तीसमोर उभा राहिला.

तीन फूट उंचीच्या पीठावर सुमारे पावणेचार फूट उंचीची, काळ्या पाषाणाची विठ्ठलाची मूर्ती कमरेवर हात घेऊन विटेवर उभी होती. पुजारी अत्रे मूर्तीला अतिशय प्रेमानं सजवत असत. आज त्यांनी केशरी काठांचं हिरवं धोतर विठ्ठलाला नेसवलं होतं आणि खांद्यावर त्याच रंगाचं उपरणं. कानात सोन्याची मत्स्याकार कर्णभूषणं आणि माथ्यावर किरीट. विठ्ठलाच्या कपाळावर त्यांनी नागाच्या फड्याच्या आकाराचं श्रीगंध लावलं होतं. त्यात मधोमध बुक्क्याचा काळा टिळा. गळ्यात विसावलेले हार. मध्ये लखलखणारा कौस्तुभ मणी. सोन्याचा मुलामा दिलेलं मूर्तीवरचं छत्र. मूर्तीचा चांदीचा देव्हारा तुळशीच्या माळांनी शृंगारला होता. त्यात मध्ये मध्ये सोडलेले लाल-गुलाबी रंगांच्या फुलांचे सर शोभून दिसत होते. मूर्तीच्या पायापर्यंत पोहोचणारे भरगच्च असे तुळशीचे हार जणू विठ्ठल चरणांना चुंबीत होते. अशा सुंदर विठ्ठल मूर्तीकडे पाहून सत्याच्या चेहऱ्यावर हसू फुललं. "सत्या, आपला विठ्ठल कसा कमरेवर हात ठेवून उभा आहे ना. त्या मागचं रहस्य माहीत आहे का?" गुरुजींचं बोलणं त्याला आठवू लागलं. हा भवसागर माझ्या कमरेइतक्या उंचीचाच आहे. भक्तांनी हात थोडे वर केले, की ते तो लीलया पार करू शकतील, असं सुचवतोय तो! गुरुजींचं बोलणं असंच अर्थगर्भित असायचं. मन आणि बुद्धीला

चालना देणारं, समजायला सोपं वाटेल असं. पण ते समजण्याइतका तो अजून तयार झाला नव्हता. विठ्ठलाचं लोभस रूप डोळ्यांत साठवत उभा असलेला सत्या भजनाच्या आवाजाने भानावर आला.

हरिकाका आणि मुलांनी भजनाला सुरुवात केली होती. कोणत्याही कारणानं विचलित होऊ शकणार नाही, अशा प्रकारे चित्त श्रीहरीच्या नामस्मरणात एकाग्र झालं होतं. सत्या मागे जाऊन बसला आणि डोळे मिटून तोही भजन म्हणू लागला. श्रीहरीच्या वंदनानं भजनाला सुरुवात झाली. सगळे तालासुरात आणि तन्मयतेनं गात होते. एक मुलगा चिपळ्या वाजवून साथ करत होता. श्रीहरीच्या रूपाचं वर्णन करणारा अभंग. पांडुरंगाच्या सुंदर मुखाचं वर्णन. असं वर्णन की डोळे मिटलेले असतानाही त्याचं दर्शन घेण्याची उत्कट इच्छा व्हावी. "तुका म्हणे माझे हेची सर्व सुख। पाहीन श्रीमुख आवडीने।" भजन थांबल्यावर मंदिरात अपूर्व अशी शांतता पसरली. त्यानंतर दुसरा अभंग. "भावेविण भक्ती, भक्तिविण मुक्ती, बळेविण शक्ती बोलो नये।" श्रीहरीबद्दल भाव नसलेली भक्ती आणि भक्ती नसताना केलेली मोक्षाची अपेक्षा म्हणजे अंगात काडीचा दम नसताना, आपण मोठं साहसी काम हातात घेतलं आहे, असा अहंकार असण्यासारखच, असा या अभंगाचा अर्थ. अभंग संपल्यावर, हा संसारसागर आपण तरून जाणारच, असा विश्वास सगळ्यांच्या डोळ्यांत दिसत होता.

पुजाऱ्यानं आरतीची तयारी करताच सगळे हात जोडून उभे राहिले. मंगलारतीच्या प्रकाशात पुन्हा एकदा विठ्ठलाचं साकार रूप डोळ्यांत साठवून, भक्तगण शांतपणे बाहेर पडले. मोठ्या ताम्हणात ठेवलेल्या तुलसीदलांमधून ओंजळभर तुळशी सत्याने देवाच्या पायाशी वाहिल्या. त्यानं समाधान न झाल्यानं तुळशीपत्रांनी भरलेली अजून एक ओंजळ देवाला वाहिली आणि डावीकडच्या खोलीचं दार उघडून तो आत शिरला. आता तो गुरुजींच्या खोलीत अर्धा तास तरी काढणार, हे माहीत असल्यानं काकांनी ध्यानमंदिराचा दरवाजा अर्धवट लावून घेतला व ते आश्रमाच्या कचेरीकडे गेले तेव्हा काही मुलं आवराआवरी करण्याचं काम करत होती.

सत्या कचेरीत आला तेव्हा काका सामानाच्या हिशेबाच्या वह्या पाहत होते. हिशेब पाहणारी दुसरी माणसं असली तरी काका त्यावर लक्ष ठेवत असत, सगळं माहीत करून घेत असत. आश्रमाचा कारभार मोठा होता. उत्पन्नाचे वेगवेगळे अनेक स्रोत होते. आश्रमाच्या शेतीतून पुरेसं उत्पन्न मिळत असे. त्याच बरोबर आपापल्या शेतातील कापणी झाल्यावर, धान्यातला एक भाग भक्तगण विठ्ठलाच्या चरणी अर्पण करत असत. शिवाय व्यावसायिक लोक ठरावीक रक्कम आश्रमासाठी म्हणून वेगळी काढून ठेवत असत. आश्रमाच्या तरुण विश्वस्तांनी दहा-पंधरा वर्षांपूर्वी सुरू केलेल्या दोन धान्य गिरण्या होत्या. त्या आश्रमाच्या मालकीच्या होत्या. आपल्या

आणि शेजारच्या राज्यांतून धान्य आणून प्रतवारीप्रमाणे वेगळं करून ते देश-विदेशांत निर्यात केलं जात असे. हा उद्योग चांगला फायदेशीर होता. याच्याही उत्पन्नातील एक भाग, आश्रमाच्या समाज कार्यासाठी असलेल्या उपक्रमांसाठी खर्च केला जायचा. उरलेला पैसा आश्रमाच्या नावावर जमा व्हायचा.

अध्यात्मावरची पुस्तकं प्रकाशित करणं, त्यांचं वितरण-विक्री ही कामं आश्रमात चालायची. प्रसिद्ध संतांच्या अभंगांवरील महाराजांनी लिहिलेल्या विवेचनाच्या पुस्तकांना खूप मागणी असायची. ती पुस्तकं अनेक भाषांमध्ये अनुवादितही केली जायची. शिवाय आत्माराम महाराजांची राहण्याची व्यवस्था आश्रमातच होती. या सगळ्या कारभारावर लक्ष ठेवण्याचं काम हरिकाका करत असत. वेगवेगळ्या कामांच्या रोजच्या व्यवहारावर नियंत्रण ठेवण्यासाठी ट्रस्टींचे ग्रुप केलेले होते. त्यांच्याकडून वरचेवर माहिती घेऊन, गरज पडली तर काका त्यात लक्ष घालीत असत. उरलेला वेळ ते त्यांच्या आवडत्या शेतीच्या कामात घालवत.

सरकारी कार्यालयातील अनेक उच्चपदस्थ व्यक्ती आश्रमाला वेगवेगळ्या स्वरूपात मदत करत असत. पाच वर्षांपूर्वी पुरेशा पावसाअभावी पिकं सुकून गेली होती. पाण्याचा कमीत कमी वापर करून शेती करण्याच्या योजनेसाठी शेतकी खात्यानं विदेशी कंपनीची मदत घेतली होती. त्या खात्याचे प्रमुख वाघमारे यांनी यासाठी खूप प्रयत्न केले. हरिकाकांच्या नेतृत्वाखाली ट्रस्टींजवळ चर्चा करून अत्यंत कमी भावात त्यांनी शेतीची अवजारं उपलब्ध करून दिली व शेतीच्या कामात खूप सुधारणा आणल्या.

आत्माराम महाराजांचा आश्रम हा फक्त काकांचा नव्हता, ट्रस्टींचा नव्हता की अनाथाश्रमात राहणाऱ्या मुलांचाही नव्हता. तर हा आश्रम अख्ख्या सोलापुराचा होता. कुठच्याही सरकारी योजनेत आश्रमाचा थोडातरी संबंध असेल तर अधिकाऱ्यांकडून त्या योजनेची त्वरित अंमलबजावणी होत असे. समजा तसं झालं नाही तर हाताखालचे लोक त्यांना याची जाणीव करून देत असत. इथे जातीपातीचा किंवा विशिष्ट पंथाचा काहीही संबंध नाही, हे सगळ्यांनाच माहीत होतं. येथील विद्यार्थ्यांच्या शैक्षणिक प्रगतीत आश्रमाचा सिंहाचा वाटा होता. आश्रमात वाढलेली किती तरी मुलं आता वेगवेगळ्या ठिकाणी, परदेशातही स्थायिक झाली होती.

इथला मोठा उत्सव म्हणजे सिद्धेश्वराची जत्रा. ही सगळी मुलं या उत्सवाला आवर्जून हजेरी लावत. शिक्षणाविषयी एकत्रित चर्चा करून, विद्यार्थ्यांच्या गरजा ओळखून, योग्य मार्गदर्शन करत. काही वेळा असंही व्हायचं, की काही आवश्यक शैक्षणिक साहित्य आणणं आश्रमाला अशक्य असेल तर ट्रस्टी तसं या माजी विद्यार्थ्यांच्या कानावर घालत.

सगळ्या जबाबदाऱ्या पार पडणाऱ्या हरिकाकांची साठी जवळ आली आहे, हे

कोणाला खरं वाटत नव्हतं. त्यांच्या कार्यकुशलतेचा लहान-मोठ्या सगळ्यांवर प्रभाव होता.

"प्रयोगशाळेत आणखी दोन संगणक आणावे का," असं पवार विचारत होते. जानेवारीत येताना आणता येतील, असा त्यांचा विचार दिसला.

काका समोर बसलेल्या सत्याशी बोलत होते. दर आठवड्यातून दोन दिवस सत्या मुलांना संगणकाचं शिक्षण देत असे.

"सध्या तरी गरज वाटत नाहीये. बारा संगणक आहेत, तेवढे पंचवीस मुलांना पुरेसे आहेत. त्या ऐवजी भौतिकशास्त्राच्या प्रयोगासाठी लागणारी काही उपकरणं त्यांना आणायला सांगा. मी यादी करून देतो. त्या संबंधांतील पुस्तकं मी आधीच आणून ठेवली आहेत. ती पाठ्यपुस्तकाच्या बाहेरची आहेत. आपल्या शिक्षण पद्धतीत प्रयोगशीलतेला अगदीच कमी वाव असतो." सत्या म्हणाला.

सत्याच्या बोलण्याला सहमती दाखवत काकांनी हातातल्या पुस्तकात खूण ठेवली आणि ते सत्याला म्हणाले,

"आश्रमाची भरपूर जागा आहे, खेळाचं मैदानही आहे. आता आश्रमात राहणाऱ्या मुलांसाठी आपली शाळा असावी, असं विश्वस्तांना वाटतंय; नाही त्यांचा तसा आग्रहच आहे. हे सगळं तुला माहीत आहेच. येत्या जानेवारीत सगळे माजी विद्यार्थी येतील तेव्हा हा विषय गांभीर्याने चर्चेला घ्यावा, असं ते म्हणत आहेत. या बाबतीत तुला काय वाटतं?"

असं विचारून ते सत्याकडे पाहू लागले. काकांना प्रत्येक गोष्टीत सत्याचं मत जाणून घ्यायला आवडायचं. त्याच्यावर प्रेम होतं म्हणून नाही, तर सगळ्या बाजूंचा नीट विचार केल्याशिवाय तो आपलं मत सांगत नसे. आयुष्यात अनेक बऱ्या-वाईट अनुभवांनी त्याला घडवलं होतं. त्यामुळे आधी विचार करून, त्यानुसार होणारं त्याचं वैशिष्ट्यपूर्ण काम काकांना नेहमीच आकर्षित करत असे.

"आपली स्वतःची शाळा ही कल्पनाच किती सुंदर आहे काका. परंतु त्यामुळे मुलांचं विश्व आश्रमापुरतं मर्यादित होईल. बाहेरच्या जगाशी त्यांचा संबंधच येणार नाही. परिणामी, उद्या बाहेरच्या व्यावहारिक जगात वावरताना त्यांना जड जाईल."

काकांनाही तसंच वाटत होतं आणि प्रत्येक वेळी ट्रस्टींना ते हेच सांगत आले होते.

"आता सगळी मुलं सरकारी शाळेत जातात, इतर मुलांच्या संपर्कात असतात. त्यांना वेगवेगळे अनुभव मिळतात. जे त्यांच्या पुढच्या आयुष्यासाठी उपयुक्त आहेत. आपल्या आश्रमाच्या शाळेत हे असं घडणार नाही. हा आश्रम फक्त संन्याशांना मार्ग दाखवणारा असता तर गोष्ट वेगळी होती. एकीकडे संसाराकडे पाठ फिरवू नका, असं सांगितलं जात असतानाही मुलं संसारातल्या समस्यांना

कशी सामोरी जाणार?'' सत्या अगदी काकांच्या मनातलं बोलला होता.

इथे शाळा सुरू केली तर बाहेरच्या मुलांना प्रवेश द्यावा लागेल. त्यामुळे इथली शांतता बिघडून जाईल. विश्वस्तांची जबाबदारी वाढेल. इथला अभ्यासक्रम, व्यवस्था योग्य व परिणामकारी आहे, असं काकांना वाटत होतं. बाहेरच्या शाळेतल्या अभ्यासक्रमाबरोबर इथे मुलांना संस्कृत, भक्तिसंप्रदाय, वेदान्त असे विषय शिकवले जात होते. हा अभ्यासक्रम गुरुजी असताना सुरू केलेला होता. त्यांनी भक्तिमार्ग स्वीकारलेला असला, तरी पाया वैदिकच हवा असं गुरुजींचं मत होतं. त्याला पूरक असं ज्ञान सगळ्यांना असलं पाहिजे, असं ते म्हणत असत. या बाबतीतलं प्राथमिक स्तरावरचं ज्ञान सगळ्यांना सक्तीचं होतं. त्यानंतर मात्र मुलांची आवड, कल, अभ्यासातील गती पाहून पुढच्या शिक्षणाची व्यवस्था केली जात असे. मुलांना इथे ध्यानाचा मार्ग मिळायचा, हे खरं पण महत्त्व भक्तीला होतं. रोज नित्यनेमानं सकाळ, संध्याकाळ चालणारी भजनं, प्रवचनं, कीर्तनं देवाला शरण जाण्याचा, देवासमोर लीन होण्याचा भाव निर्माण करत असत. इथली मुलं सन्मार्गी होती, आपापल्या कार्यक्षेत्रात कर्तबगारी दाखवत होती. काकांच्या मते, आश्रमात त्यांचा पाया भक्कम होत असे आणि यासाठी काकांना दुसऱ्या पुराव्याची आवश्यकता नव्हती. इतक्यात एक मुलगा धावत येऊन त्यांच्यासमोर उभा राहिला.

''काका, हरीश नाश्त्याला येणार नाही, असं म्हणतोय. किती सांगितलं तरी ऐकतच नाहीये.''

''काल रात्रीही तो जेवण नको म्हणत होता ना? मी आग्रह करून त्याला दूध प्यायला लावलं होतं.'' तो मुलगा हो म्हणाला.

''बाळा, तो असं का करतोय, तुला काही माहीत आहे?'' असं विचारल्यावर तो मुलगा घाबरला.

''तुम्ही दोघे एकत्र असता ना रे, तू सांगितलं नाहीस तर मला कसं कळेल? त्याला बरं वाटायला हवं ना?'' आता तो मुलगा बोलू लागला...

''काल शाळेत 'अनाथ' असं म्हणून पुन्हा कोणी तरी त्याची चेष्टा केली. त्याच्या मनाला खूप लागलंय ते. काल रात्री तुम्ही गेल्यावर तो खूप रडला; पण तुम्हाला हे सगळं सांगू नको म्हणाला.''

हे ऐकून काका सत्याकडे वळले. तो आधीच उठला होता. त्या मुलाला जायला सांगून काका व सत्या हरीशकडे निघाले. वसतिगृहाकडे जाता जाता सत्यानं वर पाहिलं. आकाश निरभ्र होतं. स्वच्छ प्रकाश पडला होता. ते हरीशच्या खोलीत शिरले तेव्हा तो चिडून झोपला होता. त्यानं आपल्या दोन्ही तळव्यांनी चेहरा झाकून घेतला होता. काका त्याच्या जवळ जाऊन बसले.

''हरीश, काय झालंय? नाश्ता नको म्हणालास, काल रात्री जेवणही घेतलं

नाहीस. का रे बाबा?"

पाचव्या इयत्तेत असणाऱ्या मुलाच्या चेहऱ्यावर चिंतेचं जाळं पसरलं होतं. डोळ्यांच्या खाली काळं झालं होतं. काकांनी उठवून त्याला छातीशी धरल्यावर तो हुंदके देऊ लागला.

"आम्ही सगळे असताना तू अनाथ कसा काय असू शकतोस, सांग. आज सकाळी भजनाला आला होतास ना? विठ्ठलाकडे नीट पाहिलं होतंस?" आपण सगळे विठ्ठलाला काय म्हणतो? माउली म्हणतो ना? माउली म्हणजे काय?" त्यांनी विचारलं.

"आई..." रडत रडत हरीश म्हणाला.

"माउली म्हणजे आई. विठ्ठल कोणासमान आहे?" काका.

त्यावर वडील.. असं उत्तर आलं.

"आता सांग, आई-बाबा दोन्ही विठ्ठलच. होय ना? तो इथे उभा राहून तुझी काळजी घेतो आहे. मग तू अनाथ कसा काय?"

हरीशचं रडणं हळूहळू थांबल्यावर काका म्हणाले,

"मला कळतय. तुझे मित्र त्यांच्या घरात राहतात. ते आपल्या आई-वडिलांबद्दल बोलू लागले, की तुला वाईट वाटतं, होय ना?"

"नाही आता मला सवय झाली आहे. सहज कोणी बोललं तर काही वाटत नाही; पण काही जण मुद्दाम हिणवून बोलतात. तेव्हा मात्र संताप येतो." तो आता सावरला होता. शांतपणे बोलत होता.

"या आश्रमात कोणालाच, अगदी मला व सत्यालाही घर, आई-वडील नाहीत. आम्ही सगळे अनाथ आहोत, असं वाटतं तुला?" काका पुन्हा म्हणाले.

"नाही. पण बाहेरच्यांना हे कळत नाही ना."

"तुला कळलंय ना? तेवढं पुरेसं आहे. तू आनंदी असलास तरी ते तुला दया दाखवतात किंवा चिडवतात. होय ना?"

"हो, मी विसरायला बघतो; पण ते आठवण करून देतात..." त्याला पुढे बोलवेना.

"ते कितीही चिडवू देत. तिकडे लक्ष न देता तू तुझं काम करत राहा. त्यांच्याही नकळत ते बोलायचं, चिडवायचं थांबवतील आणि तुझ्यात हिंमत निर्माण होईल. तुझ्या मनाची शक्ती वाढेल. दादाकडे पाहा. छान शिकलाय, उत्तम नोकरी आहे. त्याला चिडवायची हिंमत आहे कोणाच्यात? बिच्चारा, असं म्हणून त्याला दया दाखवावी, असं वाटेल कोणाला?"

समोर बसलेल्या सत्याकडे पाहत हरीशने मान हलवली.

"मोठा होऊन सत्यासारखा हो. सगळ्यांनी प्रशंसा केली पाहिजे, असा. चल,

आपण एकत्र नाश्ता करूया.'' असं म्हणत काका त्याला हाताला धरून घेऊन गेले. त्यांच्या मागोमाग सत्याही गेला.

''काका, आज विशाल दादा दिल्लीला गेला आहे आणि ऑफिसात खूप काम पडलंय. त्यामुळे मी दुपारी जेवायला येणार नाही.'' नाश्ता करता करता सत्या म्हणाला. तो रोज जेवायला यायचा; पण काकांचा सहवास मिळत नसे. ते कारखान्यात, शेतात कुठेही गेले तरी आपली शिदोरी बरोबर घेऊन जायचे. ते नेहमी कामात बुडालेले असायचे, त्यामुळे भेटायची शक्यता कमीच असायची. क्वचित कधी कचेरीत असले, तरच त्यांची व सत्याची भेट व्हायची. त्याच्या बरोबरच्या मुलांमध्ये नोकरीसाठी बाहेरगावी न गेलेला एकटा सत्याच होता. बाहेर नोकरीच्या चांगल्या संधी असूनही त्यानं स्वतःच तिकडे जायचं नाकारून गावात राहणंच पसंत केलं होतं. सगळे मित्र त्याच्या संपर्कात असायचे; तरीही त्याला सगळ्यात जवळचे होते ते हरिकाकाच.

ऑफिसला जाताना तो रोज त्यांच्या पाया पडायचा व काका त्याला मन भरून आशीर्वाद द्यायचे- ''शीघ्रमेव कल्याण प्राप्तिरस्तु।'' हे ऐकून मनिषा डोळ्यासमोर यायची त्याच्या. हो, लवकरच लग्न होणार आहे तिचं. काकांना सगळं सांगायला हवं, असं ऑफिसमधून येताना त्याच्या मनात आलं होतं, तरी तो बोलला नव्हता. पण तिचा विषय काही केल्या मनातून जात नव्हता, त्यामुळे बेचैन होता. एकांतात अश्रू ढाळत बसलेल्या सत्याला काकांना समोर पाहून अपमानित झाल्यासारखं वाटलं होतं. आता भजनानंतर मन शांत झालं होतं... पण काही काळच. पुन्हा ऑफिसात ती समोर दिसल्यावर अस्वस्थता सुरू होणार. त्यानं वैतागून गाडी सुरू केली. कितीही गंभीर कारण असू दे, आज ऑफिस चुकवायचं नाही.

दोन

गंगाबाईंना पाहताच रखमाबाईंनी चहा टाकला. "तुम्ही रोज चहा करता, मला अगदी संकोच वाटतो. माझ्यासाठी नका करत जाऊ." गंगाबाई संकोचून म्हणाल्या. सकाळचं घरातलं काम आवरलं, की इकडे यायची गंगाबाईंना सवयच झाली होती. रखमाबाईंना भेटून त्यांच्याशी बोलून त्यांना बरं वाटायचं. इतरांच्या आयुष्यातील घडामोडींमधून खूप काही शिकायला मिळत होतं. मुख्य म्हणजे त्यांचा आत्मविश्वास वाढला होता. दुसरं काही नसलं तरी रखमाबाईंचा स्नेहमय सहवास पुरेसा वाटायचा गंगाबाईंना. समजा, इथे येणं शक्य न झाल्यानं घरीच राहावं लागलं तरी रखमाबाईंचा सहवास रोज मिळायलाच हवा, असं वाटण्याइतका आपलेपणा होता तिथे.

"मी नाश्ता झाल्यावर चहा घेत नाही, तरी तुम्ही येणार माहीत होतं ना. तुमची वाटच बघत होते मी." दोघी गप्पा मारत बाहेर पडल्या.

"शिंदे कसे आहेत?" त्यांनी विचारलं.

"आपली खोली सोडून बाहेर पडत नाहीत. एक-दोन दिवसांत ठीक होतील. पण नेहमीसारखे हसाय-खेळायला कधी लागतील काय माहीत?"

दगडी बाकावर बसत रखमाबाई म्हणाल्या. त्या पहिल्यांदाच आल्या होत्या तेव्हा दिसलेल्या, विचित्र वागणाऱ्या दोन बायकांची गंगाबाईंना आठवण झाली.

"तुमच्या खोलीत असणाऱ्या त्या दोघींची काय खबरबात?" त्यांना कधी बाहेर फिरताना, कोणाजवळ बोलताना पाहिलं नाही कधी."

"सगळ्यांच्या कथेची सुरुवात आणि शेवट सारखाच असतो. फक्त मधला भाग वेगळा असतो. त्या दोघींमधील ती जरा धडधाकट आहे ना, तिला वाचनाचं वेड आहे. सरकारी नोकरीतून निवृत्त झालेली आहे ती. सदा पुस्तकात डोकं घालून असते. हातातलं पुस्तक सोडून ती बाजूच्याकडे पाहणारही नाही आणि तिच्याकडून काही गोंधळ होण्याचीही शक्यता नाही. कसला उत्साहच नाही तिला. पुस्तक

खाली ठेवायची वेळ आली, की मात्र तोंड वाकडं असतं हिचं. दर महिन्याला पुरेसे पैसे मिळतात त्यामुळे मला हवी तशी राहीन, अशी वृत्ती. दुसऱ्या बाईला नीट ऐकू येत नाही. ती आणि तिचं काम. आश्रमाच्या मागे मोकळी जागा आहे ना? तिथे फेऱ्या मारत असते बऱ्याचदा.''

रखमाबाई बोलत असतानाच गोगटे येताना दिसले. ''मी येतो आहे, असं पाहून बोलायचं थांबलात की काय?'' दुरूनच ते म्हणाले.

''नाही हो, असं काही नाही. या. तुम्ही आमच्याशी बोलता हीच आनंदाची गोष्ट आहे.'' रखमाबाई म्हणाल्या.

गोगटे त्यांच्याकडे येऊन उभे राहिले. म्हणाले, ''यांना पाहिल्यावर माझ्या धाकट्या बहिणीला भेटल्यासारखं वाटतं. म्हणून तुम्हाला शोधत येतो. गेल्या वर्षी गेली ती. आमच्या हिची फार लाडकी होती.''

गोगटे बोलत असतानाच आपला निळा कोट हातात घेऊन मुळे तिथे आले. कोट वाळत घालण्यासाठी जागा शोधत होते ते?

''त्या तारेवर टाका, किती जागा आहे तिथे.'' रखमाबाई म्हणाल्या.

''नको, तार ठिकठिकाणी गंजली आहे. कोटाला गंज लागेल. चांगले कपडे वाळत घालायला इथे चांगली जागाही नाही; पण एकदा परसात पाहून येतो. प्लॅस्टिकची दोरी आणा म्हणतोय, सोयीची होईल, पण कोणालाच गरज नाहीये त्याची.'' असं ते बडबडत गेले.

''हे असं बोलतात म्हणून शिंदे चिडून यांना 'फॉरेन रीटर्न' म्हणतात.'' रखमाबाई सांगू लागल्या...

''जवळ होता नव्हता तो सगळा पैसा खर्च करून यांनी मुलाला शिकवलं. तो अतिहुशार निघाला. तुम्ही माझ्याबरोबरच राहा, असं सांगून त्याने घर विकून टाकलं. एकदाच लंडनला घेऊन गेला. शास्त्रापुरतं चार दिवस वडिलांना जवळ ठेवून घेतलं. पण हळूहळू इथे वैद्यकीय सेवा खूपच खर्चिक अहे, मला परवडण्यासारखी नाही, वगैरे सांगून झालं. तुम्ही भारतात राहिलात तरी भाड्याच्या घरात एकटे राहू शकणार नाही, आणि तसं राहणं सुरक्षितही नाही अशी कारणं सांगत इथे आश्रमात आणून टाकलं. वर्षातून एकदा न चुकता येऊन तुम्हाला भेटून जाईन, असंही म्हणाला. यांना परत पाठवलं तेव्हा मोठी बॅग भरून तिथले साबण, शाम्पू, टॉवेल, असं सगळं घेऊन दिलं. ती बॅग सुरक्षित ठेवायची म्हणजे यांना केवढा प्रश्न असतो. बॅगेला कुलूप लावल्याशिवाय संडासलाही जात नाहीत महाराज.''

रखमाबाईंचं बोलणं पुरं व्हायच्या आत मुळे परत आले. हातात कोट तसाच होता.

''मागच्या बाजूला खूपच घाण आहे. लंडनला पाहा, धुळीचा एक कण हवा असेल ना तरी सापडणार नाही, इतकी स्वच्छता असते आणि इथे एक कोट वाळत

घालायला योग्य अशी जागा नाही.'' असं म्हणत ते फेऱ्या मारू लागले. त्यांना उद्देशून रखमाबाई म्हणाल्या,

''कोट एका हँगरवर लावा, हँगर तारेला अडकवा. दोघांना मिळून एक चिमटा लावून टाका. म्हणजे हँगर पडणार नाही व कोटही खराब होणार नाही.'' हे ऐकून मुळेंचा चेहरा खुलला.

''मला सुचलंच नाही हे. आत्ता लावून टाकतो.'' असं म्हणून ते घाईत आत गेले.

''आपल्या मुलाने काय केलं आहे, हे खरंच त्यांना माहीत नाहीये का?'' गंगाबाईंनी विचारलं.

गोगटे सांगू लागले, ''मुलगा काय खेळ खेळतोय, हे आई-वडिलांना कळणार नाही का? त्याचे लहानपणीचे खेळ, मोठा झाल्यावरचे खेळ सगळं कळत असतं त्यांना. पण बऱ्याच वेळा ते कबूल करायला त्यांचे मन धजावत नाही. मुळेंसारख्या माणसांना तर याचा फारच त्रास होतो. मुलगा लहान असतानाच त्यांची बायको गेली. यांनी दुसरं लग्न न करता मुलाला मोठं केलं. आता भ्रमिष्टासारखे वावरत असतात. डॉक्टर म्हणत होते, त्यांचा हा भ्रम दूर झाला तर काय होईल, सांगता येत नाही. आहेत तसेच ठीक आहेत ते. कोणाजवळही गप्पा मारत बसत नाहीत. बोलावून पाहा हवं तर. त्यांचं सामान आणि ते. त्यातून बाहेर येणं नाही. बॅग उघडतात, सामान मोजतात, किती खर्च झालं, काय काय शिल्लक आहे, ते पाहून परत ठेवून देतात. दिवसभर हेच चाललेलं असतं. बॅग रिकामी होईल, तेव्हा आपला मुलगा येईल, अशी त्यांना खात्री आहे.''

''शिंदेंबरोबर बोलतात ना थोडंफार?'' गंगाबाईंनी विचारलं.

''शिंदेंचा स्वभाव विनोदी आहे. बोलताना जरा मजा येते म्हणून बोलतात मुळे. पण गंभीर विषय सुरू झाला किंवा व्यक्तिगत आयुष्याबद्दल बोलायची वेळ आली, की ते हळूच तेथून उठून जातात. काल शिंदेंचं सांत्वन करत होते ना? पण रात्री उशिरापर्यंत त्यांनाच झोप नव्हती. शतपावली घालत होते.''

त्यांचं बोलणं चालू असतानाच मुळे हातात हँगर घेऊन मोठ्या उत्साहानं तेथे आले.

''कोट वाळत ठेवून जरा वेळ आमच्यासोबत बसा की.'' गोगटे म्हणाले.

ते मुळेंना सोडायला तयार नव्हते. आता मुळेंच्या चेहऱ्यावरचं हास्य गायब झालं. 'नको, आता नको.' असं म्हणत हँगर हातात काळजीपूर्वक पकडून ते घाईघाईत निघून गेले.

त्या दोघींकडे अर्थपूर्ण कटाक्ष टाकत गोगटे म्हणाले,

''मी निघतो. इथलं काम लवकर संपलं तर हिला थोडी तरी मदत करता येते. दोन नातवंडांना सांभाळताना फार दामून जाते ती.'' निघता निघता थांबून ते म्हणाले.

“मुलगा आम्हाला घरात ठेवून घेतोय व जेवायला घालतोय त्या बदल्यात आम्ही त्याची मुलं सांभाळतोय. आमच्यामधील हा अघोषित करारच आहे. माझ्याकडे पैसे नाहीत, असं नाही. पण पैसे असूनही जाणार कुठे? आश्रमात राहायला हिला आवडत नाही. हे जग मोठं आहे. कुठेही कसंही राहू असं म्हणणं, अंगात ताकद आहे तोपर्यंत ठीक; पण नंतर मुलानं आधार द्यावा असं वाटतंच. पण मुलांच्या हे कसं लक्षात यावं?”

यावर प्रतिक्रियेची वाट न पाहता ते चालू लागले. काही वेळ दोघी गप्प होत्या. नंतर गंगाबाई म्हणाल्या,

“आमच्या घरी काय होणार आहे, याचीच काळजी आहे मनात. मुलानं वागणंच बदललं आहे. सुनेशी सुद्धा आडमुठेपणानं वागतो. ती रागावली-रुसली की मलाच समजूत घालावी लागते. आता तिचं बाळंतपण जवळ आलं आहे. बाळाचं स्वागत करायचं आहे. मी एकटीनं काय काय करायचं सांगा?”

मनातली तळमळ बाहेर पडल्यावर त्यांना थोडं हलकं वाटलं. काय करावं, कसं करावं? प्रश्न शारीरिक कष्टांचा नव्हता. भार हलका करायला कोणाची तरी सोबत हवी होती. गेल्या वेळीही रखमाबाईंना घरातल्या गोष्टी सांगितल्या होत्या, तेव्हा जरा मोकळं झालं होतं मन. कोणाजवळ बोलायचं हे महत्त्वाचं असतं. रेड्यासमोर वाद्य वाजवून काय उपयोग? पण रखमाबाईचं तसं नव्हतं.

“या सगळ्यावर तुमच्या पतीचं काय म्हणणं आहे? मी आधीपासूनच तुम्हाला हे विचारते आहे.” काही वेळानं रखमाबाईंनी विचारलं,

“आत्ता मुळ्यांबद्दल गोगटे सांगत होते ना, ते ऐकून माझ्या मनात आलं की आमचे हे या वर्गातलेच आहेत की काय, मला कळत नाहीये. संकट आलं, की त्यापासून दूर कसं पळता येईल, ते पाहत असतात. सदैव नाकावर राग; पण मुलगा असा नाही. समस्येचं मूळ शोधून त्यावर मार्ग काढणारच. समस्येचं निराकरण होईपर्यंत स्वस्थ बसणार नाही, आणि हे समोर आलेल्या परिस्थितीला घाबरून खाली मान घालणार. दोघांचं कसं जमणार, सांगा.”

“हूं...” असं म्हणून रखमाबाई विचारात गढून गेल्या. जणू त्यांना बोलण्याची इच्छाच उरली नाही... त्यांच्या नवऱ्याची आठवण आली असेल का त्यांना? की मुलाची, नातवंडांची आठवण येत असेल? की आपण जरा जास्तच सांगत बसलो?... गंगाबाई विचार करू लागल्या. तरी जे काही अनुभवलं आहे त्यामानानं आपण अगदी थोडकंच बोललो, असं त्यांना वाटलं. ‘गंगा’ अशा एका हाकेत सगळं अपयश एकत्र बांधून समोर ठेवणारा नवरा. माझ्यासारखी बाई काय करणार होती? सुरुवातीला काहीच कळत नसे. शब्दावाचून अनुभवता येणारं यांचं गाढ प्रेम, यांनी मारलेली ‘गंगा’ अशी हाक... आणखी काय कळायला हवं होतं? हे

वाईट तर नाहीतच; पण यांच्या हाताला यश नव्हतं. राग, निराशा बाजूला सारून यांनी आणलेला पोहेहार. या वेळी हा गहाण ठेवूया का? की विकून टाकूया?... असं परीक्षा घेण्याकरीता किती वेळा विचारलं होतं. "नाही द्यायचा. पुन्हा हा विषय काढलास तर बघ." डोळे लाल करत मोठ्याने ओरडले होते हे. तेव्हा खूप हर्ष झाला होता मनाला. अयशस्वी नवऱ्याच्या सारखी मागे-पुढे करत असते, असं मुलगा चिडवत असतो. पराजयातही जय शोधायला हवा, नाही का? नाही तर जगण्याचा उत्साह कसा टिकून राहील?

आपला नवरा जिंकणं शक्य नाही, हे माहीत होतं... मुलगा त्यांच्यासारखा होऊ नये म्हणून प्रार्थना करत होते. तो तसा झाला नाही म्हणून आनंद मानला. हे सगळं त्याला समोर बसवून सांगावं का? ऐकून कृतज्ञतेनं तुळजाभवानी समोर तुपाचा दिवा लावून हात जोडणार आहे का हा? शेवटी गप्प बसणंच योग्य, असं वाटू लागतं. कष्ट आणि सुख या बद्दल प्रवचनात ऐकलेलं विवरण, हार आणि जीत या गोष्टींशी जोडू पाहत असतो आपण. मुलाच्या यशात नवऱ्याचं अपयश आपण विसरू पाहतो. हे सगळं जुळवून घेण्यात आपलं आयुष्य झिजून चाललं आहे, हे लक्षातच आलं नाही... अशा विचारात असताना आपण आश्रमात बसलो आहोत, याची जाणीव होऊन त्या म्हणाल्या,

"मी निघू का? मुलगा दिल्लीला गेला आहे. तो परत येईपर्यंत मला आता इथे येता येणार नाही. सुनेला ऑफिसचं काम बघावं लागणार आणि यांचं करायला मी."

असं म्हणत त्या हसत हसत निघणार; इतक्यात काही तरी आठवून त्यांनी रखमाबाईंकडून त्यांचा फोन नंबर घेऊन ठेवला. त्यांचा निरोप घेऊन त्या गेटजवळ आल्या तोच समोरून मोटाराम आला.

"वाहिनीबाय, तुम्हाला ही जागा दाखवून मोठी चूकच केलीय मी. तुम्ही तर रोजच येताय इकडे. विशाल साहेबांना संशय आला तर?" तो थोडा घाबरलेला दिसत होता.

"आला तर येऊ दे संशय. मी इथे येते हे कळल्यावर कदाचित तो थोडा शांतच होईल. मोटाराम, समोर येईल त्याला तोंड देत राहायचं. इथल्या एकेकाच्या कथा ऐकल्यावर असं वाटतं, की आपला त्रास, आपल्या समस्या सोडवता येणार नाहीत, इतक्या बिकट नाहीत." आत्मविश्वासानं बोलणाऱ्या गंगाबाईंकडे मोटाराम चकित होऊन पाहू लागला.

तीन

गंगाबाई बाहेर पडल्या आणि लॅपटॉप हातात घेऊन ऑफिसमधून सुलभा घरात आली. विशाल नसल्यामुळे ऑफिसमधील सगळ्या हालचालींवर लक्ष ठेवणं गरजेचं होतं, म्हणून तिनं मधला दरवाजा उघडाच ठेवला. कामाचे फोन येत होते, नोकरी मागायला येणारे होते, मार्केटवाल्यांची ये-जा सुरू होती. हे सगळं सत्यावर सोपवून, अगदीच लागला तर कॉल कर असं सांगून, ती घरी आली. सकाळी ती उठायच्या आधीच विशाल बाहेर पडला होता. विमानात चढतोय, टॅक्सीत बसतोय, पोहोचतो आहे, असले मेसेज करायची त्याला सवय नव्हती. हातातलं काम संपलं, की तो फोन करायचा. नवऱ्याच्या स्वभावाचा विचार करता करता, ती बाबूरावांच्या खुर्चीच्या बाजूच्या सोफ्यावर येऊन बसली. ते मान खाली घालून बसले होते. त्यांना मधूनच पेंग येत होती. कालच्या कटू प्रसंगामुळे तिला फार त्रास झाला होता असं नाही, पण मन नेहमीसारखं मोकळं नव्हतं.

"बाबा, झोपला आहात का?" तिनं हळू आवाजात विचारलं. उत्तर आलं नाही.

"झोपला आहात का बाबा?" असं पुन्हा एकदा थोडं मोठ्यानं विचारल्यावर त्यांनी दचकून डोळे उघडले व 'हूम' असा आवाज काढला. बाजूला सून बसली आहे, हे पाहून त्यांनी डोळे नीट उघडले. त्यांनी गर्भवती असलेल्या सुनेकडे पाहिलं आणि त्यांच्या डोळ्यांत चमक आली. सुलभाला ते जाणवलं. किंचित हसून तिनं त्यांच्या हातावर आपला हात ठेवला.

"विशाल बाहेर गावी गेला आहे. तुमच्याशी काही महत्त्वाचं बोलायचं होतं, म्हणून आले होते. पण तुम्ही न घाबरता, मोकळेपणाने उत्तर द्यायचं. चालेल?"

त्यांनी होकार दिला. कितीही हळू बोललं तरी ऑफिसात ऐकू जातं, हे लक्षात येऊन तिनं त्यांची खुर्ची हळू ढकलत खोलीत नेली आणि दार लावून घेतलं. एक खुर्ची ओढून घेऊन त्यावर बसून ती बोलू लागली.

"बाबा, आमच्या लग्नाला इतकी वर्षं झाली, पण तुमच्या भूतकाळाविषयी विशाल माझ्याजवळ कधीही काही बोललेला नाही. त्याच्या डोक्यात नेहमी भविष्याचेच विचार असतात. गतकाळातील गोष्टीं आठवून मन बिघडवायचं नाही, असं त्याचं म्हणणं. त्याच्या या स्वभावाचा भूतकाळात घडलेल्या गोष्टींशी संबंध असावा, असं मला नेहमी वाटतं. विशेषतः तुमचे व त्याचे हे असे संबंध आहेत ना, ते पाहून. बाबा. मी बोलतेय ते ऐकताय ना?"

तिच्या प्रश्नावर त्यांनी पुन्हा 'हूं' असं उत्तर दिलं, तेही खाली मान घालून.

"तुम्ही प्रत्येक वेळी असाच हट्ट चालवत राहिलात तर त्याला जुन्या गोष्टी कशा विसरता येतील? दिवसेंदिवस तो जास्तच विक्षिप्त होत चालला आहे. तुम्ही असं का वागता सांगाल का? तुमचा त्याच्यावर राग आहे का?" यावर ते काही बोलले नाहीत की त्यांनी मान वर केली नाही.

"वयाच्या एका टप्प्यावर मुलगा बापाच्या भूमिकेत जातो व बापाला मुलगा व्हावं लागतं. असं झालं तरच संबंधांना अर्थ राहतो. नातं घट्ट होतं. माझ्या माहेरीच बघा ना. माझे बाबा समीरदादाचं म्हणणं मानतात. त्यांना ते सगळंच पटलेलं असतं, असं नाही. खरं तर ते स्वतंत्र विचारांचा माणूस आहेत. मला उपदेश करायला कोण येणार? अशी मानसिकता होती त्यांची. पण आता मुलानं सांगितलेलं ऐकतात. आजारी आहेत म्हणून नाही, त्याच्या आधीपासूनच ते बदलले आहेत. म्हणून तर त्यांचा आजार हा दादाला कटकट किंवा भार वाटत नाही."

सुलभा बोलताना त्यांच्याकडे पाहत होती. अजूनही ते तसेच मान खाली घालून बसलेले होते.

"तुम्ही इतके ओरडत असता, गोंधळ करत असता ते आई सहन करते; पण तशी भावना तुम्ही विशालच्या मनात निर्माण केलेली नाही. म्हणून तो असा कोरडेपणानं वागतो. इथून पुढे हे असंच सुरू राहायला नको आहे. सत्या तुमच्याबरोबर कितीही प्रेमानं, आदरानं वागत असला, तरी तो विशालची जागा घेऊ शकणार आहे का?

"मान वर करून माझ्याकडे पाहा. नाही तर मी बोलतेय ते तुम्हाला कळतंय की नाही, हे मला कसं कळणार?'

सुलभानं पुन्हा एकदा सांगितल्यावर बाबूरावांनी एकदा मान वर करून तिच्याकडे पाहिलं. त्यांचा चेहरा केविलवाणा झाला होता. तिला त्यांची दया आली.

"मुलासमोर हटवादीपणानं वागण्यासारखी सध्याची तुमची स्थिती नाहीये. त्याचा राग हाताबाहेर जाईल, अशी परिस्थिती कृपा करून आणू नका."

तिला आणखी काही बोलायचं होतं; पण मध्येच थांबून हरलेल्या आवाजात ती म्हणाली,

"मगाचपासून मी इतकी बोलते आहे, त्यावर तुम्ही काहीच बोलणार नाही?"

तेव्हा त्यांनी खालच्या सुरात "हूं" असं म्हटलं. त्या हुंकारातला यांत्रिकपणा जाणवून, आपले प्रयत्न निरर्थक आहेत हे तिच्या लक्षात आलं. एकही गोष्ट ते गांभीर्यानं घेत नव्हते व त्यांचा तो स्वभावही नव्हता. तिनं पुन्हा पुन्हा सांगितलं म्हणून त्यांनी हुंकार दिला इतकंच. आपल्याला शक्य होते तितके प्रयत्न आपण केले. आता ते व त्यांचा मुलगा, हवं ते करू देत. असं मनाशी म्हणत सुलभा उठली व तिनं दरवाजा उघडून टाकला. त्यांची खुर्ची नेहमीच्या जागेवर आणून ठेवली. काही लागलं तर हाक मारा मी ऑफिसात आहे, असं सांगून ती निघाली, तेव्हा पुन्हा त्यांची दृष्टी तिच्या पोटाकडे गेली. तिच्या हे लक्षात येऊन शेवटचा प्रयत्न म्हणून ती त्यांना म्हणाली,

"तुम्ही विशालला दूर केलंत तर तो उद्या बाळाला तुमच्याजवळ येऊ देणार नाही. नातवाचे बोबडे बोल ऐकावे, त्याच्याजवळ खेळावं, असं वाटतंय ना तुम्हाला? बाबा, मी काय म्हणतेय, का म्हणतेय ते समजून घ्यायचा प्रयत्न करा. मी काय काल-परवा आलेली आहे, पण तुम्ही विशालचे वडील आहात..."

आपण जरा जास्तच बोललो, असं वाटून ती ऑफिसात निघून गेली. पोटापेक्षा आज तिला मन जड वाटत होतं.

विशाल नसेल तेव्हा ती त्याच्या खुर्चीत बसत असे. आपण मालकीण असल्याची भावना तिला सुखावत असे. आज ऑफिसमधील वातावरण नेहमीसारखंच होतं. दोघे जण आले नव्हते, बाकीचे सगळे कामात गुंगून गेले होते. सत्याही तसाच. त्याने त्याची जन्मकथा सांगितल्यापासून त्याचं वाटणारं कौतुक, त्याच्याबद्दलचा मनातला आदर जास्तच वाढला होता. त्याचा भूतकाळ आठवून ती अस्वस्थ होत असे, त्याचप्रमाणे तिला आश्चर्यही वाटत असे. आज तिचं लक्ष सारखं त्याच्याकडे जात होतं. त्याची लहानपणापासूनची कथा ऐकण्याची तिला अतीव इच्छा होती, कुतूहल होतं. पण थेट त्याला विचारण्याइतकी जवळीक नव्हती. विशालकडून कळण्याचीही शक्यता नव्हती. विशालच्या आईच्या मार्फत काढून घेता येईल, का.... नकोच. हा विषय ऐकून त्या कानच बंद करून घेतील. ऐकू नये, असं अभद्र ऐकल्यासारखं वाटेल त्यांना. तोंडातून तर चुकूनही एक अक्षर काढणार नाहीत. एवढं होऊनही त्यांचं मन सत्याच्या बाबतीत कधीच बदलणार नाही.

दुसरा कोणताच मार्ग दिसत नसल्यानं ती नुसत्या कल्पना करू लागली. हे कसं शक्य आहे? कामाठीपुऱ्यात जन्मलेल्या, वाढलेल्या मुलाचं इतकं ठाशीव व्यक्तिमत्त्व? कसं काय? त्याच्याकडे एक टक बघत बसलेली सुलभा विचार करत होती. अचानक तो तिच्याकडे वळला. आपल्या मनात काय चाललं आहे, हे त्याला कळलं तर नसेल, ती क्षणभर दचकली पण लगेच सावरली. तेवढ्यात तो म्हणाला,

"दादांचा फोन आला तर मला सांग. मीटिंगमध्ये ग्राहकांना दाखवायचा नमुना तयार आहे. त्यात काही बदल केले आहेत ते त्याना सांगायचे आहेत. मी मेल टाकला आहेच."

ती त्याच्याकडे लक्षपूर्वक पाहत होती. नुसती तीक्ष्ण नजरच नाही, तर त्याच्या जुळलेल्या भुवयांनी त्याचं व्यक्तिमत्त्वच बदलून गेलं होतं. त्याचे डोळे कायम या भुवयांच्या बंधनात असल्यासारखे. नुसते डोळे नाही तर त्याची बुद्धी, मन यांवरही त्या भुवयांचं नियंत्रण आहे, असं वाटायचं. त्या भुवयांमध्ये त्याची शक्ती एकवटलेली होती. असा साधक मुलगा देह विक्रय करणाऱ्या स्त्रीच्या पोटी जन्माला येणं शक्यच नाही, असा विचार तिच्या मनात येऊन ....सत्या, तू वेश्येचा मुलगा नाहीस, असं त्याला ठासून सांगावं, असं वाटलं तिला. मनावर ताबा ठेवणं कठीण झालं होतं. काही तरी बोलायलाच हवं असं वाटून, काय बोलायचं ते ठरवण्यापूर्वीच तिच्या तोंडून हाक बाहेर पडली, 'सत्या.' तो पुन्हा तिच्याकडे वळला. काही न सुचून तिनं मान खाली घातली; पण अचानक तिला प्रश्न सुचला.

"विशालला यायला अजून चार-पाच दिवस तरी लागतील ना?"

"लागू शकतात. ग्राहकांचं समाधान होऊन त्यांचा होकार मिळेपर्यंत दादा तेथून हलणार नाहीत, पण वहिनी, दादा इथे नाहीत म्हणून घाबरून जाऊ नको. बाहेरचं काही काम असेल तर सांग, मी करून टाकतो."

काळजीनं बोलायला लागला, की किती जवळचा वाटतो, पण नेहमी विशिष्ट अंतर ठेवून असतो. सहजी जाणवणार नाही, असं अंतर. प्रयत्न केला तर हा आवाक्यात येऊ शकेल.... मनात शंभर कल्पना करत बसण्यापेक्षा एकदाच काय तो सोक्षमोक्ष लावायला हवा, असा विचार करत ती समोरच्या कॉम्प्युटरकडे वळली. तिला मनिषाची आठवण आली. का माहीत नाही, पण तिनं दुसऱ्या कोणाला होकार द्यावा, हे सुलभाला पटलं नव्हतं. या दोघांची जोडीच योग्य वाटते. त्यांची फक्त मैत्रीचं होती का? नाही तर तिनं इतकी चांगली संधी हातातून का घालवली असती?

"काही दिवस ऑफिसला येणार नाही, असा निरोप पाठवला आहे मनिषाने. का येणार नाही ते तुला बोलली आहे का सत्या? तिचं लग्न ठरलंय ना, गडबड चालली असेल."

स्वतःशीच बोलल्यासारखी ती बोलली. सत्या मात्र एकदम स्तब्ध झाला. आज मनिषा आली नव्हती, हे आल्या आल्याच त्याच्या लक्षात आलं होतं. त्यामुळे काहीसं मोकळं वाटून भराभर कामाला लागला होता तो. पण मनात उसळणाऱ्या असंख्य लाटांचं कारण आत्ता त्याला उमजलं होतं......नवऱ्याच्या गावाला जायचा कार्यक्रम असेल किंवा त्या लोकांना इकडे बोलावलं असेल. आता तर ती फारच

गडबडीत असेल. खरेदीची गडबड? दागिने, रेशमी साड्या. कोणत्या रंगाची साडी घेईल बरं ती? ''तुझा आवडता रंग कोणता?'' तिने एकदा त्याला विचारलं होतं. ''निळा, मोरपिशी निळा.'' दोघांचाही आवडता मोरपिशी रंगच होता. त्या नंतर किती तरी वेळा ती निळ्या रंगाचे कपडे घालायची. निळी साडी नेसायची. गोरीपान मनिषा त्या साडीत बाहुलीसारखी दिसायची. तिच्याकडे पाहता पाहता तो स्वतःला पुरा विसरून जायचा. आता तिनं तो रंग आयुष्यातून वर्ज केला असेल? की तिच्या नवऱ्यालाही तोच रंग आवडत असेल? त्रासदायक आठवणींमुळे निराश होऊन सत्याची बुद्धी चालेनाशी झाली. इतक्यात बाबूरावांचा आवाज कानावर पडल्याने तो उठू लागला. ''तू थांब, मी पाहून येते.'' असं म्हणत सुलभा घरात गेली; पण सत्याचं मन काही कामात लागत नव्हतं.

''आई, आज संध्याकाळी मला डॉक्टरांकडे जायचं आहे. सत्या काम संपवून निघायच्या आत मी परत येईन. मला यायला उशीर होणार असेल तर मी येईपर्यंत जाऊ नकोस, असं त्याला सांगितलं आहे.'' गंगाबाई घरात आल्या आल्या सुलभा त्यांना म्हणाली.

विशाल बाहेर गेल्यामुळे सुलभा सगळा कारभार चालवत होती, बारीकसारीक कामांतही लक्ष घालत होती. गंगाबाईंनी तिला, ''तुझ्याबरोबर येऊ का?'' असं काळजीनं विचारलं असता, ती नको म्हणाली होती. सासऱ्यांजवळ झालेलं बोलणं सासूला सांगावं, असं वाटत असतानाही त्याचा काही उपयोग नाही, असं वाटून सुलभा गप्प बसली. हल्ली बाहेरून आल्यावर सासूबाई उत्साही, आनंदी दिसतात हे तिच्या नजरेनं टिपलं होतं. मैत्रिणी भेटत असाव्यात. काही असो, या नवीन संपर्कामुळे त्यांच्यात सकारात्मक बदल होताना दिसत होता.

इतक्यात बाबूरावांचं ओरडणं सुलभाच्या कानावर पडलं....आत्ता त्यांना टीव्ही लावून दिला होता. परत काय झालं? इतक्यात?

''हं, बोला मी इथेच आहे.''

असं गंगाबाई स्वयंपाकघरातून म्हणाल्या. त्यांच्या आवाजात नेहमीची अगतिकता नव्हती. बाबूराव रागावून पुन्हा ओरडले. गंगाबाई हातातल्या डावासकट बाहेर आल्या व त्यांच्यासमोर उभ्या राहिल्या. ''पाणी हवं आहे का? भूक लागली आहे? जेवायला देऊ?'' त्यावरही नकार. ''टीव्ही नको आहे?... बंद करू?'' तेही मान्य नव्हतं.

''का कशासाठी एवढा आरडाओरडा?'' सासूबाईंनी शांत स्वरात विचारलेल्या प्रश्नांना सासऱ्यांनी उत्तर दिलं नाही.

''दुसऱ्या कुणीही तुमचा हात सोडून दिला तरी मी सोडणार नाही, हे तुम्हाला माहीत आहे ना? शांतपणे, न रागावता तुमची सेवा करत्ये आहे, अगदी शेवटपर्यंत

तुमच्याबरोबर असणार आहे. याची खात्री आहे ना? मग माझ्या नावानं का सारख्या हाका मारत बसता? मी शांतपणे सगळं सहन करते आहे. कधीही तोल जाऊ देत नाही, हे तुम्हाला चांगलंच माहीत आहे. तरीही माझ्याजवळ खेळ खेळताय? खेळा. मीही पाहते.''

असं म्हणून त्या आत गेल्यावर बाबूराव काही वेळ शांत होते; पण लगेचंच पुन्हा त्यांच्या हाका सुरू झाल्या. आता मात्र सुलभा त्यांच्याजवळ आली.

''बाबा, घरातलं सोडा, पण ऑफिसमध्ये काम करणाऱ्यांना तुमच्या ओरडण्याचा त्रास होतो, असं किती वेळा सांगितलं तुम्हाला. पण तुम्ही ऐकतच नाही.'' सुलभा बोलू लागल्यावर बाबूराव गप्प बसले, मात्र तिची पाठ फिरताक्षणी पुन्हा आरडाओरडा सुरू केला त्यांनी. सुलभानं ऑफिसचा दरवाजा लावून टाकला.

सत्या दुपारी जेवायला आला, तेव्हा हरिकाका कचेरीत नव्हते. म्हणजे ते शेतात किंवा कारखान्यात असणार. परत यायला पाच तरी वाजणार. काही वेळा तर त्यांना यायला खूप उशीर होत असे. आल्यावर हिशेब तपासणे किंवा ट्रस्टींची कामं असायचीच. त्या शिवाय मुलाखतीही असायच्या. विशालदादाचा एकही फोन आला नव्हता आणि त्या शिवाय काम पुढे सुरू ठेवणं अशक्य होतं. पटकन जेवून सत्या वसतिगृहाकडे जात असताना पुन्हा मनिषाच्या आठवणी त्याला छळू लागल्या. पण मोठ्या प्रयासानं त्या बाजूला सारून तो खोलीत शिरला व त्यानं ट्रंक उघडली. ट्रंकेत वरच असलेलं पत्र त्याच्या हातात आलं. मनिषानं दिलेला धक्का सहन न होऊन तो कोसळून गेला असता, त्यातून त्याला सावरणारं पत्र. मनिषाच्या विचारांनी तो अस्वस्थ झाला असता त्या पत्रातला मजकूर आठवून त्याला हुरूप येत असे. आता खिडकीच्या बाजूला उभा राहून तो निवांतपणे पत्र वाचू लागला.

पंधरा दिवसांपूर्वी ते पत्र त्याच्या हातात आलं होतं. तेव्हापासून रोज दुपारी जेवणाच्या सुटीत ते वाचण्याचा परिपाठच झाला होता. आधी खोलीत बसून वाचायचं. ते पुरेसं वाटलं नाही तर बाहेर येऊन त्याच्या आवडत्या वृक्षाच्या सावलीत बसून त्याचं पुन्हा वाचन व्हायचं. नंतर ते पुन्हा ट्रंकेत ठेवलं गेलं तरी त्याचं मन त्या पत्राभोवतीच घोटाळत असायचं. इथे मात्र मनिषा या विषयाला प्रवेश नसायचा. आता तयार असलेल्या बोर्डची रचना ग्राहकांच्या पसंतीस उतरली तर सगळं काम व्यवस्थित संपवून दुसऱ्याच दिवशी बाहेर पडता येईल. दादांना रजेचं विचारून ठेवायला हवं. निघेपर्यंत एक आठवडा तरी जाईल. पत्र हातात घट्ट पकडून तो खोलीबाहेर आला. त्याचं आवडतं वडाचं झाड आपल्या पसरलेल्या फांद्यांचे हात हलवत त्याला बोलावत होतं. त्याची मोठी, पैलवानाच्या मनगटासारखी जाडजूड पाळंमुळं जमिनीच्या वर आलेली होती. त्यातील एकावर बसून तो पुन्हा पत्र वाचू लागला. इतक्यात जोराचा वारा येऊन पत्र हातातून निसटू पाहत असताना ते बोटात

घट्ट पकडून पुन्हा वाचून झालं. नंतर मात्र भराभर चालत ऑफिसात पोहोचून त्याने कॉम्प्युटरमध्ये डोकं घातलं. तोपर्यंत तो त्या पत्राच्या गुंगीतच होता.

''तुझं 'मोटाराम' हे नाव कसं काय ठेवलं रे?'' गंगाबाईंच्या प्रश्नावर तो हसत म्हणाला,

''तीन मुलींच्या पाठीवर मी जन्माला आलो. त्या वेळी आईला खूप त्रास झाला होता. आई व मूल, दोघांपैकी एक वाचलं तरी खूप अशी परिस्थिती होती. कारण पोटातच माझी वाढ छान झालेली होती. बाबा रामाचे भक्त होते. मुलगा झाला तर 'रामा'चं नाव ठेवायचं असं ठरवलं होतं त्यांनी. मग माझा आकार बघून त्यांनी मला 'मोटाराम' अशीच हाक मारली.'' गंगाबाईनी हसतच त्याच्या हातात जेवणाचं ताट ठेवलं.

''मग, वृद्धाश्रमातले लोक काय म्हणताहेत? रोज जातोस ना तिकडे?''

आजूबाजूला कोणी नाही, असं पाहून त्यांनी मोटारामला विचारलं. हे ऐकून त्याच्या चेहऱ्यावरचं हास्य एकदम मावळलं. आता तासाभरापूर्वीच लक्ष्मी त्याला म्हणाली होती, ''तुम्ही उगाच डोक्याला ताप करून घेऊ नका. त्या काही घर सोडून जाणार नाहीत. त्या किती प्रेमळ आहेत ते माहीत आहे ना.'' बायकोच्या बोलण्यानं त्याला थोडा धीर आला. गंगाबाईंचा उत्साह मात्र झटक्यात उतरला. आश्रमात नक्कीच काही तरी घडलं असलं पाहिजे, असं त्यांच्या मनात आलं. गंगाबाईंनी नजरेनेच, कोणाला काही सांगू नको, असा त्याला इशारा केला, इतक्यात ऑफिसचं दार बंद करून सत्या आत आला.

''काम फत्ते झालंय, असा दादांचा फोन आला होता. त्यांना यायला अजून चार-पाच दिवस लागतील, असं म्हणत होते ते. ताट इकडे द्या, बाबांना मी भरवतो. वैनी डॉक्टरकडून येईपर्यंत मला काही काम नाहीये.''

असं म्हणणाऱ्या सत्याला गंगाबाईंनी थांबवलं.

''आज तू भरवण्यासारखं जेवण नाहीये. सुलभा म्हणाली म्हणून खास स्वयंपाक केलाय.'' सत्या बाबूरावांच्या समोर बसून गप्पा मारू लागला.

''आज बघा, किती उत्साहात जागे राहून गप्पा मारत आहेत. रोज या वेळेला झोपण्यासाठी मागे लागतात. विशालसाहेब घरात नसले, की स्वारी खुषीत असते.''

मोटाराम सहज बोलून गेला. नेमकी त्याच वेळी सुलभा आत आली. सगळे गप्प झाले. सत्या निघता निघता म्हणाला, ''मी जातो आता. काही लागलं तर फोन करा. कितीही वाजता केलात तरी चालेल.''

सुलभा दमली होती. पटपट जेवण उरकून ती खोलीत गेली. तिनं विशालला फोन लावला व तब्बेतीविषयी सांगितलं.

''यापुढे तुम्ही बरोबर असाल तरच मी डॉक्टरकडे जाईन. मैत्रिणीबरोबर जायला

बरं वाटत नाही आता.'' ती वैतागून म्हणाली.

''बरं बाई, मी येत जाईन.'' असं म्हणत त्यानं तिला त्याच्या कामाविषयी सविस्तर सांगितलं. नंतर घरात काय चालल आहे... अशी चौकशी केली तेव्हा तिनं गप्प राहणं पसंत केलं. त्यावर तो स्वतःशीच हसल्याचा आवाज आला तिला. विषय कसा बदलावा, याचा विचार करत असतानाच तिला माहेरची आठवण आली.

''तिकडून निघाल्यावर घरी जाऊन सगळ्यांना भेटून याल का?'' तिनं विचारले.

''उद्याचा दिवस मिळाला तर जायचा विचार करतो आहे.'' विशाल म्हणाला. इतकं बोलून झोपेपर्यंत अकरा वाजत आले होते.

दुसऱ्या दिवशी सकाळीच सुलभानं विशालला फोन केला.

''काल रात्री बाबांनी खूपच गोंधळ घातला. झोपेच्या गोळ्या, बीपीच्या गोळ्या थुंकून टाकल्या. दोन तास आई त्यांना आवरायचा प्रयत्न करत होत्या. शेवटी त्यांनी मला उठवलं. पाहिलं तर बाबांचं एकच चालू होतं, ''मला भीती वाटते आहे, मी जाणार नाही.'' शिवाय सारखे रडत होते. तुम्हाला कसली भीती वाटतेय, असं किती वेळा विचारलं. तुम्हाला कुठेही जायचं नाहीये, असं समजावलं, पण नाही. त्यांचा ओरडा चालूच होता. नुसता आरडाओरडा नाही, बोंबलत होते मोठमोठ्यानं.''

''हूं'' विशाल लक्ष देऊन ऐकत होता.

''आम्हाला काय करावं कळत नव्हतं. शेवटी आईंनी डॉक्टर आपट्यांना फोन करून बोलावून घेतलं. बाबांचं बीपी वाढलं होतं. डॉक्टरांनीही खूपदा विचारलं, ''कसली भीती? काय होतंय तुम्हाला?'' पण हे काहीही बोलत नव्हते. नुसतं ओरडणं चालू होतं. शेवटी त्यांनी रागावून बीपीच्या गोळ्या घ्यायला लावल्या. दोन-दोन तासांनी बीपी चेक करा, वाढलं असेल तर लगेच कळवा, असं सांगून ते गेले आणि इकडे बाबांनी सत्याच्या नावानं हाका मारायला सुरुवात केली. खूप राडा केला. विचार करून अखेर सत्याला फोन केला; तोही लगेच आला.'' विशाल हूं हूं करत होता. सुलभा पुढे बोलू लागली,

''सत्या आला तेव्हा बाबा झोपले होते. त्याने आम्हाला दोघींना झोपायला सांगितलं व स्वतः बाबांजवळ बसला. दोन-दोन तासांनी बीपी चेक करून नोंद करून ठेवत होता तो. रात्रभर जागा होता. सकाळीच आईंनी डॉक्टरांना फोन करून सगळं सांगितलं. आता काळजीचं कारण नाही, असं ते म्हणाले आहेत. रात्री त्यांना कसली तरी भीती वाटून बीपी वाढलं असावं, बीपी व झोपेच्या गोळ्या नियमित द्यायला हव्यात, असं बजावून सांगितलं आहे त्यांनी. सत्या अर्ध्या तासापूर्वीच घरी गेला. आता आराम कर असं सांगितलं आहे त्याला.'' एका दमात सगळं बोलून सुलभा थांबली. क्षणभरात घरातली परिस्थिती विशालच्या लक्षात आली व तो थोडा

काळजीत पडला.

"आज दुपारी दोन वाजता आणखी एक बोर्ड मीटिंग आहे. त्यासाठी काही गोष्टी नव्यानं कराव्या लागणार आहेत. कालच फोन करून मी सत्याला एक तास लवकर ये असं सांगितलं आहे. मीटिंगमध्ये भाग घेऊन काही गोष्टी त्यानंच स्पष्ट करून सांगणं आवश्यक आहे."

"विशाल, काल तो होता म्हणून आम्ही किती निश्चिंत होतो. रात्रभर जागा होता तो. त्याला आता बोलावू नको. त्याचा तो आला तर येऊ दे. विनंती करून मीटिंग पुढे ढकलता येते का पाहा ना." सुलभा म्हणाली.

"मीटिंग नाही पुढे ढकलता येणार. परदेशातून एकजण येणार आहेत, त्याची संध्याकाळची परतीची फ्लाइट आहे. ठीक आहे. बघू काय करायचं ते. तो येईपर्यंत मी निभावून नेईन."

सुलभा अंघोळीला गेली तरीही तिला रात्रीचा प्रसंग आठवत होता. डोळ्यांत पाणी आणून 'मी जाणार नाही,' असं ओरडून सांगणारे सासरे तिच्या डोळ्यांसमोर उभे राहत होते. काय कारण असावं याच्या मागे? विचार करूनही तिला काही सुचत नव्हतं. सत्याचा सहवास सतत हवा असतो त्यांना. तिला याचं आश्चर्यच वाटू लागलं. पुरेशी झोप न झाल्यानं सुलभा थकली होती. तरीही पुन्हा झोपावं असं तिला वाटत नव्हतं. ती हळूहळू खाली उतरली व तिनं ऑफिसचा दरवाजा ढकलून आत डोकावून पाहिलं. सत्या त्याच्या जागेवर कॉम्प्युटरसमोर बसलेला होता.

"तू कधी आलास?" तिनं चकित होऊन विचारलं. कामात मग्न असल्यानं उत्तर द्यायला त्याला काहीसा वेळ लागला.

"एक तास झाला." असं म्हणून तो पुन्हा कामात गढून गेला.

त्याला पाहून तिला बरं वाटलं; तरीही रात्रभराचं जागरण असताना असं लवकर येऊन कामाला लागणं तिला योग्य वाटलं नाही. "सत्या, तुला विश्रांती घे असं म्हटलं...." तिचं बोलणं मध्येच तोडत सत्या म्हणाला,

"आज बोर्ड मीटिंग आहे. सगळ्या गोष्टी व्यवस्थित करून पाठवल्या नाहीत तर दादांची मेहनत फुकट जाईल."

जास्त काही न बोलता तो कामाला लागला. त्याच्या कर्तव्यदक्षतेचं तिला खूपच कौतुक वाटलं. हे काही आजचंच नव्हतं. या आधी कित्येक प्रसंगी त्यानं दिवस-रात्र न पाहता, अविश्रांत काम केलेलं होतं. सासऱ्यांना तो हवाहवासा वाटतो, ते उगाच नाही काही. काल नाही का, रात्रभर तो त्यांच्याजवळ थांबला होता. त्याचा स्वभावच तसा आहे. तिच्या मनात आलं. विशाल येईपर्यंत रोज रात्री घरी थांब, असं त्याला सांगितलं आहे, हे लक्षात येऊन सासऱ्यांच्या वागण्याकडे बारकाईनं लक्ष ठेवायला हवं, असा विचार करत ती विशालच्या खुर्चीवर बसली. बाजूलाच

बसलेल्या सत्याकडे पाहायला नको, असं वाटत असूनही दृष्टी परत परत त्याच्याकडे वळत होती. तो मात्र कामाशी एकाग्र झालेला होता. तिला हळूहळू जाणवू लागलं, की त्याचा सहवास फक्त सासऱ्यांनाच नाही तर तिच्यासह घरातल्या सर्वांनाच आवडतो. या वाटणाऱ्या आकर्षणामागचं मूळ कारण काय?... या प्रश्नाचं अपेक्षित उत्तर मात्र तिला मिळत नव्हतं.

जेवणाची वेळ टळून गेली तरी सत्या उठला नव्हता. सुलभानं एक, दोन वेळा घाबरत घाबरत त्याला जेवणाची आठवण केली होती, पण डबा उघडून दोन घासही न खाता त्यानं तो बंद केला होता. त्याचं सगळं लक्ष दिल्लीला चाललेल्या मीटिंगमध्ये गुंतलेलं होतं. इंटरनेटच्या माध्यमातून मीटिंगमध्ये भाग घेणारा सत्या आवश्यक असेल तेव्हाच आणि तेवढंच बोलत होता. तांत्रिक माहिती देणं, एखादी गोष्ट तपशीलवार सांगणं, त्यांनी विचारलेल्या प्रश्नांना उत्तरं देणं, त्यांच्या शंका दूर करणं या गोष्टी सत्या सहजपणे करत होता. दुसऱ्या ग्राहकांना अशा प्रकारचे बोर्ड कसे पसंत पडले आहेत, त्यांनी याची कशी प्रशंसा केली आहे, हे उदाहरणांसह सांगत होता. शेवटी त्या विदेशी माणसाचं समाधान होईपर्यंत साडेचार वाजून गेले. सर्वांना शुभेच्छा देऊन तो विदेशी निघून गेल्यावर सगळ्यांजवळ बोलून विशालनं मीटिंग संपविली होती. उरलं सुरलं काम संपवायला सत्याला दोन तास लागले.

"वहिनी, मी आता आश्रमात जातो आणि रात्री येतो. नऊ पर्यंत आलं तर चालेल ना?"

"सत्या, सावकाश ये. आज थोडी तरी विश्रांती घेतली आहेस का तू? बरं, मीटिंग कशी झाली?"

सुलभानं उत्सुकतेनं विचारलं. "दादांबरोबर बोलणं होईल, तेव्हाच काय ते नीट समजेल." तो शांतपणे म्हणाला. "डॉक्टर येऊन गेले का? बीपी कधी बघितलं होतं?"

बाबूरावांकडे पाहत सत्यानं विचारलं. ते टीव्ही पाहत होते. ठीक वाटत होते.

"बीपी नॉर्मल आहे, असं डॉक्टर म्हणत होते. मी सुद्धा दोनदा चेक केलं." सुलभा म्हणाली.

"बाबा, आता तुमची तब्बेत बरी आहे ना. सत्याला रात्री यायला लावून कशाला त्रास द्यायचा? आम्ही दोघी आहोत ना?"

सुलभाचं बोलणं संपत नाही तोपर्यंत बाबूराव नाही, नाही अशी मान हलवत, मोठमोठ्यानं "उहूम, उहूम" असं म्हणू लागले. सून आपलं म्हणणं ऐकणार नाही, असं वाटून ते सत्याकडे वळून डोळ्यांच्या इशाऱ्यानीच "तू ये." असं सांगू लागले.

"बरं, मी येतो. तुम्ही चिडू नका, शांत राहा." असं त्यांचं समाधान करून

सत्या निघाला. त्यांच्याकडे तिरस्कारानं पाहणाऱ्या सुलभाला सत्या गेल्याचं कळलंच नाही.

विशालचा फोन आला तेव्हा सत्या आश्रमाच्या गेटजवळ पोहोचला होता. सत्याची काम करण्याची पद्धत ग्राहकाला खूपच भावली होती. मोठी ऑर्डर मिळाली होती आणि करारावर शिक्कामोर्तब करून विशाल दोन-तीन दिवसांत परत येणार होता. अशी चांगली बातमी विशालकडून मिळाली होती.

''पण दादा, येत्या सोमवारपासून चार-पाच दिवसांची रजा घेतोय मी. आजच रेल्वेचं रिझर्व्हेशन करत आहे.''

सत्या जणू याच बातमीची वाट पाहत थांबला होता. विशालनं लगेच सत्याची रजा मंजूर करून टाकली. सत्या फोन बंद करून भराभर चालू लागला. भोवतालचा अंधार गडद होऊ लागला होता. सूर्यास्तानंतर आकाश निरभ्र होतं. निरुत्साह घालवणाऱ्या चांदण्यांच्या रांगोळ्या आता आकाशात उमटू लागतील. आपल्यापेक्षा यांनाच पहाटेची जास्त प्रतीक्षा असते. सत्यानं आश्रमात पोहोचल्यावर आधी रेल्वेचं रिझर्व्हेशन करून टाकलं. इतक्यात काका आत आले.

''आजही रात्री त्यांच्याकडे जाणार आहेस का?'' त्यांनी विचारलं. ''हो काका, आता चार दिवस जायचं आहे. रविवारी दादा येतील, त्याच रात्री मी निघेन.''

काका त्याच्या शेजारी आडवे झाले. तिकडे नीट झोप होत नसेल ना. त्यांनी विचारल्यावर सत्यानं हसून हो म्हटलं.

रात्री साडेआठच्या सुमारास गंगाबाईंचा फोन वाजू लागला. यावेळी कोणाचा फोन असेल? त्यांना एकदम भावांची आठवण झाली. दोन नंबरचा भाऊ खूप आजारी आहे. देवा पांडुरंगा, काही वाईट बातमी नसेल ना, असं म्हणत त्यांनी फोन उचलला.

''अरे तुम्ही? कसा काय फोन केलात? बरं आहे ना सगळं?''

आनंद व आश्चर्य वाटत असूनही घरातून मोकळेपणानं बोलता येत नव्हतं. त्या घाईघाईत घराच्या मागील बाजूला गेल्या.

''हो, मी बरी आहे. आज तुम्ही आला नाहीत ना, म्हणून मन अगदी बेचैन झालं होतं. फोन करू की नको, असं वाटत होतं; पण शेवटी राहवलं नाही व केला फोन. आता कधी येणार आहात इकडे?'' रखमाबाई एका दमात बोलत होत्या.

''चार-पाच दिवस तरी जातील, पण सोमवारी सकाळी नक्की येते. काल रात्रभर यजमानांचा गोंधळ चालू होताच...''

थोडक्यात बोलून गंगाबाईनी बोलणं थांबवलं. नंतर सगळ्यांची चौकशी करून, दोन मिनिटं बोलून फोन ठेवताना त्यांना अगदी हलकं वाटत होतं. रखमाबाईबद्दल त्यांना वाटणारा अभिमान दुणावला होता. त्या किती आपलेपणानं

वागतात आपल्याबरोबर. एक दिवस गेले नाही तर लगेच त्यांनी फोन केला. गंगाबाई खूश झाल्या व अधिक उत्साहानं कामाला लागल्या.

बाबूराव सत्याची वाट पाहत बसले होते. त्यानं आल्या आल्या जेवण झालं का ते विचारलं. त्यावर त्यांनी होकार दिला. गोळ्यांबद्दल विचारताच मात्र ते गप्प झाले.

"सत्या, काय सांगू? बीपीच्या गोळ्या घेणार नाही म्हणत हटून बसले होते. तुझं नाव काढल्यावर घाबरून घेतो म्हणाले. आता अति झालंय रे. मला नाही सहन होत. विशालनं त्यांच्यावर हात उचलल्यापासून हा गोंधळ रोजचाच झाला आहे. पण हे सगळं डॉक्टरांना सांगणं शक्य आहे का, तूच सांग."

स्वयंपाकघरातून बाहेर येता येता गंगाबाई बोलत होत्या. त्यांना होणारा त्रास, यातना त्यांच्या बोलण्यातच नाही तर त्यांच्या चेहऱ्यावरही स्पष्ट दिसत होत्या.

"झोपेच्या गोळ्या तू आल्यावरच घेईन असं म्हणत बसले आहेत. त्या बघ, टेबलावर आहेत." हे ऐकून सत्या त्यांना खोलीत घेऊन गेला.

बाबूरावांनी त्याला समोरच्या खुर्चीवर बस, अशी खूण केली.

"काही बोलायचं आहे का?" त्यानं विचारलं आणि तो त्यांच्यासमोर बसला.

"हो तुझ्याशी... तुमचा आ..श्र....म असं हळूहळू बोलू लागले ते. आवाज अगदी अस्पष्ट होता. ते पुन्हा पुन्हा आश्रम आश्रम म्हणत होते.

"आमच्या आश्रमाविषयी ऐकायचं आहे?" सत्या.

त्यांनी जोरात... "हो" म्हटलं. आतापर्यंत किती तरी वेळा तो आश्रमाविषयी बोलला होता आणि प्रत्येक वेळी ते मनापासून ऐकत आले होते. आता सत्यानं पुन्हा पहिल्यापासून सांगायला सुरुवात केली.

"आत्माराम महाराजांचं नाव ऐकलंय का? त्यांनी स्थापन केलाय आमचा हा आश्रम. त्यांना जाऊन बारा वर्षं झाली. आता हरिकाका हे एक ज्येष्ठ सदस्य आश्रमाची व्यवस्था पाहतात. शाळा-कॉलेजात शिकणारी मुलं, काही नोकरी करणारी मुलं, तसंच आश्रमात रोजची कामं करणारी माणसं असे सगळे एकत्र राहतात." बाबूरावांनी लगेच प्रश्न केला, "जेवणाचं का...य...?"

"खूप छान असतं जेवण. चहा, नाश्ता, जेवण सगळं बनवायला आचारी आहे." सत्या म्हणाला.

दोन मिनिटं थांबून त्यांनी विचारलं, "तुला भा..ऊ?"

"तुम्हाला सांगितलं होतं ना बाबा, विसरलात? जरा आठवून पाहा बरं... आश्रमातली मुलं हीच माझी भावंडं आहेत. मला आणखी कोणी नातेवाईक नाहीत."

त्यांनी हू असं म्हणून नजर खाली वळवली. थोड्या वेळानं पुन्हा विचारलं,

“...तुझे आ.ई ..बा...बा...?” त्याच्याकडे निरागस नजरेनं पाहत त्यांनी विचारलं.

“माझ्या जन्मदात्यांबद्दल तुम्हाला माहीत नाही का?”

सत्यानं विचारलं.... “...स...त्या मीच तू...झा ... ब...बा.. बा आ...हे. ते सावकाश एकेक शब्द बोलत होते. त्यांना इतका वेळ जे बोलायचं होतं, ते हे होतं तर!

“होय, मला माहीत आहे ते. म्हणूनच तुम्हाला बाबा म्हणतो ना?”

सत्या हसत हसत म्हणाला, तेव्हा त्यांचे डोळे पाणावले होते. त्यांना आणखी काही तरी सांगायचं होतं; पण शब्द अडखळत होते.

सत्याला कळेना, आज यांना एवढं काय बोलायचं आहे? शेवटी सगळी शक्ती एकवटून, आता बोलायचंच असं ठरवून बाबूराव म्हणाले, “मी चां...गला बा..प... नाही.”

ते नवीनच काही बोलत होते.

सत्यानं आपले हात त्यांच्या अशक्त, क्षीण हातावर ठेवून हळूच दाबले. “मी हर...लो...आहे.” पुन्हा अचानक बोलून त्यांनी आपली मान खाली घातली. हेही नवीनच होतं...“मी अप..रा.. धी आ..हे.” बोलता बोलता पुन्हा त्यांचा गळा भरून आला. डोळ्यांतून आसवं गळू लागली. “म..ला झो...पा...यचं...” ते मध्येच बोलले. सत्यानं त्यांना हलकेच उचलून बिछान्यावर झोपवलं. बाबूरावांनी आपलं तोंड भिंतीकडे वळवलं. सत्याने त्यांचा चेहरा टॉवेलने पुसून काढला.

“बाबा भिंतीवर कोणतं चित्र दिसतंय तुम्हाला? मला सांगणार नाही?”

असं विचारून सत्या त्यांच्या बाजूला जाऊन, त्यांचे हात हातात घेऊन बसला. ‘मी चांगला बाप नाही.’ पुन्हा पुन्हा बाबूराव अडखळत हेच बडबडत होते. शेवटी त्यांना दम लागला.

“आता बोलू नका, थकून जाल.” तरी पुन्हा पुन्हा ते बोलतच होते. सत्या वाकून त्यांची समजूत घालू लागला. दाराबाहेर उभ्या राहून सगळं ऐकणाऱ्या गंगाबाईंनी आपल्या पदराचा शेव तोंडावर दाबून धरला. त्यांचं बोलणं कानावरच पडत नाहीये, अशा प्रकारे सोफ्यावर बसलेल्या सुलभानं उसासा टाकला आणि ती मागे रेलून बसली.

आज तसाही रविवारच आहे, थोडं उशिरा उठलं तरी चालेल असं म्हणून सुलभानं प्रयत्नपूर्वक डोळे मिटून घेतले खरे, पण तिला झोप कुठे येत होती. आज विशाल येणार, याचा आनंद मनात भरून राहिला होता. गंगाबाई वर येऊन नाश्ता देऊन गेल्या होत्या. नाश्ता करून, जरा डोळे मिटून अंथरुणावर पडणार, तोच तिला विशाल आपल्याला बोलावत आहे, असा भास झाला. तो इकडे तिकडे पाहू

लागली. भास असेल असं म्हणत असतानाच त्याचा आवाज कानावर पडला,

''चुटकी, पटकन खाली ये.'' हे ऐकून आनंदित होऊन, ती हसत हसत खाली उतरू लागली.

''हे काय, दाराजवळ उभे राहून काय हाका मारताय?''

''अगं, थोडं सामान आहे. तुझी मदत लागणार आहे, म्हणून तर इथे उभा राहून हाक मारत होतो.''

सुलभा खाली उतरून दाराजवळ येऊन पाहू लागली. समोर आई आणि समीरदादा हसत उभे होते. ''विशाल काय हे,'' असं म्हणत ती आईच्या गळ्यात पडली. आई व दादाला पाहून तिचे डोळे भरून आले होते. आनंदाच्या भरात त्यांना आत बोलवायचं विसरूनच गेली ती. विशाल त्यांच्याकडे पाहत म्हणाला,

''तुम्हाला या घरात आता प्रवेश नाही, असं वाटतंय. चला परत. तुम्हाला विमानात बसवून देतो.'' यावर सगळेच हसू लागले. ''काय बोलताय हे विशाल'' असं लटके रागावत आईचा हात धरून सुलभा तिला आत घेऊन आली. पाहुण्यांचं स्वागत करायला गंगाबाई पुढे आल्या. दोघी विहिणी एकमेकींची चौकशी करत असतानाच समीर पुढे येऊन गंगाबाईंच्या पाया पडला.

''बाबा, बरे आहात ना?'' असं बाबूरावांना विचारत समीर त्यांच्याही पाया पडला. विशालपेक्षा उंचीनं थोडा कमी होता तो; पण अंगानं दणकट व चारचौघांत उठून दिसेल, असा होता. सुलभाची आई हसतमुख होती आणि सुलभा अगदी आईसारखी. स्वयंपाक तयार झाल्यावर गंगाबाईंनी सगळ्यांना बोलावलं. सुलभा मदतीला होतीच. नंतर गंगाबाईंनी सुलभाच्या आईकडे सुलभाच्या वडिलांच्या तब्येतीची चौकशी केली.

''एकामागोमाग एक अशा केमोथेरपी चालू आहेत. डॉक्टर म्हणतात त्यानं कॅन्सरच्या पेशी मरतात; पण हेच मरण यातना भोगत आहेत, असंच आम्हाला वाटत असतं.'' सांगताना त्यांचा चेहरा उतरला होता.

''केमोनंतर प्रत्येक वेळी त्यांना खूप अशक्तपणा येतो. बरं, ट्रिटमेंट एकदा सुरू केल्यावर मध्येच थांबवता येत नाही. कधी कधी वाटतं केमो सुरूच करायला नको होती. त्यांना यातना भोगाव्या लागतात व आम्हाला ते पाहताना यातना होतात.'' समीर म्हणाला. त्याचा आवाज भरून आला होता.

विषय बदलण्याकरिता गंगाबाई म्हणाल्या,

''आता जेवल्यावर सर्वांनी विश्राती घ्या.'' एकीकडे त्या सर्वांना वाढत होत्या.

''आई, काय काय केलं आहे? भजी, खीर? तुम्हाला आधी माहीत होतं का?'' सुलभानं डोळे मोठे करत विचारलं.

''मी कालच आईला कळवलं होतं. तुला सांगू नको असंही सांगितलं होतं.''

विशाल तिच्याजवळ बसत म्हणाला. सुलभानं पुन्हा एकदा त्याच्यावर रागावण्याचं खोटं खोटं नाटक केलं.

"आई, तू किती बारीक झाली आहेस गं."

माडीवरच्या गेस्टरूममध्ये आई आणि भावाबरोबर गप्पा मारता मारता सुलभा म्हणाली.

"माझं राहू दे. तू कशी आहेस सांग." तिला जवळ घेता घेता आई म्हणाली. मुलीला बघून वर्ष व्हायला आलं होतं. तिचा चेहरा अधिकच उजळला आहे, आपलीच नजर लागेल की काय, अशी भीती वाटली त्यांना. नजरेनेच तिची दृष्ट काढून टाकली त्यांनी व कपाळाच्या बाजूला बोटं मोडली. मुलीनं आईच्या मांडीवर डोकं ठेवलं. तिच्या केसांतून मायेने हात फिरवत असतानाच त्या समीरला म्हणाल्या,

"समीर, ती लाल पिशवी तिच्याकडे दे." "तुझे आवडते सगळे पदार्थ त्यात आहेत. अंजिराची बर्फी जरा जास्तच आणली आहे. इच्छा होईल तेव्हा तोंडात टाकत जा."

हे ऐकून सुलभा आईला घट्ट बिलगून बसली.

"अजूनही काही आहे बरं का. ये दाखवते." असं म्हणून त्यांनी तिला उठवलं व दुसरी पिशवी उघडली. त्यातून रेशमी साडी व त्याला शोभेल असा खण, रेशमी झब्बा आणि दोन सोन्याच्या बांगड्या असं बाहेर काढलं. डोळे विस्फारून सुलभा म्हणाली, "हे इतकं सगळं कशाला आणलंय..." तिचा खुललेला चेहरा पाहून त्यांनाही धन्य वाटलं.

"खरं तर बाळंतपणासाठी तुला माहेरी न्यायला हवं होतं; पण कसं नेणार? आमचं नशीब तुझ्या घरचे लोक चांगले आहेत, समजूतदार आहेत. तुम्हा दोघांना देवासमोर बसवून, कुंकू लावून हे हातात देणार आहे. तू बाळंत झाल्यावर तुझ्या सासू-सासऱ्यांनाही छान आहेर करणार आहे."

त्या म्हणाल्या. सुलभा साडीच्या काठपदरावरून खुशीत हात फिरवत दुसरीकडे बांगड्या बघत होती.

"ही सगळी तुझ्या दादाची करामत आहे हं."

ती समीरकडे पाहून खुदकन हसली. "वहिनी कशी आहे?" तिनं विचारलं.

"कंटाळली आहे, पण तसं न दाखवता सगळं करत असते. चुटकी, सगळेच दमले आहेत गं आता."

सुलभानं समीरच्या चेहऱ्याकडे निरखून पाहिले. तो खरंच थकलेला दिसत होता. शरीराने व मनानंही. लग्नाआधी ती त्या घरी असताना घर कसं आनंदानं भरलेलं असायचं. सगळी मजेत आनंदात एकत्र राहायची, पण लग्नानंतर सगळी

सुख-दुःख माहेरी सोडून आल्यावर आता सगळी नाती परकी झाली होती का? आता माहेरच्या माणसांच्या सुख-दुःखात मी वाटेकरी होऊ शकेन का? माझा आनंद आणि त्यांचं दुःख यांचा मेळ जमू शकेल? नाही. कसं शक्य आहे ते? मी आणि माहेरची माणसं, आम्ही आता वेगवेगळे आहोत. मुलींचं जीवन असं का असतं? हा प्रश्न तिला अचानक त्रास देऊ लागला आणि शेजारी बसलेला भाऊ, आई यांच्याकडे ती काहीशा अनोळखी नजरेनं पाहू लागली. इतक्यात विशाल तेथे येऊन म्हणाला,

"चुटकी, त्यांना जरा आराम करू दे. प्रवासानं थकले असतील."

समीर लगेच म्हणाला, "नाही भावजी, पाच-सहा दिवसांत बायको भेटली नाही म्हणून असं म्हणताय हे प्रामाणिकपणे सांगा. तिला लगेच पाठवतो." हे ऐकून विशाल हसू लागला. सुलभा लाजून तेथून उठली व बाहेर आली.

"सगळ्यांसमोर काय हो बोलावलंत मला? इतका उतावीळपणा?"

खोलीत आल्या आल्या रागाचं नाटक करत तिनं दरवाजा लावला.

"क्षमा असावी; पण ते इतक्या लांबचा प्रवास करून आले आहेत, त्यांना थोडा आराम नको का?" तिलाच प्रश्न विचारत तो हळूच तिच्याजवळ सरकला. तिचा चेहरा अधिकच लाल झाला.

"चुटकी, आणखी किती दिवस मला उपास सहन करावा लागणार आहे?" तिला मिठीत घेत कुजबुजणाऱ्या नवऱ्याच्या कानाला लागून ती म्हणाली, "आधी तुमच्या युवराजांचं आगमन तर होऊ दे." तिच्या कमरेभोवतीचा विळखा सैल करत तो आश्चर्याने म्हणाला, "तू मुलगाच असं कसं म्हटलंस..." त्याचं लक्ष आता तिच्या पोटाकडे होतं.

"सोनोग्राफी करताना तिथे मदतनीस फिरत होत्या ना, त्यातील एकीनं सांगितलं. तुम्हाला भीमासारखा मुलगा होणार आहे, असं. मी डॉक्टरांना प्रत्येक वेळी विचारायची; पण ते म्हणाले, की हे सांगणं म्हणजे कायद्याचं उल्लंघन करण्यासारखं आहे. या वेळी मी शांत होते, तर तिनंच गुपित सांगून टाकलं."

"पोटात मस्ती करणारा मुलगाच असणार, असं तू म्हणायचीस ना? ते खरंच निघालं." दमणूक आणि मस्त जेवण, परिणामी आता विशालला झोप घेरून आली होती.

"काम तुमच्या मनासारखं झालं ना?" त्याच्या बाजूला आडवं होत तिनं विचारलं. कामाबद्दल थोडं तरी बोलल्याशिवाय समाधान होणार नव्हतं.

"कल्पनेपेक्षा जास्त यशस्वी झालंय काम. मोठ्ठी ऑर्डर मिळणार आहे. त्याचं अर्ध श्रेय मात्र सत्याकडे जायला हवं. काल रात्रीसुद्धा झोपायला आला होता ना तो? सकाळी किती वाजता गेला?" झोपेच्या गुंगीत असूनही त्यानं आपलेपणानं

विचारलं.

"आई म्हणत होत्या, की तो रोज पहाटे पाचला जातो. आजही तसाच गेला असणार."

"त्या दिवशी मीटिंगमध्ये किती छान बोलला. हे काम कसं होणार आहे, झालं नाही तर त्याची काय कारणं असू शकतात, याबद्दल ठामपणे बोलत होता. हा 'आयआयटी'चा विद्यार्थी आहे का, असं सगळे विचारत होते. त्याच्यामुळेच आता कंपनीचं नाव होऊ लागलंय. हातात घेतलेल्या प्रत्येक कामात यश मिळत आहे. होणाऱ्या नफ्यातला काही भाग त्याला देतो ना, तो थोडा वाढवावा असा विचार करतोय मी. तुझं काय मत आहे?" झोप बाजूला सारून, विशालनं गंभीर होऊन विचारलं.

"विचार करताना असं वाटतंय, की पाऊल पुढे तर टाकायलाच हवं आहे. फायद्यातला त्याचा वाटा वाढवला तर आपण त्याच्यावर जास्त अवलंबून आहोत, असं सरळ मान्य करण्यासारखं होईल, नाही का? त्या ऐवजी तेवढीच रक्कम त्याला वर्षातून एकदा बोनस म्हणून दिली तर?"

बायकोचं तांत्रिक मुद्द्यावरचं बोलणं ऐकून विशालला तिचं खूप कौतुक वाटलं; पण त्यानं ते लगेच मान्य केलं नाही.

"तो कंपनीप्रती करत असलेल्या मेहनतीची, कामाची परतफेड पैशातच करायची असेल तर तुझं म्हणणं बरोबर आहे; पण कंपनीच्या प्रगतीमध्ये त्याचं किती महत्त्वाचं योगदान आहे, हे अधोरेखित व्हायला हवं असेल तर मात्र ते मला योग्य वाटत नाहीये. इतकं द्या, अशा स्वरूपात द्या असं त्यानं कधीही मागितलेलं नाही तसंच दिलेलं नाकारलेलंही नाही."

"उद्या तो कंपनी सोडून गेला तर?" तिनं घाबरून विचारलं.

"समजा तसं झालं, तरी त्याच्या आजवरच्या कामाकडे दुर्लक्ष करणं आपल्याला शक्य होणार आहे का? आपण आज त्याच्यावर खूप अवलंबून आहोत, ही गोष्ट खरी आहे. पण यापुढेही त्याच्यावरच जबाबदारी टाकणं, हा मूर्खपणा ठरेल. ही बाकीच्या कर्मचाऱ्यांना खुपणारी गोष्ट आहे. सत्यासारखी व्यक्ती मिळणं, ही अगदी दुर्लभ गोष्ट आहे. म्हणून त्याचा आदर करायलाच हवा. उद्या तो कंपनीत नसेल तर काय होईल, असला वेडगळ विचार बाजूला ठेवून मी त्याचं कौतुक करणारच. त्याच्याकडे एखाद्या सामान्य कर्मचाऱ्यासारखं पाहणं मला जमतच नाही. आम्ही दोघे कामाबद्दल बोलू लागलो, की आमच्यातले वैयक्तिक मतभेद आपोआपच गौण ठरतात. काय करावं? हाच माझ्या स्वभावातला दोष आहे म्हण किंवा वीक पॉइंट समज." असं म्हणत तो सुलभाकडे पाहू लागला.

"नाही, सत्याची कामाप्रती असणारी कमिटमेंट आणि त्याला त्याच्या कामाचा योग्य मोबदला मिळायलाच हवा, ही तुझी भावना या एकमेकांना पूरक अशाच

आहेत. विशाल, तू निर्धारानं हातात घेतलेल्या कामाचा मला आनंद व अभिमान आहे. परंतु सत्याच्या स्वभावाविषयी मनात विचार येतो, तेव्हा भविष्यात कंपनीच्या पुढ्यात काय वाढून ठेवलं आहे, या विचारानं काळजी वाटते.'' त्याच्या केसात हात फिरवत सुलभा म्हणाली.

''काळजी करण्याचं कारण नाही सुलभा. सत्यावरचं अवलंबित्व कमी करण्याची प्रक्रिया सुरूही झाली आहे. तीन हुशार कर्मचारी निवडून, त्यांना सगळं सविस्तर समजाऊन सांगितलं आहे. म्हणजेच नफ्यातला काही वाटा मिळवण्याची संधी तुम्हाला कशी मिळू शकते, याबद्दल त्यांना सांगितलं आहे व त्यांचं ट्रेनिंगही सुरू केलं आहे. तुझ्या नवऱ्याला इतकीही दूरदृष्टी नाही, असं वाटलं का तुला?''

विशालच्या या बोलण्यावर सुलभा हळूच त्याच्या कुशीत शिरली. आपल्यापेक्षा शंभर पावलं पुढे असणारा आहे आपला नवरा. प्रत्यक्ष व्यवहारात सत्याला बरोबरचा समजून, वैयक्तिक पातळीवर मात्र त्याच्या यशापासून अंतर राखून वागणारा आपला नवरा. इतका तटस्थ राहणारा माणूस विरळाच. पक्षपात करणारे, पूर्वग्रह ठेवून वागणारे व कामगारांची छळवणूक करणारे किती तरी लोक तिनं पाहिले होते. सत्याच्या जागी काम करण्यासाठी इतरांना ट्रेंड करण्याची विशालची कल्पना कौतुक करण्यासारखीच होती. परंतु जरा जास्तीचं लांबचं पाहणारी त्याची दूरदृष्टी व त्याचा स्वभाव तिला घातक वाटत होता.

''विशाल, तुझ्या या फार पुढचा विचार करणाऱ्या स्वभावाची कधी कधी मला फार भीती वाटते.''

सुलभा त्याच्या कानाशी कुजबुजत म्हणाली. त्याच्याकडून काही प्रतिक्रिया आली नाही. ''ऐकताय ना?'' असं म्हणून तिनं त्याच्याकडे पाहिले. तो गाढ झोपला होता. काही वेळ त्याच्याकडे पाहतच बसली होती सुलभा. पण अचानक आईंना रात्रीच्या स्वयंपाकासाठी मदत करायला हवी, असं मनात येऊन ती हळूच उठून बाहेर आली.

चार कपड्यांचे जोड आणि पत्र बॅगेत ठेवल्यावर सत्याची बाहेर जायची तयारी झाली. दुपारचं जेवण झाल्यावर पेंग आल्यानं हात उशाला घेऊन पडलेल्या सत्याला जाग आली, तेव्हा शेजारी 'ज्ञानेश्वरी' वाचत बसलेले हरिकाका त्याला दिसले. 'ज्ञानेश्वरी'च्या पारायणासाठी त्यांचा दिवसातला काही वेळ राखून ठेवलेला असे. सत्या जागा झाला आहे, हे कळूनही त्यांनी वाचनातलं आपलं लक्ष ढळू दिलं नाही. त्यांच्या वाचनात व्यत्यय यायला नको म्हणून सत्याही काही वेळ डोळे मिटून पडून राहिला. काही वेळ गेल्यावर,

मिटल्या डोळ्यांनीच त्यानं विचारलं,

"काका, कोणता अध्याय वाचताय? तुमचा आवडता तिसरा अध्याय ना?"

"होय, कामाची सुरुवात न करताच ते तसंच सोडून दिल्यानं माणसाला निष्काम स्थिती प्राप्त होत नाही आणि कामाचा कंटाळा करणाऱ्या, कामच न करणाऱ्या माणसाला ब्रह्मस्वरूप प्राप्त होत नाही, हे गीतेतल्या श्लोकाचं विवरण करून सांगणारा अध्याय आहे हा. त्यातल्या शेवटच्या ओळी पाहा, 'परित्यजिता कर्म न त्यजे, निभ्रांत मानी।' एखादं काम सोडून दिलं तरी ते सुटत नाही, ही गोष्ट नीट समजून घे. किती सोपं करून सांगितलं आहे ना?"

असं म्हणून काका पुन्हा शांत बसले. 'ज्ञानेश्वरी'चं पारायण करताना प्रत्येकवेळी ते गंभीर होत असत. त्याच वेळी एकीकडे नवीन चैतन्यही निर्माण होत असे. अशा वेळी, मन शांत होईपर्यंत काका मौन धारण करून बसत. काकांचं मौन पाहून सत्याही गप्प बसला. आता त्यांचा आवाज कानावर पडायला पंधरा-वीस मिनिटं तरी थांबावं लागणार, हे त्याला माहीत होतं.

"संस्कृत भाषेमध्ये लिहिली गेलेली गीता, मराठीत इतक्या सोप्या, समजेल अशा रूपात तुला कुठेही सापडणार नाही. 'ज्ञानेश्वरी'ची ही अद्‌भुत रचना म्हणजे ज्ञानेश्वरांनी केलेलं महान कार्य आहे. हा ग्रंथ वाचण्यासाठी एकदा हातात घेतला, की इहलोकीचं भानच राहत नाही."

"आपल्या गुरुजींनी केलेलं कामही किती मोठं आहे. 'ज्ञानेश्वरी'तल्या एकेका ओवीचं त्यांनी इतक्या सोप्या, सरळ भाषेत निरूपण केलं आहे. गीतेतलं जटिल असं तत्त्वज्ञान किती सोपं करून सांगितलं आहे. तसं नसतं तर माझ्यासारख्या अडाण्याला एक पान तरी वाचणं शक्य झालं असतं का?"

असं म्हणत त्यांनी 'ज्ञानेश्वरी' आणि आत्माराम महाराजांच्या व्याख्यानांचं पुस्तक, दोन्ही कपाळाला टेकवून जागेवर ठेवली.

"या मध्ययुगात ईश्वर भक्तीची भावना नामशेष होऊ नये, यासाठी संतांनी प्रयत्न केले. आपल्या संस्कृतीचं रक्षण करणं आणि ती समृद्ध करणं, ही या संतांची कामगिरी. यासाठी आपण या संतांचं सदैव ऋणी राहिलं पाहिजे. क्षात्रधर्माचा प्रभाव कमी होत असतानाच्या काळात भक्तिपंथ टिकून राहिला नसता तर अनेक पिढ्या भक्कम पायाअभावी अनाथ झाल्या असत्या. आमच्या देवाचं अस्तित्व जाणवण्यासाठी आमच्यासमोर संकट यावं लागतं." आता काका सत्याच्या बाजूला येऊन बसले. सत्या विचारात गढलेला होता.

"तुझी गाडी किती वाजताची आहे?" काकांनी विचारलं.

"साडेनऊची गाडी आहे. पावणेनऊच्या सुमाराला निघेन."

असं सांगून सत्या खिडकीतून बाहेर झाडांकडे पाहू लागला. ही त्याची नेहमीची सवय होती. त्याची झोप सावध होती. त्यामुळे रात्री झोप झाली नसणार.

त्याच्या चेहऱ्यावरचा थकवा पाहून त्यांना दया आली.

"बाबूरावांच्या घरातला तुझा रात्रीचा मुक्काम संपला का? रात्रभर जागे असतात कारे ते?" काकांनी विचारलं.

"कधी कधी दोन तास झोपतात, तर कधी अर्ध्या अर्ध्या तासानं उठून आईला हाका मारत बसतात. हल्ली त्यांना जबरदस्तीनं झोपेच्या गोळ्या घ्यायला लावतात, त्यामुळे झोपतात. पण जाग आली की गोंधळ सुरू. तू असलास की जरा कमी आरडाओरडा करतात, असं आई म्हणते."

इतकं बोलून तो पुन्हा खिडकीबाहेर पाहू लागला; पण काही तरी आठवून तो लगेच काकांना म्हणाला,

"या वेळी त्यांचं काही वेगळंच चाललं होतं. मी अपराधी आहे, मी चांगला बाप नाही, मी हरलोय, असं काही तरी बोलत रडत होते. हे असं माझ्यासमोर पहिल्यांदाच बोलत होते ते. आश्चर्यच वाटतंय मला." सत्याची नजर अजूनही बाहेरच होती.

"सत्या, गुरुजी सांगायचे नाहीत का आपल्याला की आपलं वागणं, बोलणं बाह्य जगाला केंद्रस्थानी ठेवून चाललेलं असतं, असं आपल्याला वाटतं. वास्तवात मात्र प्रत्येक जण आपल्या अंतरंगावर दृष्टी ठेवून वागत असतो, आपल्या मनाप्रमाणेच वागत असतो. त्याचा होणारा परिणाम आपण आतल्या आत सहन करू शकतो, तोपर्यंत आपण शक्तिमान असतो. पण नंतर मात्र कोणत्या कोणत्या रूपात ते बाहेर पडणं गरजेचं असतं. तुझ्यासमोर मन मोकळं केल्यावर बाबूरावांना हलकं वाटलं असावं."

काकांचं म्हणणं त्याला पटलं होतं. सत्या अजूनही खिडकी बाहेर पाहण्यात तल्लीन होता. काका उठून गेले, चहा घेऊन आले, तरी त्याला कळलं नव्हतं. तो चहा घेत असतानाच काकांनी पुन्हा 'ज्ञानेश्वरी'चं पारायण सुरू केलं.

"काका, तुमच्या मांडीवर झोपू का?" अचानक सत्यानं विचारलं.

त्यांनी ग्रंथ डाव्या मांडीवर घेतला व सत्याला झोपायला जागा दिली. त्याच्या डोक्यावरून हात फिरवत काकांनी विचारलं,

"पुढच्या महिन्यात एकादशीवारीला पंढरपूरला जाण्याची इच्छा आहे. तुला यायला जमेल का?"

"दोन नव्या ऑर्डर मिळाल्या आहेत, त्यामुळे सध्या खूप काम आहे. आत्ता रजा मागणं योग्य ठरणार नाही. मी आषाढी वारीला नक्की येईन. त्या वेळी मी रजा घेतो, हे दादाला माहीत आहे." थोडं थांबून तो म्हणाला, "मनिषाचं लग्न ठरलं आहे."

त्यावर 'ओ हो' एवढंच म्हणाले काका. इच्छा नसतानाही दुपारपासून मनिषाच्या

विचारांनी सत्याच्या मनाला वेढून टाकलं होतं. काकांशी बोलल्यावर यातून सुटका मिळेल, अशी त्याची अपेक्षा होती. चार दिवसांनी परत येईपर्यंत कदाचित आपण सगळं विसरूनही जाऊ, असं त्याला वाटत होतं. तो बराच वेळ काकांच्या मांडीवर डोकं ठेवून पडला होता.

संध्याकाळचं जेवण त्यानं थोडं लवकर केलं. तेव्हाही काका त्याच्या बरोबर होते. त्यांचा आशीर्वाद घेऊन सत्यानं पिशवी खांद्याला अडकवली आणि तो बाहेर पडला, तेव्हा बाहेर खूपच अंधार होता. त्याच्या मागोमाग काका चालत होते. गेटमध्ये आल्यावर सत्यानं हात हलवून त्यांचा निरोप घेतला. गाडीत चढून आपल्या सीटवर बसल्यानंतरच त्याच्या मनातली खिन्नता थोडी कमी झाली. गाडी चालू झाल्यावर त्याच्या आजूबाजूचे लोक झोपायची तयारी करू लागले. झोप येत नसल्यानं सत्या मात्र बसून होता.

अध्याय ८

एक

मुन्ना गाडीत बसल्यावर नवलानं आजूबाजूला पाहत होता. या आधी तो कधीच आगगाडीत बसला नव्हता. दादानं त्याला एकदा बोरीबंदरला नेलं होतं व लोकल गाड्या दाखवल्या होत्या, तेवढंच. त्या गाड्यांपेक्षा या गाड्या वेगळ्या दिसत आहेत, असा विचार करत असतानाच दीदीनं त्याच्या हातात जेवणाचं पाकीट ठेवलं. तिच्यावरचा त्याचा राग कमी होऊन, त्याचं दुखावलेलं मन सावरलं आहे, असं त्याच्या वागण्यावरून दिसत होतं. दीदीही त्याच्याजवळ हसत खेळत छान गप्पा मारत होती. गाडीतला प्रवास कसा वाटतोय, असं तिने किती वेळा विचारलं. त्याच्या बरोबरच्या मुलांनी जेवायला सुरुवात केली होती.

"तूही जेवून घे मुन्ना. मग झोपायचं आहे. पहाटेलाच आपलं स्टेशन येईल. लवकर उठावं लागणार आहे." दीदी म्हणाली.

त्याचं खाऊन होईपर्यंत ती त्याच्या बाजूला बसून होती. नंतर ती सगळ्यांना हात धुवायला घेऊन गेली. आता मात्र त्या धावत्या गाडीत मुन्नाला विचित्र वाटू लागलं. डुगुडुगु करत चालणाऱ्या गाडीत झोपायला त्याला भीती वाटत होती. धीर करून त्याने पाठ टेकली; पण दुसऱ्याच क्षणी तो उठून बसला आणि खिडकीतून दिसणारी पळणारी झाडं पाहू लागला. बाप रे, किती वेगात धावते आहे ही गाडी, त्याला जाणवलं. इतक्यात वर झोपलेल्या कुणीतरी, त्याला वाऱ्यामुळे खिडकीच्या काचा लावून घ्यायला सांगितलं. नंतर सगळं धुरकट दिसू लागलं व कंटाळून मुन्ना पुन्हा आडवा झाला. त्याच्यापेक्षा लहान असलेल्या मुलांना दीदी जवळ घेऊन बसली होती. ती मुलं तर निघाल्यापासून रडतच होती. त्याला अचानक आईची आठवण येऊ लागली. हाताला पट्टी बांधलेल्या बाबाचं चित्रही समोर दिसू लागलं. तेव्हा तो जोरात ओरडला,

"दीदी, गाडी थांबव, मला परत जायचंय."

तिथून निघायलाच नको होतं, चूक केली आपण. त्याला वाटू लागलं. आजूबाजूला सगळे झोपलेले होते. एकदोघांनी मान वर करून त्याच्याकडे पाहिलं. दीदी त्याच्याजवळ येऊन म्हणाली,

"असं काय करतोस मुन्ना, तिकडे कोण उरलंय आता? आणि आईची ट्रंक आहे ना तुझ्याजवळ?"

तिनं बोट दाखवत विचारलं. मुन्ना खाली बसला व सीटखाली ठेवलेली आपली ट्रंक जोरात बाहेर खेचू लागला. दीदीकडून किल्ली घेऊन, ट्रंक उघडून त्यानं आईचं सामान हातात घेतलं तेव्हा कुठे तो थोडासा शांत झाला. आता चाळीत आपलं कुणीच नाही. ही ट्रंकच आपल सर्वस्व आहे, ही भावना पक्की झाली. त्याने ट्रंक बंद करून ठेवून दिली व तो परत जागेवर बसला. आता त्याला चाळ आठवू लागली. नेत्रा काय करत असेल? दादा, मावशी कसे असतील? वैशालीच्या आठवणीनं मात्र त्याच्या मनावर ओरखडा उठला. कामाठीपुऱ्यातल्या राक्षसी कोठ्या आपल्याला शोधत असतील. आपण मात्र त्यांच्या हाती न लागता, त्यांना वाकुल्या दाखवत, त्यांच्यापासून खूप दूर निघालो आहोत, हे लक्षात येऊन त्याच्या चेहऱ्यावर हास्य उमटलं आणि मनात उत्साह दाटून आला. झोप तर येतच नव्हती. गाडीच्या डब्याच्या भिंतीवर त्याला चित्र दिसू लागलं. त्याचं एकट्याचं चित्र. बराच वेळ ते चित्र पाहत बसला असताना कधी तरी त्याचा डोळा लागला.

"मुन्ना, उठ पटकन."

दीदी हाताला धरून त्याला हलवत होती. तो झटक्यात उठून बसला. आपण कुठे आहोत, हे कळायला त्याला थोडा वेळ लागला. बाकीच्या दोघांबरोबर शौचाला जाऊन येताना डुगडुगत्या गाडीत चालण्याचं धाडस केल्याची त्यालाच गंमत वाटली. टॉयलेटमध्ये गेल्यावर बाहेर पडता येत नव्हतं. पाणी ओतल्यावर हे सगळं कुठे जात असेल, असं कुतूहल वाटत होतं. अजून एक स्टेशन गेल्यावर उतरायचं स्टेशन येणार होतं. दीदीनं सगळ्यांचं सामान दाराजवळ आणून ठेवलं. गाडी थांबल्यावर ती आधी उतरली व तिनं सगळ्या मुलांना उतरवून घेतलं. इतक्यात एक मोठा मुलगा तेथे आला व दीदीला नमस्ते दीदी, असं म्हणत त्याने सगळं सामान उचलून एका रिक्षात ठेवलं आणि सगळ्या मुलांनाही रिक्षांत बसवलं. काही वेळातच रिक्षा एका मोठ्या गेटसमोर उभ्या राहिल्या. मुन्ना गोंधळून सगळ्यांच्या मागे उभा होता. गेटच्या आत झाडंच झाडं होती. मोठमोठी झाडं. शिवाय तुळशीची किती तरी छान रोपटी होती. आई देवीच्या तसबिरीवर पानं वाहायची ती हीच पानं, त्याला आठवलं. मंदिराच्या आसपास असलेली सगळी झाडं बाहेर उभं असतानाच तो पाहत होता.

"मुन्ना, चल लवकर." दीदी म्हणाली.

तो घाईघाईत तिच्या मागोमाग गेटमधून आत शिरला. तेथे त्याला बरीच छोटी-मोठी मुलं खेळताना दिसली. त्यांना न्यायला आलेला मुलगा डाव्या बाजूला वळून त्यांना बोलावू लागला. गुरुजी ध्यान मंदिरात आहेत का?'' दीदीनं त्या मुलाकडे चौकशी केली. तो सामान नेत आहे, असं पाहून त्याच्या मदतीला बरीच मुलं धावत आली. मुलं जास्त आणि पिशव्या कमी असंच झालं शेवटी. मुन्ना इकडे तिकडे पाहत चालत होता. सगळीकडे मोठमोठे वृक्ष दिसत होते. थोड्या दूरच्या एका इमारतीत तो मुलगा शिरला व त्यानं सगळ्यांना तिकडे बोलावलं.

''तुमचं सगळं सामान या खोलीत ठेवतो. तुम्ही अंघोळ उरकून या.'' असा सांगून तो गेला. दीदीनं सामानातून प्रत्येकाला ब्रश, साबण, टॉवेल असं काढून दिलं आणि

''छान अंघोळ करून या.'' असं सांगितलं.

''अख्खा साबण माझा आहे?'' मुन्नानं एकदम विचारलं.

''हो, तो तुझाच आहे. तू एकट्यानं वापरायचा. अंघोळ झाली, की पुन्हा या डबीत नीट ठेवून द्यायचा.''

दीदीनं त्याच्या हातात एक प्लॅस्टिकची डबी दिली. बाप रे, अंघोळीसाठी केवढी मोठी खोली. गरम गरम पाण्याने अंघोळ केल्यावर मुन्नाला छान हलकं वाटलं. त्यानंतर एक माणूस त्यांना नाश्त्यासाठी घेऊन गेला. मुन्नाला आपण एका वेगळ्याच जगात आलो आहोत, याची जाणीव झाली....मार्केटजवळ मैत्रिणीचं घर आहे. तिला भेटून संध्याकाळच्या गाडीनं मी मुंबईला जाईन.. हे दीदीचं बोलणं ऐकून तेथे उभ्या असलेल्या व्यक्तीला थोडा धक्का बसलेला दिसला. त्यांच्या कपाळावर टिळा होता.

''हे हरिकाका, त्यांना नमस्कार करा.'' दीदीने त्यांची ओळख करून दिली. नमस्कार केल्यावर ते सगळ्या मुलांकडे पाहून छानसं हसले.

''गुरुजी प्रत्येकाजवळ बोलणार आहेत. एकेकाची पाळी येईल, तसं मी बोलावेन. तोपर्यंत इथेच थांबा.''

ध्यान मंदिरात सगळ्यांना रांगेत उभं करून, दीदीनं विठ्ठल मूर्तीच्या बाजूला असलेल्या खोलीत एकेकाला बोलवायला सुरुवात केली. अशी मूर्ती आईच्या ट्रंकेत नाहीये, असा फोटो आहे बहुतेक. मुन्ना विचार करत होता. त्याने हरिकाकांना विचारलं,

''हा कोणता देव आहे?''

''तुला कोणकोणते देव माहीत आहेत?'' त्यांनी विचारलं.

''आईच्या तोंडात नेहमी असणारी नावं त्याने सांगून टाकली. 'गोविंद, गोपाळ, तुळजाभवानी....''

"हा गोपाळ आहे, बाळगोपाळ. प्रेमानं सगळे याला विठ्ठल म्हणतात." काकांनी हसत हसत सांगितलं.

तो विठ्ठल मूर्तीच्या समोर जाऊन उभा राहिला. फुलं आणि तुळशींनी सजवलेली मूर्ती, आजूबाजूला दरवळणारा सुगंध. आईकडच्या धुपाच्या वासापेक्षा वेगळ्या अशा सुगंधाचा अनुभव घेत त्यानं थोडा वेळ डोळे मिटून घेतले. कमरेवर हात ठेवून उभी असलेली विठ्ठलाची मूर्ती मन आकर्षून घेत होती. त्याने मंदिरात नजर फिरवली. सगळीकडे स्वच्छता होती. साधारण त्याच्याच वयाची मुलं शांतपणे आपापली कामं करत होती. कुठेच गडबड, गोंधळ नव्हता. स्वच्छ कपडे, नीट विंचरलेले केस अशी व्यवस्थित होती सगळी मुलं. त्याला पुन्हा मूर्तीकडे पाहायचं होतं, इतक्यात दीदीनं हाक मारली व तो तिच्या मागोमाग खोलीत गेला. खोलीतल्या मंद प्रकाशात, समोरच्या आसनावर गुरुजी बसले होते. त्यांना गुरुजी म्हणायचं, हे दीदीनं आधीच सांगितलं होतं. त्यांनी पांढरं शुभ्र धोतर नेसलं होतं. डोक्यावर तसंच शुभ्र मुंडासं. त्यांच्या मोठ्या काळ्या डोळ्यात तेज होतं. दाढीमिश्यांमध्ये मधूनच पांढरे केस चमकत होते. आणि हो, त्यांच्या गोऱ्यापान चेहऱ्यावर टिळा फारच शोभून दिसत होता. गळ्यात मण्यांची माळ होती. मुन्ना त्यांच्याकडे अचंब्याने पाहत असतानाच दीदीनं त्याला त्यांच्या समोर उभं केलं. जवळ गेल्यावर गुरुजींचा हसरा चेहरा स्पष्ट दिसू लागला.

"तुझं नाव काय बाळा?" त्यांनी प्रेमानं विचारलं.

"मुन्ना" त्यांचा चेहरा निरखत मुन्नानं उत्तर दिलं.

"कुठून आला आहेस तू?" तेवढ्याच प्रेमानं विचारलेला प्रश्न.

"कामाठीपुरा." त्याचं उत्तर.

"तुझी आई?"

त्यावर दीदी मध्येच बोलणार होती; पण डोळ्यांच्या इशाऱ्यानं तिला थांबवून ते पुन्हा मुन्नाकडे वळले. त्यांच्या डोळ्यांत मुन्नाला आईचं प्रेम दिसू लागलं, आणि अचानक त्याला आठवलं, की त्याच्या आईला लोकांनी उचलून दूर नेलं होतं.

"आई जिवंत नाहीये." हे सांगताना त्याच्या गळ्यात हुंदका दाटून आला होता. तिकडे न पाहिल्यासारखं करून त्यांनी हसत हसत प्रश्न सुरूच ठेवले.

"वडील?" मुन्नाला काळी टोपीवाल्या बाबाची आठवण आली. पण ते त्याचे खरे वडील होते की नाही, ते त्याला माहीत नव्हतं.

"माझा बाबा कोण ते मला माहीत नाही." मुन्ना मान खाली घालत म्हणाला.

"त्यांच्याबद्दल काही माहिती आहे का? तू आईला विचारलं नाहीस?" गुरुजींनी प्रश्न विचारताच त्यानं मान वर करून गुरुजींकडे पाहिलं. त्यांच्या चेहऱ्यावर हसू होतं आणि डोळ्यांत चमक. त्यांनी किती मायेनं प्रश्न विचारला

होता. मुन्नाला वाटलं त्यांना सगळं सांगून टाकावं; अगदी सगळं.

"हो, बाबाबद्दल किती वेळा विचारायचो तिला. आहेत, पण कुठे ते माहीत नाही, असं ती सांगायची. परत परत विचारलं तर डोळ्यांतून पाणी काढायची. तिच्याकडे फक्त गिऱ्हाइकं यायची. बाबा कधीच आला नाही. एक काळी टोपीवाला यायचा, त्यालाच मी बाबा म्हणायचो. त्यालाही ते आवडायचं. तो माझ्यासाठी मिठाई आणायचा. मला घड्याळही घेऊन दिलं. माझ्या ट्रंकेत आहे ते. पण आईला हे आवडायचं नाही. पण तो काही परत आला नाही आणि आईलाही हॉस्पिटलमध्ये घेऊन गेले. आता माझ्याकडे फक्त तिची ट्रंक उरली आहे."

सांगता सांगता तो ओक्साबोक्षी रडू लागला. कुटुंबाचं चित्र त्याच्या डोळ्यांसमोर उभं राहिलं आणि त्यात आपण एकटेच उरलो आहोत, हे स्पष्टपणे दिसून त्याला रडू फुटलं होतं. गुरुजींनी त्याला उचलून जवळ घेतलं व आपल्या मांडीवर बसवलं. त्यांच्या बळकट मिठीत त्याला बाबाची आठवण येऊन तो आणखी जोरात रडू लागला. काही वेळ थांबून गुरुजींनी त्याचे डोळे पुसले व म्हणाले,

"किती समजूतदार मुलगा आहेस तू. सगळ्या प्रश्नांची उत्तर कशी धीटपणे, पटापट दिलीस. तुला माहीत आहे का? तुला तुझ्या आईनं इथे पाठवलं आहे. तू असं रडत बसलास तर तिला वाईट वाटेल ना. तुझं नाव काय म्हणालास, परत सांग?" त्यांनी विचारलं. आता त्याचं रडू थोडसं आटोक्यात आलं. त्यानं पाहिलं, गुरुजींच्या कपाळावर दोन टिळे होते. एकाखाली आणखी एक छोटा गोल टिळा होता.

"मुन्ना." त्यानं मोठ्यानं सांगितलं.

"छे, हे नाव बरोबर वाटत नाही. अशा न घाबरणाऱ्या, धीट मुलाला दुसरं काही तरी नाव हवं. काय नाव द्यावं बरं?"

गुरुजींनी त्याच्याकडे पाहत विचारलं. पाणावलेल्या डोळ्यांनी गुरुजींकडे पाहत त्याने त्याला माहीत असलेली सगळी नावं सांगितली. विनोद, अनिल, मोहन, बबलू..... ते हसले.

"सत्यमेवोश्वरो लोके सत्य पद्मा प्रतिष्ठिता

सत्यमूलानी सर्वाणी सत्यनास्ती परम पदं।"

"तुला आपण सत्या म्हणूया. चालेल?" ते म्हणाले. मुन्नाला आईची सत्याविषयीची शिकवण आठवली आणि त्याने 'चालेल' अशी मान हलवली.

"उत्तम नाव." हरिकाकाही म्हणाले.

"गुरुजी, श्लोकाचा अर्थ सांगा ना." दीदी म्हणाली.

"ईश्वराने जगाला सत्याच्या नियमात बांधलेले आहे. सत्यामध्ये लक्ष्मीचा वास असतो. हा जगाचा गाडा सत्याच्या आधारावर चाललेला आहे. म्हणून तर

सत्यापेक्षा श्रेष्ठ दुसरं काही नाही.'' गुरुजी म्हणाले.

''तुम्ही त्याचं अगदी बरोबर नाव ठेवलं आहे. तो नेहमी खरं बोलणारा मुलगा आहे. त्याच्या आईचीच शिकवण आहे तशी.'' दीदी हसत हसत म्हणाली.

''विठ्ठलानंच ठेवलंय ते नाव. मी नाही.'' मग ते मुन्नाकडे वळून म्हणाले, ''या पुढे तुला कोणी नाव विचारलं तर काय सांगशील?''

''सत्या'' तो म्हणाला. त्याच्या डोळ्यांतलं पाणी आता कमी झालं होतं. गुरुजींच्या मांडीनं त्याला सुरक्षिततेची भावना दिली होती. त्यांच्याकडे पाहून आईच्या स्मृती परत आल्या होत्या. त्याच्या 'सत्या' या नवीन नावातही त्या आठवणीं चिरंतन टिकून राहणार होत्या.

''चल सत्या, निघूया आता.'' हरिकका म्हणाले.

भारावलेल्या मनस्थितीत तो हरिकाकांबरोबर निघाला. मागे वळून पाठमोऱ्या गुरुजींकडे पाहताना त्यांच्या फेट्याची रचना त्याला खूपच आवडली. त्याचा शेव खूप मोठा होता. चालताना काकांनी त्याचा हात धरला होता.

दीदी अजून गुरुजींजवळ बोलत होती.

''आपल्या सेवा संस्थेला पैसे द्यायला खूप देणगीदार उत्सूक आहेत. फक्त कुठल्या कामाला कुठले पैसे वापरणं उचित ठरेल, याविषयी आपलं मार्गदर्शन हवं होतं.''

''छे छे. या बाबतीत मी काही सांगू शकणार नाही. यासाठी योग्य माणूस म्हणजे हरिकाका. या भानगडींपासून मी लांब असतो. जाण्यापूर्वी तू त्यांना एकदा भेटून घे.'' हे बोलणं सत्याच्या कानावर पडलं. इतक्यात, गुरुजींनी काकांना बोलावून घेतलं. सत्याला तिथेच सोडून काका आत गेले, पण लगेच परत आले.

''चल, तुला आणि तुझ्या मित्रांना आश्रम दाखवतो.'' असं म्हणत काका त्याला घेऊन निघाले.

''माझं नाव ठेवलं त्यांचं नाव काय?'' सत्यानं उत्सुकतेनं विचारलं.

''आत्माराम महाराज. आम्ही सगळे त्यांना 'गुरुजी' म्हणतो.'' काका म्हणाले.

दुपारच्या जेवणाला मुलांच्या तीन पंक्ती व मोठ्या माणसांच्या दोन पंक्ती होत्या. इथे रुचकर जेवण पोटभर मिळतं असं कानावर पडलं होतं, ते अगदी खरं होतं. दीदी त्याच्याजवळ जेवायला बसली होती. निघताना तिचे डोळे भरून आले.

''मुन्ना, जमेल तसं येऊन तुला भेटून जाईन.'' त्याच्या पाठीवरून हात फिरवत दीदी म्हणाली.

''मुन्ना नाही, सत्या.'' तो म्हणाला. तिला निरोप द्यायला सत्या गेटपर्यंत आला, बरोबर हरिकाका होतेच. तिनं पुन्हा एकदा त्याच्या गालावरून प्रेमानं हात फिरवला व त्यांचा निरोप घेतला. पाठमोऱ्या दीदीला बघून तो कावराबावरा झाला.

काळी टोपीवाला बाबा, आई, नेत्रा, मावशी, दादा व त्याचे सगळे मित्र, यांच्याप्रमाणेच त्याला इथे घेऊन येणारी दीदीसुद्धा आता त्याचा निरोप घेऊन निघाली होती. सगळं संपून गेलं होतं.

'काका,' तो सावकाश बोलत होता. "एकेक करून सगळे सोडून गेले मला. आता एकटा आहे मी. माझ्याबरोबर कोण असणार आता?" बोलताना त्याची नजर दृष्टिआड झालेल्या दीदीकडे होती. डोळ्यांतून पाणी वाहत होतं. ध्यानमंदिराकडे बोट दाखवून काका त्याला म्हणाले,

"आपण तिकडे जाऊया. तो तिथे आत आहे."

"विठ्ठल." सत्या हळूच म्हणाला.

"फक्त विठ्ठल नाही. माउली. आपल्याला सतत सांभाळणारी विठू माउली."

"विठू माउली." तो एकदा मनाशी म्हणाला. छान वाटलं. नंतर मोठ्याने म्हणाला, "विठू माउली." त्याचं त्यालाच हसू आलं. काकाही हसले व त्याला ध्यानमंदिरात घेऊन गेले.

दोन

संध्याकाळच्या भजनाची वेळ झाली. वसतिगृहातून सगळी मुलं शिस्तीत बाहेर पडू लागली. सत्या आधीच तयार होऊन त्यांची वाट पाहत उभा होता. दीदी गेल्यानंतर, थोडा वेळ झोप काढ व विश्रांती घे, असं काका त्याला म्हणाले होते, पण त्याला झोप कुठे येत होती. त्याच्या बरोबरच्या चार मुलांपैकी दोघे झोपले होते व दोघे रडत होते. मोठी मुलं त्यांची समजूत घालत होती. चाळीत असताना तो वरच्या मजल्यावर कोंडलेला असायचा; पण इथे हवं तसं फिरायचं, वावरायचं स्वातंत्र्य होतं.

तो अर्ध मिनिटही आत बसला नव्हता. आपल्याबरोबर कोणी हवं असही त्याला वाटत नव्हतं. तो एकटाच आश्रमाच्या आवारातल्या वृक्षांच्या सावलीत फिरत होता. छान वारा सुटला होता. बाहेर शुद्ध, ताजी हवा होती. त्यानं थांबून, दीर्घ श्वास घेऊन हवा छातीत भरून घेतली. किती ताजंतवानं वाटत होतं. त्यानं पुन्हा मोठा श्वास घेतला, पुन्हा घेतला. तो परत परत ताजी हवा श्वासात भरून घेत होता. इथली झाडं म्हणजे त्याच्या पुस्तकातल्या चित्रातल्यासारखे मोठे वृक्ष होते. वर मान करत त्यांची ऊंची, विस्तारलेल्या फांद्या तो अचंब्याने पाहत होता. फांद्या पकडण्यासाठी उड्या मारत होता, मस्त वारा अंगावर घेत होता. एक आवडलेलं झाड निवडून त्याच्या सावलीत तो थोडा वेळ बसून राहिला. गालाला हात टेकवून आजूबाजूची हिरवळ निरखत बसला. काही वेळानं चालू लागला. पायवाटेवरून चालताना खूप छान वाटत होतं. बाजूला तुळशीचं वन होतं. त्याला सगळ्याचंच अप्रूप वाटत होतं. त्याला दूरवर काही इमारती व घरं दिसली. काही वेळानं पायवाटेवरून तो ध्यानमंदिराकडे आला; पण तेथे दाराला कुलूप होतं. तो निराश होऊन परत फिरला. विठू माउली आणि गुरुजी यांना कधी एकदा पाहतो असं झालं होतं त्याला. ते त्याच्या आकर्षणाचे केंद्रबिंदू होते.

तो सगळ्या मुलांबरोबर चालू लागला. रांगेतील मुलं खूपच हळूहळू चालत होती. तो सगळ्यांच्या पुढे होता.

ध्यानमंदिरात सकाळपेक्षा आता जास्त लोक होते. लहान मुलांबरोबर मोठी माणसंही होती. हरिकाका त्याला व त्याच्या बरोबर आलेल्या नवीन मुलांना घेऊन गुरुजींच्या खोलीत गेले. सत्याला जवळ बोलावून गुरुजींनी विचारलं,

"सत्या, आज दिवस भर काय काय केलंस?"

"आश्रमात सगळीकडे फिरलो. खूप छान आहे आश्रम." त्याचा चेहरा प्रसन्न दिसत होता. त्याची पाठ थोपटून ते म्हणाले,

"डोळे मीट बरं." त्यानं डोळे मिटताच गुरुजींनी त्याच्या गळ्यात तुळशीच्या मण्यांची माळ घातली.

"आता डोळे उघड. ही तुळशीची माळ आहे. तू तिकडे तुळशीची खूप झाडं पहिलीस ना? तिथल्या तुळशीच्या खोडांपासून हे मणी बनवलेले आहेत. या माळेत एकशेआठ मणी आहेत. ती कायम गळ्यात घालायची. ती गळ्यात असताना खोटं बोलायचं नाही, वाईट काम करायचं नाही, वाईट वागायचं नाही. कळलं ना?"

गुरुजी बोलत असताना त्याला आईची आठवण आली. खोटं बोलणार नाही, असं आईला दिलेलं वचन त्यानं आजपर्यंत पाळलं होतं. वाईट काम म्हणजे काय, हे त्याला नीटसं माहीत नव्हतं. हो, विडी ओढणं वाईट, हे एक माहीत होतं. एकदा गुरुजींकडे पाहून त्यानं गळ्यातली माळ चाचपून पाहिली.

काकांबरोबर बाहेर पडताना त्यानं विचारलं,

"तुळशीमाळच का? विठू माउलीला आवडते म्हणून?" त्याचा हात सारखा गळ्यातल्या माळेकडे जात होता.

"हो. त्याला प्रिय म्हणून आपणही घालायची." काका म्हणाले.

आता त्याला नीट कळलं, असं वाटलं. आई कशी देव-देवतांचे फोटो जवळ ठेवायची, तशी इथे विठ्ठलाची मूर्ती आहे. कपाळाला गोपिचंदनाचा टिळा लावून घेताना, त्याला आई देवळात जाऊन आल्यावर प्रसादाचं कुंकू लावायची त्याची आठवण झाली. गळ्यात तुळशीमाळ, कपाळाला टिळा आणि समोर विठ्ठलाची मूर्ती. सारं नवीन होतं. त्यानं आजूबाजूला पाहिलं. भजनाची तयारी चालली होती. पहिल्या सात-आठ रांगांमध्ये आश्रमातले लोक बसले होते. आश्रमाबाहेरचे लोकही आलेले दिसत होते. त्यात बायका व मुलंही होती. सत्याला बरोबर घेऊन दुसऱ्या ओळीत काका बसले. पहिल्या रांगेत गुरुजींसाठी जागा राखून ठेवलेली होती. इतक्यात, गुरुजी खोलीतून बाहेर आले. किती उंच होते ते. बसलेले असले, की लक्षात येत नसे. त्यांचा तेजस्वी चेहरा, पोषाख सारंच आकर्षक वाटलं त्याला. गुरुजी येऊन बसल्यावर, सहा जणांचा चमू विठ्ठल मूर्तीच्या बाजूला असलेल्या

मंचावर जाऊन बसला. काका सत्याला सांगू लागले.

"बघ सत्या. त्या दोघांच्या हातात आहेत ना ते टाळ. त्याच्या बाजूला तो वीणा घेऊन बसला आहे. दुसरा बाजूला बसलेला आहे ना, त्याच्यासमोर आहे तो मृदंग आणि मध्ये आहेत ते भजन म्हणणारे." सत्याला मजा वाटत होती. "कृपया भक्तांनी दरवाज्यात उभं राहू नये. आत जागा मिळेल तिथं बसून घ्यावं. आता भजनाला सुरुवात होत आहे." अशी घोषणा झाली व सत्यानं वळून मागे पाहिलं. मोजता येणार नाहीत इतके लोक होते. इतक्यात, टाळ, मृदंगाच्या ठेक्यावर भजनाला सुरुवात झाली. आधी गजर झाला. 'जय जय राम कृष्ण हरी' भजन सांगणाऱ्यांच्या पाठोपाठ लोक म्हणू लागले... 'जय जय राम कृष्ण हरी'. हा गजर सात-आठ वेळा म्हणून झाला. अवघ्या ध्यानमंदिरात भजनाबरोबर टाळ मृदंगाचा आवाज भरून राहिला होता. सत्याही नकळत त्यांच्याबरोबर गुणगुणू लागला.

नंतर अभंगाला सुरुवात झाली. विठ्ठलाचं नाम घेतलं असता जन्मोजन्मीची पापं धुवून निघतील, अशा अर्थाची भजनं.

"काही कळतं आहे का?" काकांनी हळूच विचारलं. सत्यानं नाही म्हणताच "बरं, नंतर सांगतो समजावून." काका म्हणाले.

नंतर काकांनीही छान रागदारीतले अभंग म्हटले. आधी रागाचं नाव सांगून त्यांनी सुरुवात केली. सगळ्यांनीच त्यांच्या सुरात सूर मिसळले. टाळ जोरजोरात वाजू लागले. लोक तल्लीन होऊन टाळ्या वाजवत होते. सगुण, ध्यान, वैकुंठ, योग... असे त्याला न समजणारे शब्द भजनात होते. तो लक्षपूर्वक ऐकू लागला. हरिनामाचं महत्त्व अभंगात सांगितलं असावं. त्याला आई म्हणायची ते गाणं आठवलं, पण ते इतकं कठीण वाटत नसे. अर्थ समजत नव्हता, तरीही तो भावुक झाला होता. ऐकताना डोळे आपोआप मिटत होते. सगळे भजनात तल्लीन झाले होते. भजनाचा वेग वाढवत शेवटी अभंग गाणाऱ्यानं मोठ्यानं 'पंढरीनाथ महाराज की ...' म्हणताच सर्वांनी आणखी उंच आवाजात 'जय' म्हटलं. भजन संपलं होतं. सत्याला डोळे उघडवत नव्हते. पण उघडले तेव्हा विठ्ठलाच्या मूर्तीत त्याची आई त्याला दिसू लागली.

"सत्या, भजन कसं वाटलं?" रात्रीच्या जेवणासाठी बोलवायला आले असता काकांनी विचारलं.

"छान! तुम्ही गायलेल्या अभंगात काय काय सांगितलं होतं? मला काहीच कळलं नाही."

"विठ्ठलाचं गुणवर्णन व नामस्मरणाचा महिमा सांगितलेला असतो अभंगात." काका म्हणाले.

"भजन संपायच्या वेळी सर्वांचे डोळे पाण्यानं भरले होते. मला तर समोरची

विठ्ठलाची मूर्तीही नीट दिसत नव्हती. असं का झालं होतं?'' सत्या विचारू लागला.

''ही विठ्ठलावरची भक्ती, प्रेम आहे. त्यामुळे मन भावुक होतं.''

''अशा प्रकारे गाऊन सांगितल्यावरच देवाला कळतं का? आईच्या गाण्यात, माझी तुझ्यावर श्रद्धा आहे, तू मला अंतर देणार नाहीस...'' असा अर्थ असायचा. शांतपणे देवासमोर बसून गायची ती. टाळ, मृदंग काही नसायचं. तरी तिच्या डोळ्यांत पाणी यायचं....तिची देवाला आळवायची पद्धत चुकली असेल का? म्हणून देवाला कळलं नाही...ती आजारी पडली...त्यातून उठली नाही...बाबाही आला नाही...'' तो गंभीर होऊन म्हणाला.

''असं काही नाही. देवाला आळवायची प्रत्येकाची वेगळी पद्धत असू शकते. भक्ती महत्त्वाची. भक्ती असेल तर आपण भगवंतापर्यंत पोहोचू शकतो.'' बोलत बोलत दोघे जेवणाच्या जागी पोहोचले. आचाऱ्यांनी त्याला पोट भरलं का, असं विचारताच तो हो म्हणाला. पण आज त्यानं दोन घास कमीच खाल्ले होते; कारण दुपारचं जेवणच जिरलं नव्हतं. बाकीचे घोरत होते, पण सत्याला मात्र रात्री झोप येत नव्हती.

सकाळपासूनचा उत्साह कमी होऊन मन बेचैन होऊ लागलं आणि तो उठून खिडकीजवळ गेला. त्याला दूरवर ध्यानमंदिर दिसू लागलं. विठ्ठलासमोर जाऊन उभं राहावं असं वाटू लागलं, पण ते शक्य नव्हतं. कारण दाराला कुलूप असायचं. मंदिरात कोणीही झोपत नसे. गुरुजीसुद्धा दुसरीकडे झोपतात असं काका म्हणत होते, ते त्याला आठवलं. शेजारच्या खोलीतच काका झोपायचे. त्यांच्याकडे जाऊ या का? पण नकोच. आईची ट्रंक उघडावी, असं वाटून त्याने ती बाहेर काढली. उघडताना थोडा आवाज झालाच. बाहेरून येणाऱ्या मंद प्रकाशात त्यातील सामानावरून हलकेच हात फिरवल्यावर त्याला थोडं शांत वाटलं. त्याला एकदम नेत्राची आठवण आली. तिला इकडे बोलावून घ्यायला हवं. पण हा आश्रम फक्त मुलांसाठी आहे, असं एक मुलगा म्हणत होता, ते त्याला आठवलं. हो, विद्यार्थ्यांमध्ये मुली दिसल्या नव्हत्या. इथे फक्त कामाला बायका येत होत्या. भजनालाही येत असत.....असो. ट्रंकेचं झाकण लावून त्यानं पुन्हा एकदा खिडकीतून ध्यानमंदिराकडे नजर टाकली आणि तो अंथरुणावर आडवा झाला. पण त्याला पुन्हा अस्वस्थ वाटू लागलं. आपल्याला एकट्यालाच झोप येत नाहीये, हे पाहून तो हळूच बाहेर पडला व काकांच्या खोलीत जाऊन, झोपलेल्या काकांना त्यानं हळूच उठवलं.

''मला झोप येत नाहीये. तुम्ही माझ्याबरोबर तिकडे याल?'' त्यानं विचारलं. काका लगेच उठून त्याच्या खोलीत आले व त्याच्या शेजारी पडून त्याला थोपटू लागले. त्या वत्सल स्पर्शानं सत्या शांत झाला. भिंतीकडे वळून पाहिलं असता

त्याला तेथे दोन चित्रं दिसली. विठू माउली व तो. कुटुंबाचं चित्र पुरं झालं नसलं तरी तो आनंदी होता. बघता बघता तो झोपून गेला.

दोन दिवसांनी गुरुजी सत्याला म्हणाले,

"तू अभ्यासात हुशार आहेस, असं दीदी म्हणत होती. शाळेत जाशील ना?"

त्यानं आनंदानं होकार दिला. गणवेष, पुस्तकं सगळी तयारी होऊन पुढच्याच आठवड्यात तो बाकीच्या मुलांबरोबर शाळेत दाखल झाला. त्याला सगळंच नवीन होतं. शाळेत आधी प्रार्थना झाली. ही प्रार्थना आश्रमातल्या सारखी नव्हती आणि आई म्हणायची तशीही नव्हती. सगळी मुलं हात जोडून, डोळे मिटून श्लोक म्हणू लागली. सत्यानेही डोळे मिटले व लक्ष देऊन तो श्लोक ऐकू लागला.

"मना सर्वथा सत्य सोडू नको रे।
मना सर्वथा मिथ्य मांडू नकोरे।
मना सत्य ते सत्य वाचे वदावे।
मना मिथ्य ते मिथ्य सोडोनी द्यावे।

"सत्य कधीही सोडू नका. असत्याला कधीही थारा देऊ नका. सत्य हे नेहमीच सत्य असतं आणि असत्य हे असत्यच असत. म्हणून असत्य सोडून देऊन नेहमी सत्य बोलावं."

एक शिक्षक श्लोकाचा अर्थ सांगत होते. आईचं सत्य इथेही आहेच की! गुरुजींनी ठेवलेलं आपलं नाव किती महत्त्वपूर्ण आहे, हे त्याला जाणवलं.

"ही रोजची प्रार्थना आहे का?"

शेजारच्या मुलाला सत्यानं विचारलं. त्यानं हो म्हणताच, आपण ही लवकरात लवकर पाठ करून टाकायची, असं त्यानं ठरवून टाकलं. वर्गात पुढच्याच ओळीत बसलेल्या नवीन मुलाला पाहून शिक्षकांनी विचारलं,

"तुझं नाव काय रे मुला?"

"सत्या." असं सांगताना त्याला कधी नाही इतका आनंद झाला होता. त्यांनी पुढे विचारलं,

"कुठल्या गावातून आला आहेस?"

"मुंबई, कामाठीपुरा." सत्यानं बिनधास्तपणे दिलेल्या उत्तरानं ते काहीसे विचलित झालेले दिसले. जणू ऐकूच आलं नाही, अशा आविर्भावात त्यांनी परत विचारलं,

"काय म्हणालास?"

"मुंबई, कामाठीपुरा." मोठ्यानं आणि स्पष्टपणे उत्तर दिलं सत्याने. त्या शिक्षकांनी सत्याला लगेच वर्गाबाहेर बोलावून घेतलं.

"तू खरंच कामाठीपुऱ्यातून आला आहेस?" त्यांनी अविश्वासानं विचारलं.

"हो, माझी आई तेथे होती. ती आजारी पडून गेल्यानंतर दीदीनं मला इथल्या आश्रमात आणलं." मुळीच न घाबरता सत्या सांगत होता. हे ऐकून त्यांचीच मान खाली गेली.

"मुला, इकडे बघ. मी काय सांगतो ते नीट ऐक. तुला पुन्हा कोणी हा प्रश्न विचारला तर हे असं उत्तर देऊ नको. नाही तर ऐकणाऱ्याच्या मनात तुझ्याविषयी वाईट भावना निर्माण होतील. समजतंय ना?"

सत्याला त्यांचं बोलणं कळलं नाही; पण त्यांची सांगण्याची पद्धत पाहून त्याला त्या शिक्षकांचा राग आला.

"म्हणजे मी खोटं बोलावं असं म्हणताय? मी खरं बोलू नको? हे पाहा, माझ्या गळ्यात तुळशीची माळ आहे, शिवाय माझं नाव सत्या आहे. शाळेतील प्रार्थनेचा अर्थही मला माहीत आहे."

डोळ्यांची पापणीही न हलवता सत्या त्यांच्याकडे पाहत होता. शिक्षक विचार करून, काही तरी पर्याय शोधण्याच्या दृष्टीनं म्हणाले,

"कामाठीपुऱ्यामध्ये कुठे?"

"सुकलाजी स्ट्रीट"

"हा, असं सांगितलस तर चालेल; पण कामाठीपुरा नको. गल्लीच्या नावावरून कोणाला काही कळणार नाही..."

आपण चांगला पर्याय सुचवला, याचं त्या शिक्षकांना समाधान झालं; पण सत्याला ते मान्य नव्हतं. शिक्षक लगेच वर्गात शिरले, सत्याही त्यांच्यामागोमाग आत गेला. शाळेतून आल्यावर मात्र तो थेट गुरुजींकडे गेला.

"त्यांनी काहीच चुकीचं सांगितलं नाहीये. तू सुकलाजी गल्लीत राहत होतास ना?" गुरुजींनी विचारलं...

"होय, पण मी कामाठीपुऱ्यातच राहत होतो. त्यानंतर गल्ली. नाही का? समजा, आता कुठे राहतोस? असा प्रश्न विचारला, तर या प्रश्नाला आश्रमाचं नाव हे उत्तर बरोबर आहे ना? खोली नंबर कशाला हवा? तसंच हेसुद्धा नाही का?" असं विचारून तो त्यांच्याकडे पाहत उभा राहिला. थोडा विचार करून गुरुजी म्हणाले,

"तुझं उत्तर चुकीचं आहे, असं शिक्षकांचं म्हणणं नाही; पण ते उत्तर तुझ्या हिताचं ठरणार नाही, असं त्यांना वाटलं असावं, कळलं?" त्याच्या मनातला गोंधळ आणखीनच वाढला. शिक्षक म्हणत आहेत सत्य लपवून ठेव आणि गुरुजी त्यालाच अनुमोदन देत आहेत. त्यानं मानेनंच नाही कळलं, असं सांगितलं. त्याच्या चेहऱ्यावरून त्याचं समाधान झालेलं नाही, हे दिसतच होतं. 'इकडे ये' असं म्हणून त्यांनी त्याला मांडीवर बसवलं.

"बाळा, तू कामाठीपुऱ्यातला आहेस, हे ऐकल्यावर समोरच्या माणसाची तुझ्याकडे पाहण्याची दृष्टी बदलते. असं का घडतं हे तुला नंतर कळेल. आता मी सांगतो ते समजून घे. तू कामाठीपुऱ्यात राहत होतास, सुकलाजी गल्लीत राहत होतास हे सत्यच आहे. पण कोणत्याही सत्य कथनामुळे तुझं नुकसान होऊ नये, म्हणून ते थोडं बाजूला ठेवायला हवं असं शिक्षकांना वाटतं. त्यात काहीच चुकीचं नाही." आता कुठे सत्याला पटलं होतं ते.

"माधवा, आश्रमात बुद्धिवान, चलाख असा एकही मुलगा नाही, असं तुला वाटत होतं ना? आता याला सांभाळ."

तेथे उभ्या असलेल्या एका मोठ्या मुलाला गुरुजी हसत हसत म्हणाले. तो बाकीच्या मुलांना शाळेतला अभ्यास आणि बाकीचे काही विषय शिकवीत होता.

"ठीक आहे गुरुजी. माझं कॉलेज पुरं होऊन, मी बाहेर पडायच्या आत याला तयार करतो." तोही हसत म्हणाला.

शाळेत शिक्षक, आश्रमात माधव अण्णा आणि शिकायला अधीर असलेला सत्या. आश्रमातल्या लोकांना त्याचं खरं वय माहीत असलं, तरी शाळेत ते दोन वर्षांनी कमी दाखवून त्याला पहिलीत प्रवेश दिला होता. त्यामुळे त्याला शिक्षण कठीण वाटतं नव्हतं. आश्रम आणि शाळेच्या परिसरात सत्या फार लवकर मिसळून गेला.

"गुरुजी, हा सगळं चित्ररूपात ग्रहण करतो. हा आश्रम, ध्यानमंदिर, त्याची खोली सगळं चित्ररूपात मनात साठवून ठेवतो. गणित शिकताना अख्खं पान चित्रासारखं त्याच्या डोळ्यांसमोर असतं." माधव सांगत असताना सत्याही तेथे होता.

"एकूण काय, शिक्षण नीट चाललं आहे ना?" गुरुजींनी विचारलं.

"एकदम छान चाललं आहे. शाळेतले शिक्षक याचं खूप कौतुक करत असतात. प्रगतिपुस्तकात त्यांनी खूप चांगले शेरे दिले आहेत." माधव अभिमानाने सांगत होता.

"सत्या, आश्रमात राहणाऱ्या प्रत्येक मुलानं इथल्या कामात काही न काही मदत करायची, असा नियम आहे. तुला कोणतं काम करायला आवडेल?" हरिकाकांनी विचारलं.

"विठ्ठल मूर्तीचा देव्हारा सजवायचं काम आवडेल मला." सत्यानं लगेच उत्तर दिलं. लाल, पिवळ्या, पांढऱ्या रंगांची भरपूर फुलं रोज मिळत असत आणि भरपूर तुळशीसुद्धा. फुलं व तुळशींचे हार करून देव्हारा सजवायचा, कधी लोंबत्या माळा सोडायच्या. वेगवेगळ्या प्रकारे देव्हारा सजवणं हे किती आनंद देणारं काम होतं. या कामासाठी गुरुजींची परवानगी घेण्याकरीता सत्या त्यांच्या खोलीकडे गेला; पण

ते खोलीत नव्हते. असले तरी बऱ्याच वेळा, जेव्हा ते ध्यान धारणेत असायचे तेव्हा आत प्रवेश मिळत नसे. कधी कधी ते तुलसीवनात फेऱ्या मारत असायचे. आज त्यांना शोधत असता सत्याला ते दगडी बेंचवर बसलेले दिसले. ते आराम करत आहेत की ध्यान करत आहेत, हे सत्याला कळत नव्हतं. तो गुपचुप त्यांच्याजवळ जाऊन उभा राहिला; पण ते कुठे तरी नजर लावून बसले होते. त्याला थोडी भीती वाटली व तो धावत काकांकडे आला.

"गुरुजींच्या शक्तीचा अंदाज यायला अजून तुला खूप मोठं व्हावं लागेल. दोन, तीन वर्षांनंतर तू केळकर मास्तरांच्या वर्गात जायला सुरुवात कर. त्या नंतरच गुरुजींच्या खास वर्गात बसण्याची योग्यता तुझ्या अंगात येईल." काका म्हणाले. त्यावर उत्सुकतेनं सत्यानं काकांना विचारलं,

"गुरुजी ध्यान करतात त्या खोलीत विठ्ठलाची मूर्ती का नाहीये?"

"ते तुला नंतर समजेल, आधी कामाला सुरुवात कर पाहू." असं म्हणून त्यांनी सत्याला विचारातून बाहेर काढून कामाला प्रोत्साहित केलं.

"गुरुजी, सत्याला सगळी भजनं तोंडपाठ झाली आहेत. किती भक्तिभावाने भजनं म्हणत असतो. आश्रमात, शाळेत सगळ्या कार्यक्रमांत उत्साहानं भाग घेतो."

त्याच्याविषयी काका गुरुजींजवळ बोलत असताना त्याच्या कानावर पडलं होतं. आश्रमातल्या प्रत्येक मुलाबाबत काका गुरुजींजवळ बोलतात, चर्चा करतात, हे त्याला कळलं होतं. आश्रमातली प्रत्येक गोष्ट सत्याला प्रिय होती; तरीही त्याच्या खास आवडत्या अशा दोन गोष्टी होत्या. एक म्हणजे ध्यानमंदिर आणि दुसरी म्हणजे त्याच्या लाडक्या झाडाखाली वाचत बसणं. रात्री ट्रंकेतल्या सामानावर हात फिरवत बसण्याची सवय आता कमी झाली होती आणि त्याची जागा ध्यानमंदिराने घेतली होती. त्याची दृष्टी सदैव ध्यान मंदिराकडे लागलेली असे. हरिकाकांनी आपला मुक्काम आता सत्याच्या खोलीत हलवला होता. तरी झोपल्यावर भिंतीकडे वळून, भिंतीवर दिसणारी चित्रं पाहण्याची त्याची सवय कमी झाली नव्हती व त्यातील आनंदही तसाच होता. फक्त आता मनात अपार भक्ती होती.

तीन

त्या दिवशी काही गडीमाणसं धान्याची पोती भोजनालयाच्या कोठीत रचून ठेवत होती. सत्यानं विचारलं,

"हे कशासाठी?"

"पुढच्या आठवड्यात सगळे वारीला निघणार आहेत ना, त्याची तयारी चालली आहे." काका म्हणाले. काका सगळ्या कामांवर देखरेख ठेवत होते.

"वारी म्हणजे काय?" सत्याचा प्रश्न. गेल्या दहा महिन्यांत त्याने 'वारी' हा शब्द अनेक वेळा ऐकला होता; पण आश्रमातील सगळी माणसं वारीला निघाली आहेत, असं प्रथमच होत होतं.

"आपल्या आश्रमातील मूर्ती हे विठ्ठलाचं प्रतिरूप आहे. मूळ देव पंढरपुरात आहे. भाविक, भक्त तिथल्या पांडुरंगाला भेटायला जातात, ती वारी."

"ओहो, म्हणजे खरी विठू माउली तिथे आहे का?" सत्यानं आश्चर्यानं विचारलं. काकांनी हसत मान हलवली.

सत्याच्या प्रश्नांना आता खरी सुरुवात झाली होती. "आताच सगळे एकदम का चालले आहेत?"

"तसं प्रत्येक महिन्याच्या एकादशीला जाऊ शकतो आपण. पण आषाढ महिन्यातली एकादशी ही विशेष महत्त्वाची असते. देशाच्या सगळ्या भागांतून भक्त पंढरपूरला जातात."

"कसे जातात? रेल्वेने?" सत्याचा प्रश्न.

"नाही. चालत. अठरा दिवस चालायचं आहे. कसे जातात ते तू पाहशीलच."

"मी पण यायचं आहे?" सत्या चकित झाला होता.

"विठू माउलीचं दर्शन घ्यायचं आहे ना? मग तर तुला यावंच लागणार." काका म्हणाले.

“हो घ्यायचं आहे. दर्शन तर घ्यायचंच आहे; पण इतके दिवस कसं चालायचं?” मनातला प्रश्न ओठांवर आलाच.

“दिवसांचा हिशेब मांडू नकोस. तीन पावलं. पहिलं आळंदी, दुसरं वाखरी आणि तिसरं व शेवटचं पंढरपूर! तिथे विठू माउलीचं दर्शन. चल, आता मला खूप कामं आहेत. तुझे प्रश्न आता माधवाला विचार.” काका त्याची पाठ थोपटत म्हणाले.

सत्या सारखा माधवच्या अवतीभोवती घोटाळत होता. माधवही न रागावता त्याच्या प्रश्नांना समर्पक उत्तरं देत होता.

“गळ्यात तुळशीची माळ घालणाऱ्यानं वर्षातून एकदा तरी पंढरपूरच्या वारीला जाऊन यायचं, असा नियम आहे. या लोकांना वारकरी असं म्हणतात. आपला वारकरी संप्रदाय आहे.” माधव सावकाशपणे समजावून सांगत होता. “माझा पण?” सत्या हळूच म्हणाला, पण माधवला ते ऐकू गेलं नसावं.

पुढचे काही दिवस सत्याचं लक्ष आश्रमात चाललेल्या चर्चा, बोलणी व वारीची चाललेली तयारी याकडे लागलेलं होतं. आश्रमातले लोक आणि त्या भागातले इतर भक्त एकत्रच आळंदीला जाण्यासाठी निघणार होते. वेगवेगळ्या ठिकाणांहून येणारे असंख्य वारकरी एकत्र जमून वारीला निघणार होते. संत ज्ञानेश्वर महाराजांच्या पादुका बरोबर घेऊन सगळे पंढरपूरकडे निघतात. दशमीपर्यंत पंढरपूरला पोहोचायचं. एकादशीला विठोबाचं दर्शन व इतर कार्यक्रम असतात. माधव अण्णाने सांगितलेल्या माहितीमुळे त्याची उत्कंठा वाढत होती. ध्यान मंदिरात पाहिलेल्या ज्ञानेश्वरांच्या फोटोनं त्याच्या मनात पक्क घर केलं होतं. त्यांच्या विषयी आणखी माहिती मिळवण्याची त्याची इच्छा होती. त्यांनी वारकरी संप्रदायाला तात्त्विक स्वरूप दिलं, या माधव अण्णाच्या वाक्याचा अर्थ त्याला नीट कळला नव्हता. परंतु चित्रांच्या पुस्तकातील नामदेव, भानुदास, तुकाराम या ज्ञानेश्वरांच्या नंतरच्या संतांबद्दल माधव अण्णानं सांगितलेली माहिती त्याच्या नीट लक्षात होती.

सत्याला आता पंढरपूरच्या विठू माउलीची ओढ लागली होती. दिवस मागे सरत होते तसतशी आश्रमातील गडबड वाढत होती. जायच्या आदल्या रात्री केवढा उत्साह, आनंद. सत्या सगळ्यांच्या आधी तयार होऊन धावतच ध्यान मंदिरात पोहोचला होता. तेथे गुरुजी स्वतः विठ्ठल मूर्तीच्या देव्हाऱ्याची सजावट करत होते. जणू सत्याच्या मनातलीच आरास होती ती. पण तो करू शकला नसता, अशी आरास. आरती संपल्यावर घाईघाईत सगळे बाहेर पडू लागले. काकांचा हात ओढत सत्या म्हणाला,

“काका, आपणही निघायचं ना?”

''थांब, आपण शेवटच्या लॉरीतून जायचं.'' काका म्हणाले. सगळं सामान नीट ठेवलं आहे की नाही ते पाहून, सगळं नीट मार्गी लावून काका लॉरीत चढले व त्यांनी सत्याला काखेत हात घालून वर ओढून घेतला. चढताना त्याची टोपी खाली पडली; पण त्याला कळलंच नाही. ''माउली, तुमची टोपी,'' असं म्हणत एका भक्तानं त्याची टोपी उचलून दिली. त्याला कळेना माउली कोणाला म्हणत आहेत? काकांना विचारायच्या आधीच आतून विठू माउलीचा जयजयकार त्याच्या कानावर आला

''बोला पंढरीनाथ महाराज की...'' गुरुजींचा आवाज, त्यावर ''जय...'' एका सुरात गाडीतल्या सगळ्यांचा आवाज. लगेच ''पुंडलिक वर दे हारी विठ्ठल.'' असं गुरुजींनी म्हणताच सगळ्यांनीच त्यांचं अनुकरण केलं. पांडुरंगाच्या जयघोषात गाड्या निघाल्या. सत्या काकांना चिकटून बसला होता. त्याला सगळंच नवीन होतं. ध्यान मंदिर दिसेनासं झालं, तेवढ्यात भजनाला सुरुवात झाली. ''जय जय विठोबा रखुमाई...'' एक जण सांगत होता व बाकीचे त्याच्या मागोमाग म्हणत होते. सगळ्यांच्या चेहऱ्यावर आनंद आणि उत्साह ओसंडून चालला होता. सत्याही त्यांच्या सुरात सूर मिसळून भजन म्हणू लागला. गाडीनं वेग घेतला. प्रवासात अखंड भजनं चालू होती. त्या नादात सत्याच्या वारीनं पहिला टप्पा कधी गाठला ते कळलच नाही.

''बाप रे, किती ही माणसं?'' आळंदीला पोहोचल्यावर सत्या आश्चर्यानं म्हणाला. सगळ्या वारकऱ्यांचा वेष सारखाच होता. पांढरं धोतर, पांढरा झब्बा आणि पांढरी टोपी. संध्याकाळचं भजन लवकर आटोपलं. जेवणानंतर प्रवचन, कीर्तन असे कार्यक्रम होते. लहान मुलांच्या कथा सत्या लक्षपूर्वक ऐकत होता. झोपायला बारा वाजून गेले.

सकाळी सत्याला बरोबर घेऊन चालत असताना काका सांगत होते,

''आपल्या दिंडीत सहाशे लोक आहेत.''

''अशा किती दिंड्या आहेत?'' भराभर चालणाऱ्या काकांबरोबर धावताना सत्या विचारत होता.

''साधारण दोनशे असतील. प्रत्येक दिंडीला क्रमांक दिलेला असतो. आपल्या दिंडीचा नंबर सत्तावीस आहे. आपल्या मागे ज्ञानेश्वरांची पालखी आहे. त्या मागे बाकीच्या दिंड्या आहेत. गुरुजी आपल्या दिंडीचे प्रमुख आहेत.'' त्याला एकदम अभिमान वाटला. संध्याकाळी ते थांबले त्या मठात खूप लोक होते. स्त्रिया व मुलंही होती. सगळ्या वयाची माणसं होती. एका बाजूला केशरी पताकांचा ढीग पडला होता.

''हे काय आहे?'' सत्या.

"ते भगवे ध्वज आहेत. त्याग, शौर्य आणि आनंद यांचं प्रतीक. गळ्यात तुळशीची माळ, कपाळावर गोपीचंदनाचा टिळा आणि हातात भगवा ध्वज, ही वारकऱ्याची ओळख आहे." काका सांगत असताना त्यानं आपल्या गळ्यातली तुळशीची माळ हातानं चाचपून पाहिली. त्यालाही भगवा ध्वज हवा होता; पण काका उद्यापर्यंत थांब म्हणाले होते. पण मन उद्यापर्यंत थांबायला तयार नव्हतं. त्यानं तेथील राशीतून एक ध्वज उचलून आणला व पटकन झोपायच्या जागी नेऊन ठेवला. ती खोली काका व आणखी काही ज्येष्ठ लोकांना दिलेली असल्यानं दुसरं कोणी यायची भीती नव्हती. इतक्यात समोरचा एक माणूस काकांना म्हणाला,

"माउली, देहूतून तुकारामांची पालखी निघाली म्हणतात."

"होय माउली, आता वाखरीत त्यांची भेट होईल." आता सत्याच्या लक्षात आलं, की वारीत सगळे एकमेकांना माउली असं म्हणत आहेत.

"इथे वारीत लाखो लोक येतात. सगळ्यांची नावं माहीत असणं शक्यच नाही, नाही का? आणि विचारलं तरी किती नावं लक्षात ठेवणार? शिवाय सगळ्यांना एकाच ठिकाणी जायचं असतं, ते म्हणजे विठ्ठलाच्या दर्शनाला. तो आहे आईच्या रूपात. म्हणजेच माउलीच्या रूपात. प्रत्येक जण एकमेकाला विठ्ठलाच्या रूपात पाहतो, म्हणजेच माउलीच्या रूपात. इथे जात-पात, गरीब-श्रीमंत, लहान-मोठा असा काही भेदभाव नसतो; शिवाय बोलता बोलतासुद्धा त्या विठू माउलीचं स्मरण होत राहतं."

"कळलं का माउली?" काकांनी हसत विचारलं. "होय माउली" सत्यानंही तसंच हसत उत्तर दिलं. रात्री त्याला लवकर झोप आली नाही. आश्रमात भजन-कीर्तनाला येणारी माणसं म्हणजे केवढा मोठा जनसमुदाय, असं त्याला वाटत असे. पण इथे तर अगणित माणसं आपला कामधंदा सोडून वारीला आलेली होती. शाळेत त्यानं वारीला जाण्यासाठी परवानगी मागितली तेव्हा शिक्षकांनी काही न बोलता होकार दिला होता.

त्या छोट्याशा खोलीत काकांबरोबर आणखी दहा लोकं झोपली होती. बाहेर जावं असं वाटून तो हलकी पावलं टाकत खोलीच्या बाहेर पडला. सगळ्या ओसऱ्या माणसांनी भरल्या होत्या. जागा मिळेल तिथे लोक झोपले होते. काहींनी अंगाखाली पातळसर अंथरूण घेतलं होतं, तर काही जण जमिनीवरच, हाताची उशी करून झोपले होते. कसलाच डाम-डौल नव्हता. सगळीकडे नजर टाकून, काही वेळानं सत्या खोलीत परतला. भिंतीवर तेच चित्रं होतं. विठू माउली. भक्तांचं इतकं मोठं आकर्षण असणारी माउली तितकीच बलशाली आहे, याची नव्यानं जाणीव होऊन, विठूरायाला पाहण्याची इच्छा आणखीनच बळावली. अठरा दिवसांचा लांबचा प्रवास. नाही... आता दुसरा टप्पा आला सुद्धा. जाऊन त्याच्या मांडीवर

बसायला हवं. त्यानं आपल्याला जवळ घ्यायला हवं, आई जवळ घ्यायची तसं. काका म्हणतात, तो मातृस्वरूप आहे. माझी आई नाहीये, त्यामुळे तो मला जवळ घेईलच. सत्या कल्पनाविलासात रंगून गेला व झोप कधी लागली ते त्याचं त्यालाच कळलं नाही.

सगळे उजाडायची वाट पाहत होते. सत्यानं बाहेर येताच रथाकडे नजर टाकली. रथामध्ये पालखी होती व पालखीत पादुका ठेवलेल्या होत्या. रथ व पालखी फुलांच्या माळांनी सजवलेली होती. सजवलेल्या धष्ट-पुष्ट बैलांची शानदार जोडी रथासाठी सिद्ध होती.

"पादुकांची पूजा झालेली आहे आणि आता प्रस्थान ठेवायचं आहे. सर्वांनी आपापल्या दिंडीमध्ये रांगेत उभे राहावे." घोड्यावर बसलेल्या चोपदारानं घोषणा करताच सगळे आपापल्या दिंडीमध्ये सामील झाले. सत्याही काकांच्या मागोमाग जाऊन गुरुजींच्या मागच्या रांगेत उभा राहिला व त्यानं आजूबाजूला नजर टाकली. सगळीकडे पांढरेशुभ्र कपडे घातलेले वारकरी भक्तगण दिसत होते. वारकरी स्त्रिया मात्र रंगीबेरंगी साड्या नेसलेल्या होत्या. बऱ्याच जणींनी डोक्यावर तुळशी वृंदावन घेतलेलं होतं. पुरुषांच्या हातात टाळ, वीणा व इतरही वाद्ये होती. काहींच्या हातात भगवा ध्वज. त्यानं स्वतःकडे पाहिले. त्यानंही पांढरे कपडे घातले होते. डोक्यावर टोपी होती व हातात भगवा ध्वज. त्याचा आनंद गगनात मावत नव्हता. त्यानं हातातलं निशाण एकदा उंच केलं तेव्हा ते वाऱ्यावर फडफडू लागलं. 'प्रवासाला सुरुवात होत आहे.' कुणी तरी ओरडलं व सगळे टाळ, मृदंगाच्या नादात, भजनं म्हणत हर्षोन्मादात चालू लागले. 'ज्ञानोबा माउली तुकाराम' गुरुजी भजन सांगू लागले. दिंडीतील सगळे एकासुरात त्यांच्या मागोमाग भजन म्हणू लागले. सगळे वारकरी रस्त्याच्या डाव्या बाजूने चालत होते. रस्त्यावरील वाहनं, रिक्षा, गाड्या बाजूला होऊन वारीला वाट करून देत होत्या. वाहनातून जाणारे प्रवासी वारीकडे आश्चर्यानं पाहत होते. वारकरी मात्र भजनात तल्लीन होते. एक तास कसा गेला ते सत्याला कळलंच नाही. इतकं चालूनही तो मुळीच थकला नव्हता. दिंडी एका गावात शिरली व सत्याच्या हातात कोणीतरी खाण्याचं पाकीट कोंबलं. तो एकदम दचकला.

"घे, काही लोक सेवा म्हणून हे देतात." असं म्हणत काकांनी स्वतःसुद्धा एक पाकीट घेतलं. पाणी वाढणारे तर किती तरी लोक होते.

पुढच्या थांब्यावर नाश्ता झाल्यानंतर एकानं 'जय जय रामकृष्ण हरी' म्हणत नव्या भजनाला सुरुवात केली. आता ऊन वाढू लागलं. "दमला आहेस का?" काकांनी विचारलं. त्यानं थोडासा... असं म्हटल्यावर

"हळूहळू सवय होईल. शरीरासाठी खाणं-पिणं तसं ननासाठी भजन, कीर्तन.

त्याचबरोबर वेगवेगळे खेळ, फुगड्या, रिंगण असतं. कळेल तुला.''

काका सतत सत्याबरोबर होते. फक्त गुरुजींनी बोलावलं तरच जाऊन येत होते. दुपारच्या जेवणानंतर एका बाईनं त्याला गिरगिट्ट खेळायला बोलावलं. बऱ्याच लोकांनी हातात हात गुंफून गोल साखळी तयार केली होती व मध्ये वेगवेगळे गट करून लोक स्वत:भोवती गरगर फिरत होते. त्या बाईनं सत्याला जोरात फिरवलं. त्यानं घाबरून, किंचाळून डोळे मिटून घेतले. बाजूच्या लोकांचा हसण्याचा आवाज त्याच्या कानावर येत होता. इतक्यात... ''किती उंच आहे हा माणसांचा मनोरा,'' असं कोणी तरी म्हणालं. जोरजोरात टाळ्या वाजू लागल्या. त्याला डोळे उघडावेसे वाटत असूनही ते उघडत नव्हते.

''रात्रीचा मुक्काम लोहगावला. चला चला पोहोचायला उशीर व्हायला नको.'' हा तर गुरुजींचा आवाज. सगळ्यांनी पुन्हा चालायला सुरुवात केली. रांगेतल्या एका वृद्ध माणसानं त्याला विचारलं,

''माउली, पहिल्यांदाच येताय का वारीला?'' सत्याच्या होकारावर तो म्हणाला,

''ही माझी आठवी वारी आहे. दर वर्षी येतो; पण या वेळची ही वारी शेवटची, असं वाटतं आहे. या आधी कधी इतकं दमायला झालं नव्हतं. तुझा हात धरून चालू का?'' घाम पुसत त्यानं सत्याला विचारलं. सत्यानं त्या माणसाचा हात हातात धरला.

रात्री सत्याचा घसा दुखू लागला. काका त्याला गोळ्या देत म्हणाले,

''आता दोन दिवस मोठ्या आवाजात बोलू नको व भजनंही म्हणू नको. या गोळ्या घे व झोप.'' सत्या हळूच म्हणाला,

''तुम्ही पण घ्याना औषध.''

''नको. आपोआप बरं वाटेल मला.'' काका म्हणाले. इतक्यात, ''आता मीही झोपतो. प्रवचन ऐकत बसण्याचं त्राण उरलं नाही.'' असं म्हणत त्या म्हाताऱ्या माणसानं आपली पथारी पसरली. पहिला दिवस पटकन सरला आणि मनाला किती समाधान देऊन गेला. आता फक्त सतरा दिवस उरले, असं मनाशी म्हणत सत्यानं डोळे मिटले.

दुसऱ्या दिवशी पहाटे सगळे काकड आरती म्हणत म्हणत चालत असता सत्या एकदम ओरडला,

''काका तो म्हातारा माणूस पडलाय.'' लगेच ॲम्ब्युलन्स आली आणि त्या माणसाला घेऊन गेली.

''हा माणूस गर्भश्रीमंत आहे; पण पाहा कसा सर्वसामान्य माणसात मिसळून वावरत होता ना?'' काकांच्या या बोलण्यानंतर सत्याला त्याचं पातळसं अंथरुण व चादर आठवली.

वारीचा तिसरा दिवस असावा. पुण्याहून सासवडकडे जाणाऱ्या मार्गावरचा दिवे घाट. डोंगराळ भाग. रस्त्याच्या आजूबाजूला वाढलेली झुडंझुडपं आणि वृक्ष-वेली. सगळीकडे हिरवगार दृश्य. सकाळीच घाट चढायला सुरुवात झाली तेव्हा आकाशात ढग जमू लागले होते. काही वेळातच सगळे धापा टाकू लागले. अंगातून घाम वाहू लागला. वातावरण ढगाळ झालं होतं. थकवा अधिकच जाणवू लागला. आता काळ्या ढगांनी आकाशात गर्दी केली होती. 'जय जय विठोबा रखूमाई....' असं म्हणत सगळे पावलं टाकत होते.

बैलही कष्टाने घाट चढत होते, इतक्यात मागून 'रथ थांबवा' असा आवाज आला. सत्यानं वळून मागे पाहिलं. बैलांच्या चार-पाच जोड्या घेऊन काही लोक येत होते.

"शेजारच्या गावातील गावकरी," काका म्हणाले.

"हे काय करणार आता?" सत्यानं विचारलं.

"रथाला नवीन बैल जोडी बांधणार. घाट चढताना सोपं जाईल." इतक्यात पाऊस पडू लागला. सगळे भिजून चिंब झाले. विठोबाच्या जयजयकारात पालख्या पुढे चालल्या होत्या. सत्याचे दात थंडीनं वाजू लागले तरी तो जोरात भजनं म्हणत होता. भजनांबरोबर स्पर्धा करायला आलेल्या पावसानं काही वेळातच हार मनाली व तो शांत झाला. गावकरी वारकऱ्यांना निरोप देऊन परत फिरले. सासवडला पोहोचल्यावर दुसऱ्या दिवशी रात्री गुरुजींनी सत्याला विचारलं,

"काय रे, कशी वाटली वारी? चालायची सवय होतेय आहे ना?"

"हो" म्हणेपर्यंत सत्याचं दिवसांचं गणित चुकलं होतं.

माळशीरसला वारकऱ्यांची संख्या खूपच वाढली. त्यामुळे सत्याला गोलरिंगणात भाग घेता आला नाही; पण काका करत असलेलं निरूपण सगळे मनापासून ऐकत होते. संध्याकाळच्या चहाच्या विश्रांतीत एक जण सत्याला म्हणाला,

"माउली, लहान असूनही आमच्याबरोबरीनं चालताय बरं. छान! चला." सत्याने पाहिलं होतं, तो माणूस भजनं म्हणण्यात, खेळ खेळण्यात सगळ्यांत पुढे असायचा. नंतर काकांकडून कळलं, की तो आधी चोऱ्यामाऱ्या करणारा माणूस होता; पण वारीला यायला लागल्यावर तो पूर्णपणे बदलून गेला होता.

"आज बारा दिवस पूर्ण झाले." काका मनाशीच म्हणाले. दिंडीतील चार-पाच लोक तब्बेत बिघडल्यामुळे माघारी गेले होते. तेवढे सोडून कोणीही कंटाळलेले, चिडलेले किंवा वाद-विवाद घालताना दिसले नव्हते. डाळ-भात, खिचडी, भाजी-भाकरी.... नाश्त्याला, जेवायला जे काय समोर येईल ते खायचं. पालखीच्या मार्गाजवळची गावं, तेथील गावकरी यांचं प्रेम पाहूनच पोट भरायचं. सत्यामध्येही एक विशेष असा बदल झाला होता. आश्रमात शिस्तबद्धतेत राहायची सवय

झालीच होती; पण आता त्याला एक ध्येय सापडलं होतं. ते म्हणजे विठू माउली. आपण ज्ञानेश्वरांच्या पादुका अजून जवळून पहिल्या नाहीत, हे त्याला अचानक आठवलं आणि तो घाईघाईत रथाच्या जवळ गेला. भक्तिभावाने पादुकांवर डोकं ठेवल्यावर त्याला धन्य वाटलं.

भंडीशेगावचं रिंगण संपल्यावर काका म्हणाले,

"वारीच्या प्रवासाचा दुसरा टप्पा इथे संपला. उद्या वाखरी. तिकडून दुपारी निघालं की रात्री पंढरपूर."

"हो? खरंच?" असं विचारताना सत्याचे डोळे चमकत होते. वाखरीमध्ये कितीतरी पालख्या होत्या. शेकडो दिंड्या होत्या आणि लाखो वारकरी होते. दहा पावलांचं अंतर चालायला तास तास लागत होता. पंढरपूरला पोहोचायला साडेअकरा वाजले. "काका, तिसरा टप्पा संपला ना." सत्यानं टाळ्या वाजवत, उत्साहात विचारलं. दमलेल्या सत्याला काकांनी उचलून घेतलं.

"आधी चंद्रभागा नदीवर जाऊया." असं म्हणत काका सत्याला घेऊन नदीवर गेले. नदीत पुरेसं पाणी होतं. वारकरी नदीत डुबकी मारून बाजूला होत होते. खूप गर्दी होती. काकांच्या मागोमाग सत्यानंही नदीत डुबकी मारली. काका सांगू लागले,

"ही भीमा नदी. हिचा उगम भीमाशंकर पर्वतात झाला आहे. पंढरपूरमध्ये ती चंद्राप्रमाणे वक्राकार आकारात वाहते, म्हणून तिला इकडे 'चंद्रभागा' म्हणतात." सत्या काही तरी बोलणार, इतक्यात एका बाजूनं बाईचा आवाज कानावर आला.

"चंद्राचा आजार बरा करून त्याचा भाग्योदय घडवून आणला म्हणून तिला 'चंद्रभागा' म्हणतात. त्यानं गुरूंच्या पत्नीला मोहात पाडलं होतं ....ती कथा माहीत आहे ना?"

त्यानं वळून पहिलं. एक आजी अंघोळीच्या तयारीत उभी होती. सत्याकडे पाहून ती छानसं हसली. 'ओम नामो भगवते वासुदेवाय' असं म्हणत त्यानं पाण्यात डोकं बुडवलं तेव्हा त्याला आईची आठवण आली. तिचं नावही चंद्रा होतं. आजारी पडल्यावर इथे येऊन तिनं नदीत डुबकी मारली असती तर ती नक्की बरी झाली असती, असा विचार त्याच्या मनात आला. मी हतभागी आहे, असं डोळ्यांत पाणी आणून ती म्हणत आहे, असं चित्र त्याच्या डोळ्यांसमोर उभं राहिलं. असं पंढरपूर आहे, अशी एक नदी आहे हे माहीतच कुठे होतं आपल्याला? तो आला पण खूप उशिरा.

"आता सरळ विठ्ठलाच्या दर्शनाला जायचं ना?" त्याच्या उत्साहाला आवर घालत काका म्हणाले,

"आधी पुंडलिकाचं दर्शन घ्यायचं. त्याच्यामुळेच श्रीकृष्ण विठ्ठलाच्या रूपात इथे आहेत. चल, सांगतो." असं म्हणत काका त्याचा हात धरून वाळवंटातून

चालू लागले. नदीच्या काठावरच पुंडलिकाचं देऊळ आहे. देवळासमोर भक्तांची भली मोठी रांग होती. मुखाने पुंडलिकाचा जयघोष चालू होता. रांगेत उभं राहिल्यावर काका सांगू लागले...

"पुंडलिक त्याच्या आई-वडिलांचा भक्त होता. तो दिवसभर त्यांची सेवा करत असायचा." हे ऐकून सत्यानं कान टवकारले व तो काकांच्या जवळ सरकला. तो कृष्णाचाही भक्त होता. एकदा काय गंमत झाली माहीत आहे? आपल्या भक्ताला दर्शन द्यावं, असं कृष्णाच्या मनात आलं व तो पुंडलिकाला भेटायला त्याच्या घरी पंढरपुरात आला. त्या वेळी पुंडलिक आई-वडिलांची सेवा करण्यात गुंतलेला होता. कृष्ण आलेला पाहताच त्यानं त्याच्याकडे एक वीट फेकली व त्याला सांगितलं, की आई-वडिलांची सेवा करून झाली की तुला भेटतो. तोपर्यंत या विटेवरच उभा राहा. झालं, कृष्ण पुंडलिकाची वाट पाहत विटेवर उभा राहिला. बराच वेळ उभं राहून त्याची पाठ, कंबर दुखू लागल्यानं त्यानं कमरेवर हात ठेवले. तेव्हापासून तो तसाच उभा आहे, असं म्हणतात. तो विटेवर उभा आहे म्हणून तो विठ्ठल."

काकांनी सांगितलेली कथा ऐकून सत्या चकित झाला. पण त्याच्या मनात लगेच एक प्रश्न उभा राहिला. यातील कोण मोठं? आई-वडिलांची सेवा करत असताना, विठ्ठलाला वाट पाहत, तिष्ठत उभं ठेवणारा पुंडलिक, की भक्तासाठी न कंटाळता विटेवर उभा राहणारा विठ्ठल? काकांनी सांगितलेली कथा मनात घोळत होती, पण सत्याला उत्तर सापडत नव्हतं. भक्तानं फेकलेल्या विटेवर उभ्या असलेल्या विठ्ठलाचं चित्र मनासमोर आल्यावर,

"आपल्या आश्रमातील मूर्तीसुद्धा विटेवरच उभी आहे का?" त्याने काकांना विचारलं. काकांनी होय म्हटलं. अजूनपर्यंत त्याच्या हे लक्षातच आलं नव्हतं. एक तासानंतर पुंडलिकाचं दर्शन झालं. चांदीचा मुखवटा, नागाची पाच फडा असलेली मूर्ती मन भरून पाहायची होती; पण पुजाऱ्यांनी त्याला पुढे ढकललं.

प्रचंड गर्दीतून वाट काढत ते विठ्ठल मंदिराच्या महाद्वारापर्यंत जाऊन पोहोचले. ही नामदेवाची पायरी, ही गणेशाची मूर्ती, चालता चालता काका सत्याला माहिती सांगत होते. सभामंडपात जाताना सोळा खांबांच्या मांडवात लोखंडी सळयांना धरून उभे असताना काका म्हणाले,

"आता गर्भगृह दिसू लागलाय...." तेवढ्यात पुढचा एक भक्त डावीकडचा खांब दाखवत म्हणाला,

"हा पुरंदरदासांचा खांब." सत्यानं वळून पाहिलं. बरेच लोक त्या खांबाला मिठ्या मारत होते.

"इथे विठ्ठलाच्या डोक्यावर शिवलिंग दिसतंय बघ. स्वतः भगवान शंकर

विठ्ठलाच्या मूर्तीत सामावलेले आहेत, असं मानलं जातं. पुंडलिकाच्या देवळातही शिवलिंग होतं, आठवतंय?'' काकांनी विचारल्यावर तो आठवू लागला. ''देवांचा देव,'' असं काकांनी म्हणताच त्यानं त्याचा पुनरुच्चार केला. पुढे सरकल्यावर त्याला दिसून आलं, गाभारा सुंदर माळांनी खूप छान सजवला होता. इतकी सुंदर सजावट कोणी, कशी केली असेल? तो विस्मयचकित झाला. सगळीकडे विठ्ठल नामाचा गजर चालू होता.

थोडसं वाकून गाभाऱ्यात प्रवेश करताना सत्याला डोळ्यासमोर अनेक चित्रं दिसू लागली. कामाठीपुरा, त्याची चाळ, आईची कोठी, तिच्या पदराच्या गाठीला असणारी चिल्लर, तिच्या ट्रंकेतील देवांचे फोटो... ''काका, मला काहीच दिसत नाहीये,'' त्यांचा हात पकडत सत्या म्हणाला. ''पुढे गेल्यावर दिसेल, ये. विठ्ठलाच्या पायावर डोकं टेकव.'' पण त्याला काहीच ऐकू येत नव्हतं. ''तसं नाही, मला...'' विठ्ठलनामाच्या गजराच्या जल्लोषात त्याला बोलता येत नव्हतं आणि काकांना ऐकू येत नव्हतं. काकांचं सगळं लक्ष समोर उभ्या असलेल्या विठ्ठल मूर्तीकडे लागलं होतं. तोही नीट पाहू लागला; पण वेगळीच चित्रं दिसू लागली. वैशालीचा परकर, चौदावी गल्ली, गिऱ्हाइकांची धावपळ, पानाची दुकानं, कुटुंबाचं चित्र, बाबाच्या हातावर बांधलेली पांढरी पट्टी, आजारी आई, रडत असलेली नेत्रा, राक्षसी कोठ्या ... सगळी चित्रं एकमेकांत मिसळून त्याच्यावर हल्ला करायचा प्रयत्न करत होती. त्याच्या डोक्यात नुसता कल्लोळ माजला व दोन्ही हातांनी डोकं धरून तो उभा राहिला. ''सत्या, पुढे सरक आपण देवासमोर आलोय.'' काकांचा अस्पष्ट आवाज त्याला ऐकू आला. खूप प्रयत्न करूनही कामाठीपुऱ्यातील ती सगळी चित्रं त्याची पाठ सोडत नव्हती. त्यांच्यापासून सुटका करून घ्यायला तो असमर्थ ठरत होता. अगतिक झालेल्या सत्याचे डोळे वाहू लागले. 'आई' अशी हाक त्याच्या गळ्यापर्यंत आली असता, ''इकडे बघ आणि डोकं टेकव.'' त्यानं क्षणभर त्या विठ्ठल मूर्तीकडे पाहिले आणि त्याच्या डोळ्यासमोर अंधेरी आली.

''मी विठू माउलीला पाहिलंच नाही.'' असं रडत रडत म्हणणाऱ्या सत्यानं डोळे उघडले तेव्हा हरिकाका व गुरुजी त्याच्या जवळ बसलेले होते.

''चक्कर येऊन पडलास. बाळा, चालून दमलास का रे?'' काकांनी विचारलं. हळूहळू त्याला सगळं आठवू लागलं.

''नाही, डोळ्यासमोर फक्त चित्रं दिसत होती. दुसरं काहीच दिसत नव्हतं. मी माउलीला नाही पाहू शकलो.'' गुरुजींनी त्याचं डोकं आपल्या मांडीवर घेतलं व प्रेमानं हात फिरवत त्याला विचारलं,

''कोणती चित्रं बाळा?''

''कामाठीपुऱ्यातली. आई....बाबा,... सगळ्या तिथल्या गोष्टी,'' त्याला सांगताना

त्रास होत होता. गुरुजी निरीक्षण करत होते.

"ही अशी चित्रं नेहमी दिसतात का?"

"नाही, आश्रमात आल्यापासून नाही दिसत; पण आज....." हुंदके देणाऱ्या सत्याला त्यांनी हळुवारपणे जवळ घेतलं. त्याचे हुंदके थांबेपर्यंत त्यांनी वाट पाहिली व एकदा काकांकडे पाहून गुरुजी सत्याला म्हणाले,

"आपण विठू माउलीच्या जवळ होतो की नाही? माउली तुझ्या नजरेसमोर आल्यावर त्या चित्रांना भीती वाटली. तुला पुन्हा कधी त्रास देता येणार नाही, असं वाटून त्यांनी तुझ्या मनात गोंधळ निर्माण केला. कळलं?" सत्याला नीटसं कळलं नाही, पण गुरुजींचं बोलणं त्याला पटलं. "पण मला विठू माउलीचं दर्शन..." त्यानं अधीर होऊन विचारलं.

"होणार, तुला माउलीचं दर्शन होणार... तुला मी घेऊन जाईन. पण आज नको. आज थोडा आराम कर. नंतर काकांबरोबर प्रदक्षिणा पूर्ण करूया. उद्या पहाटे जाऊ आपण विठ्ठल मंदिरात. तसंही अहोरात्र दर्शनाची सोय आहे." हे ऐकून सत्याला खूप बरं वाटलं.

दोन तासांनंतर दिंडीरवनातील रुक्मिणी मंदिर, दत्त, काळभैरव यांची देवळं पाहत पाहत त्या तिघांनी सावकाश प्रदक्षिणा पूर्ण केली.

"इथलं गवत, दगड, धोंडे सगळंच भगवत्स्वरूप वाटतं ना?" काका म्हणाले. सत्या मूकपणे त्यांच्या मागोमाग चालत होता. त्या रात्री त्याला पुन्हा कामाठीपुऱ्यातील सगळी चित्रं भिंतीवर दिसली. दुसऱ्या दिवशी पहिल्या प्रहरी ते तिघे मंदिरात पोहोचले तेव्हा सगळ्यात पुढे गुरुजी होते व काका मागे. थोडं वाकून त्यांनी गाभाऱ्यात प्रवेश केला, तेव्हा सत्याचा एक हात गुरुजींच्या हातात व दुसरा काकांच्या हातात होता. त्याने पाऊल पुढे टाकलं आणि त्याला ते राक्षसी कोठीचं चित्र दिसलं. घाबरून पाऊल मागे घेणार, इतक्यात ते चित्र अदृश्य झालं. चाळ, पानपट्टीचं दुकान सगळी चित्रं एकामागोमाग एक अशी त्याच्या डोळ्यासमोर आली व अदृश्य झाली. आता या चित्रांमध्ये आपल्याला त्रास देण्याची शक्ती उरलेली नाही, याची जाणीव होऊन त्याने काका व गुरुजींकडे पाहिलं व पाऊल पुढे टाकले. समोर विठू माउली उभी होती.

"हे चित्र डोळ्यांत साठवून ठेव. बाकीच्या चित्रांचा विचार आता सोडून दे." मान हलवून सत्या समोर पाहू लागला. गळ्यात तुळशीचे हार व इतर अलंकार, डोक्यावर मुकुट, कमरेवर हात ठेवून उभा असलेला पीतांबरधारी विठ्ठल. बघताक्षणी अधिकाधिक जाणवणारे चेहऱ्यावरचे सौम्य, प्रेमळ भाव. क्षणाक्षणाला सत्याची अधीरता वाढत होती. माउलीच्या पायांवर डोकं ठेवताच शरीराला कंप सुटतो, असं काका सांगत होते ते त्याला आठवलं. त्याच्यावरची वारकऱ्यांची भक्ती म्हणजे

माता-पित्याच्या ठायी असणारी भक्ती. बाकीच्या भक्तांसाठी तो पुंडलिकाची वाट पाहणारा विठ्ठल. सत्याला आतून भक्तीचा उमाळा आला. पुंडलिकापेक्षाही मोठी सेवा हातून घडावी, अशी इच्छा झाली. पण अचानक मनात शंका आली आणि त्याच्या मनात आलं, आई-वडील नसतील त्यांनी कोणाची सेवा करावी? गर्दी वाढू लागली होती. पुजारी मूर्तीसमोर कोणाला जास्त वेळ थांबू देत नव्हते. आता त्यालाही असंच पुढे ढकलतील. नाही. मला उत्तर हवंय, असं म्हणत त्यानं पुन्हा तोच प्रश्न विचारला.

"आई-वडील नसतील त्यांनी कोणाची सेवा करायची?"

या वेळी त्याचा प्रश्न सगळ्यांनाच ऐकू आला होता. गुरुजींना, काकांना, पुजाऱ्यांना व मागे उभ्या असलेल्या भक्तांनाही. पुजारी त्याच्या जवळ येऊन, थोडं वाकून, त्याला ऐकू जाईल असं म्हणाले,

"आई-वडील समजून कुणाचीही सेवा केली, तरी विठू माउलीला आवडेल." या उत्तरानं, भरून पावलो असं वाटून सत्यानं माउलीचे पाय घट्ट पकडून ठेवले. पुजाऱ्याने त्याला अजिबात घाई केली नाही. विठ्ठलाचं रूप डोळे भरून पाहून, ते मनात साठवून घेतलं त्यानं. मागचे भक्त घाई करत होते; पण काकांनी त्यांना समजावलं. मंदिरातून बाहेर पडलेला सत्या समाधानी, शांत होता. निश्चयी होता. पुजाऱ्यांनी गुरुजींकडे त्याच्याविषयी चौकशी केली. त्यांनीही पुजाऱ्याला सगळं सविस्तर सांगितलं. रात्री झोपल्यावर पुजाऱ्याचे शब्द त्याच्या कानात खोलवर घुमत होते... "आई-वडील समजून कोणाचीही सेवा केली तरी चालेल. विठू माउलीला आवडेल." भिंतीवर नेहमीचं चित्र होतं... तो आणि विठू माउली.

"आज त्रयोदशी आहे. पौर्णिमेला सगळ्यांनी शेजारच्या गोपाळपूरला जाऊ, तेथील गोपाळकाल्याचा कार्यक्रम झाल्यावर आपल्या गावाला परत जाऊ या." काका सांगत होते; पण सत्याच्या मनात काही वेगळंच चाललं होतं. या दोन दिवसांत त्यानं बऱ्याच वेळा विठ्ठलाचं दर्शन घेतलं होतं. "मठाचा रस्ता मला माहीत आहे. मी एकटाच जाऊन येतो." सत्या म्हणाला. त्याच्या या बोलण्यावर काका थोडे साशंक झाले, पण गुरुजींनी त्याला संमती दर्शविली. गोपाळपूरला जाण्याच्या आदल्या रात्री गुरुजी वाचनात मग्न होते व सत्या त्यांची वाट पाहत कोपऱ्यात बसला होता. मध्येच माधव अण्णा आला.

"गुरुजी, सगळे भक्त नाचतात, गाणी, भजन म्हणतात, आनंदोत्सव साजरा करतात, हे सगळे विठू माउलीला समजून घेण्याचे मार्ग आहेत ना? या पेक्षा आणखी काय करता येईल? असं माउलीच्या सान्निध्यात असताना प्रत्येक वेळी वाटत राहतं." त्याच्या चेहऱ्यावर दिसणाऱ्या मंद हास्यामागची गूढता मनाला नेहमी सतावत असते." माधवच्या या बोलण्यावर गुरुजी हसले.

"असं म्हणतोस? या सत्याला विचारून पाहूया." असं म्हणत ते सत्याकडे वळले.

"तुला शाळेत गणित शिकवतात ना? आता मला सांग, चार आंबे असले तर कसे मोजशील?" सत्या बोटं मोजत लगेच म्हणाला, "असे, बोटांनी." "चाळीस आंबे असतील तर?" त्यांचा लगेच पुढचा प्रश्न. "दहा वेळा चार मोजले की चाळीस." सत्यानं उत्तर दिलं. आता बोटं दाखवायची गरज नव्हती.

"चाळीस हे बोटांच्या मदतीने मोजता येणार नाहीत, हो ना? त्यासाठी आपण वेगळी पद्धत वापरतो. त्याप्रमाणेच चारशे, चार हजार, चार लाख मोजण्यासाठी काय करायचं ते कळायला तू लहान आहेस, होय ना? समस्या, प्रश्न जेवढे मोठे त्या प्रमाणात ते सोडवण्याचे मार्ग बदलत जातात." नंतर ते माधवला म्हणाले,

"पहिल्या इयत्तेत असताना चार, चाळीस फार फार तर चारशे कसे मोजायचे हे शिकवता येईल. त्यापेक्षा पुढचं ज्ञान हवं असेल तर पुढच्या वर्गात जायला हवं ना?" त्यांचं बोलणं संपायच्या आधीच त्याचा अर्थ माधवच्या ध्यानात आला होता. तो लगेच म्हणाला, "ही भजनं, कीर्तनं हे सगळं चार आंबे मोजण्यासारखं आहे. त्या वर्गात फक्त माउलीच्या चेहऱ्यावरचं मंद हास्यच आपण पाहू शकतो."

"खरं आहे. या पहिल्या टप्प्यावर भक्ती हे साधन पुरेसं असतं. पुढच्या टप्प्यावर मात्र ज्ञान आवश्यक आहे. अर्थात पुढचे टप्पे गाठायलाच हवेत असं काही नाही. पहिल्या पायरीवर राहूनही संसारसागर चांगल्या प्रकारे तरून जाऊ शकतो. म्हणून तर लाखो भक्त पहिल्या पायरीवरच राहतात. त्यांच्याकडे अनन्य भक्ती, सदाचार आणि सत्यनिष्ठा या गोष्टी असतात. पण या पुढे जाऊ इच्छिणाऱ्या साधकांसाठी वेगळे साधनामार्ग असतात. तिथे मंद हास्याच्या मागे असलेली गूढता लक्षात येऊ लागते."

गुरुजी करत असलेलं विवरण ऐकून माधवच्या चेहऱ्यावर समाधान पसरलं. तो उठल्यावर सत्याही उठला.

"तू येतो आहेस ना सत्या?" गुरुजींनी विचारलं.

"आपण परत जाताना पादुकांच्या बरोबरच जात आहोत का? आळंदीपर्यंत चालत जायचं आहे ना?" त्यानं शंका विचारली.

"तिकडे गेलो तर आपल्याला कमीत कमी एक आठवडा तरी लागेल. त्यामुळे आश्रमाच्या कामामध्ये गोंधळ निर्माण होईल. आपण तसं नियोजन करून आलेलो नाही. पुढच्या वेळी बघू." गुरुजी म्हणाले.

सत्या तेथून बाहेर गेला. तो झोपला तेव्हा त्याच्या डोक्यात गुरुजींबद्दलचेच विचार होते. डोळ्यांसमोर दिसणारी सगळी चित्रं घाबरून दिसेनाशी झाली ते केवळ गुरुजी जवळ होते म्हणून. कामाठीपुऱ्यातल्या त्या चित्रांनी हार स्वीकारली म्हणजे

नेमकं काय झालं? काका सांगतात तसा गुरुजींच्या शक्तीचा अनुभव आला आपल्याला, सत्याला जाणवलं. बाकी जास्त काही कळलं नसलं तरी आपल्याला गुरुजींसारखं व्हायचं आहे, त्यांनी सांगितल्याप्रमाणे वरच्या वर्गात जायचं आहे, अशी आंतरिक इच्छा त्याच्या मनात निर्माण झाली. दुसऱ्या दिवशी सकाळी सगळे गोपाळपूरला निघाले. गोपाळकृष्ण गायींना चरायला सोडून गोपाळांबरोबर बसून न्याहारी करत असे. त्याचंच अनुकरण करत सगळ्यांनी एकत्र बसून दही-पोहे खायचे व कृष्णाची भजनं म्हणायची, खेळ खेळायचे, असा कार्यक्रम असायचा. सत्याने त्यात भाग घेतला खरा; पण त्याचं सगळं लक्ष गुरुजींच्या बोलण्याकडे लागलेलं होतं. रात्र तेथेच काढून सगळे सकाळी आपापल्या गावी निघाले.

"गुरुजी, पंढरपुरातून परत आल्यापासून सत्यामध्ये बराच बदल झालेला दिसतो आहे ना? त्याच्या शाळेतून मुख्याध्यापकांचं पत्र आलं आहे. त्याच्या बुद्धिमत्तेकडे पाहून पुढील वर्षी त्याला दोन इयत्ता पुढे असलेल्या वर्गात टाकता येईल.'' काका गुरुजींना सांगत होते.

"हो, तो सतत माझ्या मागे मागे असतो. अभ्यासाचं पुस्तक घेऊन माझ्या खोलीच्या बाहेर बसलेला असतो. मी हाक मारली की लगेच धावत येतो.'' दोघे ध्यान मंदिरात गप्पा मारत बसले असताना सत्या विठ्ठल मूर्तीच्या मागील खिडकी झाडून स्वच्छ करत होता.

सत्या माध्यमिक शाळेतील दुसरीत असतानाची गोष्ट. शाळेतून येताना सत्या सगळ्या मुलांप्रमाणे रमत गमत न चालता, पळत पळत सगळ्यांच्या आधी आश्रमात पोहोचायचा. असाच शाळेतून येत असताना त्या दिवशी एक वयस्कर माणूस, बेशुद्ध होऊन रस्त्याच्या बाजूला पडलेला सत्याला दिसला. त्याच्या डोक्याला दगड लागून रक्त येत होतं व तोंडातून फेस येत होता. सत्यानं खिशातला रुमाल काढून त्या माणसाचं तोंड पुसून घेतलं व थोड्या अंतरावर असलेल्या दुकानात जाऊन तेथील लोकांच्या मदतीनं रिक्षा मिळवली. दुकानदाराला बरोबर घेऊन सत्या त्या माणसाला हॉस्पिटलमध्ये घेऊन गेला. त्या माणसाला तेथे ॲडमिट केल्यावर दुकानदार परत फिरला; पण त्या माणसाला शुद्ध येईपर्यंत सत्या मात्र तिथेच थांबला. तीन तासांनंतर शुद्धीवर आलेल्या त्या माणसाने डोळे उघडले व घरचा पत्ता सांगितला. घरच्यांना कळवल्यावर त्याची पत्नी धावत तेथे आली. सगळी हकीकत कळल्यावर तिनं सत्याला जवळ घेतलं "शहाणा बाळ...'' असं कौतुक करत त्याला आशीर्वाद दिला. सत्या आश्रमात परतेपर्यंत भजनाची वेळ होऊन गेली होती. गुरुजींच्या व काकांच्या डोळ्यांतली काळजी सत्याला दुरूनही दिसत होती.

"सत्या, कुठे गेला होतास? शाळा, रस्ते सगळं शोधून झालं. आता फक्त

पोलिसांकडे जायचं बाकी होतं.'' काका धावत त्याच्यापाशी येऊन विचारू लागले.

''हॉस्पिटलमध्ये. ते गृहस्थ शुद्धीवर येईपर्यंत थांबलो होतो.'' असं म्हणून सत्यानं सगळी हकिकत सविस्तरपणे काकांना सांगितली. त्या नंतर दोन, तीन दिवस सत्या हॉस्पिटलमध्ये जाऊन, त्यांची खुशाली विचारून येत होता. नंतर ते बरे होऊन घरी गेले. हॉस्पिटलमधून घरी जाण्यापूर्वी त्या गृहस्थांनी सत्याची सगळी माहिती विचारून घेतली होती. एका रविवारी, भजन चालू असताना ते गृहस्थ आश्रमात आले. त्यांना पाहून सत्या उठून त्यांच्याजवळ गेला.

''किती सहृदय मुलगा आहे हा. वेळेवर धावून आला व मला हॉस्पिटलमध्ये घेऊन गेला, मी शुद्धीवर येईपर्यंत तेथे थांबला होता. आश्रमात त्याला मिळणारी फळं माझ्यासाठी घेऊन येत होता हा. किती मदत करत होता. मी परगावचा माणूस आहे. परत जाण्यापूर्वी एक सांगतो, आजपासून या मुलाच्या शिक्षणाची सगळी जबाबदारी माझी. प्रतिवर्षी न चुकता पैसे पाठवत जाईन मी.'' सत्याला जवळ बसवून बोलणाऱ्या त्या गृहस्थांना गुरुजी म्हणाले,

''या मुलाबद्दलच्या तुमच्या भावना मी समजू शकतो; पण एखाद्या मुलासाठी दिलेली वैयक्तिक देणगी आश्रमात स्वीकारली जात नाही. तुम्ही दिलेल्या पैशांचा विनियोग आश्रमातल्या सगळ्या मुलांसाठी केला जाईल.'' गुरुजींचं म्हणणं मान्य करून त्या धनिक गृहस्थांनी बरीच मोठी रक्कम आश्रमाला देऊ केली व दर वर्षी देणगी पाठवली जाईल, असं सांगून ते निघून गेले.

''तू त्यांचे प्राण वाचवलेस, त्यांना सगळी मदत केलीस, हॉस्पिटलमध्ये जाऊन विचारपूस केलीस. त्यांना तुझ्याबद्दल आपुलकी वाटणारच.'' हरिकाका म्हणाले.

''मदत नाही, सेवा.'' सत्या हळूच पुटपुटला. सत्यासाठी बॅग भरून कपडे, पुस्तकं, खेळाचं साहित्य आणलं होतं त्या गृहस्थांनी. ते परत जायला निघाले तेव्हा एकमेकांची भाषा नीट कळत नसतानाही दोघांचं मन भरून आलं होतं. सत्याला आलेला जीवनातला हा नवीन अनुभव होता. आत्मसमाधान. आता संधी मिळेल तेव्हा सेवा करण्याचा संकल्प पक्का झाला. त्यांनी दिलेली पुस्तकं स्वतःकडे ठेवून कपडे व खेळ सत्यानं मुलांना वाटून टाकले. भजनाला येणाऱ्या वृद्धांची काळजी तो नेहमीच घेत असे, पण आता तो त्यांच्याकडे विशेष लक्ष देऊ लागला. काका एकदा त्याच्याविषयी बोलताना गुरुजींना म्हणाले,

''म्हाताऱ्या माणसांना मदत करायला नेहमीच पुढे असतो हा.'' तेव्हा गुरुजी म्हणाले,

''मदत नाही, सेवा.'' ते ऐकून सत्याचं मन समाधानानं भरून आलं होतं.

सत्याला अलीकडेच केळकर मास्तरांच्या वर्गात प्रवेश मिळाला होता. विद्यार्थ्यांबद्दल

गुरुजींजवळ बोलताना केळकर सांगत होते,

"रीतसर प्रवेश घेतलेला नसतानाही सत्या वर्गांना न चुकता हजर असतो. 'ज्ञानेश्वरी', 'भागवत', 'रामायण' सगळे विषय मन लावून, लक्षपूर्वक ऐकत असतो. खरं तर हे विषय त्याला कळण्यापलीकडचे आहेत. तरीही केवळ इच्छाशक्तीमुळे तो येऊन बसतो. अशा मुलाला वर्गाबाहेर काढावं, असं नाही वाटत." गुरुजींनाही त्यांचं बोलणं पटलं.

सत्या प्रौढशाळेत असताना दीदी दोनदा आश्रमात येऊन गेली. पहिल्या वेळी सत्यानं तिला ओळखलं होतं, पण संकोचून गेल्यामुळे तो लगेच तिच्याजवळ बोलला नव्हता. पुढच्या वेळी दीदीनं त्याला ओळखलं नव्हतं. "किती उंच झाला आहेस? अभ्यास ठीक चालला आहे ना." असं दीदीनं विचारल्यावर त्यानं हळूच हसत मान हलवली होती. दीदी आली की प्रत्येक वेळी त्याला कामाठीपुऱ्याची आठवण येत असे; पण तो काही आतून अस्वस्थ वगैरे होत नसे. अर्थात, तो काही सगळंच विसरून गेला होता असं नव्हतं. "तिकडे सगळे कसे आहेत?" असं विचारताना त्याला मित्रांबरोबर घालवलेलं बालपण आठवत असे, नेत्राची आठवण येत असे.

"मावशी जाऊन सहा महिने झाले. त्यानंतर सगळी मुलं वेगळ्या दिशेला पांगली. गेल्या दोन वर्षांत मी आधीसारखी नियमितपणे नाही जात तिकडे." मावशीच्या आठवणीनं तो उदास झाला. मावशीनं त्याला वाढवलं होतं.

"आणि नेत्रा?" त्याच्या डोळ्यासमोर मोठे डोळे, गालाला खळ्या असलेली नेत्रा उभी राहिली.

"तिचं काहीच कळलं नाही. तिच्या आईला विचारलं पण तिला मुलीबद्दल काही बोलायची इच्छा नसावी." हे ऐकून सत्या काहीसा निराश झाला.

मनासमोरची सगळी चित्रं अंधूक होऊन दिसेनाशी झाली. आता त्याला त्या चित्रांची भीती वाटत नव्हती. कधी कधी त्या आठवणी मात्र हव्याशा वाटायच्या, पण तो त्यात फार गुंतत नसे. तरीही आता दीदी भेटल्यावर तो काहीसा बेचैन झाला व माडीवरच्या खोलीत निघून गेला. तेथे मोठ्या विद्यार्थ्यांसाठी विशेष वर्ग घेतले जात. त्या वर्गात बसायला सत्याला आवडायचं. तेथे मनाला शांतता मिळत असे. त्याचं अमुक एक कारण असं स्पष्टपणे सांगता येणार नाही; पण तेथे चालणाऱ्या चर्चांचा संबंध त्याला त्रास देणारी चित्रं, माधवानं सांगितलेली विठू माउलीच्या चेहऱ्यावरची गूढता यांचा काही तरी संबंध असावा, असं त्याला वाटायचं व त्या वर्गाचं आकर्षण आणखीनच वाढायचं. आपण थोडं थोडं वरच्या पायरीकडे चाललो आहोत, असं त्याला वाटू लागलं.

"नामस्मरण म्हणजे अहंपणाच्या अगदी विरुद्ध; ज्याला वेदांती 'ब्रह्म' असं

म्हणतात, तर भक्त 'नाम' असं म्हणतात. नामस्मरण हा मुख्य साधन मार्ग आहे. म्हणून तर 'नामसप्ताह', 'नामजप' असे कार्यक्रम आग्रहपूर्वक हाती घेतले जावेत.'' केळकर मास्तरांचं बोलणं सगळे विद्यार्थी लक्षपूर्वक ऐकत होते. सगळे मिळून वीस विद्यार्थी असतील. सगळे कॉलेजला जाणारे होते. त्यातील फक्त एक दोघे प्रौढ शाळेतले असतील.

''अशा प्रकारे सदैव विठू माउली, संतमहात्मे यांचा नाम जप करत राहणं म्हणजे भक्तांना निवृत्ती मार्ग स्वीकारण्याकरीता प्रोत्साहन देण्यासारखंच नाही का?'' एका सीनियर विद्यार्थ्याने प्रश्न विचारला.

''फार छान प्रश्न विचारलास. निवृत्ती आणि प्रवृत्ती या दोन मार्गांपैकी वारकरी लोक प्रवृत्ती मार्ग अवलंबतात. संसारापासून विन्मुख न होता म्हणजेच संसार करता करता प्रत्येक माणसात देव पाहून, मानव सेवेत आयुष्य घालवावं, असं संतांनी सांगितलं आहे,'' असं सांगून मास्तर पुढे बोलू लागले.

''ज्ञान, भक्ती आणि कर्म यांचा समन्वय साधण्याकरीता भगवद्गीता सहाय्य करते. म्हणूनच तर तो वारकऱ्यांचा प्रमाण ग्रंथ आहे. ज्ञानी भक्त हा भगवंताचं आत्मरूप असतो, असं श्रीकृष्णांनी गीतेत म्हटलं आहे. आता कर्माविषयी त्यांनी काय म्हटलं आहे पाहा. कामावर निष्ठा हवी, परंतु फळाची आशा धरू नये. अर्थात, फळाची अपेक्षा ठेवायची नसली, तरी कामाविषयी द्वेष असता कामा नये. अशाप्रकारे काम करणाऱ्यास सत्त्वशुद्धीतून निर्माण होणारी ज्ञान प्राप्तीची सिद्धी मिळते. अशा प्रकारची सिद्धी संतांनी मिळवलेली असते. संत ही काही खास अशी पदवी नाही. तुम्ही-आम्ही संसारात राहूनही संतपद मिळवू शकतो. कळलं ना?''

त्यांनी विद्यार्थ्यांना विचारलं तेव्हा वर्गात टाचणी पडल्यावरही आवाज येईल, इतकी शांतता होती. वर्ग संपल्यावर सत्या बाहेर आला तेव्हा त्याच्या मनात मावशीच्या आठवणी घोटाळत होत्या. त्या विद्यार्थ्याने विचारलेला प्रश्न आणि गुरुजींनी दिलेलं उत्तर आपल्याला कळलं आहे, असं त्याला वाटलं. सगळ्या वर्गांना नियमित हजर राहणं त्याला शक्य होत नसे. काही वेळा वर्गात शिकवलं जाणारं त्याला कळतही नसे. मास्तरांनी पुन्हा पुन्हा सांगितलं तरी त्याला समजत नसे. बाकीचे शिक्षक शिकवत असताना लोखंडाच्या चण्यांसारखा कठीण वाटणारा विषय गुरुजींच्या तोंडून ऐकल्यावर एकदम सोपा होऊन जात असे. म्हणून तर तो प्रत्येक वेळी गुरुजींकडे जात असे.

दहावीत गेलेल्या सत्याचा गुरुजींच्या खोलीबाहेर बसून अभ्यास करण्याचा परिपाठच झाला होता. त्याच्या आवडत्या वृक्षाच्या सावलीत वाचत बसण्यापेक्षा त्याला ही जागाच आवडू लागली होती. गुरुजींकडे, त्यांचा ध्यानाचा वेळ सोडून इतर वेळी सगळ्यांना मुक्त प्रवेश असायचा. सत्या या गोष्टीचा जास्तीत जास्त

फायदा करून घेत असे. गुरुजी शिकवत असलेल्या विशेष वर्गापर्यंत तो अजून पोहोचलेला नव्हता, तरी केळकर मास्तर शिकवत असताना त्याला पडलेले प्रश्न मोकळेपणाने गुरुजींसमोर मांडून तो त्याची उत्तरं समजून घेत असे. आपले प्रश्न गुरुजींना बालिश वाटणार नाहीत ना, अशी भीती त्याला कधीच वाटत नसे. नेहमीप्रमाणे आजही तो गुरुजींच्या खोलीबाहेर अभ्यासाला बसला होता, त्या वेळी दोन माणसं गुरुजींच्या खोलीत शिरताना त्याला दिसली. एक उंचच उंच व दुसरा काहीसा बारीक अंगकाठी असलेला. काही वेळातच खोलीतून बोलण्याचे अस्पष्ट आवाज ऐकू येऊ लागले.

"गुरुजी, तुमच्या आश्रमातील मूर्ती किती सुंदर सजवलेली असते. बघता क्षणी मनातला भक्तिभाव उचंबळून येतो. पण आमच्या देवळातल्या पुजाऱ्यांनी केलेली पूजा, सजावट पाहून मनाला अजिबात आनंद होत नाही. मूर्तीला सजवणं ही सुद्धा एक कला आहे ना. ती त्यांनी शिकून घ्यायला नको का? आता तुम्हीच त्यांना समजावून सांगा."

"तुम्ही निराकार, निर्गुण ईश्वराची भक्ती करता. देवाची मूर्ती समोर असली काय किंवा नसली काय, तुम्हाला काहीच फरक पडत नाही. पण आमच्यासारख्या सामान्य भक्तांना साकार ईश्वर समोर हवा असतो. त्या पुजाऱ्यांना रोजची दोन वेळची पूजा, मूर्तीची सजावट जमत नसेल, तर ही जबाबदारी तुम्ही दुसऱ्या व्यक्तीवर सोपवायला हवी." ते तावातावाने बोलत होते. नंतर गुरुजींनी या विषयात हस्तक्षेप केला. काही वेळाने ते दोघे निघून गेले.

नंतर सत्या आत गेला तेव्हा गुरुजी काकांना सांगत होते, "रोज दोन वेळेची यथासांग पूजा तेथील पुजाऱ्यांना जमत नाही. पूजा, आरास या गोष्टी त्यांच्या उपासनेच्या आड येतात, असं त्यांना वाटतं. तसंच भजन-कीर्तनानेही त्यांच्या उपासनेत खंड पडतो. ते फार दिवस तेथे राहतील असं वाटत नाही. आपल्याकडची पूजा संपल्यावर अत्रेंना त्या देवळात जायला जमेल का, हे त्यांना विचारून ठेवा."

हे ऐकून सत्या चकित झाला.

"गुरुजी, भजन कीर्तन ऐकून तर अंत:करण भक्तीने भरून येतं. त्याने ईश्वरोपासनेत बाधा कशी काय येऊ शकते?"

त्यावर गुरुजी हसून म्हणाले, "तू एक काम कर. आज संध्याकाळी भजन चालू असताना विज्ञानातील एखादं कठीण सूत्रं पाठ करायचा प्रयत्न कर आणि जमते का ते मला सांग."

सत्याला ते कल्पनेतही अशक्य वाटलं नाही, त्याने मान हलवली.

"का?" गुरुजींनी विचारलं.

"बाहेर शांतता असल्याशिवाय अभ्यास मनात कसा उतरेल?" सत्याने

प्रतिप्रश्न केला.

"हो ना, मग सजवलेली मूर्ती, पूजा, भजनं ही सामान्य माणसाची ईश्वर भक्तीची साधनं आहेत. पण ती भजनं, स्तोत्रं यांचा अभ्यास करायचा असेल, ती मनात उतरायला हवी असतील, तर मौन धारण करूनच अभ्यासायला हवीत. म्हणून त्या पुजाऱ्यांना या गोष्टी त्यांच्या उपासनेत बाधा आणतात, असं वाटतं. म्हणजेच ईश्वराच्या आराधनेसाठी त्यांना आता मूर्ती, पूजा, भजन यांची आवश्यकता उरलेली नाही. कळतंय ना?"

गुरुजींच्या या प्रश्नावर सत्याला बाहेर जाऊन बसावं, असं वाटू लागलं. गुरुजीही निःशब्द होऊन तुळशीबागेत फेऱ्या मारू लागले. नवीन सूत्र शिकायला सुरुवात केल्यावर खोलीत देवाची मूर्ती नसली तरी चालेल, असं वाटतं, नेहमी एकांत हवासा वाटतो तो याच कारणाने. त्याला एकदम वाटलं, की त्या दिवशीची शिकवणी महत्त्वाची होती. त्याला धन्य झाल्यासारखं वाटलं. आपण एक पायरी वर चढलो आहोत, असं समाधानही त्याला वाटलं. सोबत कुतूहल होतंच.

रात्री सत्यानं काकांकडून गुरुजींची पार्श्वभूमी जाणून घेतली. काका सांगू लागले, "गुरुजी जन्मतःच बुद्धिवान, मानी पण व्यवहारकुशल होते. लग्नानंतर काही दिवसांतच त्यांची पत्नी निवर्तली. अचानक एका संतांचा सहवास घडला आणि गुरुजी त्यांच्याबरोबर वारीला जाऊन आले. त्यानंतर त्यांनी संन्यास घेतला. कुटुंबीयांनी खूप समजावलं; पण गुरुजींनी त्यांचा हट्ट सोडला नाही. सगळी मालमत्ता विकून टाकली व त्यातून हा आश्रम स्थापन करून येथे अनाथ मुलांच्या पालन पोषणाचं काम हातात घेतलं. हळूहळू भक्तगण जमू लागले. जनशक्ती व धनशक्ती वाढू लागली. इथली मुलं बाहेरच्या जगात मदत करणारी, साह्य करणारी म्हणून ओळखली गेली, की गुरुजींना आनंद व्हायचा. पण त्यांना जास्त हुरूप यायचा तो त्यांचे शिष्य संसाराला लागल्यावर." हे सांगताना काकांच्या चेहऱ्यावर गुरुजींबद्दल आदर, अभिमान दिसत होता.

"काका, तुम्ही कुठून, कसे आलात इथे?" सत्यानं विचारताच,

"माझ्या कथेत वेगळं असं काहीच नाही बघ. विद्या असून निष्क्रिय होतो, काही करत नव्हतो. एकदा जवळच्या देवळात गुरुजींचं प्रवचन चालू होतं. थोडा वेळ उभा राहून ऐकत होतो. नंतर आपोआप पावलं त्यांच्या मागोमाग पडू लागली. तेव्हापासून त्यांच्या सहवासात आहे. घरी एकटी आई होती. ती गेल्यावर हा आश्रमच माझा संसार बनला." थोडा वेळ थांबून ते म्हणाले,

"सत्या, तू बुद्धिमान आहेस. योग्य मार्गावरून चालत आहेस. दुसऱ्या कुणाचं उदाहरण डोळ्यासमोर ठेवून वागू नकोस. तू स्वतः उदाहरण बनण्याचा प्रयत्न कर." सत्या मान खाली घालून ऐकत होता. दहावीत आहे या सबबीखाली केळकर

मास्तरांचा क्लास सत्यानं कधी चुकवला नव्हता. एका संध्याकाळी मास्तर सांगत होते,

"अलीकडे एक पंथ, एक ग्रंथ, अमूक एकच संत असा दुराग्रह सगळीकडे दिसून येतो. अशा दबावाला आपण थारा देता कामा नये. पंथ कोणताही असू दे, आपले आचार्य म्हणजे सनातन धर्माचे अधिष्ठाता शंकराचार्य. ते सगळ्यांचे धर्मगुरू आहेत, असं ज्ञानेश्वर समजत असत. वेदांतामध्ये जसं उपनिषद, ब्रह्मसूत्र आणि भगवद्‌गीता यांना प्रस्थानत्रयी म्हटलं जातं त्याचप्रमाणे 'तुकाराम गाथा', एकनाथांचं 'एकनाथी भागवत' आणि ज्ञानेश्वरांची 'ज्ञानेश्वरी' हे तीन ग्रंथ वारकऱ्यांची प्रस्थानत्रयी म्हटले जातात. ज्ञान नसताना...." बोलता बोलता मध्येच थांबून मास्तरांनी दरवाज्याकडे पाहिलं. दारात काका उभे होते. त्यांचा चेहरा उतरलेला होता व डोळ्यांत वेदना होती.

"शिकवणं थांबवून सगळ्यांनी लवकरात लवकर ध्यान मंदिराकडे या."

असं सांगून परत फिरणाऱ्या काकांच्या मागोमाग सत्या पळत जाऊ लागला. त्यांना गाठून सत्यानं विचारलं,

"काका, काय झालं आहे?"

"भजन मंडळी कधीपासून गुरुजींना भेटण्यासाठी बाहेर वाट पाहत होती; पण गुरुजी ध्यानात होते. बराच वेळ झाला तरी दरवाजा उघडला नाही. शेवटी मीच आत गेलो. गुरुजी बसल्या बसल्याच मागे कलंडले होते. हालचाल नव्हती. लगेच वैद्यांना आणलं. तेव्हा त्यांनी गुरुजी आपल्याला सोडून गेले आहेत...असं सांगितलं."

शेवटचं वाक्य सांगताना दुःख अनावर होऊन काकांनी सत्याला मिठी मारली. पूर्ण परिस्थितीची कल्पना येऊन भानावर यायला सत्याला थोडा वेळ लागला. त्याला नवं नाव देणारे, नव्हे, त्याला नवा जन्म देणारे गुरुजीच होते. त्यांच्या मांडीवर बसल्यावर सत्याला त्यांच्या डोळ्यांत आई दिसत असे. त्यांनी दाखवलेल्या विठू माउलीमध्ये सत्याला आई-वडील दोघांचंही अस्तित्व जाणवत असे. जीवनाचा मार्ग गुरुजीच आपल्याला दाखवतील, असा विश्वास वाटत असतानाच, त्याला एकट्याला मागे टाकून गुरुजी निघून गेले होते. आता सगळं संपलंय असं वाटून डोळ्यांतून दुःखाश्रू वाहत असतानाच असं दुःख आपण पूर्वीही अनुभवलंय, हे लक्षात येऊन तो अधिकच दुःखी झाला. काही वेळातच आश्रमातील मुलं, कर्मचारी सगळे गुरुजींच्या पार्थिवापाशी जमले. अनाथ मुलं पुन्हा एकदा अनाथ झाली होती.

"गेला आठवडाभर ते आश्रमाच्या व्यवहारासंबंधी माहिती करून घेत होते, त्यांनी त्यासंबंधी सल्ले, सूचनाही दिल्या. आता त्यांना आश्रमाची चिंता उरली नव्हती. त्यांना मृत्यूची पूर्वसूचना मिळाली असेल का?"

बोलताना काकांच्या डोळ्यांत पुन्हा पुन्हा पाणी येत होतं. सत्या गुरुजींच्या

मुखाकडे पाहत होता. त्यांचा तेजस्वी चेहरा आता अधिकच उजळला होता. मुद्रा नेहमीसारखीच शांत होती. कोणत्याही क्षणी डोळे उघडून ते उठून बसतील, असंच वाटत होतं. सत्या तिथून हलला नव्हता.

"आश्रमाच्या विश्वस्थांच्या मते, आता हरिकाका आश्रमाचा कार्यभार सांभाळतील. त्यांच्या साह्याला आपण सगळे आहोतच. गुरुजींची जागा घेणं कोणालाही शक्य नाही. पण त्यांच्या पादुकांच्या साक्षीने, त्यांच्या आशीर्वादाने आपण पुढील प्रवास सुरू ठेवूया. चालेल ना?"

विश्वस्थांपैकी एका ज्येष्ठ व्यक्तीने विचारताच सगळ्यांनीच त्यांच्या म्हणण्याला संमत्ती दर्शविली.

"पुढच्या वर्षीपासून गुरुजींच्या पादुकांची पालखी घेऊन आपण वारीला जाऊ. ते संतच होते." काकांच्या या बोलण्यावर सगळ्यांच्या चेहऱ्यावर भक्तिभाव दाटून आला.

गुरुजींच्या वियोगामुळे उदास झालेला सत्या ध्यान मंदिरातील त्यांच्या खोलीत दिवसातला बराच वेळ घालवत असे. ते ध्यानाला बसत असत त्या ठिकाणी त्यांच्या पादुका ठेवल्या होत्या. त्या पादुकांच्या समोर बसून त्याकडे पाहत बसल्यावर सत्याला वेळेचं भान राहत नसे. अशावेळी तो अधिकच दुःखी होत असे.

"सत्या, तू दहावीत आहेस हे विसरला नाहीस ना?"

एक दिवस काकांनी विचारलं. तो दहावी पास होईल, याबद्दल काकांना खात्री होती. परंतु गुरुजींनी अनुसरलेल्या मार्गावर सत्या आता वरच्या वर्गात जाणं अशक्य आहे, असं मात्र काकांना हळूहळू वाटू लागलं होतं. केळकर मास्तरांच्या वर्गाचा सत्याला वाटणारा इंटरेस्ट आता कमी झाला होता.

"तुझं सगळं लक्ष आता अभ्यासाकडे असायला हवं. सध्या तरी तू कर्ममार्ग स्वीकारायला हवा. शिक्षण पूर्ण झाल्यावर तू चांगल्या कान धंद्याकडे वळायला हवंस. तू आर्थिकदृष्ट्या बलवान झालास तर समाजाचा आधार बनशील. कामाशिवाय ज्ञान म्हणजे नुसतं ओझं. म्हणूनच माझ्यासारखा निष्क्रिय बसू नकोस. कळतंय ना?"

हे गुरुजींचं शेवटचं बोलणं ही त्यांची आज्ञाच होती, असं सत्याला वाटू लागलं. परंतु त्यांच्याशिवाय आपण कोणत्याही कामाला प्रारंभ करू शकणार नाही, असं वाटून तो रोज सकाळ-संध्याकाळी गुरूजींच्या खोलीत येऊन बसायचा. तेथे पादुकांसमोर बसून आपलं मन मोकळं केल्यावर त्याला बरं वाटायचं. दिवसातला काही वेळ तो भजन, कीर्तनातही घालवत असे. हळूहळू त्याची मन:स्थिती पूर्वपदावर येत होती.

अध्याय ९

एक

सत्याला जाग आली तेव्हा रात्रीचा दुसरा प्रहर चालू झाला होता. डोळे मिटायलाच लागले होते... बारा वाजून गेले होते. नंतरही सतावणाऱ्या आठवणींमुळे तो रात्रभर जागा होता. लवकर जाग यावी म्हणून त्यानं अलार्म लावला होता, पण झोपच कुठे येत होती? आजचा रेल्वेचा प्रवास तरी चांगला व्हायला हवा, असं मनात येऊन त्यानं दिवा लावला आणि बाजूच्या पिशवीतलं दीदीचं पत्र काढून तो ते परत वाचू लागला...

प्रिय सत्या,

आपल्याला भेटून सहा वर्षं झाली. मी मागच्या वेळी आले होते, तेव्हा तुझं टेक्निकल शिक्षण चालू होतं व पदवीसाठी आवश्यक असलेला, कामाचा अनुभव मिळवण्याकरीता मुंबईतील एका नामांकित कंपनीत तू नोकरी करत होतास. खूप अभिमान वाटला मला. त्या वेळी तुझा फोन नंबर घ्यायचं राहूनच गेलं बघ. नंतर आमचं काम ईशान्येकडच्या राज्यांपर्यंत विस्तारलं आणि मग या बाजूला येणं झालंच नाही. आता सहा महिन्यांपूर्वी मी मुंबईला परत आले. दोन महिन्यांपूर्वी आश्रमाच्या कचेरीत फोन केला होता. तुझी चौकशी केली आणि मी चकीतच झाले. तू मुंबईतल्या नोकरीला नकार दिला आहेस व पुन्हा मुंबईत येण्याची तुझी अजिबात इच्छा नाही, असं कानावर आलं. काकांना विचारलं असता ते म्हणाले, "त्याला इथे सोलापुरातच दुसरी नोकरी मिळाली आहे. पगार तिथल्यापेक्षा थोडा कमी आहे; पण इथे चांगली संधी मिळाली आहे." हे ऐकून मी तर कोड्यातच पडले. सत्या, तू हरिकाकांजवळ मोकळेपणे बोलायला हवं. माझा व त्यांचा संपर्क असतो हे तुला माहीत आहे की नाही, हे मला

माहीत नाही. तुझा नंबर मिळवायचा तीन-चार वेळा प्रयत्न केला. परंतु तुझ्यापर्यंत पोहोचता आलं नाही. मग आपण पत्र का लिहू नये, असं मनात आलं. तुझा हात धरून तुला अक्षरं शिकवणाऱ्या, तुझ्या दीदीचं पत्र तू वाचणार, ही कल्पनाच मजेशीर वाटली. म्हणून फोन न करता पत्र लिहायला घेतलं आहे. पण सुरुवात कशी करावी तेच कळत नाहीये. सत्या, मागे पडलेले संबंध अचानक समोर येतात तेव्हा आनंदही होतो आणि सांगता येणार नाही, असं दुःखही. समाजसेवेत जीवन झोकून देणाऱ्या माझ्यासारखीच्या भावना काहीशा अधिक तीव्र असतात. मी आधार दिलेली मुलं जेव्हा तुझ्यासारखं यश मिळवतात, तेव्हा आनंद होतो, उत्साह वाढतो. मी मदतीसाठी हाक दिली, तर ही मुलं माझ्या मदतीला येतील ना रे? कधी कधी किनारा माहीत नसताना, भोवऱ्यात सापडून हात-पाय मारणाऱ्या माय-लेकरांना पाहिलं, की मन मूकपणे अश्रू ढाळतं.

पंधरा दिवसांपूर्वी कामाठीपुऱ्यात गेले होते. तेव्हा मोठा धक्काच बसला. नेत्रा रस्त्यात उभी होती. मी तिच्याजवळ बोलायला गेले तेव्हा मला चुकवून ती झटकन तेथून निघून गेली. दोन दिवसांनी परत गेले, तेव्हाही ती त्याच जागी उभी होती. पुन्हा बोलायला गेले, तर ती जागाच बदलून टाकील, या भीतीने लांबूनच पाहिलं तिला. सत्या, तुला नेत्राविषयी विशेष आपुलकी, प्रेम होतं ना? नंतर एकदा भेटली तेव्हा ती तुझ्याविषयी माझ्याजवळ चौकशी करत होती. तुला भेटायची इच्छा आहे तिची. नाही, तिनं तसा ध्यासच घेतलाय. थोडं मराठी शिकली आहे ती आता. "मुन्ना कसा आहे? कुठे आहे?" असं एकेक अक्षर जुळवून बोलत होती. ते ऐकून माझ्या डोळ्यांत पाणीच आलं बघ. प्रेमाची ताकद मोठीच असते. ही पोरगी आज भोवऱ्यात अडकलेली आहे. किती बुडालेली आहे माहीत नाही. सत्या, माझ्या मदतीला येशील? आपण तिला बाहेर काढायचा प्रयत्न करू या. येणार असशील तर खाली दिलेल्या नंबरवर फोन कर.

तुझी लाडकी दीदी.

पत्र वाचताना डोळे पाणावल्यामुळे दीदीचा नंबर स्पष्ट दिसत नव्हता. पत्र मिळाल्या मिळाल्या तिला फोन करून लगेच निघावं, असं त्याला वाटलं होतं. पण ते शक्य झालं नव्हतं. पत्र पुन्हा पुन्हा वाचून, निघायचा दिवस ठरल्यावर त्यानं दीदीला फोन करून तसं कळवलं. स्टेशनवर न्यायला यायची गरज नाही, असंही सांगून टाकलं.

नेत्रा. ती माझ्यापेक्षा चार-पाच वर्षांनीच मोठी असेल; पण आईसारखी मांडीवर डोकं घेऊन थोपटत बसायची. समजावायची. वयाच्या मानानं एवढा मोठेपणा कुठून आला असेल? की मुली अशाच असतात? त्याला सुलभा वहिनीची आठवण आली. ती बाबांना अशीच लहान मुलासारखी सांभाळत असे. दीदीलाही माझ्याविषयी प्रेम आहे. मनिषा मात्र वेगळी आहे. मो माझा भूतकाळ तिला सांगितल्यावर तिच्या डोळ्यांत दया दिसली. तेथे प्रेम का नव्हतं? आईची भूमिका साकारायच्या योग्यतेची नसावी. जी आई होऊ शकत नाही, ती चांगली पत्नी होऊ शकेल? माझी निवड चुकली का? पण हा विचार फार काळ टिकला नाही.

त्याला हरिकाकांची आठवण झाली... 'जास्तीत जास्त दोन वर्षं. त्याच्या आत संसार थाटला नाहीस, तर मी स्वतः मानगूट धरून तुला आश्रमाच्या बाहेर काढीन. ही गुरुजींची आज्ञा आहे.' काका म्हणाले होते; पण आवडेल अशी दुसरी मुलगी शोधायची कुठे? जी मनात आहे तिला विसरणं शक्य आहे का? आश्रमातून बाहेर पडायला हवं आहे आता. बाहेर एखादी खोली भाड्यानं घेऊन, राहावं का? सत्याच्या डोक्यातले विचार आता भरकटत चालले होते. पत्र परत जागेवर ठेवून, दिवा घालवून तो आडवा झाला. बऱ्याच वेळानं त्याला पेंग आली, पण तेवढ्यात गजर झाला. त्यानं उठून आवरून घेतलं.

सी.एस.टी. स्टेशनात उतरताना अनेक विचार डोक्यात होते. अठरा वर्षांपूर्वी इथून निघालो, त्यानंतर परत इथे पाऊल टाकलं नव्हतं. त्यानं आजूबाजूला नजर टाकली. सगळं बदललं होतं; तरीही काही जुन्या खुणा दिसत होत्या. दीदीचा भायखळ्याचा पत्ता सांगून सत्या टॅक्सीत बसला. आत त्याला मुंबई एकदम अपरिचित वाटू लागली. सहा वर्षांपूर्वी आलो होतो, त्या वेळीही मुंबई अशीच अनोळखी भासली होती. खिडकीतून बाहेर पाहत असतानाच टॅक्सी एका जुन्या इमारतीसमोर थांबली. समोरच दीदीच्या सेवा संस्थेच्या नावाचा मोठा बोर्ड दिसला. सत्या गेट उघडून आत जाणार, इतक्यात दीदी तेथे आली. सत्या तिथेच तिच्या पाया पडला. त्याला पाहून दीदीला गहिवरून आलं होतं.

"तुझी पिशवी दे इकडे." गळ्याशी आलेला हुंदका प्रयासानं थांबवून ती म्हणाली.

"हे आमच्या संस्थेचं वसतिगृह आहे; पण तुझी व्यवस्था जवळच्याच एका अतिथिगृहात केली आहे. चल, आपण तिकडे जाऊया." त्याच आवारातल्या दुसऱ्या इमारतीत दीदी सत्याला घेऊन गेली....खोलीतच नाश्ता येईल, तो खाऊन घे व काही वेळ आराम कर. नंतर भेटूया... असं म्हणून ती निघून गेली.

"आरामाची काही गरज नाहीये. अर्ध्या तासात मी फोन करतो."

"तुझी अधीरता मला कळतेय; पण कामाठीपुऱ्याला दुपारनंतर जाग येते, माहीत आहे ना? छान झोप काढ. उशीर झाला तर मी उठवायला येईन." दीदी म्हणाली.

काकांना पोहोचल्याचा फोन करून सत्याने अंघोळ उरकली. इमारत जुनी असली, तरी सगळ्या सोयी चांगल्या होत्या. सणसणीत भूक लागल्यामुळे त्याला पोहे खूपच चविष्ट लागले. चहा नको, असं सांगून झोपल्यावर, जाग यायला बारा वाजले. चांगली चार तास झोप झाल्यानं अंग हलकं झालं होतं. आता समोरच्या प्रश्नाकडे वळायचं. त्यानं दीदीला फोन लावला.

"तुझी चांगली झोप झाली, हे बरं झालं." दीदी त्याच्या समोर बसत म्हणाली. किती वर्षांनी तो तिला असं जवळून पाहत होता. ती आश्रमात आली होती, तेव्हा तो काहीच न बोलता नुसतं हसून पळून गेला होता. तेव्हा बोलायला कुठे जमत होतं? प्रौढ शाळेत असताना मात्र तिच्याजवळ बोलला होता. नंतर बऱ्याच वर्षांत संपर्कच नव्हता. आता खूप वर्षांनी भेट झाली होती. तो पाहू लागला, तिच्या डोळ्यांत तीच माया दिसत होती. शरीर थकलेलं दिसत होतं. केस पिकायला लागले होते. चेहऱ्यावर सुरकुत्या दिसू लागल्या होत्या. ती वयापेक्षा मोठी दिसत होती. अविरत सेवाकार्याचा परिणाम होता तो. सेवेचं फळ मिळतंच, हे मानायला त्याचं मन तयार नव्हतं.

"चल, बाहेर पडूया." असं म्हणत दीदी उठली.

"एक मिनिट थांब," असं म्हणत सत्यानं वाकून तिचे पाय घट्ट पकडले.

"हे काय करत आहेस? सोड, सोड." ती संकोचून म्हणाली.

"दीदी, मला क्षमा कर." तिचे पाय धरून ठेवत सत्या म्हणाला. तिचं पत्र मिळाल्यापासून त्याला खूप अपराधी वाटत होतं.

"मला काहीच कळत नाहीये बरं, आधी ऊठ पाहू. केली क्षमा." दीदी म्हणाली.

तिनं असं म्हटल्यावरच सत्या उभा राहिला. त्यानं पिशवीतून एक पाकीट काढून तिच्या हातात दिलं.

"मला नोकरी लागून सहा वर्षं झाली. आपल्या अवतीभोवती असलेल्या समाजाची प्रगती झाली की पुरे, असे संकुचित विचार तयार झाले आणि इथल्या आठवणींनी त्रास होईनासा झाला. तू न बोलावताच यायला हवं होतं मी. असो, माझी चूक मला आता कळली आहे. यापुढे तुझ्या या संस्थेला नियमितपणे मदत पाठवीन."

सत्या खाली मान घालून बोलत होता. अपराधी भावनेनं तो पुरा ओशाळून गेलेला दिसत होता.

"हे काय आहे?" आश्चर्यानं म्हणत दीदीनं पाकीट उघडलं. त्यातील दोन हजाराच्या बऱ्याच नोटा पाहून दीदीचा चेहरा लालबुंद झाला. भुवया आकुंचित करून ती सत्याला म्हणाली, "आश्रमात शिकून आलेला मुलगा मला असा चुकीचा मार्ग दाखवू शकेल? माझा सगळा वैयक्तिक खर्च संस्था करते. फळाची अपेक्षा न करता सेवा करत आहे मी. त्यातून मिळणारं समाधान, हीच माझी संपत्ती आहे. हे पैसे घेऊन त्या संपत्तीला पारखी होऊ का?"

तिचं बोलणं ऐकून तो क्षणभर गडबडला; पण तिला पैसे देण्यामागचा मूळ उद्देश वेगळाच होता.

"दीदी, असं नाही गं. आम्ही तिकडे चाळीत एकत्र राहत असताना माझ्या आयुष्याला तू दिशा दाखवलीस. तू माझी आई, मोठी बहीण या सगळ्या भूमिका निभावल्यास. मग नोकरी लागल्यावर तुला कपडे, साडी आणायला नको होती का? तू जर हे घेतलं नाहीस तर तू माझी दीदी आहेस, हे कसं खरं वाटेल मला?" हे ऐकून दीदीला हसायला आलं. तिच्या कपाळावरच्या आठ्या थोड्या सैल झाल्या.

"तुझी श्रद्धा पाहून मन भरून आलंय बघ सत्या. पण तू असं केल्यामुळे काय होईल माहीत आहे? या पुढे मला भेटायला येणारी मुलं रिकाम्या हातांनी आली तर कदाचित मला ते आवडणार नाही. उद्या तू सुद्धा माझ्यासाठी काही न आणता आलास तर तुझाही राग येईल मला. कारण मला अपेक्षा निर्माण होतील. अपेक्षा ही मोठी वाईट गोष्ट आहे व मी अजून पर्यंत तिची चव चाखलेली नाही. ठीक आहे, आपण एक काम करू. आपण बाहेर जातोच आहोत ना, तू दोन साड्या घे माझ्यासाठी. आत्ता नेसले आहे ना, तशाच साध्या. कोणी काही दिलं की ओझं वाटत रे. पैशाचं मला काही कौतुक नाही. हवं तर आणखी दोन साड्या घे. मग तर बरं वाटेल ना तुला?" आता कुठे त्याला जरा मोकळं वाटलं.

"ते ठीक आहे; पण दीदी, जर का उद्या कोणत्याही कारणानं संस्थेजवळचे तुझे संबंध तुटले तर तुझी संपूर्ण जबाबदारी माझी असेल. तू माझ्यापासून काहीही लपवणार नाहीस, असा शब्द हवाय मला." सत्या गंभीर होऊन म्हणाला.

त्याचं बोलणं ऐकून दीदी भावुक झाली. काही वेळानं ती म्हणाली,

"या संस्थेला खूप देणग्या मिळतात. परदेशातूनही प्रचंड प्रमाणात देणग्या येतात. त्यामुळे तू संस्थेला मदत देऊ नको. तुझ्या आसपासच्या समाजासाठी तू काम करत आहेस ना, ते पुढे चालू ठेवलंस तरी पुरेसं आहे." जेवण आटपून बाहेर पडायला त्यांना तीन वाजले होते.

चौदाव्या गल्लीच्या तोंडाशी टॅक्सीतून उतरताना दीदी म्हणाली,

"तू राहायचास त्या चाळीकडे आधी जाऊया का?" खरं तर बाहेर पडल्यापासून त्याचं मन सुकलाजी स्ट्रीटवरील गल्लीतल्या त्या कोठीकडे ओढ घेत होतं, पण

चाळ जवळ येऊ लागली आणि सत्या अस्वस्थ झाला. मनात भावनांचा कल्लोळ माजला होता. कानावर पडणारे आवाज अस्पष्ट वाटत होते. एके काळी तो इथेच राहत होता, याचं भान नसल्यासारखा तो चालत होता. त्यानं आजूबाजूला नजर टाकली. सगळ्या जुन्या खुणा पुसून जाण्याइतका बदल झाला होता. एके काळी इथे वेश्यावस्ती होती, हे सांगूनही खरं वाटलं नसतं. किती चाळी जमीनदोस्त झाल्या होत्या, कित्येक मोडकळीला आल्या होत्या. राहण्यायोग्य नव्हत्याच त्या.

"अरे, इथे तर सोफा रिपेरिंगचं दुकान आलंय. आमची चाळ कुठे गेली?" तो उभा राहिल्यावर दीदीसुद्धा थांबली. सगळीकडे छोटी छोटी दुकानं दिसत होती. प्लॅस्टिकची, इलेक्ट्रॉनिक वस्तूंची, चामड्याच्या वस्तूंची दुकानं.

"दीदी, आमची चाळ दिसतच नाहीये गं."

तो सैरभैर होऊन इकडे तिकडे फिरू लागला. दीदी एका बाजूला शांतपणे उभी होती. त्याच्या मनातल्या आठवणी, त्याच्या डोळ्यांपुढची चित्रं आणि समोरचं वास्तव, कशाचाच मेळ बसत नव्हता. हरलेला सत्या रस्त्यातल्या एका कट्ट्यावर बराच वेळ बसून होता. चौदाव्या गल्लीत उजव्या बाजूला वळताना दीदी बरोबर होती. तेथील कोठ्या तशाच होत्या, फक्त जुनाट वाटल्या. तेथे फिरताना त्याला आज भीती वाटत नव्हती. रस्त्यातल्या त्याला ठेचकाळवून पाडणाऱ्या दगडी पायऱ्या आज मान खाली घालून बसल्या होत्या. त्याला त्रास देण्याची शक्ती कामाठीपुरा गमावून बसला होता. नाही, आता कामाठीपुऱ्यानं त्याला घाबरलं पाहिजे, इतका तो शक्तिशाली बनला होता. त्यानं आपले बाहू पसरून नुसता हुंकार दिला असता, तरी सगळे घाबरून चळचळा कापू लागले असते. ते दोघं आईच्या कोठीसमोर येताच दीदी म्हणाली, "आत जायचं आहे का?" "हो आईला भेटायचं आहे." तो पटकन बोलून गेला, पण लगेच नको म्हणत पुढे चालू लागला. आईची कोठी कशी असेल? ती पाहण्यासारख्या स्थितीत नसेल तर ते पाहण्याचं धैर्य आपल्याकडे नाही, म्हणून आपण आत गेलो नाही, याची त्याला बऱ्याच वेळानं जाणीव झाली. बाबा पहिल्यांदा दिसले होते त्या जागी तो थोडावेळ डोळे मिटून उभा राहिला. मशिदीच्या बाजूला जायची त्याला इच्छाच झाली नाही. पानाचं दुकान जाऊन त्या जागी भाजीचं दुकान दिसत होतं. वेळेची पर्वा न करता तो रस्त्यावरून परत परत फेऱ्या मारत होता. तरीही अजून काहीतरी पाहायचं राहिलं आहे, असंच त्याला वाटत होतं.

"इथेच कोपऱ्यावर देवीचं देऊळ आहे, होय ना? चल, तिकडे जाऊन येऊ."

सत्या दीदीच्या मागोमाग जाऊ लागला. चौदावी गल्ली मुख्य रस्त्याला मिळते ती जागा. गर्दी वाढत होती. त्यानं घड्याळाकडे नजर टाकली. सहा वाजायला आले होते. रस्त्याच्या दोन्ही बाजूंना बाया, मुली उभ्या राहायला हळूहळू सुरुवात झाली

होती. काही कोवळ्या वयाच्या, तर काही वय ओलांडलेल्या, स्थूल शरीराच्या. काही दागिन्यांनी नटलेल्या तर काही साध्याच... अलंकार विरहित. रस्त्यावरून चालणाऱ्या लोकांचेही किती प्रकार. नाकासमोर बघत चालताना, जाता जाता बायांना स्पर्श करून पुढे जाणारे, समाजाला घाबरणारे लोक होते. तसेच भरभर चालत कधी एकदा ही पापी जागा ओलांडून पुढे जातोय, असा विचार करणारे मर्यादा पुरुषही होते. जागोजागी घोळक्याने उभे राहून, तरुण मुलींना नखशिकांत न्याहाळत शिट्ट्या मारणारी तरुण पोरं होती, तसंच आपल्या कामासाठी आतुर असलेली गिऱ्हाइकं होती. इथं उभं राहिल्यावर दोन मिनिटांत इथल्या व्यवहाराची कल्पना येऊन सत्यानं अडखळत विचारले,

"या बाया अशा रस्त्यावर कशा काय उभ्या आहेत?"

"आता सगळं बदललं आहे सत्या. घरवाली तिच्या कोठीवरच्या मुलींना रस्त्यावर उभं करून एक प्रकारे त्यांचं प्रदर्शन मांडत असते; पण आता गिऱ्हाइकांना त्यांच्या पसंतीची मुलगी निवडण्याचा काळ मागे पडला आहे. आता मुलीच त्यांना हवं ते गिऱ्हाइक निवडून त्याच्याबरोबर जातात. कामाठीपुरा आता पाहिल्यासारखा देह आणि मनाचा कोंडमारा करणारा बंदिखाना राहिलेला नाही. आता इथे पिंजऱ्यात अडकलेल्या मुलींना स्वातंत्र्य मिळालंय."

दीदी बोलत असताना, मनात नसतानाही सत्याचं लक्ष त्यांच्याकडे पाठ करून उभ्या असलेल्या एका मुलीकडे वारंवार जात होतं. इतक्यात, एक व्यक्ती त्या मुलीच्या बाजूला येऊन उभी राहिली व त्या दोघांच्यात हळू आवाजात काही तरी बोलणं झालं. त्यानंतर ती मुलगी अनिच्छेनंच, इकडे तिकडे पाहत, भराभर चालत एका बोळात शिरली. तो माणूसही घाईघाईत तिच्या मागोमाग गेला. दोघंही त्या बोळात दिसेनाशी झाली. सत्या मान खाली घालत म्हणाला,

"चार भिंतींच्या आत घडणाऱ्या गोष्टीत गुप्तता व सन्मान दोन्ही असतं. असं रस्त्यावर येऊन काय मिळतं?"

"सत्या, आता कामाठीपुरा हा वेश्यावृत्तीशी मर्यादित राहिलेला नाही. दुकानासमोर माल मांडून ठेवलेला असतो ना, तसाच हाही व्यवहार. मात्र वेश्यांची संख्या आता लक्षणीयरीत्या कमी झाली आहे, ही एक समाधानाची गोष्ट आहे." दीदी उत्तरली.

"नेत्रा कुठे असेल?" हा प्रश्न विचारताना सत्याचा आवाज खोल विहिरीतून यावा तसा वाटला.

"इथे जवळच, उजवीकडे वळल्यावर काही अंतरावरच तर राहते ती. चल, जाऊन भेटून येऊ तिला." दोघंही चालू लागले, पण सत्याच्या अंगातील धैर्य पार डळमळीत झालं होतं. फूटपाथवरून चालणं आज त्याला चॅलेंज वाटू लागलं होतं. रस्त्यात ठिकठिकाणी दगडी पायऱ्या डोकं वर काढून उभ्या होत्या व सगळा रस्ता

उखडला होता. मुख्य रस्ता तर माणसं आणि वाहनांनी फुलून गेला होता. त्या गर्दीत घुसूनच चालायला हवं होतं.

"अगदी जवळून पाहिल्यावर ती मला कदाचित ओळखेल. मी लांबूनच दाखवते तिचं घर. तुला काही ती ओळखणार नाही." दीदी म्हणाली. दुसऱ्या क्षणाला बोट दाखवत ती म्हणाली,

"ती बघ. फिकट लाल साडी नेसली आहे ना, ती नेत्रा आहे. नीट पाहिल्यावर तू ओळखशीलच. जा. गप्पा मारून ये. मी इथेच थांबते. मी आले आहे, याचा तिला अजिबात पत्ता लागू देऊ नको."

असं म्हणून दीदी तिथेच थांबली. धडधडत्या छातीनं सत्या नेत्राला भेटायला निघाला तेव्हा तो अधीरतेनं भरभर चालत होता, की निराशेनं शांतपणे चालत होता हे त्याचं त्यालाच कळत नव्हतं. आपला तोल जातोय की काय, असं त्याला वाटू लागलं होतं. नेत्राचा चेहरा पुन्हा पुन्हा डोळ्यांसमोर येत होता व आता नव्यानं तिच्यासमोर कसं जावं हे त्याला कळत नव्हतं. आपल्याला ओळखल्यावर ती बोलेल का आपल्याशी? आपण तिच्याशी काय, कसं बोलायचं? तिला काय विचारायचं? डोक्यात नुसता गोंधळ उडाला होता. तशा अवस्थेत चालताना, रस्त्याच्या कडेला उभ्या असलेल्या दुसऱ्याच एका मुलीला त्याचा जोरात धक्का लागला.

"हातात दमडी नसताना नुसती मजा घ्यायची आहे काय भडव्या?" ती ओरडू लागली.

तो घाबरून थांबला; पण लगेचच निर्विकार होऊन तो तेथून पुढे गेला. ही आपल्यावर उगाचच का ओरडत आहे? त्याला कळत नव्हतं. ती मुलगी अजूनही त्याच्याकडे बघून आरडा ओरडा करत होती.

तो पटकन पुढे झाला. ओहो, फिक्या लाल रंगाची साडी नेसलेली ती नेत्राच होती. तेच मोठे डोळे, तोच गोल चेहरा. तसाच गोरा रंग. डोळ्यांत काजळ व कपाळावर कुंकवाचा टिळा. बाकी जास्त नट्टापट्टा दिसत नव्हता. तरीही मनात थोडा संशय, ही नेत्राच आहे ना? इतक्यात, त्याला तिच्या गालावरच्या खळ्या दिसल्या. नेत्राच! ही नक्की नेत्राच आहे. सत्या शांतपणे तिच्यासमोर जाऊन उभा राहिला. तिच्या नजरेला नजर द्यावी, की काय करावं? पुन्हा गोंधळ उडून तोंडातून शब्द बाहेर पडणंही मुश्किल झालं. थोडावेळ वाट पाहून तीच बोलू लागली.

"पाचशेपेक्षा एक पैसाही कमी घेणार नाही. आधीच सांगते. वर बघ आणि पटापट व्यवहाराचं बोल."

अस्खलित मराठीत बोलून तिनं त्याच्याकडे पाहिलं. हे काय चाललं आहे, असं वाटून त्याचा श्वास कोंडल्यासारखा झाला....नेत्रा, तू माझ्या आईसारखी

आहेस गं. असं म्हणावं असं वाटत असतानाच शब्द गळ्यातच अडकून बसले.

"काय राव, चांगले शिकले-सवरलेले दिसताय. चला, चारशे द्या आणि पटत नसेल ना तर लगेच रस्ता धरा. तुमच्यामुळे माझी दुसरी गिऱ्हाइकं जातील. ते नाही चालणार मला." अधीरतेनं बोलून ती दोन पावलं त्याच्या बाजूला सरकली.

आता मात्र सत्याला गप्प राहून चालणार नव्हतं. नाही तर ती त्याच्या समोर कुणा दुसऱ्यासोबत बोळातल्या काळोखात दिसेनाशी झाली असती. ती कल्पनाही नकोशी होऊन तो म्हणाला,

"नेत्रा, मी मुन्ना. मावशीच्या चाळीतला मुन्ना. ओळखलंस का मला? दीदी घेऊन गेली होती ना, तो मुन्ना. आपण एकत्र अभ्यास करायचो, माझी आई गेली तेव्हा तू मला सावरलं होतंस. मी तुझ्या मांडीवर झोपायचो... आठवतंय?"

ती मान वळवून एक टक त्याच्याकडे पाहू लागली. तिच्या नजरेत आधी गोंधळ, नंतर आश्चर्य, आनंद आणि नंतर... विषाद. तिच्या डोळ्यांतील भावनांचा खेळ निरखणाऱ्या सत्याला एकदम जाणवलं, की ती नजर खाली वळवून झरझर पावलं टाकत तेथून निघाली आहे. आता सत्याला भीती वाटली. तो तिचा पाठलाग करू लागला. ती धावू लागली व मुख्य रस्ता सोडून गल्लीत वळली.

"नेत्रा थांब, तुझ्यासाठी खूप लांबून आलो आहे गं. तुझ्याशी बोलायचं आहे. थांब."

मुन्ना ओरडून म्हणाला, पण ती थांबली नाही. पण मुन्नाही तिला असं सोडणार नव्हता....आता तिच्या मागोमाग जाण्याशिवाय पर्याय नाही. तिचा हात पकडून तिला थांबवल्याशिवाय मनाला समाधान मिळणार नाही... मुन्ना तिच्या मागून पळू लागला. मनातील भीती, गोंधळ बाजूला सारून, सत्य तिच्या जवळ जाऊन पोहोचला. तिचा डावा हात घट्ट पकडल्यावर तिला आपला झोक जात आहे, असं वाटू लागलं आणि ती ओरडून म्हणाली,

"मला स्पर्श करू नको. शिवू नको मला."

सत्याच्या हातातून आपला हात सोडवण्याचा प्रयत्न करत होती नेत्रा. पण सत्यानं हात सोडला नाही.

"सोड, मुन्ना, हात सोड माझा." ती विनवण्या करत होती; पण सत्याने आपल्या हाताची पकड सैल केली नाही की आपली नजर तिच्यावरून हटवली नाही. शेवटी थकून ती म्हणाली,

"चल त्या समोरच्या कट्ट्यावर बसून बोलू." आता मात्र सत्यानं तिचा हात सोडला. कट्ट्यावर बसल्यावर बराच वेळ तिला सत्याकडे पाहण्याचं धाडस होत नव्हतं.

"शरमून जाऊ नकोस नेत्रा. चूक माझीच होती. मी आधीच माझी ओळख

द्यायला हवी होती ना.'' त्यानं समजावल्यावर ती जरा मोकळी झाली.

''तोंड लपवून चालावं असाच धंदा आहे हा. सवय झाली आता. ते जाऊ दे. तू तेव्हा गेलास तो इतक्या वर्षांनी आता येतो आहेस ना? कसा आहेस? कुठे असतोस?'' तिनं अगदी सहज विचारलं, पण त्यानं मात्र अपराध्यासारखी मान खाली घातली. आता ती सावरली होती.

''आधी तू सांग, पहिली सगळी पोरं आता कुठे असतात? दीदीजवळ बोलली नाहीस असं ऐकलं. असं का केलंस?'' सत्याच्या या प्रश्नावर ती शुष्कपणे हसली व खाली मान घालून बोलू लागली...

''आईनं मला एका श्रीमंत म्हाताऱ्याच्या स्वाधीन केलं. त्याच्या अंगात ताकद होती तोपर्यंत त्यानं ठेवून घेतली. त्या नंतर इथे आणून सोडलं...नाही, विकलच मला. जणू माझ्याकडून कर्ज वसूल केलं. दीदीजवळ बोलण्यासारखं तरी काय उरलंय? इथून सोडवून एखाद्या पुनर्वसन केंद्रात किंवा सेवाभावी संस्थेत नेऊन ठेवणार. मी कामाठीपुऱ्यातून आले आहे, हे कळल्यावर आजूबाजूला किती तरी गिधाडं माझ्यावर झडप घालायला तयार असणारच. मी आरडाओरडा केल्यावर, हिलाच खाज... म्हणून तर स्वतःच...''

तिच्या सहज बोलण्यात संकोच, भीड यांचा लवलेशही नव्हता.

''इथे दिवसाला शंभर घटना घडतात अशा. दीदीच्या सांगण्यावरून आला आहेस का इथे? माझा उद्धार करण्याची स्वप्न बाळगून आला असशील ना?''

तिच्या प्रश्नानं कोंडीत सापडल्यासारखं होऊन तो काहीच बोलला नाही. पण ही ती पहिली नेत्रा नाही, असं मात्र त्याच्या मनात आलं.

''की तुझं उदाहरण दाखवायला आला आहेस? एका आश्रमात कोणा मोठ्या गुरुजींच्या सहवासात असतोस, असं दीदी सांगत होती. किती झालं तरी तू मुलगा आहेस रे. वेश्येच्या पोटी जन्म झालेला असला, तरी मुलांना चांगलं वर्तमान, चांगलं भविष्य सगळं असू शकतं; पण मुलींचं काय? त्यांचं असं नसतं रे. तिनं चांगल्या प्रकारे जगायचं ठरवून वेगळी वाट धरली, तरी समाज तसं होऊ देत नाही. तिला वेश्येची वस्त्रंच चढवली जातात. मुन्ना, माझ्या बोलण्याचा अर्थ कळतोय ना? पण नाही. तसा तो कळायला सोपा नाहीये. पोटभर जेवायला मिळणाऱ्याच्या डोक्यावर आदर्शाचं भूत चढून बसलेलं असतं. त्याला आजूबाजूचा विचार करायची शक्तीच उरलेली नसते.''

ती निर्विकारपणे बोलत होती. आता सत्याची मान अपराधीपणाच्या भावनेनं अधिकच खाली झुकली. ती भावना इतकी तीव्र होती, की त्या क्षणी धरणी पोटात घेईल तर बरं, असं त्याला वाटू लागलं. तो दीदीजवळ नेत्राची चौकशी करून गप्प बसत असे. तेही दीदी भेटल्यावर. पण स्वतःहून त्यानं तिच्यासाठी काही केलं

नव्हतं. त्याला समजायला लागल्यावरही. त्याला वैशालीपासून वाचवणारी तीच होती. आई गेली तेव्हाही तिनंच त्याला आधार दिला होता; पण तो तिला पूर्णपणे विसरून गेला होता. ती क्षणाक्षणाला यातना सहन करत, अशा प्रकारे या घाणेरड्या गल्ल्यांमध्ये फिरत होती, आणि तो मात्र तिकडे मजेत होता. खरं सांगायचं तर त्याला स्वतःचाच धिक्कार करावा, असं वाटू लागलं. पण मनातली भावना शब्दरूपात बाहेर पडत नव्हती. शब्द जिभेवरच घोटाळत होते. कुठलीच अपेक्षा किंवा त्याची निंदा नसलेलं आपलं बोलणं संपवून ती त्याच्याकडे पाहू लागली. इतक्यात, बाजूलाच कसला तरी गोंधळ सुरू झाला आणि दोघांचंही लक्ष तिकडे वळलं.

"लहान आहेस अजून. तुला मर्द बनायला अजून तीन-चार वर्षं जायला हवीत. त्या नंतर ये. त्या पूर्वी कोणाकडेही जाऊ नकोस. असलेली शक्ती गमावून बसशील व आयुष्यभर टाळ्या वाजवत बसावं लागेल. मूर्ख कुठला. घे, हे तुझे पैसे परत घे."

एक मुलगी गिऱ्हाइकाच्या हातात पैसे ठेवत, हसत हसत मोठमोठ्यानं बोलत होती. सत्यानं पाहिलं, तो मुलगा अजून लहान होता. त्याचे हात-पाय थरथरत होते. झालेल्या अपमानामुळे त्याने मान खाली घातली होती. चेहरा घामाने डबडबला होता. त्या मुलीनं हातात दिलेले पैसे खिशात ठेवायचंही भान न राहून तो तेथून पळून गेला. ती मुलगीही तशी लहानच होती.

"त्याचं तोंड बघूनच मला अंदाज आला होता. जवळ गेले तर हा थरथर कापायला लागला. मोठ्या माणसांकडे बघून उत्सुकतेनं आला होता. कोवळा बाप्या. मी म्हणून पैसे परत केले. नाही तर हातात आलेले पैसे कोण परत करणार होतं?" ती मुलगी नेत्राकडे पाहून म्हणाली. नेत्रानंही परिचित हसू दाखवलं.

"हे काय नेत्रा, धंद्याच्या वेळी गप्पा मारत बसली आहेस? काल चांगली कमाई झालेली दिसतेय."

असं म्हणत तिनं नेत्राला डोळा घातला व अंगावरचे कपडे उगाचच सावरल्यासारखे करत ती मुख्य रस्त्याकडे निघून गेली.

सत्या काहीसा गोंधळून गेला. तो तेथून उठून गेला असता तर नेत्रा तिच्या मार्गानं निघून गेली असती, हे त्याला चांगलं माहीत होतं. भयंकर अपराधी वाटून तो अस्वस्थ झाला. जे झालं ते झालं. आता पुढे असं होणार नाही. कुठल्याही गिधाडाला तिच्या बाजूला फिरकायचीही संधी देणार नाही. चुकीचं परिमार्जन केल्याशिवाय आपल्या मनाला शांती मिळणार नाही, अशी भावना मनात दाटून येत होती. परंतु त्या वेळी काही बोलणं वा कृती करणं योग्य ठरलं नसतं. आधी तिच्या मनात विश्वास निर्माण करणं महत्त्वाचं होतं व तो कसा निर्माण करायचा, हा प्रश्न

त्याला पडला होता. दीदी म्हणाली होती, की आधी ती तुझ्याजवळ बोलते का पहा. ती बोलली होती व पुढेही बोलली असती. बहुधा दीदीजवळ पुढील काही योजना तयार असावी, असं मनात येऊन त्याला बरं वाटलं. तोपर्यंत तिला कसं आवरावं, तिची कशी समजूत काढावी, या विषयी मनात गोंधळ असलेल्या सत्याला मार्ग दिसतोय, असं वाटलं आणि तो बोलू लागला. त्याच्या बोलण्यात वेदना, कळकळ होती.

"नेत्रा, तुझ्याशी खूप बोलायचं आहे. म्हणूनच आलो आहे; पण इथे निवांतपणे बोलणं शक्य नाही. मी उद्या सकाळी येतो. आपण कुठे तरी बाहेर जाऊ. पण माझ्यावर एक उपकार करशील? नेत्रा, इथून पुढे तू हा धंदा बंद करायचा. पुन्हा असं रस्त्यावर उभं राहायचं नाही. माझ्यासाठी. कारण तुझ्या या बरबादीला मी कारण आहे." हे ऐकून, तिच्या मांडीवर असलेला त्याचा हात थोपटत ती खदाखदा हसू लागली.

"आज धंद्याला गेले नाही तर उद्या सकाळपर्यंत मी गरती, कुलवान स्त्री बनेन असं म्हणायचं आहे का तुला? अरे, अजून बच्चा आहेस तू. बुद्धीत जराही वाढ झालेली नाही तुझ्या." ती हसत हसत बोलत होती; पण सत्याची मान खालीच आहे, हे तिच्या लक्षात आलं.

"माझं आयुष्यच बरबाद झालं आहे मुन्ना. एक दिवस येऊन तू कसले हिशेब मांडत बसला आहेस? पण उद्या तू हेच बोलणार असलास तर मात्र मला त्रास होईल. खोलीचं भाडं वाजवून वसूल करते घरवाली, प्रत्येक दिवसाचं. आयुष्याचा हिशेब वेगळा आणि हा वेगळा. कळतंय ना?" तिचं बोलणं संपल्यावर, खिशात हात घालून त्यानं दोन हजाराच्या चार नोटा बाहेर काढल्या व त्या तिच्या हातात देऊ लागला.

"आजची वेळ भागवतो आहेस का माझी? माझ्यासाठी आला आहेस, असं म्हणत होतास. काय बोलायचं आहे ते उद्या बोल आणि निघून जा." असं म्हणत तिनं पैसे घ्यायला साफ नकार दिला.

"मी रात्री जेऊन नीट झोपू की नको?"

आता मात्र त्याचा प्रामाणिकपणा तिच्या मनाला स्पर्शून गेला.

"असं असेल तर माझ्या खोलीत थोडा वेळ बसू, बोलू, मग तू जा. मी इकडे या गल्लीत राहते. दोन्ही ठिकाणांचं वेगळं भाडं द्यावं लागतं..." असं म्हणून ती सरळ चालू लागली. तिनं बोलावल्यावर तो उत्साहात तिच्या मागून निघाला. कुठे का असेना, तिच्याजवळ बसून तिला समजावायची संधी तर मिळतेय ना.

तिची खोली मुख्य रस्त्यापासून आतल्या गल्लीत होती. सगळीकडे सारखीच दूरवस्था होती. उघडी गटारं, वाहणाऱ्या कचराकुंड्या व दुर्गंधी. सखल भागात

असलेल्या एकेक मजल्याच्या चाळी. नाकाला रुमाल लावून सत्या चालत होता. काय नेत्रा, आज लवकर झाली वाटतं तुझी सकाळ? काळोखात पहिल्या माळ्याच्या पायऱ्या अंदाजानं चढत असताना कानावर आवाज आला. नेत्रानं काय उत्तर दिले ते कळलं नाही. तिसऱ्या खोलीचं कुलूप उघडून आत पाऊल टाकताच नेत्रा म्हणाली,

"सांभाळून ये, नाही तर डोकं आपटेल." चार पलंग असलेली छोटी खोली. बऱ्यापैकी वारा व उजेड. एका कोपऱ्यात जेवणाची भांडी. पलंगाखाली ट्रंका, इतर सामानाच्या पिशव्या.

"तिथेच का उभा आहेस? इकडे ये ना."

तिनं आपलेपणानं सत्याला आत बोलावलं. आता तिच्या डोळ्यांतील तो शुष्क भाव, कोरडेपणा लोप पावला होता आणि ती भावुक झालेली दिसत होती. हो, ही नेत्राच आहे. नुसती वर वर दिसणारी नाही, तर अंतरंगातही ती पहिली नेत्रा जिवंत आहे, हे लक्षात येताच त्याला हायसं वाटलं. "हा माझा पलंग आहे. बस इथे." आता तिच्या डोळ्यांत आनंद दिसत होता आणि हालचालींत लहान मुलीचा उत्साह. इतक्यात, त्याचं लक्ष पलंगाखाली असलेल्या हिरव्या ट्रंकेकडे गेलं. नाही, आता ती मोठी झालेली आहे. आईसारखी... तो दोघींची तुलना करण्यात गढला असताना ती म्हणाली,

"आज माझ्या हातानं झक्कास चहा बनवते." धावपळ करत तिनं दहा मिनिटांत चहा बनवला व चहा आणि चिवड्याची प्लेट त्याच्यासमोर ठेवली.

"कसा झालाय चहा? माझ्या खोलीत आलेला पहिला पाहुणा आहेस तू. तुला असं समोर बसलेला पाहून किती आनंद होतोय म्हणून सांगू. आईनं मला विकून टाकलं व ती गावाला गेली. वर्षातून एकदा गावाला जाऊन तिला भेटून येते; पण मला शोधत येणारं कुणीच नाही रे."

हळू आवाजात बोलणाऱ्या तिच्या गालावर खळ्या होत्या. सत्याला तिच्या डोळ्यांत पाणी दिसलं आणि तिचं मन बदलत आहे, अशी आशा त्याला वाटू लागली. धंद्याच्या पलीकडचं आयुष्य, भावभावना याविषयी मोकळेपणानं बोलणाऱ्या तिच्याकडे तो पाहतच बसला. बऱ्याच वेळानं ती म्हणाली,

"माझा विषय पुरे आता. तुझं सांग. इतका वाळलेला का दिसतो आहेस? तसा पहिल्यापासून बारीकच होतास. तरी वजन कमी नव्हतं काही. मांडीवर झोपलास की मांडी जड व्हायची. बरं, लग्न केलंस की नाही?"

सत्यानं हसत हसत तिला सगळं सविस्तर कथन केलं, फक्त मनिषाचा विषय सोडून. तीही सगळं लक्ष देऊन ऐकत होती.

"ओहो, आश्रमात राहायला गेल्यापासून शाकाहारी झाला आहेस ना? नाही

तर आतापर्यंत चांगली तब्बेत कमावली असतीस. एवढा वयात आलेला मुलगा आणि म्हणे शाकाहारी. जाऊ दे. चांगल्या जागी आहेस ना, तुझ्या या जुळलेल्या भुवया बाकी तुझ्या चेहऱ्यावर उठून दिसतात बघ. अगदी शोभून दिसतात. अगदी मर्दानी थाट...'' असं म्हणताना ती त्याची आई झाली होती.

''विनोदची आठवण येते की नाही? त्याला दादा म्हणायचास. आठवतंय ना? तिसऱ्या गल्लीत एक माफिया गँग होती. त्यातले काही मुलगे मुंबईत डॉन बनले होते. त्यांच्यात विनोदही होता. पोलीस सतत मागावर असायचे. चार-पाच वर्षांपूर्वीच कानावर आलं, तो पोलिसांच्या चकमकीत मारला गेला.'' बोलून तिनं उसासा टाकला.

''मावशीच्या चाळीतली सगळी पोरं विनोदच्या मागे-पुढे करत असायची. प्रत्येकाची वेगळी कथा. दीदी तुला इथून घेऊन गेली, हे तिनं खूप चांगलं काम केलं. नाही तर तुझंही काय झालं असतं, देवालाच ठाऊक.''

असं म्हणून तिनं काळजीनं त्याच्याकडे पाहिलं. दीदीचं नाव घेतल्यावर त्याला एकदम आठवलं, की ती वाट पाहत असेल. थोडा उशीर चालला असता म्हणा. पण त्याला इथे येऊन एक तास होऊन गेला होता. नेत्राला बोलल्यावर हलकं वाटलं होतं व त्याला ऐकल्यावर. वैशालीचा विषय कोणीच काढला नाही.

''निघू आता? सकाळी भेटूया.'' तो निघाल्यावर,

''थांब. खालपर्यंत सोडायला येते. या जिन्याच्या पायऱ्या दिवसासुद्धा नीट दिसत नाहीत.'' असं म्हणत खोलीचं दार लावून घेऊन, नेत्रा पुढे चालू लागली.

सत्यानं सांगितलेली सगळी हकीगत दीदीनं लक्षपूर्वक ऐकून घेतली.

''तिच्या बोलण्यात काहीच अर्थ नाही, असं नाही. कुठलीच संस्था समस्येवर शाश्वत असा उपाय शोधायचा प्रयत्न करत नाही. पूर्वी काही लोक तरी इथे फसलेल्या मुलींना योग्य मार्ग दाखवण्याचा प्रामाणिक प्रयत्न करत असत. आता मात्र अशा मुलींचा उद्धार करण्याच्या नावाखाली स्वतःचे खिसे भरणं चाललेलं असतं. दर आठवड्याला 'निरोध'ची पाकिटं, गोळ्या, मलमं वाटून वेश्यांच्या समस्या दूर होणार आहेत का?''

दीदीनं प्रश्नार्थक नजरेनं सत्याकडे पाहिलं, पण त्याच्याकडे उत्तर नव्हतं.

''या परिस्थितीत सुधारणा व्हावी, अशी कोणाची इच्छाच नाही. जर घाण व चिखल नसेलच तर प्रति वर्षी स्वच्छतेच्या नवनवीन योजना आणायची संधी कुठून मिळणार? परदेशात हा व्यवसाय कायद्यानं मान्य केलेला आहे. तिथं वेश्यांच्या आरोग्याची नियमितपणे तपासणी केली जाते. इथे मात्र कसल्याच सोयी -सुविधा मिळत नाही बिचाऱ्यांना...'' बोलता बोलता दीदी भावनाविवश झाली. तिला सावरायला थोडा वेळ लागला.

"दुसरी गोष्ट माहीत आहे तुला मुन्ना... नाही सत्या?" बोलता बोलता चुकून ती त्याला मुन्ना म्हणाली होती.

"मुन्ना म्हटलंस तरी काही हरकत नाही." हसत हसत तो म्हणाला. या गोंधळात बोलण्यातला मुद्दा निसटला होता.

"दुसरं काय म्हणत होते मी? हा, ते असं की इथल्या या मुली वर्षानुवर्षं इथेच, याच वातावरणात, याच परिसरात राहत आहेत. असंस्कृत वागणं, सहनशक्ती नसणं, रागीटपणा हे सगळं त्यांच्या स्वभावात मुरलेलं असतं. शिवाय त्यांचं बोलणं, देहबोली सगळंच वेगळं असतं बघ. त्यामुळे त्या दुसरीकडे पटकन रुळू शकत नाहीत.

आता नेत्राविषयी बोलूया जरा. पुण्यात माझ्या ओळखीचे एक गृहस्थ आहेत. चांगले नामांकित डॉक्टर आहेत. मुलगा विदेशात असतो, त्याच्या बायकोलाही मोठ्या पगारची नोकरी आहे. मुलं तिथल्या वातावरणात बिघडतील, म्हणून त्यानं ती इथे आई-वडिलांजवळ ठेवली आहेत. एकूण काय तर मुलगा-सून तिकडे व त्यांची मुलं इकडे. त्यामुळे डॉक्टरांच्या पत्नीला घरकामात मदतीला कोणाची तरी गरज आहे. त्यांच्याच घरी, त्यांच्याच बरोबर राहायचं आणि घरकाम व मुख्यतः मुलांना सांभाळायचं. विश्वासू मुलगी हवी, एवढीच त्यांची अपेक्षा आहे. स्वतः डॉक्टर असल्यानं तिला कामाला ठेवायला ते लगेच तयार झाले आहेत. आवश्यक वाटलं तर ते तिच्याजवळ बोलायलाही तयार आहेत. आता ती तुझं ऐकून, या गोष्टीला तयार झाली तर सगळं सुरळीत होईल असं मला वाटतंय." सत्याला सगळं सांगून टाकल्यावर दीदीला हलकं वाटलं.

नेत्रा सत्याचं ऐकणारच, याची खात्री असल्यानं दीदी उत्साहात होती. निराश होण्याचा प्रश्नच नव्हता. नेत्रासाठी साड्या खरेदी करताना दीदी तिच्या भविष्याचाच विचार करत होती, त्या विषयीच बोलत होती. तिच्यासाठी चार साध्या सुती साड्या पुरे होतील म्हणत असताना दीदीनं अजून दोन साड्या त्याच्या हातात ठेवल्या. जेवण झाल्यावर सत्याजवळ बोलताना, उद्या नेत्राजवळ काय बोलायचं, कसं बोलायचं ते ती त्याला पुन्हा पुन्हा समजावून सांगत होती.

"तिच्यासाठी ही सुवर्णसंधी आहे, तिला यासाठी तयार करण्याची जबाबदारी तुझी."

असं दीदीने सांगताच, हे काम आपल्याकडून होईल की नाही, अशी पुसटशी शंका त्याच्या मनात आली. रात्री झोपल्यावर भिंतीवर दिसणाऱ्या कुटुंबाच्या चित्रात पुन्हा नेत्रानं जागा पटकावली व ती आपलं नक्की ऐकेल, अशी खात्री वाटून तो झोपेच्या आधीन झाला.

दुसऱ्या दिवशी सकाळी नेत्राच्या खोलीकडे जात असताना त्याला वाटेत

सेवासंस्थेची एक व्हॅन दिसली. दीदीचं बोलणं आठवून तो लगेच व्हॅन जवळ गेला. गाडीत तीन कार्यकर्ते बसले होते. त्यातील एक विदेशी युवती होती. व्हॅनच्या समोर रांगेत बाया उभ्या होत्या. प्रत्येक बाई आपापलं नाव सांगत होती व ती विदेशी युवती त्यांच्याकडचा रेकॉर्ड चेक करून, त्या नावापुढे खूण करून तिला मोजून निरोधची पाकिटं देत होती. आजारी बायांची चौकशी करून, त्यांना औषधं, गोळ्या देण्याचं कामही ती करत होती....''आपण कुठल्या देशातील?'' सत्यानं विचारलं. ती कुठल्यातरी युरोपीय देशातील होती. भारतातल्या संस्थेजवळ करार करून, त्यांना आर्थिक मदत मिळवून द्यायची, त्याच बरोबर शिक्षणातील एक भाग म्हणून तिकडच्या कार्यकर्त्यांना अनुभव मिळवण्यासाठी इकडे पाठवायचं अशी योजना होती. ते सगळे विद्यार्थी होते.

नेत्रा त्याची वाटच पाहत होती. चेहरा उतरला होता.

''डोळे असे लाल का झाले आहेत?'' सत्यानं विचारलं.

''रात्री झोपायची सवयच राहिली नाही. काही केलं तरी झोप लागलीच नाही.'' खालमानेनं नेत्रा म्हणाली.

''तू थोडा वेळ झोप काढ. मी थांबतो.''

सत्या तिला म्हणाला; पण ती नको म्हणाली. कालच्या मानानं आज सावरलेली वाटत होती. तिथल्याच देवळाच्या आवारात बसल्यावर, दीदीनं जे सांगितलं होतं ते सगळं विस्तारानं बोलला सत्या तिच्याजवळ.

''दीदीनं मला मार्गी लावलं. तुझ्याबद्दलही तिला तेच वाटतं. तिच्या आधारामुळे मी आश्रमात गेलो. तुलाही आता संधी मिळते आहे, नाही म्हणू नकोस. मी कायम तुझ्याबरोबर आहे आणि असेन.'' हे ऐकून ती गंभीर झाली.

''सत्या, खरं सांग, तू याचसाठी इथे आला आहेस ना?'' सत्यानं हो म्हणत मान डोलावली. त्यावर एकदम चिडून ती ओरडली,

''तुला एक कळत नाही, पण दीदीला तरी समजायला हवं ना? हे शक्य नाही. तुमच्यासारखा संसार करणं माझ्यासारखीला जमणार नाही.''

तिच्या आवाजानं आजूबाजूचे लोक त्यांच्याकडे पाहू लागले. सत्यानं अपराध्यासारखी मान खाली घातली.

''तू इतकं खात्रीनं कसं काय म्हणू शकतेस असं? किती जणी यातून बाहेर पडल्या आहेत, नाही का? दीदी....'' पण त्याला अडवत नेत्रा म्हणाली,

''इथून, या दलदलीतून बाहेर किती पडल्या याचा हिशोब सगळे सांगत असतात, पण किती जणी परत इथेच आल्या, किती जणींनी तिकडे परत हाच धंदा सुरू केला याबद्दल दीदीला काहीच माहीत नाही का? नाही म्हणजे नाही. मी येणार नाही. तू परिचयातला मुलगा आहेस म्हणून तुला थारा दिला इतकंच. खूप ऐकलं,

आता इथून निघून जा.'' इथून गेलेल्यांच्या पुढे काय वाढून ठेवलेलं असतं हे तुला नीट सांगितलं आहे. तरी परत परत... वैतागून ती स्वतःशीच बोलू लागली. काही वेळानं सत्यानं पुन्हा बोलायला सुरुवात केली.

''इथून बाहेर पडलेल्या मुली कुठे जातात हे महत्त्वाचं आहे ना. कोणावर तरी विश्वास ठेवून त्या पळून जातात आणि फसतात. पण तुझं तसं तर नाहीये ना. सभ्य माणसाच्या घरातली नोकरी आहे, महिन्याच्या महिन्याला पगार मिळणार आहे. चांगलं घर, चांगलं जेवण-खाण. मानानं आयुष्य जगण्याची अशी संधी किती जणींना मिळते? नुसतं वर वर बोलत नाहीये. याविषयी मी खूप माहिती गोळा केली आहे.'' परंतु सत्याच्या बोलण्यानं समाधान होत नव्हतं तिचं.

''तू शांतपणे विचार कर. दीदी काय किंवा मी काय, तुझ्यावर कसलीही सक्ती करणार नाही.''

''नाही, आता आणखी विचार करण्यासारखं काही नाहीये. कुठेतरी जाऊन फसण्यापेक्षा मी इथे ठीक आहे.''

नेत्रा हट्टाला पेटली होती. आता सत्याही वैतागला होता. तरी पुन्हा म्हणाला,

''चांगलं-वाईट दीदीला कळत नसेल का? तिनं सुचवलंय म्हणजे चांगलंच ठिकाण असणार. तिचं तू ऐकणार नाहीस असं वाटूनच तिने मला इतक्या लांबून बोलावून घेतलं आहे. खरं तर तिला काय मिळणार आहे, हे सगळं करून? तुझं, माझं आयुष्यात भलं व्हावं म्हणून ती मदत करते आहे, ही तिची चूक आहे? पण कशालाच भीक न घालता तू अशी वागलीस तर तिला दुःख होणार नाही का?''

सत्या बोलत असताना, अंगात काली संचारल्यागत ती ओरडली,

''सत्या, तुला हे कधीच नाही कळणार. हे काम हीन दर्जाचं आहे हे खरं; पण आता त्याच्याशी जमवून घेतलंय मी. सवय झालीय त्याची. मुख्य म्हणजे मी स्वतंत्र आहे. मला अडवणारं कोणी नाही, माझ्यावर ना राजाचा अधिकार चालत ना मला सैतान त्रास देऊ शकत. हे सगळं सोडून कुणा दुसऱ्याच्या घरी भांडी घासत, त्याची मर्जी राखत राहायचं... मला जमणार नाही. असली संधी मला अजिबात नको.''

सत्याची सहनशक्ती संपत आली होती. अजूनपर्यंत असलेली आवाजातील मार्दवता सोडून, तिच्यासमोर हात जोडत तो म्हणाला,

''खरोखर हेच कारण आहे का? तुझ्या अंगात आळस भरला आहे? अंग मोडून काम करणं तुला नकोच आहे; तरीही या नरकातून मुक्ती नाही, असं ओरडत असता तुम्ही. कोणी मदतीला आलं तर काही ना काही कारणं पुढे करता. शिवाय हे काही फक्त खरकटी भांडी घासण्याचं काम नाहीये... नेत्रा, तुझ्याकडून ही अपेक्षा नव्हती.''

असं अत्यंत कडवटपणे बोलून, तिच्याकडे रोखून पाहत सत्या म्हणाला,

"तुला आईसारखं मानून धावत आलो, ही चूकच झाली माझी."

ती मात्र न उठता, खाली मान घालून म्हणाली, "खाली बस, दुसरं काही बोलूया..." तिच्या मनात चलबिचल चालू झाली होती व त्याला हेच हवं होतं. आधी तिला विचार करू दे. नंतर आपल्या बोलण्यानं तिचं मन वळवण्यात काहीच कठीण नाही, असं वाटलं त्याला. नंतर मात्र त्यानं हा विषय काढला नाही. पण दुसऱ्या कोणत्या विषयात तिला इंटरेस्ट दिसत नव्हता. तिनं एकदम विचारलं,

"इथे किती दिवस आहेस?"

"उद्या रात्रीपर्यंत परतायला हवं मला."

"जाण्यापूर्वी येऊन जाशील?"

"नाही. कशाला यायचं?"

"ये. या विषयावर परत बोलू आपण. तू असलास तर मला निर्णय घ्यायला मदत होईल."

"आज संध्याकाळी काय करणार आहेस?" सत्यानं निघताना विचारलं,

"काही नाही. तू दिलेल्या पैशात चार दिवसांचं नुकसान भरून निघेल; तशीही रात्री झोप येत नाहीच. विचार करत बसायचं, झालं." तिच्या बोलण्यानं त्याला बरं वाटलं, पण तसं न दाखवता तो बाहेर पडला.

सत्या व दीदी बोलत बसले होते.

"नाही, पैशांचे काहीही व्यवहार बाकी नाहीत, असं म्हणाली. कोणाचंही देणं वगैरे काही नाही. साठवलेले थोडेसे पैसे आहेत. रोजच्या मिळकतीवरच सगळं अवलंबून असतं, असं म्हणत होती. वर्षातून एकदा आईला भेटायला गावाला जाऊन येते ती. एक, दोन दिवसांत शक्य तितके प्रयत्न करून बघते. तुझ्याजवळ बोलायला तयार झाली, तर अर्ध काम झालं असं म्हणायला हरकत नाही, नाही का?" त्याच्या प्रश्नावर मान हलवत दीदी म्हणाली,

"तू गेल्यानंतर मीही तिच्या संपर्कात राहून, तिचं मन वळवण्याचा प्रयत्न करते. तसंच वाटलं तर त्यांच्या घरी जाऊन, घर पाहून त्यांचा परिचय करून घेता येईल; पण ही महामाया तयार झाली तर."

नेत्रा विचार करून थकून गेली होती... हे सगळं सोडून, दुसरीकडे जाऊन राहणं शक्य आहे का आपल्याला? आपली ही परंपरा माझ्याप्रमाणेच तुला पुढे चालू ठेवायची आहे, पदर येण्यापूर्वीपासूनच अम्मा सांगत होती. नंतर गिऱ्हाइकं यायला, विचारायला लागली. मला काहीच कल्पना नव्हती. त्यांची नजर, लघळपणा, इशारे, जवळीक साधण्याचा प्रयत्न... माझं कौमार्य रक्षण करण्याचा प्रश्न आईच्या समोर असे....आता घरवालीची कटकट नको. मिळतं त्यातला वाटा तिला द्यावा

लागतो... असं म्हणत शेवटी तिनं ओळखीच्या दलालामार्फत माझी दुसरीकडे व्यवस्था केली. मिळालेले पैसे तिनं स्वतःकडेच ठेवले. तो थेरडा होता. त्यानं मला दुसरीकडे वेगळ्या खोलीत ठेवलं होतं. शेजाऱ्यांजवळ बोललं तरी संशयानं वेडा व्हायचा म्हातारा. मग संतापायचा. सगळ्याचा उबग यायचा. वाईट दिवस होते ते. आईला भेटल्यावर विचारलं होतं, की ही असली कसली परंपरा? पण तिने उत्तर दिलं नव्हतं. इथे परत आल्यावर सगळ्यांसारखंच आयुष्य. मिळालेल्या पैशातील एक भाग आजही आईच्या हातात ठेवते. असे आणखी किती वर्षं पैसे कमावू शकेन? पाहिल्याइतकी गिऱ्हाइकं तरी कुठे येताहेत? म्हणून तर ते सांगतील तेवढ्या पैशांना 'हो' म्हणावं लागतं.

नेत्रा पडल्या पडल्या छताकडे पाहत होती. हा मुन्ना, याला लहानपणापासून ओळखते. पळून गेलेल्या माझ्या लहान भावासारखा वाटायचा, म्हणून तर त्याच्याविषयी इतकं प्रेम, माया वाटायला लागली. माझ्या भावानं मला असं काही सुचवलं असतं तर नाकारलं असतं का? निदान अखेरच्या दिवसांत तरी आपली माणसं हवीत. आई नाही का गावाला तिच्या नातेवाइकांच्यात राहत आहे. आपल्याला पुढे काय मार्ग आहे? स्वतःची मुलं असावीत, असं कधीच वाटलं नाही, गाठीला पैसे नाहीत. बरोबरचं असं कोणी नाही. आजार झाला तर यातना भोगत मरायचं? अंथरुण धरल्यावर जाणार कुठे? कष्ट पडतील म्हणून नोकरीची संधी हातची घालवू का? आता कष्ट करून चार पैसे साठवले तर पुढे भविष्यात...

तिच्या मनात उलटसुलट विचारांचं थैमान सुरू झालं. विचार तरी कसा आणि काय करायचा? काही संबंध नसलेल्या, अपरिचित मार्गानं जायचं? निर्णय घेणं सोपं आहे का, पण चांगल्या पगाराची ही नवी नोकरी स्वीकारायला काय हरकत आहे? नाही जमलं तर पुन्हा इथे यायचं आहेच. फार तर काय होईल, ही खोली मिळणार नाही कदाचित. धंद्यासाठीही दुसरी जागा शोधावी लागेल. आता बस्तान बसलं आहे ते विस्कटेल, इतकंच ना? दीदीसारख्यांचं ऐकून रस्त्यावर येशील, असं अम्मा म्हणाली होती. आता रस्त्यावरच तर आहे ना.... मी इथून चांगल्या घरात जाऊ शकेन? दीदीवर विश्वास ठेवावा का? वेळ असाच घालवून चालणार नाही. आता निर्णय घ्यायची वेळ आली आहे. पण काय घाई आहे? चार दिवस असेच जाऊ देत. काही तरी योग्य मार्ग निघेलच. मनाचा गोंधळ उडाला आहे...

विचारात असताना मध्येच एकदम तिला डोळ्यासमोर एक दृश्य दिसू लागलं, एक दणकट माणूस पालथ्या पडलेल्या तिच्या अंगावर बसून, शिव्या देत तिला वादीनं मारत होता. "बोल, तयार आहेस की नाही?" असं ओरडत होता, धमकावत होता. "हो हो,... तयार आहे..." ती म्हणत होती. "ती कबूल होईपर्यंत तिला सोडू नको." समोर उभी असलेली तिची आई तिच्याकडे क्रोधानं पाहत

त्याला सांगत होती. नेत्रा घाबरून उभी राहिली. तिला कुठलाच निर्णय घेता येत नव्हता.

दुसऱ्या दिवशीची सकाळ. मुन्ना समोर बसला होता

''मुलं मोठी झाली आणि त्या घरातली माझी गरज संपली, तर मग काय?'' तिच्या प्रश्नात काळजी होती.

''असं झालं तर दुसरं घर. आता या कामाला भरपूर मागणी आहे. मोठ्या शहरात पती-पत्नी दोघंही नोकरी करतात. त्यामुळे मुलांना सांभाळायला विश्वासू माणसांची गरज असते. तिथे पैसे महत्त्वाचे नसतात. एका घरी काम केल्यावर तुला अनुभव मिळेल. पुढे तुला कामं मिळायचा प्रश्नच पडणार नाही.'' तिला धीर देत सत्या म्हणाला.

''सत्या, अजून माझा निर्णय होत नाहीये रे. एकदा इथून बाहेर पडले की पुन्हा बस्तान बसवणं कठीण होईल. माझ्या मनातला गोंधळ तुला कळतोय ना सत्या?''

''कळतंय मला; पण इथे पुन्हा परत यावं लागेल असा विचारच का करते आहेस तू? एकदा इथून बाहेर पडलीस की पुन्हा इथे पाऊल टाकायचा प्रश्नच येणार नाही. आणि तू एकटी आहेस का? मी, दीदी आहोत ना तुझ्या बरोबर.''

त्याच्या बोलण्यातून तिला एकदम हिंमत आली; पण पुन्हा मनात संदेह. त्या मागोमाग भीती. शेवटी काहीच ठरवू शकत नाही म्हणून अगतिकता. डोकं हातात पकडून बसलेल्या तिला पाहून सत्याला तिची दया आली.

''तुला चांगलं काम मिळवून द्यायची जबाबदारी माझी. तुझा माझ्यावर विश्वास आहे ना? नेत्रा, तू मला आईच्या ठिकाणी आहेस गं.''

त्याच्या नजरेतील निर्धार पाहून नेत्रा त्याच्याकडे एक टक पाहू लागली.

''बाकी सगळं तू दीदीजवळ मोकळेपणाने बोलून घे. तिला उद्या इकडे यायला सांगू का?''

तिनं हळूच हुंकार दिला. त्याला जाऊ न देता नेत्रा बोलत बसली, भूतकाळाला शिव्या देत व भविष्याची स्वप्न रंगवत. तो गेल्यावर मात्र उदास वाटून थोड्याथोड्या वेळाने ती सत्याला फोन करत होती.

दुसऱ्या दिवशी सकाळी सत्यानं दीदीची व नेत्राची गाठ घालून दिली व स्वतः कामाठीपुऱ्यातल्या गल्ल्यांमधून मनसोक्त भटकून आला. त्या दोघी तिच्या खोलीत गप्पा मारत बसल्या होत्या. सत्या परत आला तेव्हा नेत्राच्या चेहऱ्याकडे पाहून त्याला काम फत्ते झाल्याची जाणीव झाली. नेत्रा मध्येच उठून गेल्यावर दीदी हळू आवाजात म्हणाली,

''ती तयार होईल, असं वाटतंय.''

''हे पैसे ठेव. तुझा विचार पक्का होईपर्यंत लागतीलच ना. पैसे संपल्यावरही

विचार चालूच राहिला तर कळव. आणखी थोडे पाठवीन.'' सत्या नेत्राला पैसे देत म्हणाला.

''हातात पैसे असतील तर निर्णय घेणं कठीण जाईल. इतके नकोत.'' असं म्हणून सत्यानं दिलेल्या पैशातील बरेचसे पैसे तिनं त्याला परत केले.

''सध्या तुझ्याकडे ठेव हे दीदी. पुढे तिला लागू शकतात.'' असं म्हणत ते पैसे सत्यानं दीदीकडे दिले. सत्याला निरोप द्यायला रात्री त्या दोघी स्टेशनवर गेल्या.

''काहीही, अगदी बारीकसारीक बाबतीतही बोलायचं असेल तेव्हा फोन कर. संकोच करू नको. मनात काही शंका असल्यास दीदीजवळ बोलून घे.'' असं म्हणत सत्या गाडीत आपलं सामान ठेवून आला.

बराच वेळ गप्प असलेली नेत्रा त्याच्याजवळ येऊन कुजबुजत म्हणाली,

''मुन्ना, भीती वाटतेय रे.'' यावर काय बोलणार होता तो. मनात जुन्या आठवणी जाग्या होत होत्या. गोंधळून गेलेला सत्या तिच्याकडे पाहत असतानाच गाडीची शिटी वाजली. तिच्याकडे पुन्हा पुन्हा वळून पाहत तो गाडीत चढला व खिडकीत जाऊन बसला. सैरभैर झालेली ती खिडकीजवळ धावत आली व तिनं निरोपाचा हात हलवला. गाडी चालू झाली. ती गाडीबरोबर धावायचा प्रयत्न करत होती. ही दुसरी वेळ होती, सत्या तिला सोडून निघाला होता. त्या वेळी ती त्याला आईच्या जागी होती; पण आज आपण तिच्या वडिलांच्या जागी आहोत, अशी जाणीव होऊन तो एकदम ओरडला,

''नेत्रा, मी बाबा आहे तुझा.'' पण तोपर्यंत तिला मागे टाकून गाडी पुढे गेली होती. ती दिसत नाहीशी झाल्यावरही तो बराच वेळ हात हलवत होता. डब्यातले लोक आपल्याकडे पाहत आहेत, असं लक्षात आल्यावर तो खिडकीतून बाहेर पाहू लागला.

दोन

"सुलभा, मी बाहेर जाऊन येते गं."

गंगाबाई निघता निघता सुलभाला म्हणाल्या. त्या वेळी सुलभा आईला ऑफिस दाखवत होती. आई आल्यापासून मुलगी व आई अगदी मजेत होत्या. सुलभा सतत आईच्याभोवती घोटाळत होती, तिला हवं-नको पाहत होती. आईसुद्धा स्वयंपाक घरात जाऊन लेकीला आवडते पदार्थ करून घालत होती, अगदी स्वतःच्या हातानं भरवत होती. डोक्याला तेल लावून तिला न्हायला घालत होती. गंगाबाईंनी सांगितल्यावर अळंटळं करणारी सुलभा आईची प्रत्येक गोष्ट आनंदानं मान्य करत होती. आपण कितीही प्रेमानं वागलो, तरी आईचं स्थान मिळू शकलं नाही याचं त्यांना थोडं वाईट वाटलं. अशी तुलना करणं चुकीचंच आहे, हे माहीत असूनही, त्या दोघींच्या गप्पा, हसणं खिदळणं पाहून, नाही म्हटलं तरी गंगाबाईंना थोडी असूया वाटतच होती. आपल्याला एखादी मुलगी असती तर किती बरं झालं असतं, असा विचार करत त्या रस्त्याला लागल्या.

"एका आठवड्यानं येताय ना? महिन्यानंतर भेटतोय, असं वाटतंय अगदी." गंगाबाईंना पाहून रखमाबाईंचा चेहरा उजळला.

"हो, खरं आहे. तीन दिवस घरात गडबड आहे. मुलगा रविवारीच आला. त्याच्या बरोबर विहीणबाई व सुलभाचा भाऊ आला आहे. आज थोडी सवड काढली व आले. घरात हात-पाय बांधल्यासारखं वाटत होतं. बरं फोनवरही जास्त बोलता येत नाही."

बोलता बोलता गंगाबाईंनाही मैत्रीण भेटल्याचा मनापासून आनंद झाला होता. त्या उत्साहानं सुनेच्या माहेरचं वर्णन करत होत्या.

"लहान मुलाची काळजी घ्यावी, तशी आजारी, अंथरुणावर खिळलेल्या वडिलांची काळजी घेतो मुलगा," समीरविषयी सांगताना त्यांना अभिमान वाटत

होता. आणि कुठेतरी थोडा विषादही. मुलांच्या हातून सेवा करून घ्यायची... त्यासाठी मुलानं विचारलं तर पाहिजे. आपले व्याही खरोखर भाग्यवान आहेत.

"तुम्ही काय म्हणताय?" विषय बदलण्यासाठी नाही तर मैत्रिणीबद्दलच्या प्रामाणिक कळकळीनं गंगाबाईंनी विचारलं.

"गेल्या आठवड्यात मुलगा तीन वेळा नातवाला घेऊन आला. घरी चल, घरी चल म्हणत होता." "तुझी बायको तयार आहे का पण?" असं विचारल्यावर हात बांधून, मान खाली घालून उभा राहिला. "तिनं नोकरी सोडली आहे वाटतं. सोडू दे नाहीतर धरू दे. इतक्या तोंडाळ बाईला सहन करणं म्हणजे घरातल्यांचं कर्म दुसरं काय?"

पण एवढ्यावरच न थांबता त्या पुढे बोलू लागल्या... "आता बहुतेक पैशांची चणचण भासत असावी. म्हणून मी हवी. मुलगा पार उतरलेला दिसला. जेवणखाणाची आबाळ होत नाहीये ना? असं विचारल्यावर नाही म्हणाला. त्याला ऑफिसमध्ये काही अडचणी आल्यामुळे आता दुसरीकडे नोकरी करतो आहे. पण पगार कमी मिळतो. या खासगी कंपन्यांचं काही खरं नाही. त्यातच नव्या घराचं कर्ज. काय सांगू तुम्हाला. मी साफ सांगून टाकलं, काही झालं तरी मी येणार नाही."

मुलाच्या घरी परत जायचं नाही, हा रखमाबाईंचा निर्धार मागच्या वेळेइतकाच ठाम आहे, असं गंगाबाईंना दिसून आलं. पण मुलांनी हट्टच केला तर मन बदलूही शकतं. रखमाबाई आश्रम सोडून बाहेर जाऊ शकतात, या कल्पनेनं त्या एकदम उदास झाल्या. इतक्यात, त्यांना गोगटे फाटक उघडून येताना दिसले.

"या गोगट्यांनी चार दिवसांत इकडे तोंडही दाखवलं नाहीये. फोन करून विचारलं तर आल्यावर बोलतो असं म्हणाले."

गोगटेंकडे पाहून रखमाबाई म्हणाल्या. मान खाली घालून सावकाश चालत येऊन गोगटे बाजूच्या बेंचवर बसले. त्यांचा चेहरा उतरलेला दिसत होता. जाड चष्म्यावर साठलेली वाफ पुसून त्यांनी चष्मा परत लावला. त्यांना पाहून शिंदे धावतच तिथे आले.

"ओहो, गोगटे, तुम्ही होतात कुठे? आणि स्वयंपाकघरातील हिशेबाचं काय? आचारी बोलत होते, की गोगटे पाहायला नाहीयेत तर थोडी जास्त डाळ शिजत टाका. भाजीचंही तसंच. चार दिवसांत आम्ही कसले फुगलोय पाहा." पण गोगटेंचं त्यांच्या बोलण्याकडे लक्षच नव्हतं.

"आपले मुळे पुन्हा फॉरेनला चालले आहेत. मुलगा तिकीट पाठवणार आहे म्हणे. सकाळपासून सामान आवरत बसले आहेत."

शिंदे मोठ्यानं बोलत होते तरी गोगट्यांनी मानही वर केली नाही. काय करावं ते न कळून शिंदे त्यांच्या बाजूला येऊन बसले. पाच मिनिटांनंतर गोगट्यांनी खाली

बघतच बोलायला सुरुवात केली.

"आमच्यासारख्या वयस्कर माणसांवर नातवंडांची जबाबदारी टाकली तर ती कशी निभावणार? सांगा. पोरंही इतकी मस्तीखोर आहेत ना, ताब्यात ठेवणं कठीण. चार दिवसांपूर्वी ही नातीला घेऊन मंडईत गेली होती. मी नको म्हणत होतो, तरी घेऊन गेली. ही भाजी घेत उभी असताना, नात हात सोडून पळत रस्त्यावर गेली आणि भरधाव गाडीने धडक दिली तिला. यातून वाचली तरी खूप आहे, असं डॉक्टर म्हणाले आहेत." गोगटे मान वर न करता बोलत होते.

"घरात नुसता गोंधळ उडाला आहे. सून तोंडाला येईल ते बोलते आहे. घुशीसारखे खात बसताय नुसते. एक काम धड होत नाही हातून, असं सतत बोलत असते. तिकडे समाजोद्धाराचं काम करण्याऐवजी घरात मुलांना सांभाळा." असं चाललंय. मी म्हटलं,

"तुमची मुलं आहेत तुम्ही सांभाळा. नातवंडांची जबाबदारी आम्ही का घ्यायची? सगळ्या जबाबदाऱ्या संपल्यावर आम्हाला हवं तसं वागण्याचं स्वातंत्र्य आम्हाला मिळायला नको का? आमच्या मुलांचं आम्ही केलंय. नातवंडांना सांभाळायची जबाबदारी आमची नाही; तरीही करतो ते आम्ही मनापासून करतो. मी असं म्हटल्यावर ती आणखीनच जोरात ओरडू लागली. मग मुलगा आला व त्याने तिच्या थोबाडीत ठेवून दिल्या. त्यावर तिचे आई-वडील मध्ये पडले. असं आहे सगळं." गोगटे बोलत होते.

"सून फाडफाड बोलत असते; पण मी काय आणि ही काय, मुलाला वाईट वाटू नये म्हणून आणि त्या नवरा-बायकोमध्ये भांडणं व्हायला नकोत म्हणून त्याला काही सांगत नाही. सुनेचं वागणं सहन करत आम्ही जमेल तसं घरातलं काम करत असतो, मुलांना सांभाळतो, घर सांभाळतो. इतकं सगळं करूनही वर सुनेची बोलणी ऐकल्यावर आपल्या नशिबातच हे लिहिलंय, असं वाटू लागतं. मुलाला सोडून बाहेर पडणार नाही, असा हिचा हट्ट आहे. पोटची मुलं कोणाला नसतात? तरी तुम्ही सगळे मुलांना सोडून इथे राहत आहातच ना?" त्यांनी मान वर करून रखमाबाईंकडे पाहिले. रखमाबाईंच्या नजरेत सहानुभूती होती.

इतक्यात 'धप्प' असा आवाज आला व सर्वांनी त्या दिशेला माना वळवल्या. मुळे त्यांचा निळा कोट झटकून हॅंगरला लावत होते. त्यांना पाहून गोगटे उठून त्यांच्याकडे गेले व त्यांना म्हणाले,

"मुळे, खरं सांगा, तुमचा मुलगा तुम्हाला तिकडे बोलावतोय, यावर तुमचा विश्वास आहे? खरंच तुम्हाला असं वाटतंय?"

नेहमीप्रमाणे घाईत असलेले मुळे हे ऐकून थोडे बावरलेले दिसले; पण लगेचच त्यांनी स्वतःला सावरलं.

"नक्कीच वाटतंय हो. न खाता-पिता कष्ट करतोय. सकाळी ब्रेडचा तुकडा खाऊन बाहेर पडतो, ते संध्याकाळपर्यंत त्यावरच असतो. त्याशिवाय का परदेशात गाडी, बंगला मिळवलाय? थोडा त्याचा विचारही करायला नको का? मुलाला आपली थोडी मदत व्हावी, एवढ्यासाठीच सगळं. त्यानं बोलावलं की लगेच निघायला हवं. म्हणून तर सुटकेस सुद्धा भरून ठेवली आहे. आपल्याकडून उशीर व्हायला नको."

हातातल्या कोटाकडे पाहत पाहत मुळे आत निघून गेले. गोगटे व शिंदेही तेथून निघाले. रखमाबाईनी गंगाबाईंना विचारलं,

"तुमच्या यजमानांची तब्बेत बरी आहे ना आता?"

"नाही हो. यांना सांभाळणं मोठं मुश्किल काम झालं आहे. मुलाच्या ऑफिसमध्ये काम करणारा तो मुलगा आहे ना? तो कधी एकदा परत येतो आहे, असं झालंय. सकाळी नाश्ता करताना, कधी नाही इतका त्रास देतात. रात्रीही तसंच. मुलगा दिल्लीला गेलाय, तो कधी येणार माहीत नाही. पण हा मुलगा एक दिवस आला नाही ना, तरी माझी पंचाईत होते." गंगाबाई हताश होऊन म्हणाल्या.

हे ऐकून रखमाबाईना काही तरी आठवलं व त्या लगेच म्हणल्या, "आश्रमात फळं वगैरे घेऊन येतो तो मुलगाही या आठवड्यात..." इतक्यात पुन्हा 'धप्प' असा आवाज झाला व पाठोपाठ कोट खांद्यावर घेतलेले मुळे परत तेथे आले.

"आत्ताच वाळत घातला होतात ना? थोडा तरी वारा लागायला हवा की नको?"

"जास्त वेळ उन्हात ठेवला तर रंग उडतो. खोलीतच वाळत घालतो. तेथे वारा येईल तेवढा येईल."

असं म्हणून मुळे अदृश्य झाले. आश्रमाचा परिसर झाडता झाडता मोटाराम त्या बसल्या होत्या तेथे आला. त्या दोघींना पाहून हळूच हसून त्यानं आपलं हातातलं काम चालू ठेवलं. हल्ली त्याला अपराधी वाटत नसे. विशाल साहेबांनी विचारलं तर उत्तर द्यायची जबाबदारी वहिनीबायनं घेतली होती. शिवाय त्यांनी घर सोडण्याचा विचार सध्या तरी बाजूला ठेवलेला दिसत होता. इथे त्या फक्त वेळ घालवायला येतात, असाच मोटारामचा समज झाला होता. अलीकडे त्यांच्यात दिसून येणारा उत्साह पाहून मोटारामला समाधान वाटत होतं.

"तो गावाला जाणार होता वाटतं. कधी येणार विचारायला हवं होतं." गंगाबाई म्हणाल्या.

"सगळ्यांना गावाला, खेड्याकडे जायचं असतं. आमच्यासारख्यांनी कुठे जायचं? या चार भिंतीत अगदी कंटाळून जायला होतं. असो. चला चहा घेऊया थोडा थोडा." रखमाबाई म्हणाल्या आणि त्या दोघी उठून गेल्या.

तीन

"चुटकी, मी आता निघायचं म्हणते. अगं, मुलीच्या घरी किती दिवस राहायचं? बाळंतपणाच्या वेळेला काय करायचं ते पाहू. तुझ्या घरातले सगळे लोक किती चांगले आहेत. खास करून तुझ्या सासूबाई. तुला कधी त्रास देत नाहीत, की मनाला लागेल असं बोलत नाहीत. भाग्यवान आहेस बाई."

निघायच्या आधल्या दिवशी मुलीला जवळ घेऊन, तिच्या डोक्यावरून मायेनं हात फिरवत आई बोलत होती. सुलभाला आई निघणार, यामुळे वाईट वाटत होतंच, पण त्याहीपेक्षा जास्त सासूबाईंनी दोन दिवसांपूर्वी चांदण्यातल्या डोहाळे जेवणाचा जो कार्यक्रम ठरवला होता, त्याच्या आठवणी मनाला उल्हसित करत होत्या. त्या दिवशी सुनेला आवडणारे सगळे पदार्थ त्यांनी स्वतः बनवले होते. विशालला ऑफिसमधून लवकर यायला लावलं त्यांनी. विहिणीला व सुलभाच्या भावाला विनंती करून थांबवून घेतलं होतं. बाबूरावांची काळजी घ्यायला खाली मोटाराम होता. गच्चीवर सगळ्यांनी मिळून एकत्र जेवण घेतलं. लग्नानंतर पहिल्यांदाच अशा प्रकारे एकत्र जमण्याचा योग आल्यामुळे सुलभा भलतीच खूश होती.

डोहाळे जेवणाचा संपूर्ण कार्यक्रम डोळ्यासमोर आणून सुलभा तो पुन्हा पुन्हा अनुभवत होती.

"तुमचे आभार कसे मानावे कळतच नाहीये. सुलभाची तुम्ही अगदी मुलीसारखी काळजी घेत आहात..." आई मनापासून बोलत होती. सासूबाईंच्या भोळ्या भाबड्या चेहऱ्यावर मात्र नेहमीची नम्रता. आईनं आणलेल्या भेटवस्तू मुलगी, जावई आणि सासूबाईंना दिल्यानंतर सासूबाईंनीही आपल्याला छानशी रेशमी साडी व मोत्याचा सर आणि विशालला अंगठी व शर्ट-पँट असं दिलं. मी तर आश्चर्यानं व आनंदानं वेडीच झाले होते. 'ही आमच्याकडून छोटीशी भेट.' असं त्यांनी म्हणताच विशालचा चेहराही आनंदून गेला. सासूबाईंनी दिलेली भेट कल्पनेपलीकडची होती. शिवाय

त्यांनी माझ्यासाठी फुलांची वाडी तयार केली होती, त्यांनी प्रेमानं बनवलेली. फुलांनी सजवलेला धनुष्य बाण माझ्या हातात दिल्यावर दादा पुढे होऊन म्हणाला होता, ''वडिलांपेक्षा अधिक महत्त्वाकांक्षी असं बाळ होऊ दे.'' त्यानं विशाल आणि माझे वेगवेगळ्या पोजमधले खूप फोटो काढले. घरातल्या सगळ्यांचेच फोटो काढले त्याने.

सासूबाई हसतमुखानं सगळ्या कार्यक्रमात वावरत होत्या. किती तृप्तता दिसत होती त्यांच्या डोळ्यांत. कार्यक्रम संपून खाली उतरायला दहा वाजून गेले. किती वर्षांनी मनात असा आनंदाचा झरा वाहत होता. ''आज तू किती सुंदर दिसत होतीस, माहीत आहे मला.'' प्रेमानं जवळ घेत विशाल म्हणाला. तेव्हा त्याच्या बोलण्यात अतिशयोक्ती नव्हती असंच वाटलं मला. दिवस गेल्याचं कळल्यावर फुलून आलेलं मन, बाळ गर्भात वाढत असताना होणारा आनंद, बाळंतपणापूर्वी पोटातल्या बाळाचा भार वाहण्यात वाटणारी धन्यता. स्वतःच्याच आनंदाच्या गुंगीत असलेल्या आणि सासूच्या प्रेमाच्या वर्षावात दोन दिवस विहरणाऱ्या मला, आई निघाली याचं फारसं वाईट वाटलं नव्हतं. काहीच न बोलता मी तिच्या मांडीवर तशीच झोपून गेले होते.

काही वेळातच भानावर आल्यावर सुलभाला आईचे बोल ऐकू आले,

''तुला पुन्हा पुन्हा सांगते आहे, सासूवरचा भार होऊ नको. त्यांना नवऱ्याचं करतानाच पुरेसं होतं आहे. बाळंत झाल्याचं कळलं, की मी लगेच हॉस्पिटलमध्ये तुला भेटायला येऊन जाईन.''

आईचं बोलणं लक्ष देऊन ऐकत असताना, आपणच लहान मूल आहोत असं तिला वाटू लागलं. मन पुलकित होऊन ती पुन्हा आईच्या मांडीला घट्ट पकडून झोपून राहिली. तिनं वडिलांना फोन केला, तेव्हा त्यांचा क्षीण आवाज तिला नीट ऐकू आला नव्हता. वहिनीनं नेहमीप्रमाणे तिची आपलेपणानं चौकशी केली, काळजी घ्यायला सांगितलं, तेव्हा तिच्या आवाजातला थकवा सुलभाला जाणवला होता. भाचीलाही येणाऱ्या बाळाबद्दल खूप कौतुक होतं.

एक महत्त्वाची गोष्ट आठवून ती आईच्या मांडीवरून उठली व तिनं भावाला खोलीत बोलावून घेतलं आणि त्याच्या हातात एक मोठं पाकीट ठेवलं.

''हे काय चुटकी?'' त्यानं पाकीट उघडल्यावर आश्चर्यानं विचारलं.

''नको म्हणत असतानाही तुम्ही माझ्यासाठी केवढ्या भेटवस्तू आणल्या. पण मी त्या मुळीच घेणार नाहीये, बरं का. अगदी डाव्या हातानंही शिवणार नाही त्याला. दादा, माझं ऐक.''

समीर लगेचच ते पाकीट परत तिच्या हातात ठेवू लागला. पण त्याचा हात धरून सुलभा म्हणाली,

''बाबांच्या उपचारांसाठी खूप खर्च होत आहे. त्यांचं पेन्शन, आरोग्य विम्याचे पैसे हेही कमीच पडत आहेत, हे सगळं मला माहीत आहे. तुमची सध्या किती आर्थिक ओढाताण चालली आहे, याविषयी वहिनीजवळ बोलणं झालं आहे माझं.'' तिचं बोलणं दादा खाली मान घालून ऐकत होता.

''बाबांनी आपल्या दोघांच्यात कधी कमी-जास्त केलं नाही. तुझ्या शिक्षणावर जेवढा खर्च केला तेवढाच माझ्या शिक्षणावरही केला. माझं लग्न अगदी साध्या पद्धतीनं झालं, खूप खर्च झाला नाही, म्हणून लग्नासाठी बाजूला ठेवलेले पैसे त्यांनी मला दिले. शिवाय त्यांच्याकडे जे काही होतं त्यातला व घरातलाही वाटा मला दिला. आता त्यांची काळजी घेण्यातला वाटा मला उचलायला नको का?'' यावर समीर काहीच बोलू शकला नाही.

''मी देऊ शकत नसते तर हा प्रश्नच आला नसता; शिवाय माझ्या हक्काचे, माझे स्वतःचे पैसे आहेत. त्याचा कसा विनियोग करायचा ते ठरवण्याचं स्वातंत्र्य मला आहे.'' इतक्यात समीर म्हणाला,

''भावजी तिकडे आले असताना त्यांनी पैसे द्यायचा प्रयत्न केला होता; पण मी व बाबांनी ते नाकारले. आता तेच पैसे तुझ्या हातून देत आहेत का?''

''खरंच? विशाल मला काहीच बोलला नाही.'' तिला हे खरंच माहीत नव्हतं.

''बघ, आमच्या दोघांच्याही मनात एकच विचार आला ना? आता तुला नाही म्हणायला काहीच कारण नाही. हे घे. आणि हो, कोणाला कळू देऊ नकोस.'' असं म्हणत तिनं जबरदस्तीनं त्याच्या हातात ते जड पाकीट कोंबलं.

''मी काढून घेतले असं भावजींना वाटायला नको. त्यांना सगळं नीट कळायला हवं बरं का.'' मोठ्या भावानं सांगितलं आणि धाकट्या बहिणीनं हो, अशी मान हलवली.

''शेवटी दिलं बाबा एकदा.'' झोपताना सुलभा विशालला म्हणाली तेव्हा मनासारखं घडल्याचा आनंद तिच्या चेहऱ्यावर दिसत होता.

''महास्वाभिमानी. वडील व मुलगा दोघांनी नेत्रपल्लवी करून निर्णय घेतला व पैसे घ्यायला ठाम नकार दिला. जणू समोरच्याला काही कळतच नव्हतं.'' विशाल भाबड्या चेहऱ्यानं म्हणाला.

''ते तसेच आहेत. काही तरी युक्ती केल्याशिवाय हे काम होणार नाही, हे मला कळतच होतं.'' भावाला मदत केल्याचं समाधान तिच्या डोळ्यांत दिसत होतं.

आपल्या दोघांचीही देण्याची इच्छा असताना काही तरी शक्कल शोधण्याची, खोटं बोलण्याची गरजच का पडावी? तुम्ही माझ्या सुखाचा वाटा मला भरभरून दिला आहे. आता तुमच्यावर वेळ आली असताना तुमच्या कष्टातला माझा वाटा

मी उचलायला नको? असं सगळ्यांसमोर भावाला सांगून त्याला ते घ्यायला तयार करणं हाच योग्य मार्ग होता.'' असं म्हणताना बाबांसारखे डोळे फिरवून त्यांची नक्कल करणाऱ्या विशालकडे पाहून सुलभाला पुन्हा हसू आलं.

''पैसे नाकारून त्या बरोबरच, मना सत्य संकल्प जीवी धरावा, या 'दासबोधा'तील वचनाचा उल्लेख करून मनातला सत्यसंकल्प कायम दृढ असायला हवा, असा उपदेशही केला होता तुझ्या बाबांनी.''

यावर सुलभानं विशालला हसून प्रतिसाद दिला.

''सत्या परत आल्यापासून त्याच्यात किती बदल झालेला दिसतोय. तुमच्या लक्षात आलंय का?''

यावर विशाल नाही म्हणाला होता, परंतु तिनं पाहिलं होतं. सत्याला अचानकपणे बरेच फोन येऊ लागले होते. तेही वेळी-अवेळी. शक्यतो तो कॉलला लगेच उत्तर देत असे, अगदी हातातलं काम सोडून. कधी कधी काम संपल्या संपल्या ऑफिसच्या कोपऱ्यात जाऊन किंवा बाहेर जाऊन तो फोन करत असे. ''कशी आहेस....? काय विचार केला आहेस...? ठीक आहे, अजून वेळ घे हवा तर.... जेवलीस का....?'' ऐकण्याची इच्छा नसतानाही त्याचं काळजीयुक्त बोलणं सुलभाच्या कानावर पडत होतं. त्याच्या आवाजात अजूनपर्यंत न जाणवलेलं मार्दव आता अचानक दिसून येत होतं. त्याचा आवाजही आता बदलला होता आणि चेहऱ्याचा नूरही. त्याची तिखट, तीक्ष्ण नजर आता काहीशी शांत, शीतल झाली होती. चेहऱ्यावर मृदू भाव होते आणि जुळलेल्या दाट भुवयांची त्यावर असलेली पकड थोडी सैल झाली होती. सत्या, तुझं लग्न ठरलं आहे का... हा ओठांवर आलेला प्रश्न सुलभानं मोठ्या निकरानं मागे ढकलला होता. त्यानं स्वतः सांगेपर्यंत विचारायचं नाही, असं ठरवूनही, त्याला पकडणारी ही कोण नवीन असामान्य मुलगी आहे, याबद्दलचं कुतूहल सुलभाला स्वस्थ बसू देत नव्हतं.

''येत्या २५ तारखेला तुला आठ महिने पुरे होतील ना?'' अचानक विशालचा प्रश्न आला.

''हो ना. नवीन ऑफिसचं काम कुठपर्यंत आलं आहे?'' पोट सावरत बिछान्यावर बसताना तिनं प्रतिप्रश्न केला.

''आता बारीकसारीक कामं बाकी आहेत. तुझ्या बाळंतपणाच्या आधी पूर्ण होतील. आपल्या राजकुमारानं डोळे उघडल्या उघडल्या त्याला आप्पांचं नवीन ऑफिस दाखवायचं आहे ना?''

तिच्याजवळ सरकून, तिच्या पोटावरून हळुवारपणे हात फिरवत विशाल म्हणाला.

''इतकी घाई, सहा महिन्यांचा झाला रे झाला, की त्याला नोकरीवर हजर

करून घेणार की काय?''

''तू बघतच राहा. तो असामान्य बुद्धिचा असणार. दहा वर्षांचा होईल तेव्हा त्याला 'सर्किट बोर्ड' या विषयात सगळं शिकवून असं तयार करतो बघ. आपल्या कंपनीची प्रगती करत करत तो तिला आंतरराष्ट्रीय लेव्हलला नेऊ शकेल. बघच तू. हो ना राजकुमार?'' मुलालाच प्रश्न विचारतो आहे, अशा थाटात बोलून त्यानं सुलभाकडे पाहिले.

''कराल, नक्की कराल. हट्टीपणात तुम्ही तुमच्या वडिलांच्याही पुढे आहात.'' असं म्हणून ती एकदम गंभीर झाली.

''तुम्ही नव्हतात ना, तेव्हा बाबा मुळीच हट्टीपणा करत नव्हते. सत्याला जवळ बोलावून, त्या दिवशी खूप बोलत होते. मी चांगला बाप नाही होऊ शकलो, असं त्याला सांगत होते. त्यांनी आपली चूक आता मान्य केली आहे.'' बोलताना सुलभा भावुक झाली. विशाल मात्र चिडून म्हणाला,

''हे सगळं त्यांचं नाटक आहे. त्यांच्या चुकीमुळे ज्याला त्रास झाला त्याची क्षमा मागायला हवी ना? दुसऱ्या कोणाजवळ तरी बोलून त्याची सहानुभूती मिळवायची, एवढाच यामागचा हेतू. आधीपासून ते असंच करत आले आहेत.'' विशाल उठून बसत म्हणाला.

''तुला असं का वाटतं विशाल? कोणाजवळ तरी का होईना, त्यांनी त्यांची चूक मोकळेपणानं कबूल केली आहे ना? त्यातच समाधान मान ना. तुझ्यासमोर बोलायला वेळ लागेल. त्यांना बोलायचंही असेल; पण इगो आडवा येत असेल. आपल्याला थोडी वाट पाहावी लागेल. तुम्ही इतक्यातच....'' पुढे बोलणं अशक्य होऊन तिनं नवऱ्याकडे पाहिले.

''तू पुन्हा पुन्हा तोच विषय का काढतेस? माझी चिडचिड होते माहीत आहे ना? मला आता या विषयावर चर्चा नको आहे. तुला सांगितल्याशिवाय काहीही करणार नाही, असं सांगितलं आहे ना तुला? आता मी हे सगळं मनातून काढून टाकलं आहे व तू पुन्हा पुन्हा तेच उकरून काढत आहेस.'' असं म्हणून विशालने नाराजी व्यक्त केली.

''हो, हो. मला कळतंय.... पण.....'' पुढे न बोलता सुलभा गप्पच राहिली. चांदण्यांतील डोहाळे जेवणाच्या दिवशी भेटवस्तूंनी भरलेलं ताट समोर ठेवून सासूबाई म्हणाल्या होत्या, ''ही आमच्याकडून छोटीशी भेट..... त्यांची चाललेली लगबग, डोळ्यांतली माया, समाधान, चेहऱ्यावरचं तृप्त हास्य तिला कुठे तरी सलत होतं. याविषयी त्यांच्याशी बोलावं असं वाटून ती हळूच म्हणाली,

''तुझ्या आईच्या मनात काय चाललं आहे, तुला कळत नाहीये का विशाल?''

पण त्याचं सुलभाच्या बोलण्याकडे लक्षच नव्हतं. तो त्याच्याच विचारात

हरवून गेला होता. वडील आपली माफी मागत आहेत, असं चित्र डोळ्यासमोर आणायच्या प्रयत्नांत होता तो. पण ते शक्य नव्हतं. तो मनुष्य काही हार मानणार नाही. सत्याचा पाठिंबा असल्यावर तर नाहीच नाही. त्याच्याजवळच बोललं तर? ...मला सांगून काय उपयोग? हे तुमच्या मुलाला सांगा. असं सत्या बाबांना सांगेल का? पण तो तरी का सांगेल? बाबा आपल्याला बोलावून, सत्यासमोर सगळं मनातलं बोलतील? मग जाऊ दे ना. आणखी काय सिद्ध करायचं राहिलंय? जाऊ दे, असा प्रसंग यायलाच नको... सध्या तरी या गोष्टीतला विशालचा रस कमी झालेला दिसत होता. नव्या ऑफिसमध्ये गेल्यावर आपल्याला घरात असा कितीसा वेळ असणार होता? त्यांच्याजवळ बोलायची फारशी वेळच येणार नव्हती. त्यांना हवं तसं वागू देत असं वाटून, चूक मान्य करण्याची, माफी मागण्याची बाब त्याला क्षुल्लक वाटू लागली. त्यापेक्षाही महत्त्वाची अशी गोष्ट आठवून तो बायकोला म्हणाला,

"आई हल्ली रोज सकाळी कुठे जाते गं? तू तिला काही विचारलंस का? जाण्यात एक दिवस खंड पडला तरी ती अस्वस्थ झालेली दिसते. मला ते खूप विचित्र वाटतं."

"मी काही जास्त विचारलं नाही; पण नवीन मैत्रीण मिळाली आहे, तिच्या घरी जाते, असं त्याच सांगत होत्या. जाऊ देत ना जातात तर. त्यामुळे त्यांना बरं वाटतं आहे ना. मग झालं तर."

सुलभा असं म्हणाली खरी; पण त्याचं समाधान झालं नव्हतं. कष्टाच्या दिवसातही आईनं कधी घराचा उंबरठा ओलांडला नव्हता. डोळ्याला पदर लावून, याच्या त्याच्या घरी जाऊन आपली कहाणी सांगत बसण्याऱ्यांपैकी नाही ती. घरातली परिस्थिती तिनं कधी नातेवाइकांनाही सांगितली नाही. एकटीनं संसार ओढताना आवश्यक वाटणारी मैत्री, स्नेह... हे आता सगळं छान असताना, कोणतीही जबाबदारी नसलेल्या या टप्प्यावर का गरजेचं वाटतंय हिला? की अजूनपर्यंत मनाला नसलेली शांती आता मिळाली आहे, त्याचं प्रदर्शन सगळ्यांसमोर करूया, असं वाटून तर जात नसेल? आपल्या आईला आकर्षित करणारी मैत्रीण अशी अचानक कुठून उगवली असावी, असा प्रश्न विशालसमोर असतानाच, एक काम आठवून तो तिकडे वळला.

चार

"सत्या, सध्या काही दिवस माझी बाहेरच्या कामांची गडबड चालू आहे. नव्या ऑफिसचं काम आता अगदी शेवटच्या टप्प्यावर आलं आहे, तिकडे लक्ष द्यायची गरज आहे. त्या सगळ्या कामांकडे तू पाहायचं आहेस."

असं म्हणत विशाल घाईघाईत बाहेर पडला. "हो दादा" असं म्हणत सत्याही कामाला लागला. मुंबईहून परत येऊन चार दिवस झाले तरी हातातलं काम संपत नव्हतं. आपल्या अनुपस्थितीत दुसऱ्यानं केलेलं काम एकदा डोळ्याखालून घातल्याशिवाय त्याला समाधान होत नसे. विशालचंही तसंच होतं. सत्या कामात गढलेला असताना बाजूला कोणीतरी येऊन उभं राहिलं. त्यानं वळून पाहिलं तर मनिषा होती. मोरपिशी रंगाचा छान ड्रेस घातला होता तिनं.

"थोडं बोलायचं होतं, संध्याकाळी भेटशील?" तिला पाहायला अधीर असलेल्या सत्याला तिचा प्रश्न क्षणभर कळलाच नाही.

"आज काम संपायला उशीर होणार आहे. बहुतेक रात्रच होईल. उद्या भेटू या." सांगताना तो जरा थकलेला वाटत होता. "ठीक आहे." असं म्हणून ती निघून गेली. आता सत्याला एकदम फ्रेश वाटलं. ऑफिसात परत आल्यापासून ती दिसली नव्हती. तिनं तीन दिवस रजा घेतली होती असं नंतर कळलं होतं. तिच्या लग्नामुळे तो अस्वस्थ झालेला असतानाच नेत्राचा विषय पुढे येऊन, तो त्यात गुंतला होता. आता ही कशाला परत आली आहे? लग्नाच्या गडबडीबद्दल बोलायचं आहे का? पण मनातले सगळे प्रश्न बाजूला सारून तो कामाला लागला. काम संपेपर्यंत मध्यरात्र होऊन गेली.

दुसऱ्या दिवशीही भरपूर काम होतं. काम आटोपायला संध्याकाळ झाली. ती दोघं सिद्धेश्वर तळ्याच्या कट्ट्यावर येऊन बसली, तेव्हा आकाशात मावळत्या केशरी किरणांनी गर्दी केली होती. जोराचा वारा सुटला होता. आज ती साडी नेसली

होती. निळ्या, मोरपिशी रंगाची. घट्ट वेण्या पुढे घेऊन बसली होती ती. ती नेहमी तशीच बसायची. गळ्यात मंगळसूत्र दिसत नव्हतं. लग्नाच्या गडबडीत हिनं माझी आठवण का काढली असेल? तळ्यात उठणाऱ्या तरंगांकडे पाहत त्यानं 'बोल' असं म्हणताच ती घडाघड बोलू लागली.

"तुझा जन्म हाच आपल्या दोघांतला अडथळा होता, असं मला प्रामाणिकपणे वाटतं. कितीही प्रयत्न केला तरी मी त्यातून बाहेर पडू शकत नव्हते. तुला निरोप पाठवल्यावरही मन स्थिर नव्हतं. दुसऱ्याच दिवशी मला एक चांगलं स्थळ सांगून आलं. देखणा, भरपूर पगार असलेला मुलगा. काही दिवसांत तो परदेशात जाणार होता. त्यानं होकार दिला. मी नकार दिला नव्हता, त्यामुळे माझा होकार समजून घरच्यांनी लग्न नक्की करून टाकलं. ऐकतो आहेस ना?" त्याचं लक्ष तळ्यातल्या पाण्याकडे आहे, हे पाहून तिनं विचारलं.

"हो" असं म्हणत त्यानं एकदा तिच्याकडे नजर टाकली व तो पुन्हा तळ्यात उठणारे तरंग निरखू लागला.

"लग्न ठरलंय, असं ऑफिसमध्ये सांगितलं तोच दिवस. त्या दिवशी 'संध्याकाळी भेटूया' असा त्याचा फोन आला. तो आमच्या शेजारच्या गावातलाच आहे; पण नोकरी इथे असल्यानं भाड्याची खोली घेऊन राहतो." एवढं बोलून ती जरा वेळ गप्प बसली. आता आकाश लाल झालं होतं, तिच्या चेहऱ्यावरही लाली पसरली होती.

"या आधी आम्ही बाहेर भेटलो होतो; पण जरा निवांत बोलता येईल म्हणून खोलीवर ये म्हणाला. मला तिथं जाऊन पाच मिनिटंही झाली नसतील, माझ्या जवळ सरकून म्हणाला, "आता आपलं लग्न तर होणारच आहे. आज जरा मजा करू या. लग्न ठरून दोन आठवडेही झाले नाहीत आणि हा भलतीच मागणी करत होता. आधी विनंती नंतर जबरदस्ती. मी नाही म्हणून निघून जाऊ लागले तर हा दार अडवून उभा राहिला. विनवण्या केल्या तरी तो मला जाऊ देत नव्हता. तो जवळ येऊ लागला आणि त्याच्या डोळ्यांतली आग पाहून मी घाबरून किंचाळले. थू, युजलेस पोरगी. असं म्हणून त्यानं दार उघडलं, पण माझा हात जबरदस्तीने खेचून... "मित्र म्हणून राहूया ना..... असं काही तरी.."

बोलता बोलता ती हुंदके देऊन रडू लागली आणि सत्या बेचैन झाला. आभाळातील सगळी आग आता तिच्या डोळ्यांत उतरून ते संतापाने भगभगले होते. "शांत हो, शांत हो आधी." सत्या समजावत होता. दोन मिनिटं झाली तरी तिच्या डोळ्यांतलं पाणी खळत नव्हतं; पण कट्ट्यावर बसलेले लोक आपल्याकडे पाहत आहेत, हे जाणवल्यावर तिनं स्वतःला सावरलं व ती पुढे बोलू लागली...

"तुझ्यावरच्या संस्कारांचं मला कायमच आकर्षण वाटत आलं आहे. तुझा

जन्म कोठे झाला आहे, कळल्यावर मात्र संस्कारांचं काय एवढं महत्त्व? असं मला वाटलं होतं. परंतु त्याक्षणी मात्र संस्कारच खरे, हे लक्षात आलं बघ. त्याच रात्री घरी सर्वांना घडलेली घटना सांगून मला हे लग्न करायचं नाही, असं स्पष्ट सांगून टाकलं. गेली तीन वर्षं आपण एकत्र काम करत आहोत; पण तू एकदाही मर्यादा सोडून वागलेला नाहीस! दुसऱ्याच दिवशी कामाठीपुऱ्यात जायचं ठरवून बाहेर पडले. मुंबईत माझी एक मैत्रीण राहते. तिच्याकडे उतरले व तीन दिवसांत सगळा कामाठीपुरा फिरून, नीट पाहून आले.'' तिचं बोलणं ऐकून सत्या आश्चर्यानं तिच्याकडे पाहतच राहिला.

''निवांतपणे सगळं पाहून, समजून घ्यायच्या उद्देशानेच तेथे गेले होते. तेथे जन्मलेल्या मुलांचं पालनपोषण कसं होतं ते जाणून घ्यायचं होतं मला. नशिबानं बऱ्याच सेवा संस्था तेथे कार्य करत आहेत. तेथील मुलांकरीता, कामाठीपुऱ्यापासून काही अंतरावर वसतिगृह असलेल्या विशेष शाळा आहेत. तिथं चांगल्या वातावरणात मुलांना चांगलं शिक्षण दिलं जातं. त्या शाळांना भेट दिली. तो अनुभव आनंददायी होता. एका भारतीय संस्थेचं आजीव सदस्यत्व घेऊनच तेथून परत आले. कोणत्याही स्वरूपाची मदत करू शकेन, असं सांगून आले आहे. आता मनाला समाधान वाटत आहे. मी बोलतेय ते तुला समजतंय ना?'' तिने विचारलं.

सत्याच्या नजरेतलं आश्चर्य अजून ओसरलं नव्हतं.

''तुझ्या जन्माचं सत्य मी विचारपूर्वक स्वीकारलं आहे. माझ्या कठोर बोलण्याबद्दल मला क्षमा करशील?'' काही वेळ गेल्यावर त्यानं विचारलं,

''तो मुलगा तसं वागला नसता तर तुझं लग्न त्याच्याबरोबरच झालंच असतं ना?''

''मला तरी नाही तसं वाटत; शिवाय त्याचा स्वभाव काही मला तितका साधा सरळ वाटत नव्हता. त्यामुळे लग्न न होण्याची शक्यताच जास्त होती. तुला निरोप पाठवून चूक केली, अशी अपराधी भावना मनात असतानाच दुसरीकडे तुला स्वीकारावं असं वाटू लागलं होतं. मनातला गोंधळ शांत व्हायच्या आतच हे स्थळ समोर आलं. निर्णय घेता येत नव्हता. त्याच्या वागण्या-बोलण्याची तुलना नकळत तुझ्याबरोबर करत होते मी. पण या सगळ्या प्रकरणात, तो कसा आहे, या पेक्षाही तू कसा आहेस, याची स्पष्ट कल्पना आली व तुला होकार द्यावा या विचाराला भक्कम आधार मिळाला.''

आता दोघांच्याही मनातील शंका, प्रश्न सगळ्याचं निरसन होऊन सगळं स्वच्छ झालं होतं. आकाशातला लाल रंगही आता उतरू लागला होता. तिच्या डोळ्यांतली आगही हळूहळू कमी होऊन ते नितळ झाले.

''मला माफ करशील ना?''

"माफ करण्याकरिता तू अपराध तरी काय केला आहेस? आत्मवंचना झाली तर मात्र फार यातना होतात, आणि मला तशा यातना द्यायचा अधिकार तुला कोणी दिला? उलट माझं समाजातील स्थान आज तुझ्यामुळे उंचावलं आहे. असो. माझ्या सगळं लक्षात आलं आहे. आता या प्रकरणावर पडदा टाकू या. आता मन कसं हलकं झालं आहे."

असं म्हणत तो हळूच हसला. ती हसताना आकाशातले उरले सुरले लाल रंग तिच्या गालावर उतरून ओघळत दिसेनासे झाले.

"सत्याला आपलंसं केलं, सत्य स्वीकारलं, की सत्याचाच विजय होतो." त्याच्या पाठीवर थाप मारत हरिकाका म्हणाले. सत्याला आनंद झाला; पण संकोचानं त्यानं मान खाली घातली.

"कधी लग्न करायचं म्हणते आहे मुलगी?" प्रसन्न मुद्रेनं हरिकाकांनी विचारलं.

"अजून वेळ आहे. ठरलेलं लग्न मोडल्याच्या धक्क्यामुळे तिचे वडील आजारी आहेत. गेले काही दिवस ती ऑफिसलाही येत नाहीये; शिवाय नेत्राचं सगळं मार्गी लागल्यानंतरच लग्न करावं, असं मनात आहे." यावर काकांनी त्यांची सहमती दर्शवली.

"पण अजून एक समस्या आहे काका. मनिषा म्हणत होती, की त्यांच्या नातेवाइकांनी चौकशी केली, तर कामाठीपुरा किंवा सुकलाजी गल्लीचा उल्लेख करू नको. मुंबईला जन्मल्यानंतर लहानपणापासून आश्रमातच आहे, असं सांग म्हणत होती."

"काहीच हरकत नाही. तिचं बोलणं बरोबरच आहे ना. इतके दिवस गुरुजींनी तुला शिकवलं तेच आता ती तुला सांगते आहे. बुद्धिमान मुलीची निवड केली आहेस." हे ऐकून सत्या गालातल्या गालात हसला. "तरीही काका, मुंबईत कुठे जन्म झाला? असं विचारल्यावर माहीत नाही/ लक्षात नाही, असं सांगणं बरोबर वाटत नाही."

"आता थोडी सवय कर. त्या मुलीसाठी तरी. तिचं अंतःकरण शुद्ध आहे. तिनं तुला 'वरलं' आहे. त्यासाठी ती कामाठीपुऱ्यात जाऊन सगळं प्रत्यक्ष पाहून आली आहे. प्रेम असल्याशिवाय हे केलं आहे का तिनं? तूही तिच्यापासून काही लपवलेलं नाहीस, हे महत्त्वाचं. आता उगाच कसला हट्ट धरून बसू नकोस आणि तिला दुखावू नकोस. तुझ्यावर विश्वास आहे तिचा." काकांचं बोलणं सत्याला पटलं होतं.

रात्री जेवण आटोपून खोलीत पाय टाकणार, तोच सत्याचा फोन वाजला. "दोन मिनिटांत करणारच होतो फोन तुला. जेवलीस का?" त्यानं नेत्राला विचारलं.

"हो, जेवले. एक सांगायचं होतं. कामाठीपुऱ्यातून बाहेर पडायचं, असं ठरवलं आहे."

त्याचा आपल्या कानांवर विश्वासच बसत नव्हता आधी. काय बोलावं हे त्याला सुचत नव्हतं; पण ती पलीकडे त्याच्या बोलण्याची वाट पाहत होती.

"दीदीला सांगितलंस?" त्याने विचारलं.

"नाही, आधी तुला सांगावं असं वाटलं. आता सांगते तिला. सत्या, तुझ्यावरच्या विश्वासामुळेच हे धाडस मी करत आहे. धंदा तर लयाला जाणारच आहे; पण पुढचं आयुष्य सुखाचं जाईल, हो ना?" तिच्या प्रश्नावर त्यानं दिलेलं "होय." हे उत्तर त्याचं त्यालाच ऐकू आलं नाही.

काही वेळातच त्यानं दीदीला फोन केला. तिलाही केवढा आनंद झाला होता. लगेचच तिनं पुण्यातील त्या घरी फोन केला.

"सत्या. उद्या तिला बाजारात घेऊन जायला हवं आहे. साड्या, कपडे घ्यायला हवेत तिच्यासाठी. माझ्याकडे आहेत ते पुरेसे आहेत, आता नवीन कशाला? असंच म्हणेल ती. पण तू तिला थोडं समजावून सांग. डॉक्टर म्हणजे वरचा क्लास. वेगळं राहणीमान. त्यांचे नातलग, मित्र तसेच असणार. अशा घरात जुने कपडे घालून वावरणं चांगलं दिसणार नाही."

"ठीक आहे. मी सांगतो तिला. खरेदीला मी देऊन ठेवलेले पैसे वापर. उरले तर तिच्या नावावर बँकेत ठेवून दे. आत्ताच बोलतो तिच्याशी." असं म्हणून त्यानं नेत्राला पुन्हा फोन लावला. नेत्रा गोंधळून गेली होती.

"ट्रंकेतली एकही वस्तू फेकून द्यावी, असं नाही वाटत रे सत्या. पण बरोबर नेण्यासारखं तरी काय आहे? आणि हवी तर तुझी ट्रंक घे, पण इथली एकही वस्तू बरोबर न्यायची नाही, असं दीदीनं निक्षून सांगितलं आहे ना, मग काय करणार?"

"उद्या दीदी जे काय देईल ते कटकट न करता घे. ती तुझ्याजवळ थोडे पैसेही देऊन ठेवणार आहे. ती सांगेल ते सगळं नीट ऐकून घे. समजलं?"

अशाप्रकारे त्या दोघांमध्ये अर्धा तास बोलणं चाललं होतं. काका मात्र ते ऐकून मनात हसत होते. या वेळात मनिषाचा चार वेळा फोन येऊन गेला. तिला फोन करून, सगळा विषय सविस्तर सांगून, तिचा निरोप घेईपर्यंत सत्याचा आणखी अर्धा तास गेला.

"आजचा दिवस एकदम चांगला आहे तुझ्यासाठी. हातात घेतलेली कामं तडीस जाताहेत. बरं, आता ध्यानमंदिराकडे निघायचं का?" तयार असलेल्या काकांनी विचारलं.

"हो," असं म्हणत सत्यानं काकांना मिठीच मारली. ध्यान मंदिरातून खोलीकडे परतेपर्यंत एक तास होऊन गेला होता. आता भिंतीवर उमटलेल्या चित्रात मनिषाचा

समावेश झाला होता. विठू माऊली, नेत्रा, मनिषा व तो स्वतः ! आज डोळे मिटल्या मिटल्या झोपी गेला सत्या.

विशाल आज खूपच गडबडीत होता. आईनं तीन-चार वेळा विचारलं, की नाश्ता देऊ का, पण तिलाही उत्तर न देता तो घाईघाईत बाहेर पडला.

"असं काय मोठं काम आहे, की न खातापिता पुरं करायला हवं आहे?" गंगाबाई चिडून म्हणाल्या. सुलभा अजून उठली नव्हती. काल रात्री उशिरापर्यंत वहिनीजवळ गप्पा मारत बसली होती, त्यामुळे नाश्त्याची वेळ झाली तरी तिला जाग आली नव्हती. नणंदेनं पैसे पाठवल्यावर तिचे आभार मानण्यासाठी वहिनीनं फोन केला होता. तीन-चार वेळा फोन केला होता तिनं, पण सुलभा टाळत होती. हल्ली ती फोनवर जास्त बोलत नसे. पाहिल्यासारखं तिला कोणी खालून हाकाही मारत नसे. तिला हवं असेल तेव्हा तीच खाली यायची.

सध्या डॉक्टरांनी सांगितलेलं काम, म्हणजेच पोटातल्या बाळाचे छातीचे ठोके मोजण्याचं काम तिच्यासाठी सगळ्यात महत्त्वाचं होतं. एकांतात बसून ती सतत पोटातल्या हालचालींवर लक्ष ठेवून असायची. त्यात तिला खूप आनंद मिळत असे. कधी कधी पाण्यात लाटा उठाव्यात, अशी पोटात हालचाल व्हायची आणि काळजाच्या ठोक्यांपेक्षाही जास्त वेगात धडधड व्हायची. पोटात युद्ध चाललं आहे की मुष्टियुद्ध? असं वाटू लागे. हालचाल फारच वेगात सुरू व्हायची व कुठल्या वैऱ्याला ठोसे मारून पडतो आहेस बाळा, असं विचारायची वेळ यायची. आतलं भांडण थांबत नाहीये, असं वाटून हळू आवाजात, बाळा, शांत हो असं सांगताना तिला खळखळून हसू यायचं. पण मोकळेपणानं हसण्याचीही भीती वाटायची. बाळ शांत झालं, की तिला हायसं वाटायचं. पण पोटातली हालचाल थांबल्यावर तिला एकटेपणा नकोसा व्हायचा. बराच वेळ शांतता असेल तर हालचाल का नाही, असं वाटून बाळाचे ठोके मोजण्याच्या कामाला नव्यानं सुरुवात व्हायची. पोटात शांतता असो वा धुमाकूळ, तिच्याच विश्वात मग्न असलेल्या तिला दुसरं कशाचंच भान नव्हतं. काही दिवसांपूर्वीच तिने ऑफिसला जायचं थांबवलं होतं. तिच्या जागी विशालनं दुसरी मुलगी नेमली होती. सुलभाचं सगळं काम पटकन शिकून घेतलं होतं तिनं. सुलभाची अनुपस्थिती ती मुलगी कोणालाही जाणवू देत नव्हती.

स्वयंपाकघरातून बाहेर येऊन गंगाबाई ऑफिसच्या दारातून आत डोकावल्या. विशाल बाहेर गेला होता व सूनबाई वर होती. "सत्या," त्यांनी कामात बुडालेल्या सत्याला हळू हाक मारली. त्याला हाक मारावी की नाही, या विचारात असतानाच त्यांच्या तोंडून शब्द बाहेर पडून गेले होते. दाराजवळच बसलेला सत्या पटकन उठून त्यांच्याजवळ आला. त्यानं काळजीनं विचारलं,

“काय झालं आई? सांग ना.”

सत्याच्या नजरेत दिसणारं प्रेम आहे, की आपल्यावरील भक्ती, या विचारानं नेहमी त्यांच्या मनात गोंधळ असायचा. पण त्याच्या मनातला ओलावा मात्र नेहमीच स्पष्ट दिसत असे.

“एक गोष्ट तुझ्या कानावर घालायची होती. तू नसताना हे फार गोंधळ घालतात. सारखं सत्याला बोलव, असं चाललेलं असतं. यांना सांभाळणं खूप कठीण झालं आहे रे. डॉक्टर आपटे म्हणाले, की बीपी खूप चढलं आहे. सांभाळायला हवं. तुझ्या कानावर घालावं, असं वाटलं म्हणून...” थोडक्यात बोलून त्या गप्प झाल्या.

“मला चार दिवसांपूर्वीच हे कळलं आहे आई.” सत्या.

“मोटाराम बोलला असेल ना? दोन रात्री तो इथेच होता. बरं, तू कामाला लाग.”

असं म्हणून त्या घाईघाईत स्वयंपाकघराकडे वळल्या....सांगितलं त्यापेक्षा आणखी बोलायला हवं होतं का? परत जाऊन त्याला सावकाशपणे सगळं तपशीलवार सांगावं, असं त्यांना फार वाटत होतं. पण सांगितलं तर पुन्हा ते मुलापर्यंत पोहोचायचं आणि... नकोच ते. आणखी काहीच बोलायला नको. सगळं ठीक होईल, असं स्वतःचं समाधान करून घेत त्या कामाला लागल्या.

सत्या गेला त्या दिवसापासूनच बाबूरावांचं रात्रीचं ओरडणं वाढलं होतं. तो चार दिवसांनी येणार होता. जेवायला बसल्यावर विशाल त्यांना शांत राहा, असं सांगायचा; पण त्यांचा आरडाओरडा, गोळ्या थुंकून टाकणं चालूच होतं. एकदा तर...

“माझ्यावर ओझं बनून का राहताय या घरात?” असं म्हणत तो जेवणावरून उठला होता.

तासाभरानंतरही त्यांचा गोंधळ थांबत नव्हता, म्हणून त्यानं डॉक्टरांना बोलावलं. ते बाबूरावांजवळ बोलून निघाले असता विशालनं खोलीबाहेर त्यांना थांबवून विचारलं,

“डॉक्टर, हे असं किती दिवस चालणार आहे? त्यांच्या स्वरयंत्रावर इलाज करून त्यांचं हे ओरडणं कमी करणं शक्य होईल का? काहीही करा पण त्यांचा आवाज कमी करा. किती सांगितलं, विनवण्या केल्या तरी ते ऐकत नाहीत. यांच्या या आरड्याओरड्यापासून कशी सुटका होईल आमची?”

त्याचा राग पाहून, मला सगळं समजतंय या भावनेने डॉक्टरांनी त्याचे हात हातात घेतले व काही वेळ शांत उभे राहून निघून गेले.

गंगाबाईंना भीती वाटू लागली... नशीब, नवऱ्यानं यातलं काही ऐकलं नव्हतं.

पण न जाणो, विशालनं दुसऱ्या डॉक्टरांना दाखवून यांचा आवाज बंद होईल, असं काही केलं तर? नाही, सत्याला हे सगळं सांगायलाच हवं. नवऱ्याच्या वागण्यामुळे घरातलं वातावरण बिघडत चाललं आहे, हे आणि आपण वरचेवर आश्रमात येऊन जातो हेही. या कुटुंबाचा समतोल बिघडत चालला आहे. एकना एक दिवस सगळं उतरणीला लागणार आहे, हे नक्की. देवा, मला दुर्दैवाचा फटका बसला तरी चालेल, पण गरोदर सून, वय झालेला नवरा आणि प्रगतिपथावर असणाऱ्या मुलाला त्रास होऊ देऊ नकोस... हे मनातले विचार त्या सत्याला सांगू शकत नव्हत्या आणि रखमाबाईंना नव्याने सांगण्याची गरज नव्हती. येऊ दे काय ते समोर... मी आहे तोंड द्यायला...

वृद्धाश्रमाचा पर्याय समोर होता; पण आता पाहिल्याइतका उत्साह राहिला नव्हता त्यांना. त्या तेथे रोज थोडा वेळ जाऊन यायच्या तेव्हा सगळं छान वाटायचं, पण तेथे कायमचं राहायला जायचं म्हणजे कठीण होतं. कारण काही दिवसांतच तेथील वातावरण असह्य होऊ लागणार, हे सत्य होतं. तिथं घरातल्यासारख्या सुखसोयी नसताना, तिथं राहायला आवडेल का, हाही प्रश्न होताच. त्यांना नाही जमणार ते. शिवाय त्यांना सांभाळणंही आपल्याला अशक्य होईल. हे सगळं कळत असूनही, तिथे गेलोच आणि तिथेच अडकलो तर काय करायचं? पण मुलाच्या रागाला तोंड देत इथे तरी निश्चिंतपणे कसं राहणार? सांगूनही आपला हटवादीपणा न सोडणाऱ्या पतीला कसं समजून घ्यायचं? उत्तरं माहीत नसलेले प्रश्न त्यांना रात्रंदिवस छळत होते. आता आणखी कोणता नवीन वाद समोर येणार आहे, कोणास माहीत. येईल त्या परिस्थितीला तोंड द्यायला तयार व्हायचं; कारण आपल्याकडे दुसरा पर्याय नाही... असा विचार करत, महाराजांच्या प्रवचनातले बोधपर विचार आठवत त्या कामाकडे वळल्या.

बाहेर गेट उघडल्याचा आवाज आला. आता यावेळी कोण, असं म्हणत त्यांनी स्वयंपाकघराच्या खिडकीतून डोकावून पाहिलं. मोटाराम जड पावलं टाकत येत होता.

"हे काय मोटाराम, आज इतक्या लवकर आलास? त्या संगमरवरी बंगल्यातलं काम सोडलस की काय?" त्या बंगल्यासमोरून रोज फिरायला जाताना गंगाबाईंचं बंगल्याजवळ खास नातं जुळलं होतं.

"नाही वैनिबाय, तिथला मुलगा आज सकाळीच देवाघरी गेला. बंगल्यात खूप गर्दी झाली आहे." उदास होऊन मोटाराम म्हणाला. ते ऐकून गंगाबाईंचा चेहरासुद्धा उतरून गेला. "अरे देवा." न पाहिलेल्या त्या मुलाचा चेहरा डोळ्यासमोर आणण्याचा प्रयत्न करत कळवळ्यानं त्या म्हणाल्या.

"वैनी, मला एक गोष्ट कळत नाहीये, आज काही जण त्या मुलाच्या

आई-वडिलांना विशेषतः आईला समजावताना काय म्हणत होते माहीत आहे? ...तो गेला, ठीक आहे, आता दुःख करत बसू नका. देव करतो ते चांगल्यासाठीच. तो आणखी जगला असता तर तुम्हालाच किती त्रास काढावा लागला असता. असो. आता जरा स्वतःकडे लक्ष द्या. हेच लोक मुलगा हयात असताना काय म्हणायचे पाहा ... तुम्ही सांभाळू शकाल हे पाहूनच देवानं त्याला तुमच्या पदरात टाकला आहे. त्याचा विनातक्रार स्वीकार करा. त्याच्या निमित्तानं तुमच्या जगण्याला एक कारण मिळालं आहे. कळतंय मी काय म्हणतोय ते?'' मोटारामनं विचारलं. गंगाबाईंच्या चेहऱ्यावरचा गोंधळ पाहून तो पुढे म्हणाला,

''मी मी आणि मी असं स्वतःचंच अवडंबर माजवून जगणं शक्य आहे का? आजूबाजूला घडणारे जन्म-मृत्यू, त्यांची दुःख याचा आपल्या जगण्याशी केवढा संबंध असतो. आई आपला मुलगा गेला या दुःखात असताना, हे सगळं दुःख माझ्याच वाट्याला का? याचंच दुःख जास्त असतं. सगळ्यांची हीच कथा असते. येता येता विचार करत होतो, बायको बेशुद्ध झाली तेव्हा तिला हॉस्पिटलमध्ये घेऊन गेलो हे खरं, पण मनात पहिला विचार काय आला होता, तिचं काही कमी-जास्त झालं तर मला जेवायला कोण घालेल? हे सत्य लक्षात आल्यावर माझं घर, माझी बायको, माझी मुलं हे सगळं नाटक संपून जातं. प्रवचनात ऐकलं होतं; पण लहान वयात काही कळत नव्हतं. ते कळण्याची शक्ती असते त्यांनाच संत म्हणत असतील.'' बोलता बोलता मोटारामचा चेहरा निर्विकार झाला होता.

''मोटाराम, तू कुठल्याही संतापेक्षा कमी नाहीयेस.'' गंगाबाई म्हणाल्या.

त्यानं ते ऐकून न ऐकल्यासारखं करत मान खाली घातली. त्याचं बोलणं आता त्यांनाच सलू लागलं. मी अवडंबर तर करत नाही ना, हा प्रश्न अचानक त्यांच्या अंगावर आला आणि त्या चपापल्या. विचार करता करता सगळं स्पष्ट होत गेलं. आपण सतत नवऱ्याची सेवा करत असतो ते आपल्या सौभाग्याकरीता. ओंडक्यासारखे एका कोपऱ्यात पडून का असेनात, नवऱ्यानं माझ्यासाठी जगलं पाहिजे, हाच 'मी' पणा. नवऱ्याच्या मागे आपण जीव देऊ, असा विचार कधीच त्यांच्या मनात आला नव्हता. मात्र पुढे कोणाच्या आधारानं जगायचं आपण, हा विचार मात्र पुन्हा पुन्हा त्रास देत होता. रखमाबाईंचा परिचय झाल्यानंतर, त्यांच्याकडे आपल्याला आधार देण्याची शक्ती आहे, हे जाणवलं आणि आपण त्यांच्याशी मैत्री केली, वाढवली. हेच ते 'मी'ला महत्त्व देणे. या आधी जे केलं आणि पुढे हातून घडेल त्यात हा 'मी' मुख्य होता आणि महत्त्वाचा असणार आहे. मोटाराम म्हणतो ते अगदी सत्य आहे. पण सगळ्यांचं आयुष्य असंच तर असतं. मी त्याला अपवाद कसा काय असू शकते? असं म्हणत त्यांनी स्वतःचं काहीसं समाधान करून घेतलं व त्या कामाला लागल्या. पण कामात नेहमीचा उत्साह नव्हता. मन दुसरीकडे

वळवण्याचा प्रयत्न करत त्यांनी मोटारामला विचारलं,

"बाळाला अंघोळ घालण्यासाठी कुठल्या तरी बाईला विचारणार होतास ना?"

आता त्यांना नवीन उत्साह आला. हे सून, नातवंड यांच्याशी संबंधित काम आहे. त्यात 'मी'चा काहीचं संबंध नाही, या विचारानं काही वेळ त्यांना बरं वाटलं. पण थोड्याच वेळात 'मी' डोकं वर काढू लागला व त्या घाबरून गेल्या. मोटाराम हो म्हणाला. तरीही त्यांची अस्वस्थता कमी होत नव्हती. स्वतःला काही तरी कामात गुंतवून घ्यायला हवं, असं म्हणताना काय करावं ते काही त्यांना सुचत नव्हतं.

रात्री सत्याचं ऑफिसातील काम आटोपण्यापूर्वीच मोटाराम बाबूरावांचं सगळं आवरून, त्यांना झोपवून निघून गेला होता. गंगाबाईचं सकाळचं बोलणं सत्याच्या डोक्यात दिवसभर घोळत होतं. त्यावर काही तरी मार्ग काढणं आवश्यक होतं. शेवटी एक मार्ग दिसून त्या संदर्भात बाबूरावांना सांगण्यासाठी तो त्यांच्याजवळ येऊन उभा राहिला. ते भिंतीकडे तोंड करून पडले होते. "बाबा, जागे आहात का?" सत्यानं हळू विचारलं. सत्याकडे पाहण्यासाठी त्यांनी मान वळवायचा प्रयत्न केला. सत्या खुर्ची ओढून त्यांच्या समोर बसला.

"बाबा, तुमचं बीपी नियंत्रणात आणायचा एक मार्ग सुचला आहे. सांगू? उद्या किंवा परवा, संध्याकाळच्या वेळी मी तुम्हाला आमच्या आश्रमात घेऊन जातो. तेथे त्या वेळी भजन, कीर्तन असे कार्यक्रम चालतात. तिथलं वातावरण तुम्हाला आवडलं तर रोज संध्याकाळी तुम्हाला तिथे घेऊन जायची व्यवस्था करता येईल. मला यायला जमणार नाही, तेव्हा दुसरा कोणी तरी घेईल तुमची काळजी. चालेल तुम्हाला?"

त्यांचे हात हातात घेऊन सत्यानं विचारलं आणि त्यांनी होकार दिला. बाबूरावांजवळ आणखी थोड्या गप्पा मारून तो बाहेर पडला तेव्हा अकरा वाजून गेले होते.

ध्यान मंदिराचा दरवाजा बंद करून वसतिगृहाकडे परतताना सत्या गप्पच होता.

"अरे, काळजी करण्यासारखं घडलंय का काही ऑफिसमध्ये?"

काकांनी विचारलं. आल्यापासून तो असाच अंतर्मुख दिसत होता. आता खरं तर दुःख, काळजी करण्याचं कारणच नव्हतं या मुलाला. मग हा अस्वस्थ का आहे? काका विचार करत होते.

"आमच्या नवीन ऑफिसच्या कामाची सुरुवात झाल्यावर दादा लाभातला मला मिळणारा वाटा वाढवून देणार आहे." त्याच्या आवाजात चिंता डोकावत होती.

“मग चांगलं आहे की. तुला त्यात काही अडचण वाटते आहे का?”

त्यांनी विचारलं. तो लगेच काही बोलला नाही. बाहेर दाट काळोख असूनही पायवाट नीट दिसत होती. आज दिवे जरा जास्तच प्रकाश देत आहेत, असं सत्याला वाटलं. रातकिड्यांची किरकीर दोघांच्या पावलांच्या आवाजालाही मागे टाकत होती.

“जास्त पैसे देऊन तो मला गप्प बसवू शकत नाही. आई-बाबांविषयीचे माझे विचार बदलणार नाहीत.” काही वेळानं तो म्हणाला.

“हे त्याला बोलला आहेस का?” काकांनी विचारलं.

“हो, तू ठरवलं असशील त्यात अडथळा होणार नाही. तुला जेव्हा वाटेल तेव्हा बाहेर पडण्याचं स्वातंत्र्य तुला असेल. असं म्हणाला तो. अर्थात, त्या दोघांना घेऊन तिथून बाहेर घेऊन पडण्यासारखा एखादा प्रसंग घडत नाही, तोपर्यंत तिथे नोकरी करण्यात काहीच अडचण नाही. नाही का?”

यावर काका म्हणाले,

“त्यांना घेऊन येण्यात फार काही अडचण नाही; पण आणून त्यांना ठेवायचं कुठे, हाच प्रश्न आहे. गेल्या वेळी मी तुला सुचवलं होतं, त्यानुसार तेथे पाठवणंच योग्य ठरेल, नाही का?”

“काका, तो प्रसंग कधी समोर येईल ते सांगता येत नाही. आता सगळं ठीक वाटत आहे, पण बाबांना सांभाळणं दिवसेंदिवस कठीण होत चाललं आहे. परवा संध्याकाळी मी त्यांना इथे घेऊन येणार आहे. तसं बोललो आहे त्यांना. तुम्हाला त्या दिवशी दुसरा काही कार्यक्रम आहे का? तुम्ही त्यांना भेटू शकाल? त्यांना इथलं वातावरण आवडलं तर रोजच त्यांना घेऊन येईन म्हणतो. तेवढीच घरात शांतता राहील.”

“हो, जरूर आण. मी राहीन त्यांच्याबरोबर.” काकांनी लगेच संमती दिली. तरीही सत्याची उदासीनता कमी होत नव्हती. तो अस्वस्थ दिसत होता.

“नेत्रा कशी आहे? आज बोलणं झालं का तिच्याशी?” काकांनी नेत्राचा विषय काढताच सत्याचा पडलेला चेहरा थोडा सावरला.

“हो, सगळं ठीक आहे. घर मोठं आहे, माणसं चांगली आहेत. घरातला यजमान सध्या परदेशात गेला आहे. त्यामुळे घरात त्याची पत्नी व नातवंड आहेत. एकूणच ती खूश दिसते आहे. दीदीला फोनवर सांगत होती, की हिचं काम त्यांना पसंत आहे.”

काकांशी बोलत असताना सत्याला दीदीचं बोलणं आठवलं. या धंद्यात असणाऱ्या बायका कामाच्या बाबतीत आळशी झालेल्या असतात, असं दीदी पाहिल्यापासूनच सांगत होती. म्हणूनच तेथील नोकरी तिला जमेल की नाही, अशी

भीती नेत्राच्या मनात होती. पण ती भीती आता विरून गेली आहे. ती मुलांचं, घरातलं सगळं व्यवस्थित सांभाळते आहे व मालकिणीला हिचं काम पसंत आहे, असं दीदी म्हणाली, तेव्हा त्याला मुळीच आश्चर्य वाटलं नव्हतं. नेत्रानं मालकिणीचं मन जिंकलं आहेच, आता मालकाचं जिंकेल तेव्हा खरं. ही तेथे जाण्यापूर्वीच मालक परदेशात गेले आहेत. आठवड्याभरात परततील, असं दीदी म्हणाली होती. एकूण काय, नेत्रानं बाहेरच्या जगाशी व त्या घराशी जुळवून घेतलं आहे, हे खरं. मुळात माणूस चांगला असेल तर समाज त्याला का नाकारेल? आणि तिनं समाजाला नाकारण्याचा प्रश्नच नाही. सगळं ठीक असेल तर पुढे एखादा चांगला मुलगा पाहून...

"काय रे सत्या, जेवण जात नाहीये का?"

काकांच्या प्रश्नानं विचारात गढलेला सत्या भानावर आला. कामाठीपुऱ्यात जाऊन आल्यापासून तो अस्वस्थ होता. मन उद्विग्न झालं होतं. मी कोण? हा प्रश्न त्याला तीव्रतेनं छळत होता. मनिषासाठी तो सत्या होता. मुन्ना कोण याची तिला कल्पना असूनही मनिषा ती ओळख दाखवू शकत नव्हती. नेत्रासाठी तो मुन्ना होता. तिला सत्याचा परिचय नव्हता. मुन्ना म्हणताच तिचे मोठे डोळे चमकू लागायचे. विशालदादा आणि इतर सगळ्यांना मुन्ना पूर्णपणे अपरिचित होता. त्यांच्यासाठी सत्या हीच त्याची ओळख होती. मुन्ना काय किंवा सत्या काय, तो म्हणजे देवानं भूमीच्या उदरातून निर्माण केलेली खास अशी गोष्ट होती. खोड, अंकुर, हिरवी पानं सारखीच होती, फरक होता तो मुळांमध्ये. त्याच्या मनात आलं. 'वेश्येचा मुलगा' हीच आपली ओळख. त्याच्याबरोबर झगडण्यात त्यानं इतकी वर्षं घालवली होती. आता तिकडे जाऊन आल्यावर मात्र त्याच शब्दांची त्याला नव्यानं ओळख झाली. की नेत्राच्या आयुष्याला नवी दिशा मिळाल्यावर त्यालाही मोकळं झाल्यासारखं वाटलं? वेश्येचा मुलगा ही ओळख घेऊनच आपण इथे आलो हे खरं; पण आता आपली मुलं इतर मुलांसारखी वाढतील. त्यांचं आयुष्य इतर मुलांसारखंच असेल. नेत्राच्या मुलांना कोणी वेश्येची पोरं म्हणणार नाही... या विचारातच सत्या खोलीकडे येत असता काका न बोलता त्याच्या मागोमाग येत होते.

त्या दिवशी सत्या खूपच अस्वस्थ होता. बऱ्याच वर्षांनंतर ट्रंकेतल्या वस्तू काढून त्याच्यावरून एकदा हात फिरवावा, अशी त्याला इच्छा झाली. तो इथे नवीन आला होता तेव्हा अनेकदा त्या वस्तू हाताळत, बघत बसत असे. त्या वेळी, सगळे झोपायाची वाट पाहत, आवाज होणार नाही याची काळजी घेत, बाहेरून येणाऱ्या दिव्याच्या प्रकाशात घाबरत घाबरत तो ट्रंक उघडायचा. पण आज ट्रंक उघडताना त्याला खूप वेगळं वाटलं. खोलीतल्या भरपूर प्रकाशात ट्रंक उघडण्याचं धैर्य होतं आज त्याच्यात. आतल्या आणि बाहेरच्या प्रकाशाला आश्रमाचा आधार होता.

खिडकीतून दिसणारं ध्यान मंदिर हे श्रद्धेचं, विश्वासाचं स्थान होतं. तरीही त्यानं खोलीतला दिवा घालवला व तो ट्रंकेतल्या वस्तू नव्यानं हातात घेऊन पाहू लागला.

देवांचे टाक, आरसा, मंगळसूत्र व कुंकवाचा करंडा. या आधी त्यानं तो कधीच उघडून पाहिला नव्हता. त्यानं हळूच झाकण उघडलं. आत गडद लाल रंगाचं कुंकू होतं. विश्वास बसत नव्हता. शिवाय काचेच्या बांगड्या, कानातले होते. त्याच्या नकळत्या वयात आई गेली होती....नाही तर नेत्रासाठी जे केलं, तसा काहीना काही मार्ग शोधून काढला असता तिच्यासाठी. त्याला गहिवरून आलं. आणखी एक वस्तू त्याच्या हाताला लागली. बाबानं दिलेलं काळं घड्याळ. त्याला चापट्या मारल्या तरी ते चालू होत नव्हतं. ते बंदच पडलं होतं व कधीही दुरुस्त होणार नव्हतं. श्वास थांबला म्हणजेच मृत्यू झाला असं नव्हे. डोळ्यांसमोरून नाहीसं होणं, आठवणीतही नसणं म्हणजेही मृत्यूच. आई-बाबा दोघंही मृत्यू पावली आहेत. आता असलेल्यांपैकी कुणालाही मरू देणार नाही. नेत्रा... बाबा... तो हळूहळू चालत खिडकीकडे गेला. ध्यान मंदिराकडे पाहिल्यावर त्याला एकदम विठूमाऊलीच्या भेटीची आस लागली.

“काका, ध्यान मंदिरात जाऊया?” त्याने विचारलं. सुमारे पाऊण तास ध्यान मंदिरात घालवून दोघेही परत फिरले. काकांच्या बाजूला झोपल्यावर दोघांनीही ‘राम कृष्ण हारी’ म्हणत डोळे मिटले. भिंतीवरच्या चित्रातल्या कुटुंबात आणखी दोघं सामील झाली होती. बाबूराव आणि गंगाबाई.

पाच

"ते दिल्लीचं काम कुठपर्यंत आलं आहे सत्या?" ऑफिसात पाऊल टाकल्या टाकल्या विशालनं विचारलं.

"अर्ध काम झालं आहे दादा. अजूनपर्यंत पाठवलेलं काम त्यांना पसंत पडलेलं आहे. कामात छोटासाही बदल किंवा सुधारणा त्यांनी सुचवलेली नाही."

ऐकून विशालला बरं वाटलं. सकाळीच त्या दिल्लीच्या कंपनीच्या साहेबानं विशालला फोन करून, कामाच्या उत्तम दर्जाचं खूपच कौतुक केलं होतं. गुणवत्तेचा हाच दर्जा राखून, दिलेल्या मुदतीच्या आधीच काम पुरं करणं गरजेचं होतं. अशा वेळी विशाल व सत्या दोघेही बसून, चर्चा करून कामाचं नियोजन करायचे व सत्या ते अमलात आणायचा. दिल्लीवाल्यानं विशालच्या कामाची प्रशंसा करून त्याला आणखी तीन कंपन्यांची कामं मिळवून दिली होती. शिवाय 'एवन मायक्रोचिप्स'ची मोठी ऑर्डरही मिळाली होतीच. ऑफिसची नवीन इमारतही पुरी होत आली होती. विशालला तर दोन मिनिटांचीही फुरसत मिळत नव्हती. क्षणा क्षणाला वेळेचं मोल वाढत होतं.

विशाल सकाळी लवकर बाहेर पडायचा तो रात्री घरी परतायचा. आधी तो नव्या ऑफिसात जायचा. बरोबर लॅपटॉप असायचाच, त्यामुळे तिथे बसून त्याचं काम चालू असायचं. त्याच बरोबर एका बाजूला नव्या इमारतीच्या कामाविषयी माहिती घेणं चालू असायचं. सत्याजवळ प्रत्यक्ष भेटून बोलायची गरज असेल तरच तो घरच्या ऑफिसमध्ये यायचा. अर्थात, असं क्वचितच घडायचं. सुलभाची चौकशीही फोनवरच करायचा तो.

सत्याचीही गडबड चालू होती; कारण इथल्या ऑफिसची पूर्ण जबाबदारी त्याच्यावर होती. त्याच्या पंधरा सहकाऱ्यांपैकी दहा-जण दिल्लीच्या प्रोजेक्टच्या कामात गुंतलेले होते तर उरलेले बाकीच्या प्रोजेक्टमध्ये. दिल्लीचं काम जास्त

महत्त्वाचं असलं तरी बाकीची कामंही रेंगाळून चालणार नव्हती. प्रत्येकाला आपल्या कामाची घाई होती. सत्यावर सतत कामाचं प्रेशर होतं. सकाळचा नाश्ताही तो डब्यात भरून आणायचा. रात्री निघायला कमीत कमी अकरा तरी व्हायचेच. आई-बाबांजवळ बसून तो निवांत गप्पा मारू शकत नव्हता, पण न चुकता त्यांना भेटून, चौकशी करूनच तो घरी जात होता. आता तीन प्रोजेक्टचं काम लवकरात लवकर पाठवायचं होतं. कामाच्या दर्जाकडे सत्या स्वतः लक्ष देत होता. अशातच दुपारच्या वेळी फोन वाजला. दीदीचा फोन होता.

"नेत्रा माझा फोन उचलत नाहीये. मी कधीपासून प्रयत्न करतेय. तुझं काही बोलणं झालं का तिच्याशी?"

"नाही. दोन दिवसांपूर्वी बोललो होतो. थांब मी फोन लावून पाहतो." पण नाही, चार-पाच वेळा लावूनही तिने फोन उचलला नव्हता. सत्यानं दीदीला तसं सांगितलं.

"तिच्या मालकिणीला फोन लावला तर तीही फोन घेत नाहीये. उद्या पुन्हा प्रयत्न करूया."

दीदीच्या या बोलण्यामुळे सत्या काळजीत पडला. नेत्रा फोन उचलतच नव्हती. कामात असली तरी मेसेज यायचा तिचा. तिच्याशी कसा संपर्क साधावा? आजारी तर नसेल? काही कळवलं का नाही हिने? रोजच्या रोज सगळं सांगत होती. आता एकदम काय झालं असेल? आता सत्याच्या मनात फक्त नेत्राचेच विचार. कामात असतानाही त्याने बऱ्याचदा फोन लावून पाहिला; पण नाही. 'नेत्रा, कामाच्या गडबडीत फोन करायला वेळ नसेल तर खुशालीचा एक मेसेज तरी पाठव.' सत्याच्या या मेसेजलाही उत्तर आलं नाही.

रात्री आश्रमात परतल्यावर सत्यानं काकांना विचारलं,

"काका, आपल्याबरोबर वारीला आलेल्यांपैकी पुण्याचं कोणी तुमच्या ओळखीचं आहे का?" सगळी हकीकत कळल्यावर काकाही काळजीत पडले.

"अरे, खूपजण आहेत. तिचा पत्ता दे. कोणाला तरी जाऊन यायला सांगतो तिथे."

काय पत्ता आहे बरं तिचा? त्यानं दीदीला फोन लावला. सत्या थकला होता, तरीही झोप लागण्याची शक्यताच नव्हती. घरातले सगळे लोक तिला बरोबर घेऊन बाहेर तर गेले नसतील? ती फोन बरोबर घ्यायला विसरली असेल तर? बॅटरी संपल्यानं फोन स्वीच ऑफ झाला असेल कदाचित. वेगवेगळे अंदाज बांधता बांधता शेवटी तो उठून बसला. फेऱ्या मारता मारता तो मध्येच नेत्राजवळ संपर्क साधण्याचा प्रयत्न करत होता. अशीच पहाट झाली. सत्याची पाठ भरून आली होती व त्या बरोबरच डोकं जड झालं होतं. ऑफिसला पोहोचल्या पोहोचल्या त्यानं दीदीला फोन

लावला. दीदीनं तिच्या ओळखीच्या माणसाला नेत्राकडे पाठवलं आहे, हे कळल्यावर तो काहीसा निश्चिंत झाला. डोकं ठणकत असलं तरीही ऑफिसच्या कामात विलंब होऊन चालणार नव्हतं. एका ग्राहकाबरोबर बोलत असतानाच नेत्राचा फोन आला. ग्राहकाची बोळवण करून त्यानं नेत्राचा फोन घेतला. बोलताना तिच्या मस्तकातली ताड ताड उडणारी शीर सत्याला जाणवत होती.

"काय झालं नेत्रा? मी सतत फोन करतोय तुला आणि तू ..."

भीती, राग, काळजी काय नव्हतं त्याच्या स्वरात. पण सत्याचं वाक्य मध्येच तोडून ती बोलू लागल्यावर तो अधीरतेनं ऐकू लागला. मधेच रागानं व त्याचबरोबर अगतिकतेनं ओरडला...

"आधी तिथून बाहेर पड नेत्रा." आपण ऑफिसमध्ये आहोत, याचंही भान त्याला नव्हतं. नेत्रा बोलू लागल्यावर तो हळूहळू शांत होत होता.

"हे सगळं दीदीच्या कानावर घातलं आहेस का?"

"दुसरं काय करणार होते?" यावर तो काही बोलला नाही; मात्र फोन झाल्यावर तो बधिर होऊन खुर्चीवर बसला. दुसऱ्याच क्षणाला फोन वाजला. विशाल तणतणत होता.

"मीटिंग अर्धवट टाकून उठलास तू सत्या? मला त्यांचा फोन आला होता."

"दादा, मला अर्धा तास वेळ हवा आहे. डोकं खूप दुखत आहे. डोळेही उघडवत नाहीयेत." सत्याच्या आवाजावरून त्याची परिस्थिती जाणवून विशाल म्हणाला,

"ठीक आहे. मी त्यांना तसं सांगतो."

सत्या टेबलावर डोकं टेकून बसला होता. नेत्राचं फोनवरचं सगळं बोलणं आठवून अस्वस्थ होत होता.

हा माणूस एक नामांकित डॉक्टर. लोक आदराने त्याच्या पाया पडत असत. परदेशातून घरी आल्यावर त्याने नेत्राची आस्थेने विचारपूस केली होती. नेत्रालाही त्यामुळे बरं वाटलं होतं; पण त्याच रात्री तो थेट नेत्राच्या खोलीत घुसला होता व तिला जबरदस्तीने मिठीत घ्यायचा प्रयत्न केला होता त्याने. जास्त गडबड केलीस तर पोलिसांत देईन. मग जेलमध्ये सडत बसशील, अशी धमकीही दिली त्याने.

दुसऱ्या दिवशी, "तू कामाठीपुऱ्याहून आली आहेस, हे कळल्यापासून मी तुझी वाट पाहत होतो. दिवसाला आठ-दहा गिऱ्हाइकं करण्याचा अनुभव आहे तुला, एक संधी मलाही देऊन बघ." असं म्हणून तो जवळ येऊ लागताच त्याला ढकलून देऊन ती खाली उतरली होती. सांधेदुखीने त्रस्त असलेल्या मालकिणीने तिच्या सगळ्या तक्रारी ऐकून कानावर हात ठेवले होते व 'तुला वरच झोपावं लागेल. हळूहळू सवय होईल तुला. असा सल्ला दिला होता. समोर दुसरा पर्याय

नसल्याने नेत्राने दीदीला फोन केला होता.

"काही दिवस शांत राहा. सगळं नीट होईल."

"काही दिवस शांत राहा. सगळं नीट होईल." असं दीदीनं नेत्राला सांगितलं. तिने असं का सांगितलं असेल? असं मनात येऊन सत्यानं लगेच दीदीला फोन केला. तो काही विचारायच्या आतच दीदी म्हणाली, "तिच्याजवळ आत्ताच बोलले आहे. तिनं त्याच्यावर हात उचलला त्यामुळे तो संतापला असणार. हिने तडकाफडकी घर सोडलं, तर तो हिच्यावर चोरीचा आळ घेऊ शकतो. घरकाम करणाऱ्यांची तपशीलवार माहिती हल्ली पोलीस ठाण्यात द्यावी लागते. त्यामुळे हिची माहिती पोलिसांकडे असणारच. तो नामांकित व्यक्ती आणि हिची पार्श्वभूमी अशी. एकदा का प्रकरण पोलिसांकडे गेलं, की सगळं संपलंच. माझी सगळी मेहनत पाण्यात जाईल."

"तू म्हणतेस ते खरं आहे; पण तो पुन्हा तिच्या भानगडीत पडला तर तिनं काय करावं?"

"माझ्या अंदाजानं पुन्हा असं होणार नाही. तिनं त्याचा चांगलाच अपमान केला आहे. असाच विरोध करत राहिली तर तो गप्प बसेल किंवा तिला रागानं कामावरून काढून टाकील. तसं झालं तर चांगलंच होईल. त्याच्या आतच मी तिची दुसरी व्यवस्था करते. तोपर्यंत कळ काढ, असं सांगितलं आहे तिला. तिनंही कबूल केलं आहे."

दीदी असं म्हणाली खरं, पण सत्याला कळत नव्हतं, की ती तिथे कसं काय निभावून नेईल? तिनं तर सांगितलं होतं, की म्हाताऱ्याने खोलीची आतली कडी तोडून टाकली आहे. आल्या दिवशी तो वाईट वागला हे खरं आहे, पण मी नाही घाबरत त्याला. तू काळजी करू नकोस माझी... असं नेत्रा म्हणाली होती.

सत्याला सगळ्या गोष्टी अजब वाटू लागल्या होत्या. त्याला भेटायला अधीर झालेल्या मनिषाजवळ सगळं सविस्तर बोलून सत्या कामाला लागला, पण त्याचं कामात लक्ष लागत नव्हतं. मीटिंग चालू असताना काही मुद्दे त्याला आठवतच नव्हते. शेवटी मेल करतो, असं सांगून त्यांची क्षमा मागून तो उठला. काकांना भेटावं असं तीव्रतेनं वाटून त्यानं काकांना फोन केला. तो आश्रमात पोहोचला तेव्हा काका त्याची वाटच पाहत होते. आवडत्या झाडाच्या बुंध्याशी बसून त्यानं काकांना सगळं तपशीलवार कथन केलं. हे ऐकून काका काहीसे विचारात पडलेले दिसले.

"तो एक प्रतिष्ठित व्यक्ती आहे. त्याबरोबरच आपल्या आश्रमाचंही नाव आहेच. त्यानं आश्रमाच्या नावानं तक्रार केली तर तिचा भूतकाळ, आपला तिला असलेला पाठिंबा या सगळ्याची बातमी केली जाईल. माझं म्हणणं पटतंय ना? एकूण परिस्थिती पाहता सगळं काट्यांवर कपडे वाळत घालण्यासारखं आहे."

काकांच्या बोलण्यातून त्याला या बाबतीतल्या अजूनपर्यंत विचारात न घेतलेल्या बाजू दिसू लागल्या. ...दीदी काय म्हणत होती, त्याचा पुन्हा विचार करू या. सगळं तिनं ठरवलेलं असताना आपण मध्ये पडणं चुकीचं ठरेल. काही मदत हवी असेल तर तिनं सांगावं, आपण तयारच आहोत... काकांच्या ठाम बोलण्यामुळे तो काहीसा निराश झाला; पण समोर दुसरा पर्यायच नव्हता.

"काका, तसही नेत्रानं ते घर सोडलं तरी तिच्या राहण्याचा प्रश्न येणार नाही. कारण मनिषा तिच्या खोलीत तिच्या सोबत नेत्राला ठेवायला तयार आहे." पण सत्याच्या बोलण्याकडे काकांचं लक्षच नव्हतं.

सत्यानं नेत्राला पुन्हा फोन केला, तेव्हा ती हळू आवाजात बोलू लागली.

"म्हातारा आज रात्री घरी येणार आहे वाटतं. पुन्हा माझ्या अंगचटीला आला तर पळायचं सोडच, पण उभाही राहू शकणार नाही, अशी अवस्था करून टाकीन. मग मला जेलमध्ये जावं लागलं तरी हरकत नाही." त्याला धडा शिकवायचा हे तिनं ठरवलेलंच दिसत होतं.

"नेत्रा, दीदीने सांगितलं आहे ना? आवेशात काही तरी करू नको. सरळ मालकिणीकडे जा व तिला सगळं सांगून टाक. तीच तुझ्या बाजूनं उभी राहील. मला लगेच फोन कर, मी तसाच निघतो. तोपर्यंत मालकिणीच्या खोलीत राहा. यापेक्षा वेगळं काहीही करू नकोस."

यावर ती हो म्हणाली खरं, पण ती आपलं म्हणणं ऐकेलच, असा भरवसा सत्याला वाटत नव्हता. तिच्या फटक्यानं म्हातारा बेशुद्ध पडेल की वर निघून जाईल सांगता येणार नाही. तो एकेक अंदाज बांधत होता तसतशी त्याची भीती वाढत होती व तो परत परत नेत्राला फोन करत होता. अखेर नेत्रा त्याला म्हणाली,

"पुरुषांच्या बाबतीत तुझ्यापेक्षा मला चांगलं कळतं. तू अजिबात घाबरू नकोस आणि आता शांत बस."

ऑफिसात पोहोचून सत्यानं कामाला सुरुवात केली. सर्किट बोर्ड बनवण्याचं तेच ते अर्थहीन काम. त्यातील वीजप्रवाहाच्या गतीचा चांगला अभ्यास हवा, त्याविषयी काटेकोर माहिती हवी. विजेचा वेग आवश्यकतेपेक्षा जास्त झाल्यास त्याला कसा आटोक्यात आणायचा आणि समतोल कसा साधायचा, याचं ज्ञान हवं. नाहीतर अख्खा सर्किट बोर्ड भस्मसात व्हायची शक्यता. मशिनरीमध्ये आवश्यक अशी क्षमता असेल तरच वीज प्रवाहावर ऑटोमॅटिकली नियंत्रण ठेवणं शक्य होणार. सत्या एकेका बोर्डची फाइल हाता वेगळी करत होता.

रात्री दहाच्या सुमारास विशाल ऑफिसला आला तेव्हा सत्या कॉम्प्युटर समोर बसलेला होता; पण त्याचे डोळे निस्तेज वाटत होते व चेहराही उतरला होता.

"सत्या, तुला बरं वाटत नाहीये का?"

त्याच्या बाजूला बसत विशालनं विचारलं. तो ठीक आहे म्हणाला, तरी विशालला ते खरं वाटलं नाही.

''काही मदत हवी असेल तर निःसंकोचपणे सांग. मी आहे.''

सत्यानं मान हलवली. जास्त सलगी नसल्यानं, पुढे काय बोलावं ते न कळून विशाल तेथून निघून गेला. लगेचच सत्याही बाहेर पडला. रस्त्यात गाडी थोडावेळ थांबवावी, असं वाटत असताना मागचा अनुभव आठवून त्याला भीती वाटली व त्यानं सरळ आश्रम गाठला. तो जेवणघरात गेला तेव्हा अकरा वाजले होते.

नेत्राकडून काहीच फोन नव्हता. मग त्यानंच नेत्राला फोन लावला.

''म्हातारा घरी आला आहे; पण अजून इथे आला नाहीये. त्याचीच वाट पाहत आहे.''

''काही लागलं तर लगेच फोन कर. मी जागाच आहे.''

सत्या अस्वस्थ होता. डोळ्यासमोर वेगवेगळी चित्रं येत होती. चाळीतले दिवस, समोर बसवून अभ्यास घेणारी दीदी, मोठ्या डोळ्यांनी त्यांच्याकडे पाहणारी नेत्रा. अभ्यासाला बस असं सांगणाऱ्या दीदीचं व मावशीचं न ऐकता त्यांच्या आजूबाजूलाच हुंदडणारी वैशाली. वाऱ्यानं तिचा घोळदार परकर उडत होता. वाऱ्यानं उडता उडता तिचा परकर सत्याच्या चेहऱ्यावर येत होता. त्याला तो पकडून बाजूलाही करता येत नव्हता. शेवटी श्वास गुदमरून तो जोराने ओरडला असता नेत्राच्या डोळ्यांतून ठिणग्या उडत होत्या. त्या ठिणग्यांमुळे वैशालीच्या परकरानं पेट घेतला व ती ओरडू लागली, ''अय्यय्यो, वाचव, वाचवा.'' आग.... सगळीकडे भयंकर उष्णता भरून राहिली होती. होरपळवणारी आग. ''आग आग'' सत्या ओरडला. काकांनी उठून पंखा लावला. सत्यानं घाबरून डोळे उघडले व आजूबाजूला पाहून तो थोडा शांत झाला. ''बारा वाजले आहेत.'' काका म्हणाले. त्यानं फोनकडे नजर टाकली. तिचा फोन किंवा मेसेज आलेला नव्हता. त्यानं लगेच फोन केला तेव्हा ती म्हणाली,

''अजून तो आला नाही. आल्यावर फोन करते. तू झोप.''

तरीही सत्याला झोप येत नव्हती. 'जय जय रामकृष्ण हरी' हा बीजमंत्र म्हणून झाला तरी झोपेचा पत्ता नव्हता. शेवटी त्यानं मोबाइलमधले अभंग ऐकायला सुरुवात केली. काही वेळानं त्यानं इच्छा नसतानाही डोळे मिटून घेतले. मध्येच दचकून जाग आली आणि डोळे उघडणार; इतक्यात फोनची बेल वाजली. त्यानं घाबरत हल्लो म्हटलं.

''मुन्ना, दीदी म्हणत होती ते बरोबर होतं. तो आता माझ्या भानगडीत पडणार नाही असं वाटतंय. आत्ताच कार घेऊन बाहेर पडला आहे. बहुतेक इमर्जन्सी केस असावी. तू काळजी करू नकोस. मी पण आता झोपते.'' तिच्या आवाजात

सुटकेचा भाव होता.

त्यालाही आता मोकळं वाटलं. त्यानं डोळे मिटले तेव्हा साडेचार वाजले होते. त्याच्या फोनवर वाजणारा अलार्म काकांनी लगेच बंद केला. सत्या उठला तेव्हा सात वाजायला आले होते. त्याला नाश्त्यासाठी बोलवायला आलेल्या काकांना सत्या रागावून म्हणाला,

"काका, मला उठवलं का नाही?"

"आजचं भजन चुकलं म्हणून काही मोठा प्रमाद घडलेला नाही; पण झोप झाली नाही तर त्याचा परिणाम ऑफिसच्या कामावर होईल, ते ठीक नाही. लवकर बाहेर पड आणि जास्तीची दोन कामं उरक. विठू माउलीला धन्यता वाटेल." हसत हसत काका म्हणाले. दुपारी नेत्राचा फोन आला.

"तो नाश्त्याच्या वेळेला परत आला. काही घडलंच नाही असं वागत आहे. थोडं फार बोलला. मी इथेच राहायचं म्हणते आहे. ठीक आहे ना?"

"ठीक आहे; पण रात्री थोडी सावध राहा. दीदीला कळवलं आहेस ना?"

"हो. लवकरात लवकर दुसरीकडे व्यवस्था करते, असं म्हणाली आहे ती." आता सत्यानं निश्चिंतपणे कामाला सुरुवात केली. तरी विचार चालू होतेच. ती व्यक्ती अपमानित झालेली असणार... किंवा नसेलही. तीस-बत्तीस वर्षांची बाई तिच्या मनाविरुद्ध आपल्या हाती लागणार नाही, हे समोरच्या व्यक्तीनं लक्षात घ्यायला हवं. ही जाणीव जागृत असेपर्यंत तो हिच्या भानगडीत पडणार नाही आणि ती जाणीव जागृत ठेवण्यासाठी लागणारं धैर्य नेत्राजवळ नक्कीच आहे. ईश्वरा, तिचं सगळं नीट मार्गी लागू दे... संध्याकाळी त्यानं दीदीला फोन लावला.

"मी म्हटलं होतं ना, जरा सबुरीनं घेतलं तर सगळं आपोआप ठीक होईल. उगाच बोभाटा करून आयुष्य कसं निभणार? समाजात बरेच लोक असतात असे." दीदी निर्णायक स्वरात बोलल्यावर सत्यानं बोलणं वाढवलं नाही.

"सत्या तुला खरं सांगू? मला न सांगता ती पळून जाईल, अशी भीती वाटत होती मला; पण पोलिसांचं नाव घेतल्यावर गप्प झाली. खाकी वर्दीला खूप घाबरते ती."

सत्याच्या मनात नेत्राविषयी सहानुभूती दाटून आली. त्या रात्री त्यानं नेत्राला तीन-चार वेळा फोन केला. आता काळजीचं कारण उरलं नव्हतं. दोन दिवसांनंतर सत्याची मन:स्थिती पूर्वपदावर आली.

अध्याय १०

एक

"रोज येऊन जायचा परिपाठ चुकवताय हल्ली. चार-पाच दिवसांनी दिसताय." गंगाबाई स्वयंपाकघराच्या उंबरठ्यात उभ्या असताना नाश्त्याच्या प्लेट भरता भरता रखमाबाई म्हणाल्या.

"होय. सुनेचे दिवस भरत आले आहेत ना? हल्ली पोटात दुखतं म्हणत असते. बाळंतपण अगदी जवळ आलंय. दोनदा बाहेर पडायची तयारी केली होती; पण आयत्या वेळी बेत रद्द केला.

"या, माझ्याबरोबर नाश्ता करा तुम्हीसुद्धा." रखमाबाई आग्रह करत असताना त्यांनी नम्रतेनं नकार दिला. "चला बाहेर बसूया." असं म्हणत दोघी बाहेर पडल्या.

"आत्माराम महाराजांच्या आश्रमात गेला होतात ना? कसं वाटलं तिथं?"

दगडी बेंचवर गंगाबाईंच्या शेजारी बसत रखमाबाईंनी विचारलं. तेथील चित्र डोळ्यांसमोर आणत गंगाबाई म्हणाल्या,

"खूप छान! गाडीतून उतरताच तेथील एक सेवक येऊन यांना व्हील चेअरवर बसवून आत घेऊन गेला. आमच्याकडे नोकरी करणारा तो मुलगा तिथलाच आहे वाटतं. त्यानं आधीच सगळी व्यवस्था करून ठेवली होती. आश्रमाचे मुख्य... हरिकाका म्हणतात ना त्यांना, ते आमच्या यांच्याबरोबर गप्पा मारत बसले होते बराच वेळ. इथल्या दोन तासांत त्यांनी तुम्हाला एकदाही हाक मारली नाही. जणू काही वेगळ्याच दुनियेत गुंग होते ते.... असं गाडीत चढताना हरिकाका सांगत होते. मी तर यांना जवळ जवळ दोन तासांनी, घरी जायच्या वेळी पाहिलं." गंगाबाई न थांबता पुढे बोलू लागल्या,

"सगळ्यांना मुक्त प्रवेश आहे तेथे. तुम्ही सुद्धा या एकदा. एकत्रच जाऊ आपण. मोठमोठ्या वृक्षांच्या राईत आहे ध्यान मंदिर. वातावरण एकदम शिस्तीचं. त्याशिवाय का इतकं शांत वाटतं तिथं? भजनाच्या वेळी शेकडो भक्त जमतात

म्हणे तिथं. आम्ही गेलो तेव्हाही खूप लोक होते. परत येताना मन ताजंतवानं झालेलं होतं. त्या दिवशी गोळ्या घेतल्याशिवायच यांना गाढ झोप लागली. मला रोज जाणं शक्य होणार नाही; पण यांना आठवड्यातून चारदा तरी तिथं पाठवायचंच असं ठरवलं आहे.'' एका दमात सगळं सांगून गंगाबाई आश्रमाच्या आठवणीत हरवून गेल्या.

''हो, खरंच एकदा जायला पाहिजे.'' रखमाबाई स्वतःशीच म्हणाल्या.

''गोगट्यांची नात शुद्धीवर आली का हो?'' गंगाबाईंना एकदम आठवलं.

''हो आली शुद्धीवर. अजून उठून हिंडत फिरत नाही; पण बरी आहे आता.''

काही वेळ थांबून गंभीर चेहऱ्यानं रखमाबाई म्हणाल्या, ''मी मुलाच्या बाबतीत एक निर्णय घेतला आहे. यांचं पेन्शन मिळतं ना मला, त्यासाठीच तर मी त्याच्याजवळ राहावं, यासाठी सतत तगादा लावत असतो तो. ते पेन्शन मी मुलाला द्यायचं ठरवलं आहे. म्हणजे त्याचा आग्रह थांबेल. घराच्या भाड्याचं उत्पन्न मिळतं ते तसंही मी आश्रमालाच देते. बँकेतील ठेवी व त्यावरील व्याज हे माझ्या निर्वाहासाठी होईल. पुढे कधी आजारपणात वगैरे लागलेच तर पुरेसे होतील एवढे आहेत पैसे. माझ्यानंतर उरलेल्या पैशातला एक भाग आश्रमाला आणि बाकीचे पैसे मुलाला जातील, असं लिहून ठेवणार आहे आणि घर मुलाच्या नावावर करून टाकणार आहे. विल करण्यासाठी आजच वकिलाला बोलावलं आहे.''

त्यांच्या बोलण्यातला तपशील कळायला वेळ लागला, तरी गंगाबाईंनी एक खूणगाठ मनाशी बांधली, की रखमाबाई काही आश्रम सोडून जात नाहीत. काही वेळाने त्यांनी विचारलं,

''मुलाला याची कल्पना दिली आहे का? त्याचं काय म्हणणं आहे?''

''दर महिन्याला येऊन पैसे घेऊन जा, हे माझं सांगणं कबूल केलंय त्यानं. बाकीचं विल केल्यावरच सांगेन. त्याचा विरोध असण्याचं कारणच नाही. पेन्शनचे मिळणारे पैसे मी त्याला देईन, याचा त्यानं कदाचित कधी विचारही केला नसेल. पण त्याला जन्म देऊन वाढवलंय, ही माझीच चूक आहे ना. शिवाय नातू...'' त्यांना पुढे बोलवत नव्हतं.

गंगाबाई सुद्धा उगाच काहीबाही विचारत बसल्या नाहीत. त्यांना शांत करणं शक्य नसलं तरी विषय बदलत गंगाबाई म्हणाल्या,

''आता सुनेचं बाळंतपण होईपर्यंत यायला जमेल असं वाटत नाही. तरी फोनवर बोलणं होईलच आपलं.''

''ठीक आहे. नातवंड घरात आल्यावर तरी कटकटी थांबून घरात शांतता, समाधान येऊ दे.''

रखमाबाईंनी प्रामाणिकपणे व मनापासून दिलेल्या आशीर्वादानं गंगाबाईंना

भरून आलं. त्यांनाही हेच हवं होतं. सगळ्यात महत्त्वाचं म्हणजे नवऱ्याचा आरडाओरडा थांबायला हवा होता. घर सोडण्याची इच्छा नव्हतीच त्यांची; पण परिस्थिती आणखी बिघडली तर मात्र.... सगळ्याची तयारी ठेवायला हवी. मैत्रिणीलाही कल्पना असावी म्हणून त्या सांगू लागल्या,

"भविष्यात आमच्यावर इथे येऊन राहण्याची वेळ येऊ शकते. तसं झालंच तर कोणाला भेटावं लागेल? इथे प्रवेश घेण्याकरीता काय काय करावं लागेल, हे सगळं तुम्ही सांगायचं बरं. माहेरून मिळालेले थोडे पैसे आहेत. ते आश्रमालाच देऊन टाकीन....." बोलताना त्यांना गहिवरून आलं होतं.

"त्याबद्दल तुम्ही अजिबात काळजी करू नका. ती सगळी जबाबदारी माझी. तुम्ही शांतपणे तुमच्या कामाला लागा,"

असं म्हणत त्यांनी हातातला चमचा बाजूला ठेवून, गंगाबाईंचा हात आपल्या हातात घेतला. गंगाबाईंच्या तोंडून शब्द फुटत नव्हते. नजरेनं कृतज्ञता व्यक्त करणंही जमत नव्हतं त्यांना.

"मी तुम्हाला नंतर फोन करते." असं कसबसं म्हणून त्या उठल्या व रिक्षा न करता त्यांनी चालायला सुरुवात केली.

गेल्या दोन मिनिटांत, सांगता येणार नाही अशा वेगवेगळ्या भावना मनात अंकुरल्या होत्या. एखादा साक्षात्कार व्हावा तसं. त्या दाटून आलेल्या भावनांमधील हे दुःख, हे समाधान, ही उद्विग्नता, हा अलिप्तपणा असं वेगळं करणं अशक्य होऊन शेवटी सगळ्याच भावना वितळून त्यातील काही अश्रूंच्या रूपात, तर काही स्वेदाच्या रूपात वाहू लागल्या. पुढील रस्ता दिसेनासा होण्याइतकी नजर धूसर झाली. थोडावेळ थांबून त्यांनी पदराने डोळे, चेहरा, मान पुसून घेतली आणि असहाय्य वाटत असूनही, धीर सोडायचा नाही, असं मनाला बजावत, त्या पुन्हा चालू लागल्या. रस्त्यातल्या संगमरवरी बंगल्यासमोर आल्यावर कुतूहलानं बंगला न्याहाळत त्या क्षणभर थांबल्या. तेथील दुःखाचे, निराशेचे काळे ढग विरून जाऊन तेथे समाधानाचे, शांततेचे निळे ढग विहरताना दिसू देत, अशी मनोमन इच्छा करत त्या बंगल्याच्या गेटजवळ आल्या. आपल्या समस्येवरचा उपाय या बंगल्याच्या चार भिंतीतच आहे, असं वाटून पुढे पाऊल टाकणार, इतक्यात त्यांना पाहून बंगल्याचा रखवालदार धावत पुढे आला.

"अम्मा, काय हवं आहे? कोणाला भेटायचं आहे?"

"या घरातली माणसं कुठे आहेत? थोडं बोलायचं होतं." त्या दम टाकत म्हणाल्या.

"ते सगळे फॉरेन टूरवर गेले आहेत. आत्ता घरात कोणीच नाही." रखवालदारानं सांगितलं.

"अरे, गेल्या आठवड्यातच घरातला मुलगा गेला ना त्यांच्या?" गंगाबाईंनी कळवळून विचारलं.

"होय, तो होता तोपर्यंत आईला कुठेही हलू द्यायचा नाही. नुसता जीव खात होता त्यांचा. खूप त्रास द्यायचा. त्यांना अगदी पुरेसं झालं होतं. म्हणूनच आता निवांतपणे फिरायला गेल्या आहेत. महिनाभरात परत येतील. कदाचित जास्त दिवसही लागतील त्यांना यायला." हे ऐकून गंगाबाईंचं तोंडच बंद झालं. त्या परत निघाल्यावर, रखवालदार सहानुभूती दाखवत त्यांना म्हणाला,

"काही कामाचं बोलायचं होतं का? एका महिन्यानंतर या. आई आल्या असतील तर भेटतील तुम्हाला."

चालता चालता गंगाबाई विचार करत होत्या. वर्षानुवर्षे या घरावर फिरत असलेले काळे ढग एका आठवड्यात नाहीसे झाले, या गोष्टीचा आपल्याला आनंद का होत नाहीये? हा प्रश्न समोर उभा राहून त्यांना टपली मारत होता. त्याचं उत्तर शोधताना, 'मी मी..' असं छाती बडवत बसणं, हे उत्तर दिसू लागलं आणि हेच सत्य आहे, याला दुसरं कोणीही जबाबदार नाही हे ठामपणे त्यांना जाणवलं. घरी पोहोचेपर्यंत त्या थकून गेल्या. चालल्यामुळे दमायला झालं आहे का? की निघालो तेव्हाच थकवा होता? त्या आठवण्याचा प्रयत्न करू लागल्या. हो, आश्रमातून निघतानाच अंग थोडं मोडून आलं होतं. पण आता जरा जास्तच त्रास होतोय, त्यांना जाणवलं.

"मोटाराम, सगळी व्यवस्था झालेली आहे. आता आपण हवं तेव्हा इथून बाहेर पडू शकतो." जेवणाची थाळी हातात देत गंगाबाई त्याला म्हणाल्या. आधी त्याच्या काही लक्षातच आलं नाही; पण नंतर मात्र तो अस्वस्थ झाला. इतक्या दिवसांतली त्याच्या मनातली शांतता अचानक ढवळली गेली होती.

"वैनीबाय, तुम्हाला मी आश्रमाची ओळख करून दिली. कशाकरिता? तर तुमच्यापेक्षाही अडचणीत असलेले लोक पाहून तुमचं धैर्य वाढावं म्हणून. पण उलटच होतंय. आता तुम्हाला रखमाबाई जवळच्या वाटू लागल्या...."

"मोटाराम, मी स्वतःहून बाहेर पडणार नाहीये. विशालनं आमच्यावर तशी वेळ आणली तर कुठे तरी आसरा हवा की नको?" तेवढ्याकरीताच हा विचार केला आहे." आता गंगाबाईंचं डोकंही दुखू लागलं होतं.

"तशी वेळ नाही येणार वैनी. तरीही काही ठरवण्यापूर्वी एकदा सत्यअण्णाच्या कानावर घाला. रखमाबाई एकटी बाई आहे; पण तुमच्यासमोरचे प्रश्न वेगळे आहेत."

मोटारामचं बोलणं ऐकून त्या करवादल्या. आता तू कशाला प्रवचन द्यायला लागला आहेस, असं त्याला विचारावं असं वाटलं त्यांना. पण त्यांच्या अंगात बोलायची शक्तीच नव्हती. क्षणाक्षणाला त्यांच्या अंगातला ताप वाढत होता.

विशाल अजून जेवला नव्हता. काल आणलेलं प्लायवूड कमी पडलं होतं व मिस्त्रीला दुकानात बोलावून, त्याच्या गरजेनुसार आणखी प्लायवूड खरेदी करण्याकरीता तो दुकानात गेला होता. माल घेऊन तो लॉरीत भरत असतानाच सुलभाचा फोन आला. ''काय झालं चुटकी?'' विशालनं घाबरून विचारलं.

''मला काही झालं नाहीये; पण आई तापानं फणफणल्या आहेत, असं सत्या सांगत होता. त्यानेच आईंना पेज भरवून औषध दिलं आहे. बाबांनाही जेवायला दिलं त्यानं. माझ्या अशा स्थितीत मी त्यांच्याजवळ जाऊ शकत नाहीये. डॉक्टरांना बोलावलं आहे. तुम्ही लवकर घरी या.'' सुलभा व्याकूळ होऊन बोलत होती.

''हो. सामानाची व्यवस्था लावतो आणि तासाभरात घरी येतो.''

असं सांगून तो कामं उरकायच्या मागे लागला. तरी त्याला घरी येईपर्यंत तास, दीड तास गेलाच.

दरवाजा हळूच ढकलून विशाल आत आला. ओसरीवर सुलभा डोळे मिटून, सोफ्यावर मागे रेलून बसली होती. पावलांचा आवाज न करता तो घाईघाईत बाबूरावांच्या खोलीत शिरला. तेथेच जमिनीवर टाकलेल्या चटईवर, आई पाय मुडपून झोपली होती. तापामुळे तिचा चेहरा लालसर झाला होता. शुष्क झालेली त्वचा, गोंदाने चिकटवल्यासारख्या दिसणाऱ्या डोळ्यांच्या पापण्या. किंचित विलग झालेले ओठ. झोपेपेक्षाही गहन अशा कुठल्या तरी विचारात ती बुडून गेली आहे, असं वाटत होतं तिच्याकडे पाहून. आईला इतक्या निश्चल स्थितीत कधी पाहिलेलं त्याला आठवत नव्हतं. त्याच्या मनात एकदम भीती दाटून आली. ही उठलीच नाही, असं झालं तर? नाही. मुळीच नाही. असं नाही होणार. घराचं चैतन्य असलेली, सगळं घर सांभाळणारी व्यक्ती अशी झोपलेली असते तेव्हा अख्खं घर स्तब्ध होऊन जातं. 'गृहिणी' या शब्दाच्या मागे दडलेल्या किती भूमिका निभावत होती ती. तिनं तिचं काम थांबवलं तर सगळंच संपेल. आमच्या बुद्धीला गंज चढेल. असंच घडलं तर? नाही. असं होता कामा नये. तिला अजूनपर्यंतच्या घटना टोचत असणार, सलत असणार हे खरं असलं, तरी तिनं उठायलाच पाहिजे, असं त्याला तीव्रतेनं वाटू लागलं.

''विशाल, बाहेर ये आधी.''

सुलभाचा आवाज ऐकून तो मागे वळला. त्याच वेळी उजवीकडे पलंगावर झोपलेला आईचा नवरा त्याला दिसला. गाढ झोपेत होता. झोपताना तोंड उघडच असायचं. सतत घोरण्याचा आवाज येत असायचा. या अशा आवाजात आईला कशी झोप लागत असेल? जागे असतात तेव्हा आवाज असतोच; पण झोपल्यावरही त्यातून सुटका नव्हती. हा माणूस आयुष्यभर आवाज करत सगळ्यांच्या झोपा मोडत आहे. आताही तिला झोपू देत नाहीये. हा कसला हट्ट? कुणी दिला हा

अधिकार यांना? असं म्हणत रागारागानं उजव्या हाताचा चंबू करत त्यांचं तोंड बंद करायच्या हेतूने विशाल बाबूरावांकडे वळला, इतक्यात सुलभा दातओठ खात किंचाळली, "विशाल..." आणि तो हळूहळू खोलीबाहेर पडला.

"कृपा करून तू असं काही तरी करू नकोस. मला खूप भीती वाटते रे."

असं म्हणत सुलभा विशालला बिलगली. तिच्या डोळ्यांत पाणी होतं. तिला कसं समजवावं हे न कळून तो तिच्या पाठीवर हात फिरवत राहिला. विशालनं विचारल्यावर,

"डॉक्टर आपटे येऊन गेले. त्यांनी सांगितलेली औषधं सत्यानं आणून ठेवली आहेत. पण त्यांची काळजी घ्यायला कोणी नाही, असं म्हटल्यावर ते एका नर्सला पाठवणार आहेत, आई पूर्णपणे बरी होईपर्यंत नर्सला इथे राहावं लागेल. जेवणाची व्यवस्था सत्या त्याच्या आश्रमातून करणार आहे." असं सगळं सविस्तर सांगून टाकलं.

"ताप वाढला आणि आई झोपल्या तर बाबांनी किती आरडाओरडा करायला सुरुवात केली माहीत आहे? तरी सत्यानं त्यांना समजावण्याचा खूप प्रयत्न केला. त्यांना शांत करून गोळ्या घ्यायला लावल्या त्याने. उठल्यापासून ते कोणाची वाट पाहत आहेत नकळे. तू सत्याला रात्री इथेच राहायला सांग. त्यांना सांभाळणं कठीण जातं तुला. मग चिडतोस, खूप संतापतोस. मला नाही बघवत..." असं म्हणत सुलभा हुंदके देत रडू लागली.

"सत्या ऑफिसमध्ये आहे ना?" त्यानं विचारलं.

"हो, त्याला तर किती कामं आहेत. ऑफिसमधील व घरातलीही." सुलभा म्हणाली.

सोफ्यावर बसून विशाल विचार करू लागला. बायकोचं बाळंतपण एका आठवड्यावर आलं आहे. त्याच्या आत जर आईला बरं वाटलं नाही तर काय करायचं? अगतिक होऊन त्यानं आई झोपलेल्या खोलीकडे नजर टाकली.

"आता मुळीच ताप नाहीये. असं म्हणाले डॉक्टर." त्याची अस्वस्थता जाणवून सुलभा जड आवाजात म्हणाली.

"मला तुझी काळजी वाटते आहे गं चुटकी. घरातली कामं काय कोणाकडूनही करून घेता येतील."

असं म्हणत त्यानं उसासा टाकला; इतक्यात तिचा फोन वाजला. आईचा होता वाटतं. सुलभा सासूच्या आजारपणाबद्दल बोलत होती. तिची आई काही तरी उपाय सांगत होती वाटतं. "ठीक आहे." असं म्हणत तिनं फोन ठेवला व लगेच दुसऱ्या कुणाला तरी फोन लावला. "मी हॉस्पिटलमध्ये गेल्या गेल्या माझा नवरा तुम्हाला फोन करील; पण त्या आधी तुम्ही एकदा इकडे येऊन भेटून गेलात तर बरं होईल.

घर बघणंही होईल.'' एवढं बोलून तिनं सुटकेचा नि:श्वास टाकला.

''सहा महिन्यांपूर्वी मामींची धाकटी मुलगी बाळंतीण होती ना, नेमक्या त्याच वेळी पडल्यामुळे मामींचा हात मोडला होता. त्या वेळी सोलापूरची एक बाई पुण्याला त्यांच्या घरी येऊन राहिली होती बाळंतिणीचं व घरातलं करायला. चांगली बाई आहे. आताही पंधरा-वीस दिवस येऊ शकेल ती, असं आई म्हणत होती. म्हणून लगेच नंबर घेतला व फोन केला.''

विशालला हे ऐकून बरं वाटलं व त्यानं कौतुकानं सुलभाकडे पाहिलं. अशा प्रसंगी गडबडून न जाता, काही तरी मार्ग शोधण्याचा तिचा स्वभाव त्याला काही नवीन नव्हता. तरी प्रत्येक वेळी त्याला तिच्याबद्दल जास्तच अभिमान वाटायचा.

''सत्याला कामाचं भयंकर प्रेशर आहे. तो रात्री इथे आला तर त्याची झोप होणार नाही. मला त्याला इथे घरात गुंतवायचं नाहीये. झोपेच्या गोळ्या बाबांना जबरदस्तीनं द्याव्या लागतील. आज संध्याकाळी डॉक्टरांजवळ सविस्तर बोलतो.' विशाल सुलभाला म्हणाला.

रात्रीचे साडेआठ वाजले होते. सुलभा झोपून गेली होती. सत्या अजून ऑफिसातच कामात व्यग्र होता. डॉक्टरांच्या प्रतीक्षेत असलेला विशाल अधून मधून आईच्या खोलीकडे चक्कर टाकत होता. डॉक्टरांच्या सूचनेनुसार त्याने आईला सक्तीने उठवून, थोडी पेज देऊन गोळ्या घ्यायला लावल्या होत्या. डोळे उघडवत नसताना बिचाऱ्या गंगाबाई विनातक्रार मुलाचं ऐकत होत्या. त्यानं ताप पाहिला तर १०२ डिग्री होता. दुपारपासून असाच होता ताप. गंगाबाई झोपायच्या वेळी बाबूराव जागे होऊन दोनदा ओरडले; पण तिथेच असलेला मोटाराम धावत आला. त्यानं त्यांना शांत करून, खुर्चीत बसवून, थोडं खायला घालून पाणी पाजलं, पण त्यांनी खाल्लेलं सगळं ओकून टाकलं. नेहमी शांत असणारा मोटारामही वैतागला व त्यांना म्हणाला, ''मालकांनू, असं का करता हो?'' खुर्चीपासून सगळं स्वच्छ केल्यावर त्यांचे कपडे बदलून, विनवण्या करत त्यांना पुन्हा दोन घास खायला लावताना तो हैराण झाला होता. अजून डायपर बदलायची कसरत बाकी होतीच. लांबूनच हे सगळं बघत असलेल्या विशालने कपाळाला हात लावला.

''मोटाराम, उद्यापासून एक नर्स येईल. स्वयंपाकासाठी एका बाईला यायला सांगितलं आहे. ती सकाळीच येईल व संध्याकाळपर्यंत थांबेल.''

खोलीच्या दारात उभं राहून विशाल बोलत होता. एकाएकी घराची सगळी जबाबदारी त्याच्यावर आली होती. आई एकटी हे सगळं कसं निभावते, हा प्रश्न त्याला सारखा सतावत होता. कण्हत पडलेल्या आईकडे त्याचं लक्ष गेलं.

''तुमचं भाग्य थोर म्हणून सगळं करायला माणसं मिळत आहेत. वैनीबाय लवकर बऱ्या होऊन उठल्या, की झालं.'' बाबूरावांच्या पाटीवरची जखम कापसानं

पुसून घेता घेता मोटाराम बडबडत होता.

"मोटाराम, या दोघांच्या तब्बेतीची जबाबदारी आता तुझ्यावर आहे. घरातला कर्तासवरता तूच आहेस असं समज. शक्य होईल तितकं इथेच राहायचं बघ. मला तुझ्या मदतीची खूप गरज आहे."

विशाल अगतिक होऊन म्हणाला. उद्यापासून जमेल तसं ऑफिसच्या कामाला सुरुवात करायला हवी होती. नाही तर ठरवलेलं वेळापत्रक कोलमडून गेलं असतं.

"साहेब, हे असं तुम्ही सांगणं गरजेचं आहे का? इतके वर्षं वैनीबायच्या हातचं जेवलोय. त्या उपकाराची परतफेड करण्याची छोटीशी संधी मिळाली तरी मी सोडणार नाही ती. मला जमेल ते सगळं करीन. तुम्ही निश्चिंत राहा." गंगाबाईंकडे पाहत बोलणाऱ्या मोटारामच्या आवाजात कृतज्ञता होती. त्यावर विशाल काही बोलणार, इतक्यात गंगाबाईंच्या फोनची रिंग वाजली. विशाल फोन घ्यायला किचनमध्ये गेला. कोण? रखमाबाई? हे ऐकून मोटारामनं कान टवकारले.

"आईची मैत्रीण होती. रोज तिलाच भेटायला जाते वाटतं आई. आईला बरं नाही, हे ऐकल्यावर त्या घाबरूनच गेल्या."

फोन ठेवल्यावर विशाल मोटारामला सांगू लागला. रखमाबाईला आपणच सगळं काही सांगायचं, असं मोटारामनं मनाशी ठरवून टाकलं.

"साहेब, मी आता निघतो. घरी बायको एकटी आहे. घरची सगळी व्यवस्था करून उद्यापासून इथेच राहायला येतो. सकाळी लवकरच येतो. चालेल ना?"

असं विशालला विचारून तो जायला निघणार, इतक्यात काही तरी आठवून, ...बीपीच्या व झोपेच्या गोळ्या आठवणीनं द्या. विसरलात तर मात्र जागरण होईल....असं त्याला बजावून मोटारामनं त्याचा निरोप घेतला. विशालनं पुढचा दरवाजा लावून घेतला. आता घरात जागृत असलेले फक्त दोघे होते. विशाल आणि बाबूराव.

विशाल दमला होता. सोफ्याच्या मागे डोकं टेकवून जरा निवांत बसला खरा, पण दुसऱ्या क्षणाला बाबूराव क्षीण आवाजात गंगाबाईंना हाका मारू लागले. पण धडपडत न उठता विशाल बसूनच राहिला. त्याला डोळेही उघडवत नव्हते. त्यांच्या हाका वाढू लागल्या, आवाजही उंचावत गेला. आता आपण उठलो नाही तर हे किंचाळू लागतील, असं वाटून तो पटकन उठला. आईचं कण्हणं थांबलं होतं व ती गाढ झोपली होती. झोप हीच तिची विश्रांती, असं त्याच्या मनात आलं. एकदा जागी झाली की गप्प बसणार नाही. उठवावं का तिला? बाबूराव झोपल्या जागेवरूनच गंगाबाईंकडे पाहत होते.

"आई झोपली आहे, तुम्हाला दिसत नाहीये का? तुम्ही ओरडत बसलात तर ती जागी होईल. कृपा करून डॉक्टर येईपर्यंत शांत बसा. त्यांना तुमच्याशी

बोलायचं आहे. नंतर गोळ्या देतो, म्हणजे तुम्हाला झोप येईल.''

विशालनं समजुतीच्या स्वरात त्यांना सांगितलं. त्यांनी हुंकार दिला, पण विशालची पाठ फिरताक्षणी पुन्हा ओरडायला सुरुवात केली. ते ओरडणं असह्य होऊन विशाल त्यांच्या पलंगाजवळ गेला व म्हणाला,

''तुम्ही किती हाका मारल्यात तरी आई उठणार नाही. तिच्या अंगात उठायची ताकद नाहीये. भयंकर अशक्त झाली आहे ती. कळतंय का? तुमची... बायको... आजारी... आहे. ती बरी व्हायला हवी आहे ना? मग गप्प बसा. थांबा, तुम्हाला भिंतीकडे वळवून झोपवतो.'' असं म्हटल्यावर ते 'न...को...' असं ओरडू लागले. त्यांची नजर झोपलेल्या गंगाबाईंकडे लागलेली होती....मग झोपा शांतपणे. 'आरडाओरडा नको...' विशालचा आवाज नकळत कठोर झाला होता.

दोन मिनिटांत बाबूरावांचं किंचाळणं पुन्हा सुरू झालं होतं. विशालच्या रागाचा पारा चढून तो बाबूरावांजवळ जाऊन उभा राहिला. ते सतत किंचाळत होते. तोंडातून लाळ गळत होती, त्यामुळे झब्ब्याचा मानेजवळचा भाग भिजून गेला होता. तरी ओरडणं थांबत नव्हतं. ''...काय केल्यावर तुम्ही थांबाल?'' असं विचारताच त्यांनी विशालकडे पाहिलं. त्यांच्या डोळ्यांतलं पाणी पाहून विशाल मूक झाला. सगळा राग विरघळून, त्यांची कणव येऊन, अगतिक होऊन विशालनं इकडे तिकडे पाहिलं. सगळी शक्ती एकवटून बाबूरावांनी पुन्हा ओरडायला सुरुवात केली. ''मला शांत बसू द्यायचं नाही, एवढंच ना?'' विशालच्या मनातली कणव नाहीशी होऊन त्याची जागा आता संतापाने घेतली. त्यांचं किंचाळणं वाढतच होतं. स्वतःच्या रागावर ताबा ठेवण्याच्या प्रयत्नात विशालनं दोनदा हवेत हात उचलला. शेवटी न राहवून तो ओरडला,

''तुम्ही जेवढे किंचाळाल तेवढा माझा राग वाढत जाईल. दया नाही येणार. लक्षात घ्या आणि तुमचं तोंड बंद ठेवा.''

पण बाबूराव थांबले नाहीत. त्यांचा आवाज खूपच वाढल्यानं गंगाबाई जाग्या होऊन मोठ्यानं विव्हळू लागल्या. हताश होऊन विशाल सत्याला बोलवायला बाहेर पडला. सत्या धावतच आला.

''तुमच्या ओरडण्यानं आईला त्रास होतोय. डॉक्टर येईपर्यंत प्लीज तुम्ही गप्प बसा.''

सत्या बाबूरावांना समजावत असतानाच, विशाल सोफ्यावर कोसळला. ''मी त्यांना काही केलं नाही... शिवलोसुद्धा नाही... त्यांनी काही सांगितलं तरी विश्वास ठेवू नकोस... आईची शपथ घेऊन सांगतो.'' विशालचं बोलणं सत्याला ऐकू येत होतं की नाही माहीत नाही, पण आपण असं का सांगतोय, हे त्याला स्वतःलाही समजत नव्हतं.

दोन

ऑफिससमोर उभा राहून सत्यानं मनिषाला फोन लावला.

"आता बाहेर पडतो आहेस? का रे इतका उशीर?" तिनं काकुळतीला येऊन विचारल्यावर सत्यानं तिला सगळं सविस्तर सांगून टाकलं.

"तुझ्याबद्दल घरी सांगितलं आहे. आई-बाबा तुला भेटायचं म्हणताहेत. येत्या रविवारी तुला जायला जमेल का?" तिने विचारलं.

"ऑफिसचं काम नसेल तर नक्की जाईन. शनिवारी तुला नक्की काय ते सांगतो. तुमचं काय काय बोलणं झालं?"

"आधी जेवून घे. नंतर बोलूया." ती. शेवटी त्याच्या आग्रहाखातर बारीकसारीक तपशिलासहित सगळं सांगून ती म्हणाली,

"घरातल्या सगळ्यांनी मान्य केलं आहे; मात्र लग्नाची काहीच घाई नाही." सत्या मनातल्या मनात तिच्या गोऱ्या गालावरच्या आनंदाचा अंदाज घेत होता.

"किती दिवसांत तुझ्याजवळ एकांतात गप्पा झाल्या नाहीत. सिद्धेश्वराच्या तळ्यावर भेटणं शक्य होणार नाही ना?" तिच्या बोलण्यातली निराशा जाणवून सत्या तिला म्हणाला,

"उद्या किंवा परवा थोडा तरी वेळ काढतो. मलाही तुझ्यासोबत वेळ घालवायला आवडेलच." यावर त्याच्या दिशेनं तिनं टाकलेला प्रेमाचा कटाक्ष सत्याला दुरूनही दिसला आणि त्या बरोबरच दिवसभरात झालेली दमणूक तो विसरून गेला.

जेवता जेवता सत्या काकांना सांगत होता,

"डॉक्टर आपट्यांना यायला उशीर झाला. त्यांनी आईला तपासलं. तिचा ताप उतरतच नाहीये, म्हणून उद्या ब्लड टेस्ट करूया म्हणाले. बाबांचा तर नेहमीसारखाच गोंधळ चालू आहे. गोळ्या घेतल्या तरच त्यांना झोप लागते. त्यांना आटोक्यात ठेवण्याचा दुसरा काही पर्याय नाही, असं डॉक्टर म्हणत होते. आई आजारी पडून

एक दिवसही झाला नाही, पण घरावर सुतकी कळा पसरली आहे. दादांचा चेहरा तर सुकून गेला आहे.''

''परिस्थिती कठीण आहे खरी; तरीही बाळंतिणीची जबाबदारी बाहेरच्या माणसाकडे सोपवणं योग्य नाही. विशालपेक्षा या मुलीलाच जास्त यातना होत असाव्यात, नाही का?'' काका म्हणाले.

''हो. तुमचं बरोबर आहे, पण वहिनी धीराची आहे. ती तशी आहे म्हणूनच दादा उभे आहेत.'' बोलताना सत्याच्या डोळ्यांत सुलभाविषयीचे कौतुक दिसत होतं.

''बाबूरावांनी थोडं समजून घ्यायला हवं आहे. ते आश्रमात आले होते तेव्हा, मन शांत ठेवण्यासाठी काय करावं, यावर बरंच बोललो आहे त्यांच्याजवळ. त्यांना भजनं ऐकायला खूप आवडतात, हे कळल्यावर मी भजनाच्या काही सीडी त्यांच्याजवळ दिल्या आहेत. रोज भजनं ऐकत जा, असं सांगितलं त्यांना त्यावर ते आनंदानं हो म्हणाले होते.''

''त्यांच्याकडून यापेक्षा जास्त अपेक्षा ठेवता येणार नाहीत काका. हातपायांचे नुसते गोळे झाले आहेत, अशा व्यक्तीचं मन स्थिर आणि शांत कसं राहणार? अशी किती उदाहरणं डोळ्यासमोर आहेत. देह निष्क्रिय झाल्यानं खचून गेलेलं मन... दोन वर्षांपूर्वी त्यांना तपासायला आलेल्या मनोविकार तज्ज्ञांनी सांगितलं होतं, की त्यांच्याकडून अपेक्षा न करता घरातल्यांनी मन शांत ठेवणं गरजेचं आहे.''

हे सत्याचं बोलणं ऐकून काका विचारात पडले. जेवण करून परत येताना काका गंभीरपणे बोलत होते.

''रोज जवळून अनुभव घेणं आणि लांबून बोलणं या दोन गोष्टी किती वेगळ्या आहेत. तू त्यांना घेऊन यायचं म्हणतो आहेस, त्याच्यामागे तुझ्या भावना आहेत. मलाही त्याच्यामध्ये अडथळा व्हायचं नाहीये; पण त्यांना सांभाळणं कठीण झालं तर तुझी स्थितीही विशालसारखीच होईल. आणि मग आताचं हे प्रेम टिकून राहील का? हा माणूस कोणाचंही ऐकणारा नाही, हे मी ओळखलंय. त्यांना तेथून वृद्धाश्रमात हलवण्यापूर्वी परत विचार करावास.''

सत्याला माहीत होतं, काका नेहमीच दूरदृष्टी ठेवून बोलतात. एखादं काम हातात घेण्यापूर्वी सगळ्या बाजूंनी त्यावर विचार करतात ते. अंथरुणावर पडला तरी सत्याला झोप येत नव्हती. बाबांना सांभाळणं ही खरंच कठीण गोष्ट आहे. आपल्याला अनुभव आहेच की. शांत राहायचं म्हटलं तरी कधी कधी बाबांच्या वागण्यामुळे चिडचिड होतेच. काका म्हणतात त्याप्रमाणे बाबांना तेथे वृद्धाश्रमात पाठवणं योग्य ठरेल का?

सत्या आता गंगाबाईंबद्दल विचार करू लागला. आई उत्साहात घरभर वावरत

असते. प्रत्येकाचा विचार करते, हवं-नको पाहते. इतकं करूनही आपण काही विशेष करत नाही, असं भासवून तुम्ही कसे महत्त्वाचे आहात ते दाखवायचा प्रयत्न करते. अशी आई कधी दमून झोपली, की दुसऱ्या क्षणाला महत्त्वाचं कोण ते कळून येतं... सत्याला अशक्त झालेल्या, झोपलेल्या गंगाबाई डोळ्यांसमोर दिसू लागल्या. त्यांच्या सहवासात फक्त सहा वर्षं काढलेल्या आपल्याला इतका त्रास होतो आहे, तर त्यांच्या हातचा प्रेमाचा घास खात मोठ्या झालेल्या विशालची काय अवस्था झाली असेल, ते त्याला कळत होतं. विशालला आईविषयी खूप प्रेम होतं; पण वडिलांवर मात्र राग. अर्थात, त्या रागाला कारणं होती. त्यांच्या ओरडण्याचा, हट्टाचा अतिरेक झाला, की त्याचा राग उफाळून यायचा. काही झालं तरी तो त्याच्या आई-वडिलांना माझ्याबरोबर पाठवायला तयार होणार नाही. प्रतिष्ठेचाही प्रश्न होताच. विचार करता करता त्याला झोप येऊ लागली. सतत वाजणाऱ्या फोनकडेही लक्ष न देता तो शांत पडून राहिला. पण काकांनी त्याला उठवलं. "चार वाजले आहेत. या वेळी कोण फोन करतंय ते पाहा जरा." डोळे उघडवत नव्हते, तरी त्याने फोन कानाला लावला.

"मुन्ना, मी बोलतेय." सत्या खाडकन जागा झाला. "नेत्रा, काय झालं? ठीक आहेस ना?"

पण पलीकडे मौन. असह्य होऊन तो म्हणाला, "बोल नेत्रा. तुझ्या गप्प राहण्याने माझी छाती धडधडू लागली आहे."

आता नेत्रा थांबत थांबत, अडखळत बोलू लागली. "तो...रात्री खोलीत... आला होता. तो येणार नाही... असा विश्वास.. होता. म्हणून ...मी बिनधास्त झोपले होते... त्यानं... दोरीनं... माझे हात-पाय बांधल्यावर... मला जाग आली. हा डॉक्टर नाही... मनोरुग्ण आहे... शी, किती वेळ त्याचे विकृत चाळे सहन करत होते. सगळं झाल्यावर, माझे बांधलेले हात सोडून तो हरामखोर म्हणाला, 'एकदा वेश्येचा शिक्का बसला, की तो कायमचा झाला. तू कामाठीपुऱ्याला सोडलं असशील; पण कामाठीपुरा तुला सोडणार नाही. तुझं गरती बनण्याचं स्वप्न होतं ना? पूर्ण राख झाली आहे त्याची..... लौंडी.'

"मला सत्य काय याची जाणीव झाली आहे. ते मी विसरले होते, याची लाज वाटते. मुन्ना.... ऐकतो आहेस ना..." नेत्रा पुढे बोलू लागली,

"भडव्या, मी संतापून त्याच्या अंगावर धावून गेले. तर ..अंगावर एक ओरखडा उठला ना, तरी पोलिसांना बोलावीन, असं मला धमकावून ओरडला. माझे केस धरून मला ढकलून रोज तयार राहायचं. नाही तर माझ्या मनात येईल तेव्हा येईन तुझ्याकडे," असं म्हणून जोरजोरात हसत होता. तिचं बोलणं लक्ष देऊन ऐकणाऱ्या सत्याला काय बोलावं ते कळत नव्हतं. ती पुन्हा बराच वेळ गप्प होती.

''मी म्हटलं, मजा घेतलीस ना, त्याचे पैसे टाक. पहिल्यांदाच त्याच्याकडे पैसे मागत होते, तर म्हणाला, एवढा पगार देतो तो काय फुकटचा? ह्या सगळ्या गोष्टी त्या पगारात धरलेल्या आहेत, कळलं? मी तुझी इतकी सेवा केली त्याबद्दल तूच मला पैसे द्यायला हवेत... आणखीही काय काय बडबडत होता. तुला काय सांगू मुन्ना, आता आयुष्यभर इथून सुटका नाही. इथेच सडत राहणार मी. बाहेर पाऊल टाकलंस तर पोलिसांना बोलावीन,'' अशी धमकीच दिली आहे साल्यानं. दीदीला सगळं सांग. कामाठीपुऱ्यात मी खरंच सुखी होते. माझ्या मर्जीने राहत होते. कोणाची जबरदस्ती नव्हती; शिवाय या घरंदाज सद्गृहस्थापेक्षा तिथली गिऱ्हाइकं जास्त मर्यादेनं वागणारी होती.''

सत्या काही बोलणार, तेवढ्यात फोन कट झाला. त्यानं पुन्हा प्रयत्न केला पण फोन बंद होता.

''काका, नेत्राचा होता फोन. त्या पापी माणसाने शेवटी तिचा घात केलाच ....'' त्याला पुढे बोलवत नव्हतं. हताश झालेला सत्या बोलता बोलता मटकन खाली बसला.

''ऊठ आणि आधी दीदीला फोन लाव, तिथे काही कमी-जास्त झालं तर... मला वाटतंय की तो काही स्वस्थ बसणार नाही आता.''

''बाप रे, असं घडलंय? तिनं मला काहीच कळवलं नाही... बरं, सत्या, तिथल्या माझ्या कार्यकर्त्यांना मी लागलीच तिथं जायला सांगते.'' स्वतःला सावरून दीदी म्हणाली.

हे ऐकून आपल्याला काय करायला हवं ते सत्याला स्पष्ट जाणवलं.

''मला पत्ता दे. मीही लगेच निघतो.'' दहा मिनिटांत तयार होऊन सत्या बाहेर पडला. बाहेरच्या अंधारात पहाटेची चाहूल होती.

''गेल्या गेल्या लगेच फोन कर. एका परिचिताला तुझा नंबर दिला आहे, तो तुझ्या संपर्कात राहील.'' काका सांगत होते; पण तिकडे लक्ष न देता तो धावत सुटला.

भाड्याच्या कारमध्ये बसल्यावर त्याला अतिशय अपराधी वाटू लागलं. डोळ्यांसमोर नेत्राची अनेक रूपं दिसू लागली... नेत्रा, तू मला वैशालीपासून वाचवलंस. आईनं केलं असतं, तसं माझं रक्षण केलंस. शिव्याशाप देत अगदी धोपटून काढलंस तिला. पण नेत्रा, तुझी भीती मला समजू शकली नाही. आता सगळं लक्षात येतं आहे. मी तुला तिकडे पाठवलं, मला क्षमा कर नेत्रा. मला एक संधी हवी आहे. तुझी भेट व्हायला हवी. तुझा बाप होऊन तुला सोडवून आणीन. तू तयार राहा हा आपला निर्धार तिला कळावा म्हणून नेत्राला पुन्हा पुन्हा फोन लावून बघत होता. परंतु ती फोन घेत नव्हती. रागावली असेल का? साहजिकच आहे ते. त्याने

दीदीला फोन लावला, पण ती दुसऱ्या कुणाशी बोलत होती.

ड्रायव्हर गाडी पळवत होता. पोहोचायला आणखी चार-साडेचार तास तरी लागणार होते. एकेक मिनिट जाता जात नव्हता. त्यानं अपराधी भावना मनातून काढून टाकली. त्याचं मन आता एकाच गोष्टीचा विचार करत होतं. दीदीचं ऐकून आपण नेत्राला भेटायला जायलाच नको होतं, इथपासून सुरू होऊन विचार मागे मागे जाऊ लागले. तिला एकटीला कामाठीपुऱ्यात सोडून आपण आश्रमात आलो नसतो तर... त्या प्रसंगी तिनं आपलं रक्षण केलं नसतं तर... आपला जन्म कामाठीपुऱ्यात झाला नसता तर... आई कामाठीपुऱ्यात राहत नसती तर... या पृथ्वीवर कामाठीपुराच नसता तर... दोष त्याचा नव्हताच. या शृंखलेतील एकही गोष्ट पुन्हा निर्माण करण्याची किंवा ती बदलण्याची शक्ती त्याच्याकडे नव्हती. अशा वेळी विचार करत बसायचं नाही. समोर येईल ते स्वीकारत जायचं. विठू माउली सगळ्यातून पार करून नेईल, या विचारानं त्याला थोडा धीर आला. तरी पुन्हा बेचैनी, मध्येच दीदीचा फोन आला.

''सत्या, अनर्थ झाला आहे. नेत्रा त्यांच्या घरातून आपली ट्रंक घेऊन पळाली आहे. तिला अडवणाऱ्या त्याला तिनं झटापट करून दूर केलं. नशीब त्याला जास्त लागलं नाहीये. तो तक्रार करायला पोलिसात गेला आहे. असं करू नका म्हणून सांगत होते तरी... सत्या, ऐकतो आहेस ना? मी आता निघतेच आहे. तुझ्या आधी पोहोचेन. तू सरळ तेथेच ये. भेटल्यावर बोलू.''

पहिली दोन वाक्य कानावर पडल्यावर सत्या थंड पडला होता. मौन... भयंकर मौन. कामाठीपुऱ्यातल्या राक्षसी कोठ्या रात्रीच्या गदारोळानंतर सकाळी धारण करायच्या ते मौन. ती गाढ शांतता. आई, माझे बाबा कोण आहेत?... हा प्रश्न आईला विचारल्यावर तिच्या डोळ्यांत दिसणारं मौन. वेश्येची पोरं. एय पोरांनो, चालते व्हा इथून. असं पोलिसांनी म्हणताच दादाच्या डोळ्यांत उसळणारं मौन. आपण व्हॅनमध्ये बसून कामाठीपुरा सोडून निघत असताना हात हलवत, निरोप देत डोळे पुसणाऱ्या नेत्राच्या चेहऱ्यावरचं मौन. नेत्रा... मौनाचे पदर एकामागोमाग एक गळून पडू लागले. आता बोलायला हवं. दीदीचा आवाज हा स्वतःचाच आवाज असल्यासारखा त्याच्या कानावर आदळत होता.

दीदीच्या बोलण्यावर हो, म्हणण्याचं त्राणही अंगात नव्हतं. त्यानं डोकं मागे टेकलं. पुन्हा फोन वाजला. या वेळी ऑफिसचा. पहाटे बाहेर पडताना सांगायला जमलं नव्हतं.

''दादा, मी जरा अडचणीत आहे. नंतर बोलतो. कालची सगळी कामं झाली आहेत. आजचं काम राजेशला सांगा.''

डोकं मागे टेकून बसल्यावर आलेली गुंगी निराशेची होती की झोपेची, हे

ओळखण्याची शक्तीही उरली नव्हती. काही वेळानं त्यानं मनिषाला फोन करून सगळी कल्पना दिली. तिचा 'मी येतेय' हा हट्ट त्यानं तिला रागावून मोडून काढला.

"हाच पत्ता आहे पाहा." ड्रायव्हर म्हणाला. गेटच्या समोर काही माणसं उभी होती. त्यातच दीदीही होती. सत्याला पाहून ती धावत त्याच्याकडे आली.

"कम्प्लेंट करू नका, ही माझी रिक्वेस्ट त्यानं मान्य केली आहे. तिला शोधून काढा असं त्यानं स्वतः पोलिसांना सांगितलं आहे. बस स्टँड, रेल्वे स्टेशन सगळीकडे शोधा...परिचित व्यक्तींना फोन लावा, पण तिला शोधून काढा असं त्यानं पोलिसांना सांगितलं आहे. ती एकदा सापडू दे, मग बघतो... असं म्हणत होता." हे ऐकून सत्या दीदीला म्हणाला,

"मला एकदा त्याच्याशी बोलायचं आहे..." असं दीदीला म्हणत सत्या गेट उघडून आत घुसला. त्याचा वेग पाहून तेथे उभी असलेली दोन, तीन माणसं घाबरून बाजूला सरली. सत्यानं घरात डोकावून पाहिलं. मोठ्या सोफ्याच्या एका कडेला हे सद्गृहस्थ बसले होते. दुसऱ्या टोकाला बसलेली त्यांची पत्नी असावी. घाईघाईने सत्याच्या पुढे घुसून, ओळख करून देण्याच्या निमित्ताने दीदीनं सत्याचा हात धरला... "हा तिचा धाकटा भाऊ." त्या डॉक्टरच्या चेहऱ्यावर आता भीती दिसू लागली.

"अशा ठिकाणाहून आलेल्या मुलींना समाज सहजासहजी स्वीकारत नाही. पण हे सहन करण्याचं धाडस नसल्यानं कोलमडून गेली आहे ती. मी उपचार करतो आहे तिच्यावर; पण तेवढ्यात ती..."

त्याचं बोलणं संपायच्या आतच सत्याच्या हाताचा ठोसा त्याच्या कपाळावर बसून तो सोफ्यावरच कोलमडला. झेप घेऊन सत्या त्याच्या छाताडावरच बसला आणि त्याच्या कानाखाली लगावत सुटला. तो सत्याचा हात चुकवायचा प्रयत्न करत होता. "सत्या सोड त्याला. सोड..." दीदी सत्याला अडविण्याचा प्रयत्न करत होती.

"कोणाला तरी बोलवा मदतीला."

बाजूला बसलेल्या त्याच्या बायकोला दीदी ओरडून म्हणाली; पण ती जागेवरून जराही न हलता, रागानं बेभान होऊन म्हणाली,

"जिन्याची पायरीही चढता येत नाही, इतके गुढघे दुखतात माझे. यांचे हे खेळ पचवण्याची ताकद आता माझ्यात उरली नाही. हीच नाही तर कुठचीही मुलगी चार दिवसांपेक्षा जास्त टिकत नाही या घरात. वेश्या म्हणजे काय, सगळं सहन करील असं वाटलं होतं यांना. तिनं चांगली अद्दल घडवली. तू थांबू नको. मार, अगदी मरेपर्यंत मार यांना."

यावर दीदी गोंधळून बाहेर धावली. आत आलेल्या चार-पाच जणांनी सत्याला

कसाबसा थांबवला. बेशुद्ध झालेल्या त्याच्या तोंडावर पाणी मारून ते लोक त्याला जागं करण्याचा प्रयत्न करू लागले. दीदी सत्याला पकडून बाहेर घेऊन गेली.

"घाबरू नको, तुझ्या बहिणीला काहीही होणार नाही." असं ओरडून सांगणाऱ्या त्याच्या पत्नीच्या चेहऱ्यावर अपूर्व समाधान दिसत होतं.

सत्या घरातून बाहेर पडला तोच त्याचा फोन वाजू लागला.

"मुन्ना, हा माझा शेवटचा फोन आहे. नीट ऐकून घे. म्हाताऱ्याला लाथाडून मी बाहेर पडले तेव्हा देवघरात ठेवलेल्या पैशातील फक्त तीनशे रुपये घेतले मी. तेही बरोबर काही पैसे असावेत म्हणून. त्याच्या घरात राहून त्याच्या मनाप्रमाणे वागण्यापेक्षा कामाठीपुऱ्यात वाट्याला येतील ते कष्ट सहन करून जगेन. तुझ्यासाठी मी मेलेली आहे, हे ध्यानात ठेव. चुकूनही कामाठीपुऱ्यात पाऊल टाकू नकोस."

इतकं बोलून तिनं फोन ठेवून दिला....काय झालंय काय.. त्याचा हात खेचत विचारणाऱ्या दीदीला, नेत्राच्या फोनबद्दल सांगताना सत्यानं मान खाली घातली होती. सत्यानं आणलेल्या कारनं काही अंतरावर गेल्यानंतर, झाडांची दाट अशी सावली पाहून दीदीने कार तेथे थांबवायला सांगितलं. त्या हिरव्यागार वृक्षराजीमध्ये, एका तोडलेल्या झाडाचा बोडका बुंधा दिसत होता. तेथे गाडी उभी करायला सांगून दीदीने ड्रायव्हरला थोडं दूर जाऊन थांबायला सांगितलं.

ड्राइव्हर गाडीतून उतरून गेल्यावर दीदी बोलू लागली. सत्या मान खाली घालून बसला होता.

"होणारा त्रास सहन न होऊन शेवटी निघून गेली. काही दिवस सहन करून राहिली असती, तर दुसरी काही व्यवस्था केली असती. हे असं होऊ शकतं, असं तिला उकलून सांगितलं होतं.....इतकी वर्षं कामाठीपुऱ्यातच राहत होतीस ना. चार दिवस या म्हाताऱ्याला सहन करून शांत राहा. मी स्वतः येऊन तुला घेऊन जाईन. असं सांगितलं होतं तिला." बोलताना दीदीचा चेहरा आणखीनच उतरला होता. "आम्हा बायकामाणसांना थोडं नमून राहावं लागतं."

आता दीदीच्या आवाजात थकव्याबरोबर रागही मिसळला होता, " 'पण ...जबरदस्ती सहन करणार नाही... म्हणाली.' कामाठीपुऱ्यात वेश्येचा धंदा करणाऱ्या बाईला हा काय मोठा त्रास वाटत होता? सगळं समजावलं होतं."

तिने सत्याकडे पाहिले तेव्हा तो खिडकीतून बाहेर पाहत होता. त्याची नजर समोरच्या त्या झाडाच्या बोडक्या खोडाकडे होती. दीदी चढ्या आवाजात बोलू लागली. तिचा चेहरा संतापानं फुलला होता. आपण कुठे आहोत, याचंही भान तिला राहिलं नव्हतं.

"त्या वेळी मलाही तेथून पळून जावं असं वाटलं होतं. तेव्हा मी या संस्थेत नवीन होते. एक ज्येष्ठ कार्यकर्ते माझी चौकशी करायला म्हणून आले आणि रात्री

मला फोन करून... समाजसेवा करण्यासाठी आलेल्या बाईनं दुसऱ्या कुठल्याही गोष्टीला महत्त्व द्यायचं नसतं, हे लक्षात असू दे... ही दमदाटी. अजूनही फोन करतात ते. तूच सांग सत्या, ओठ दाबून जबरदस्ती कोण सहन करतंय? तूच सांग.'' दीदीच्या डोळ्यांना अश्रूंची धार लागली होती.

''असाच एकदा....एका दूरच्या खेड्यात....बायकोचा विरह सहन होत नाहीये. कृपा करून तू सहकार्य करशील का? अशी थोडी विनंती व जास्त धमकीची भाषा करत एक सहकार्यकर्ता माझ्यावर जबरदस्ती करू लागला. किती प्रयत्न केला पण नाही वाचवू शकले स्वतःला. सगळं झाल्यावर ...माफ कर... म्हणाला. पळून जावं असं वाटत होतं, पण समाजसेवेचं व्रत घेतलं ना, सगळं गिळून टाकलं. ती का पळून गेली? सांग सत्या. माझ्यापेक्षा शीलवंत होती का ती? जबरदस्ती होऊनही सगळं स्वीकारलंच ना मी? सांग.''

सत्याचा हात हलवत दीदी त्याला ओरडून विचारू लागली. दीदीचे हुंदके, तिच्या डोळ्यांतले अश्रू.... सत्याला उत्तर सुचत नव्हतं. तो शांतपणे तिच्याकडे पाहत राहिला.

''आश्रमात राहून तू खूप शिकला आहेस ना, सत्या. बघ, माझा त्याग या कामाठीपुऱ्यातल्या एका वेश्येनं कसा मातीमोल करून टाकला...'' त्याचा हात सोडून, त्याच्या मांडीवर डोकं टेकून, भावना अनावर झालेली दीदी हुंदके देऊ लागली. काही वेळातच दीदीनं स्वतःला सावरलं.

''या घटकेला तरी संस्थेत जावं असं वाटत नाहीये. दोन दिवस इथेच राहावं म्हणते. तुला माझ्याबरोबर राहता येईल का?''

त्यानं होकारार्थी मान हलवली. त्यालाही जाऊन लगेच कामाला सुरुवात करण्याचा उत्साह नव्हताच. त्यानं काकांना फोन लावला.

''तू कसा आहेस सत्या?'' काकांच्या प्रश्नाला त्यानं उत्तर दिलं नाही.

''शक्यतो लवकर परत ये. काही मदतीची आवश्यकता वाटली तर मी दिलेल्या नंबरवर फोन कर.''

आग्रहाने काका म्हणाले. मला यायला अजून दोन दिवस लागतील, असं सत्याने विशालला कळवून टाकलं व गंगाबाईच्या तब्बेतीची चौकशी केली.

''मुदतीचा ताप आहे. बरं व्हायला थोडा वेळ लागेल, असं डॉक्टर म्हणत होते. इथली काळजी करू नको. तुझं काम नीट पूर्ण कर. काही मदतीची गरज पडली तर संकोच न करता मला फोन कर.''

विशालच्या आवाजात सहानुभूती होती. ''बाबा कसे आहेत?'' या सत्याच्या प्रश्नावर...आहेत तसेच. असं म्हणून विशालने लगेच फोन ठेवून दिला. काही वेळाने त्याने मनिषालाही फोन केला.

रात्री झोपेची अपेक्षा नसतानाही त्याने डोळे मिटून घेतले. भिंतीकडे पहाण्याचीही भीती वाटत होती. मागेही असंच झालं होतं. पुढे काय होणार आहे तेही कळत होतं. जबरदस्तीने मिटून घेतलेले डोळे नकळत उघडले गेले आणि तो उदास झाला. चित्रात नेत्रा नव्हती, हे एक कारण होतंच पण दुसरं म्हणजे आपल्या हाताला रक्त लागलं आहे, हा होणारा भास. ती जिथे कुठे जिवंत होती तिथे तिचा गळा दाबून जीव घेतोय, आपण असं त्याला वाटत होतं. 'काय मिळवलंस' या प्रश्नाला 'स्वार्थ' हे उत्तर मिळालं होतं.

आपल्या कुटुंबाचं चित्र पूर्ण करण्याकरीता आपण तिचा बळी घेतला. आईला तेथून बाहेर काढता आलं नाही; पण नेत्राची तरी सुटका करून समाधान मिळवण्याचा हट्ट धरला, हाही आपला स्वार्थच. तिला कामाठीपुऱ्यातल्या त्या घाणीतून बाहेर पडायचच नव्हतं. असं असूनही तिची इच्छा नसताना तिचं मन वळवून, समजावून यातून बाहेर काढायचा प्रयत्न केला व हे घरकाम स्वीकारायला लावलं. शेवटपर्यंत तिच्या नजरेत दोषी होतो मी. आता त्याला भिंतीवरच्या चित्राकडे पाहणंही अशक्य होऊन, तो उठून खिडकीत जाऊन उभा राहिला. सभोवती वस्ती, घरं होती. त्याला एकदम ध्यान मंदिराची आठवण झाली. नंतर खूप वेळ तो त्याच आठवणीत रमून गेला.

दुसऱ्या दिवशी सकाळी लवकर उठून तो व दीदी तिथल्याच तलावाच्या काठावर जाऊन बसले. दीदीचा चेहरा आणखीनच विदीर्ण झालेला दिसला त्याला.

"तुला समजावलं, तुझं कल्याण झालं, तसं तिचंही कल्याण करण्याचा निर्धार केला होता. किती वेळा तिच्या घरी गेले; पण तिची आई मला पाहून शिव्या द्यायची. नंतर मीही कामानिमित्त दूर गेले व संपर्कच तुटला."

दीदीचं बोलणं सत्या लक्षपूर्वक ऐकत होता.

"नेत्रा एक चांगली मुलगी होती. आईचं ऐकणारी, धाकात राहणारी. म्हणूनच तर तिचा सर्वनाश करू शकली आई. तिच्याच ग्रूपमध्ये वैशाली नावाची एक मुलगी होती. तुला माहीत आहे का? ती तर कोवळ्या वयातच चुकीच्या मार्गाला लागली होती. गिऱ्हाइकांच्या मागे धावायची. मी तिला रस्त्यावरून पकडून, पुनर्वसन केंद्रात आणली होती; पण त्याच रात्री पळून गेली. मग तिचा नाद सोडून दिला; पण नेत्रा तशी नव्हती. खूप प्रयत्न केले रे, पण तिच्या भल्यासाठी आपण काही करू शकलो नाही, ही खंत माझ्या मनात कायम राहील. परत गेल्यावर पुन्हा तिला हुडकून, काही मदत करण्याचा प्रयत्न केला तरी पुन्हा असंच होणार. मी हरले हेच खरं." नंतर दीदी बराच वेळ गप्प होती.

"सत्या, हे काम आता अर्थहीन वाटू लागलं आहे. आदर्शाच्या मागे लागून आम्ही म्हातारे होऊ लागलो आहोत. मध्येच असा पराभव झाला, की वार्धक्य

लवकर जवळ येतं. एक मोठा पराभव शंभर विजय गिळून टाकतो. कालपासून हा पराभव मनाला खूपच सलतो आहे. आजपर्यंत मिळवलेलं यश.... एकेक करून गिळून टाकतोय तो.''

दीदी अखंड बोलत होती. ऊन चढू लागल्यावर ते दोघं लांबवरच्या एका बिल्डिंगच्या सावलीत जाऊन बसले. मनात भावनांचा कल्लोळ उडालेला असताना त्यांचा किती तरी वेळ मौनातच गेला. दुसरा दिवसही त्यांनी तिकडेच काढला. परतायच्या वेळी दीदी म्हणाली,

''आता सगळे संबंध तोडून टाकणार आहे. गावाला भावंडं आहेत. तेथे जाऊन पोटापाण्यासाठी काही करता येतं का ते पाहणार आहे. लहान-मोठं काम मिळालं तर बरं होईल.''

परत निघताना सत्यानं दीदीच्या हातात एक पैशांच पाकिट ठेवलं ते पाहून ती सत्यावर भडकलीच. तिनं ते पैसे घ्यायला साफ नकार दिला; परंतु सत्यानं समजावलं.

''कुठलाही सुरुवातीचा काळ कठीण असतो. हातात पैसे नसतील तर मनोधैर्य टिकत नाही. तुला हवे तितके दिवस गावाला राहा; पण तिथं काम मिळालं नाही तरी काळजी करू नकोस. इथे आश्रमाच्या मालकीचे अनेक उद्योग आहेत. तुला नक्की काम मिळेल. मी काकांजवळ बोलून ठेवतो.''

आश्रमाच्या एखाद्या कारखान्यात नेत्राला नोकरी देता आली तर ती तेथे सगळ्यांबरोबर व्यवस्थित जुळवून घेईल, तिचं आयुष्य मार्गी लागेल, हा विचार गेले तीन दिवस सत्याच्या मनात येत होता. नेत्राचं आयुष्य असंच निघून जाणार का? तिच्या पदरात काहीच पडलेलं नाही...

तीन

"काका, उद्या ऑफिसला जाईन म्हणतो. एका आठवड्याची रजा झाली आहे." रात्री सत्या काकांना म्हणाला.

"पंढरपूरला जाऊन आल्यावर तरी मन थोडं शांत झालंय का?" काकांनी विचारताच तो पाहतच राहिला. तो पुण्याहून येऊन चार दिवस झाले होते. आल्या दिवशी सकाळीच, पंढरपूरला जाऊन येतो, असं तो काकांना म्हणाला होता. काकांनी लगेच तिथल्या मठाच्या माणसाजवळ बोलून त्याची राहायची व जेवणाची व्यवस्था बघायला सांगितलं होतं. त्या बरोबरच त्याच्यावर जरा नजर ठेव, असंही बजावलं होतं. त्याच्याबरोबर जायला हवं, असं वाटण्याइतकी भीती त्यांना वाटत होती. पण ते गेले नव्हते. सत्या चार दिवस पंढरपुरात होता. तेथे गेल्या गेल्याच त्यानं फोन बंद करून ठेवल्यामुळे काकांचा संपर्क होऊ शकत नव्हता. मग काकांनी मठाच्या व्यवस्थापकाला फोन करून सत्याची चौकशी केली असता, त्यानं सांगितलं, की तो दिवसभर देवळातच असतो. अगदी काकड आरतीही चुकवत नाही. जेवणाखाण्याचीही आठवण करून द्यावी लागते. चंद्रभागेत किती वेळा डुबकी मारून आला असेल ते सांगता येणं कठीण. माउलीच्या समोर निःशब्द बसून असतो. त्याला कोणतं चित्र त्रास देत आहे, ते पाहण्याचा काका प्रयत्न करू लागले; पण काही स्पष्ट दिसत नव्हतं.

दुसऱ्या दिवशी रोजच्यापेक्षा थोडा लवकरच बाहेर पडला होता सत्या. ऑफिस जवळ येऊ लागलं आणि त्याला बाबूराव व गंगाबाई यांची तीव्रतेनं आठवण झाली. किती दिवस आपण त्यांना मनाच्या एका कोपऱ्यात सारून ठेवलं आहे, असं त्याला एकदम जाणवलं. नेत्राच्या प्रकरणात किती तरी दिवस व्यर्थच गेले होते आणि परतायला मात्र उशीर झाला होता. तो घाईघाईत ऑफिसला पोहोचला. त्याला ओसरीवर कोणीच दिसलं नाही म्हणून तो खोलीत डोकावला. गंगाबाई

खाली झोपल्या होत्या. गाढ झोपेत असाव्यात. चेहरा अजूनही म्लान दिसत होता. नुसता चेहराच नाही तर अख्खं शरीरच दुर्बल झालेलं दिसत होतं. त्यांच्या कपाळाला हात लावून ताप पाहावा, असं मनात आलं तरी त्यांना जाग येईल म्हणून त्यानं हात मागं घेतला. डावीकडे पलंगावर बाबूराव झोपले होते. काही क्षण दोघांकडे पाहत उभा होता सत्या. पण लगेचच आवाज न करता तो खोलीच्या बाहेर आला. मोटाराम दिसताच अधीर होऊन त्यानं विचारलं,

"मोटाराम, इथे सगळं ठीक आहे ना?"

"वैनीबायचा ताप आता थोडा आटोक्यात आला आहे. नर्स फक्त एक दिवस आली होती. नंतर आलीच नाही. स्वयंपाकाची बाई मात्र रोज नियमानं येते. औषधं मीच देतो. मालकांना रोज गोळ्या घ्यायला लावतो. ते हल्ली शांत असतात. डॉक्टर तीन दिवसांपूर्वी बाहेरगावी गेले आहेत; पण फोन करून चौकशी करतात. मी रात्रंदिवस इथेच असतो."

मोटारामनं सत्याला सगळी खबरबात दिली. सत्या आल्यामुळे त्याला झालेला आनंद त्याच्या डोळ्यांत मावत नव्हता. सत्यानं मोटारामच्या खांद्यावर हात ठेवून जणू त्याच्या कामाची पावती दिली. दमलेला असूनही मोटारामच्या चेहऱ्यावर समाधान फुललं.

ऑफिसात गेल्यावर दुसरा विषय काढायची संधीच न देता सत्यानं विशालकडून चालू असलेल्या कामांबद्दल माहिती करून घेतली. उरलेल्या कामाची जबाबदारी कशी व कोणावर दिली आहे, वगैरे गोष्टींवर चर्चा चालू असताना विशालचा फोन वाजला.

"काय झालं चुटकी?" असं म्हणत तो घराकडे धावला. विव्हळणाऱ्या सुलभाला धरून हळूहळू जिना उतरत सत्यानं तिला गाडीत बसवलं. तिच्याबरोबर एक वयस्कर बाई होत्या. सत्याला सांगून त्यानं गाडी स्टार्ट केली. नंतर सत्या कामात बुडून गेला. दोन तासांनंतर त्याला विशालचा फोन आला.

"आताच ऑपरेशन झालं. मुलगा झाला. दोघंही बरी आहेत. तू लगेच जाऊन आईला सांग."

विशालच्या आवाजात तृप्तता आणि उत्साह भरलेला होता. ही गोड बातमी गंगाबाईंना सांगण्याकरिता सत्या धावतच खोलीत गेला तेव्हा गंगाबाईंना जाग आली होती.

"आई, कशी आहेस? आता थोडं बरं वाटतंय ना?" त्यांच्या जवळ जाऊन सत्यानं विचारलं. त्यांनी लगेच सत्याला ओळखलं.

"किती दिवसांनी दिसतो आहेस? बाहेर गेला होतास ना? कधी आलास?" मंद आवाजात गंगाबाई विचारत होत्या.

"काल संध्याकाळी आलो." काही क्षण थांबून तो म्हणाला,

"आई, एक आनंदाची बातमी आहे. नातू झाला आहे तुम्हाला. आताच दादांचा फोन आला होता."

हे ऐकून गंगाबाईंचा चेहरा आनंदानं फुलून आला. त्या बसल्याजागेवरूनच क्षीण आवाजात म्हणाल्या, "अहो, ऐकलं का? नातू झालाय..." हे ऐकून बाबूरावांनी हळूहळू डोळे उघडले. सत्या त्यांच्याजवळ जाऊन म्हणाला, "बाबा, आजोबा झालात तुम्ही. खूश ना?" हळूच हसून त्यांनी भिंतीकडे मान वळवली.

"आता किती कामं करायची आहेत आणि काही न करता मी अशी पडून आहे. या पोरीच्या नशिबात काय लिहिलं आहे, कोणास ठाऊक."

त्याच स्थितीत गंगाबाई रडू लागल्या. अति अशक्तपणामुळे त्यांना धड रडताही येत नव्हतं.

"चार दिवसांत बरी होशील आई. आता बाळ घरी येणार आहे. त्याचं सगळं पुढे तुम्हालाच तर करायचं आहे."

सत्याच्या बोलण्यानं त्यांना जास्तच वाईट वाटलं. त्याच्या मदतीनं त्या उठून बसल्या. मोटारामनं आणलेली पेज सत्यानं त्यांना हळूहळू भरवली. त्या पेज पीत असताना बाबूराव त्या दोघांकडे पाहत होते.

"बाबा, रात्री येईन तेव्हा बोलू आपण. आता खूप कामं आहेत. आता मी निघतो." यावर त्यांनी हो म्हणत पुन्हा आपली मान भिंतीकडे वळवली.

सत्यानं कामाला सुरुवात केली आणि काही वेळातच मनिषा त्याच्याकडे आली. सत्याने तिला ती बातमी सांगितली. सुलभाला मुलगा झाल्याचं कळल्यावर तिलाही खूप आनंद झाला.

हॉस्पिटलमधून उशिरा घरी आलेला विशाल खूप थकला होता, तरी त्याच्या चेहऱ्यावर आनंद व उत्साह ओसंडून वाहत होता. "अभिनंदन दादा..." असं म्हणून सत्यानं त्याला आलिंगन दिलं. 'आई' अशी हाक मारत विशाल आईकडे धावला. ऑफिसात परतून कामाची नेहमीची लय पकडायला सत्याला थोडा वेळ लागला; पण नंतर त्याचं काम नीट सुरू झालं.

रात्री बाहेर पडण्यापूर्वी सत्या बाबूरावांच्या खोलीत डोकावला. तेथे आश्चर्य वाटावं इतकी शांतता होती. त्याच्या एकदम लक्षात आलं, की सकाळपासून एकदाही गंगाबाईंना मारलेली त्यांची हाक आपल्या कानावर पडलेली नाही.

"का बाबा, आईला त्रास होईल म्हणून तिला हाका मारणं थांबवलं आहे का? की इथून पुढे असंच वागायचं ठरवलं आहे? असं शांत राहिलात तर मन सुद्धा शांत राहील. नाही का?"

त्यांच्या शेजारी बसत सत्यानं विचारलं असता त्यांनी डोळे मिटून घेतले.

नेहमीचा हुंकारसुद्धा नव्हता.

"हा, मला आत्ता कळलं. नातू घरी येणार म्हणून तुम्ही बदललाय, बरोबर? तुम्ही जर गोंधळ घालायला सुरुवात केलीत तर तो येऊन तुमच्या गालावर पटापट चापट्या मारील, याची भीती वाटते आहे ना."

सत्या हसत हसत म्हणाला. पण त्यांनी लगेच भिंतीकडे तोंड फिरवलं. सत्याला थोडी काळजी वाटून तो त्यांची मान इकडे वळवण्याचा प्रयत्न करू लागला. पण हट्टी माणसासारख्या त्यांनी मानेच्या शिरा ताणून धरल्या होत्या.

"अच्छा, तुमचा माझ्यावर राग आहे तर. आत्ता उशीर झाला आहे. सकाळी येतोच."

असं म्हणून तो निघाला असता बाबूरावांनी त्याला हाक मारली, स...त...या.....सत्या लगेच मागे फिरला. बाबूरावांच्या डोळ्यांत अश्रूंनी गर्दी केली होती. "बाळा... ला..." त्यांच्या बोलण्याचा अर्थ लावत सत्या म्हणाला,

"हो, बाळाला पाहायचं आहे ना? घरी आल्यावर दादा तुम्हाला दाखवेल बरं."

पण त्याच्या बोलण्याकडे लक्ष न देता बाबूराव बोलू लागले, "तू ... गं...गा' त्यांना पुढे बोलता येत नव्हतं. ते पुन्हा पुन्हा तेच सांगत होते. इतक्यात मोटाराम आत आला.

"मालक, गेल्या चार दिवसांत एकही शब्द उच्चारलेला नाही तुम्ही. आज कसं काय हे? सत्याची वाट पाहत होता काय? माझी तक्रार करायची आहे का?" मोटाराम चेष्टेच्या सुरात म्हणाला, पण त्यांना त्याचं काही सोयरसुतक नव्हतं.

"आज खूप उशीर झाला आहे. सत्याअण्णा, तुम्ही निघा पाहू आता." मोटाराम म्हणाला.

मनात नसतानाही उठून बाहेर पडलेल्या सत्याला बाबूरावांचा आवाज कानावर येत होता. सत्या... सत्या... त्यांनी सत्याच्या नावाचा धोशा लावला होता व मोटाराम त्यांना शांत करण्याचा प्रयत्न करत होता. गोळ्या घेतल्यावर ते झोपतील, असं मनाचं समाधान करत सत्या आश्रमात पोहोचला. जेवण करून झोपताना त्याला बाबूरावांच्या हाका त्रास देत होत्या. तो काकांजवळ या विषयी बोलला. बाबूरावांना रोज आश्रमात घेऊन यायला हवं, हे त्यांचं म्हणणं सत्याला पटलं होतं. दुसऱ्या दिवसापासूनच त्यांना भजनाला घेऊन यायचं असं मनाशी ठरवल्यावर तो शांत झाला.

दुसऱ्या दिवशी मोटारामला लवकर जाग आली. साडेचार वाजले असतील असं म्हणत त्यानं कूस बदलली; पण झोप काही येत नव्हती. 'या घरात आणखी किती दिवस राहायचं?' तिकडे आपल्या घरी लक्ष्मीच्या मागण्या. कुठले कुठले

देव शोधून त्यांना नवस बोलण्याचं अजून तिनं थांबवलेलं नाही. गावठी औषध देणारा कोणी आहे, हे कळण्याचा अवकाश, त्याला कानाकोपऱ्यातून शोधून काढणार, त्याच्याकडून औषध आणणार. कुठली तरी औषधं घेऊ नको. तब्बेत बिघडेल, असं मी म्हणतो म्हणून मला न सांगताच औषधं घेते हल्ली. पाळी थांबली की लगेच दिवस राहतील, हा विश्वास.

'मुलं नाहीत म्हणून खंत आहे खरी; पण मुलं असतात त्यांना हजारो काळज्या असतात गं,' असं तिला किती वेळा सांगितलं; पण तिच्या डोक्यात प्रकाश पडेल तर ना. आपण वृद्धाश्रमत, घराघरांत रोज बघतोच ना मुलं आणि जन्मदात्यांचे काय संबंध असतात ते. एकमेकांचं पटतच नाही. मग तो शिकलेला असो, की श्रीमंत असो. प्रेम नसेल तर सगळं व्यर्थ ठरतं. मुलं नाहीत तरी काही कमी आहे का आपल्याला? असं विचारलं तर 'आईपणाचं सुख तुम्हा पुरुषांना काय कळणार?' असं मलाच विचारते. मूल अंगावर दूध पितं तोपर्यंतच आईपणा असतो बाई, नंतर सगळा कोरडा व्यवहार, असं समजावून सांगायला गेलं की आरडाओरडा नाहीतर गळा काढून रडणं. तिला एकटीला सोडून यायला जिवावर येतं. दिवसभरात एखादा तास तरी घरी जाऊन येईन, म्हटलं तरी जमतच नाही. आत्ता कुठे वैनीबाय जरा उठायला लागल्या आहेत. त्या बऱ्या झाल्या, की माझी सुटका होईल. तोपर्यंत...

मोटाराम बराच वेळ जागा होता. डुलकी येणार, तेवढ्यात दारावरची बेल जोरजोरात वाजू लागली. दारात स्वयंपाकीण बाई उभ्या होत्या. बाप रे, सात वाजले होते. भराभर आटोपून तो खोलीत आला. गंगाबाई कण्हत होत्या. त्यांना तोंड धुवायला गरम पाणी देऊन तो बाबूरावांकडे वळला. ते अजून जागे झाले नव्हते. रात्री सत्या गेल्यानंतरही अर्धा तास ते त्यालाच हाका मारत होते. त्यांना गोळ्या देऊन झोपवेपर्यंत बारा वाजून गेले होते. आता त्यांना उठवायला हवं होतं. पण गोळ्यांचा परिणाम दिसतोय, झोपू देत थोडा वेळ, असं म्हणत त्यांना न उठवताच मोटाराम गंगाबाईंसाठी चहा आणायला गेला.

गंगाबाईंना चहा देऊन, मोटाराम दाराबाहेर जमिनीवर चहा प्यायला बसला. तो चहाचा कप हातात घेणार; इतक्यात गंगाबाईंचा आक्रोश त्याच्या कानावर पडून तो खोलीत धावला. गंगाबाई पलंगावर झोपलेल्या बाबूरावांच्या छातीवर डोकं ठेवून रडत होत्या. त्यानं बाबूरावांच्या कपाळाला हात लावून पाहिला, थंडगार होतं ते. गंगाबाईंचा आक्रोश वाढत होता. मोटारामनं विशालला हाक मारली आणि पाठोपाठ सत्याला फोन केला. डॉ. आपटे गावात नव्हते. त्यांनी त्यांच्या ओळखीतल्या डॉक्टरांचा नंबर दिला. पंधरा मिनिटांतच डॉक्टर आले.

''सॉरी, ही इज नो मोअर. बीपी हाय झाल्यानं हे झालं असावं. बीपीच्या गोळ्या

बरोबर देत होता ना?'' त्यांनी विशालला विचारलं. मोटारामने होय, अशी मान हलवली.

''असो. डॉ. आपटेंनी त्यांच्या आजाराची कल्पना दिली होती मला. 'नॉर्मल डेथ' असं लिहून देतो. म्हणजे पुढे अडचण येणार नाही.''

डॉक्टर निघून गेल्यावर विशाल आईकडे वळला. गंगाबाई शांतपणे बाबूरावांच्या पायाशी बसून त्यांच्याकडे एकटक पाहत होत्या. त्यांची समजूत घालून विशाल बाहेर आला व त्यानं नातेवाइकांना फोन करायला सुरुवात केली. मदतीला सत्या होताच. थोडी उसंत मिळताच सत्या आत गेला व बाबूरावांच्या निश्चल देहाकडे पाहत उभा राहिला. त्यांच्या तोंडातून ग....गा.... अशी हाक सतत बाहेर पडत आहे, असा भास त्यालाच नाही, तर गंगाबाईंनाही होत होता. आजारातून त्या अजून पूर्ण बऱ्या झाल्या नव्हत्या. त्यातच या धक्क्यानं अधिकच खचून, त्या बसल्या बसल्याच बेशुद्ध झाल्या. तोंडावर पुन्हा पुन्हा पाणी मारून, त्या शुद्धीवर आल्यावर सत्या खोलीतून बाहेर आला तो पुन्हा काही आत गेला नाही. वडिलांना घेऊन जाताना, तोंडात पदराचा बोळा कोंबून रडणाऱ्या, कोसळलेल्या आईला पाहून विशालच्या डोळ्यांतही अश्रू उभे राहिले.

जेवायला बसून पंधरा मिनिटं झाली तरी एकही घास सत्याच्या घशाखाली उतरला नव्हता. शेजारी काका बसले होते. एका धक्क्यातून सावरण्यापूर्वीच दुसरा समोर आला होता. त्याला हवीहवीशी वाटणारी दोन्ही माणसं एकामागोमाग निघून गेली होती. घडलेल्या सगळ्या गोष्टी आपल्या हाताबाहेरच्या होत्या, हे माहीत असूनही आपल्याच बाबतीत असं का, हा प्रश्न सत्याला पुन्हा पुन्हा सतावत होता. तो हताश झाला. गुरुजी असते तर त्यांनीच समाधानकारक उत्तर दिलं असतं. त्यांना सगळंच माहीत असायचं. ध्यान मंदिर... अजूनपर्यंत तेथेच तर बसून होतो. मन थोडं शांत झाल्यावर खोलीत आलो तर पुन्हा बेचैनी आहेच. काका त्याच्या पाठीवरून हात फिरवत बसले होते. थोडंसं खाऊन घेतलंस तर बरं वाटेल, असं त्यांनी म्हणताच त्यानं एक घास घेतला; पण तो घशातच रेंगाळत राहिला. शेवटी पानावरून उठवून काका त्याला झोपायला घेऊन गेले. भिंतीवरच्या चित्रांना आता काही अर्थच उरला नव्हता; तरीही त्याला ती हवी होती. मनात बाबूरावांबद्दलचे विचार येत होते. काल रात्री ते आपल्याला काय सांगण्याचा प्रयत्न करत होते बरं? काहीच स्पष्ट कळलं नव्हतं. प्रयत्न करूनही सत्याला झोप येत नव्हतं.

चार

संध्याकाळी सत्या ऑफिसातून निघायच्या वेळी रखमाबाईंचा फोन आला. "सत्या, तुला येऊन दोन आठवडे होऊन गेले; पण इकडे फिरकलाही नाहीस. आम्हाला विसरून गेलास का रे?" त्यांच्या बोलण्यातली तक्रार जाणवून सत्या ओशाळून गेला. "नाही, काकी तसं काही नाही. गावाला गेलो होतो ना? आणि तिकडून आल्यावर हे असं घडलं. मी आता आलो तर चालेल का?" त्यानं विचारलं. "ये लागलीच ये. तुझ्याशी तातडीनं थोडं बोलायचं होतं. म्हणूनच तर फोन केला होता." त्या कळकळीनं बोलत होत्या. तसंच काही गंभीर असल्याशिवाय त्या फोन करणार नाहीत. सत्या लगेच बाहेर पडला. त्यांचा पुन्हा फोन आला. फळं बिळं आणण्यात वेळ घालवू नकोस. लवकर ये... फोन ठेवून सत्या लगेच बाहेर पडला.

आश्रमाच्या ट्रस्टींनी चालवलेल्या वृद्धाश्रमात आठवड्यातून किमान एकदा तरी जाऊन सत्या तेथील वृद्ध मंडळींना भेटून, त्यांच्याजवळ गप्पा मारून येत असे. जाताना तो त्यांच्याकरीता न चुकता फळं घेऊन जायचा. त्यांना जमेल तशी मदत करण्याचा, गेल्या सहा वर्षांचा रिवाजच झाला होता त्याचा. त्याच्यासाठी सगळे वृद्ध सारखेच असले, तरी रखमाबाईंसाठी त्याच्या मनात विशेष स्थान होतं. त्या सत्याला अतिशय मायेनं वागवायच्या. मनातली सुख-दुःख त्यांना सांगितल्यावर त्यालाही हलकं वाटत असे. तो गेला नाही तर त्या फोन करून त्याची चौकशी करत असत. तो आत्माराम महाराजांच्या आश्रमात राहतो, हे त्यांना माहीत होतं. सत्या त्यांना बऱ्याच वेळा एकदा तिकडे या असं, म्हणत असे. पण त्यांना कधी तिकडे जावं, असं वाटलं नव्हतं. तो कुठे नोकरी करतो, हे त्यानं एकदा सांगितलं होतं, पण ते आता त्यांच्या लक्षात नव्हतं. बाबूरावांना जाऊन सहा दिवस झाले तरी सत्या अजून उदास मन:स्थितीतून बाहेर पडला नव्हता. मन विषण्ण होतं, त्यामुळे

तो वृद्धाश्रमाकडेही फिरकला नव्हता. फक्त मनिषाच्या सहवासात त्याला थोडं बरं वाटत असे.

सत्या आश्रमाच्या गेटमधून आत शिरला तेव्हा रखमाबाई दगडी बेंचवर बसलेल्या होत्या. अंधारून आलं होतं तरी त्यांना उठून आत जावं, असं वाटत नव्हतं. सत्याची वाट पाहत बसल्या होत्या त्या. "काकी... सत्यानं हाक मारताच त्या भानावर आल्या. त्यांच्या नजरेत भीती दाटून आलेली होती आणि चेहराही उतरलेला दिसत होता. सत्याला पाहून त्या रडवेल्या सुरात म्हणल्या,

"सत्या, माझ्याकडून एक चूक झाली आहे रे." त्यांच्याजवळ बसत सत्या म्हणाला,

"असं काय झालंय काकी?"

"आपला मोटाराम, माझ्यावर विश्वासून त्याने मला एक गुपित सांगितलं होतं; पण मला ते गुपित राखता आलं नाही." सांगताना त्यांना रडू फुटलं. त्या हुंदके देऊ लागल्या. सत्याने त्यांना थोडं शांत केल्यावर त्य बोलू लागल्या...

"मोटाराम एका घरी कामाला जातो. घराचे मालक बाबूराव...त्यांची पत्नी गंगाबाई. तो त्यांच्या घरातला अगदी विश्वासू नोकर... गंगाबाई काही दिवसांपासून मधून मधून इकडे येतात... तेही घरातल्यांच्या नकळत... घरात नवऱ्याचं आणि मुलाचं अजिबात पटत नाही...म्हणून नवऱ्यासह इथे आश्रमात येऊन राहावं, असं त्यांच्या मनात होतं. मनानं किती चांगली बाई... त्यांची आणि माझी थोड्याच काळात मैत्री जुळली होती. पण मध्येच त्या येईनाशा झाल्या. त्यांची तब्बेत बरी नव्हती... शिवाय सून बाळंतीण होती म्हणूनही असेल.....त्यातच गेल्या आठवड्यात बाबूरावांचं निधन झालं..." रखमाबाई शांतपणे बोलण्याचा आटोकाट प्रयत्न करत होत्या. पण नाही. मध्येच संताप... दुःख... डोळ्यांत पाणी. पुढील घटना त्या चाचरत, थांबत सांगू लागल्या आणि त्यांनी पुढे जे सांगितलं ते ऐकल्यावर सत्याचा चेहरा काळा ठिक्कर पडला आणि छाती धडधडू लागली. त्या बोलतच होत्या. त्यांचं बोलणं संपेपर्यंत सत्याच्या डोळ्यांत निखारे फुलले होते आणि कपाळावर घर्मबिंदू जमा झाले होते.

"मी त्यांना सांगायला नको होतं; पण त्यांच्याजवळची मैत्री इतकी गाढ झाली होती, की त्या घरात त्या आता शांतपणे राहतील, याचीच मला भीती वाटू लागली व त्यांच्या मनात ही ठिणगी टाकली. आता त्यांच्या घरात होम पेटला असेल. मला का अशी दुर्बुद्धी सुचली? सत्या, माझा स्वभाव असा नाहीये रे. चूक झाली आहे माझ्या हातून. सत्या, तूच काही तरी मार्ग काढू शकशील यावर."

सत्या समोर हात जोडून रखमाबाई जोरजोरात रडू लागल्या.

"तुमचं हे बोलणं किती वेळापूर्वी झालं?"

"अर्ध्या तासापूर्वी त्यांना फोन केला होता तेव्हा. नंतर घाबरून त्यांना किती वेळा फोन लावण्याचा प्रयत्न केला; पण त्यांनी घेतला नाही." रखमाबाई डोळे पुसत सांगेपर्यंत सत्या गेटजवळ पोहोचला होता.

"सत्या, तू कुठे चालला आहेस? ते लोक तुझ्या ओळखीचे आहेत का? थांब, मी पण येते तुझ्याबरोबर. मी केलेली चूक मलाच निस्तरू दे." रखमाबाई सत्याच्या मागे धावू लागल्या. पण तो न थांबता, काही न बोलता पुढे गेला व गाडीवर बसून दिसेनासा झाला.

घरात पाऊल टाकताच तेथील दृश्य पाहून सत्या अचंबित झाला. गंगाबाई एका हातात पिशवी घेऊन उभ्या होत्या. मोटारामनं त्यांच्या पायाशी लोळण घेतली होती. विशाल आईसमोर उभा राहून, दोन्ही हात पसरून त्यांना जाण्यापासून रोखण्याचा प्रयत्न करत होता. आठ दिवसांचं बाळ हातात घेऊन सुलभा जिन्याच्या पायरीवर बसली होती. सत्याला पाहून गंगाबाईंच्या डोळ्यांना धारा लागल्या.

"सत्या, बघ. मी चार दिवस आजारी काय पडले... या माझ्या मुलानं घरात काय दिवे लावले बघ." अजूनही त्यांचा अशक्तपणा कमी झालेला नव्हता, हे त्यांच्या आवाजातून जाणवत होतं.

इतक्यात मोटाराम बोलू लागला...

"वैनी, सगळी चूक माझीच आहे. तुम्हाला आश्रमाची ओळख मी करून दिली. तुमच्या घरातल्या घटना मी बाहेरच्या लोकांना सांगितल्या. तुम्ही विशालसाहेबांना शिक्षा देऊ नका. कृपा करा आणि हा विषय इथेच सोडून द्या. कृपा करा." असं म्हणत गंगाबाईंचे पाय धरून तो गयावया करू लागला.

"मोटाराम, यात तुझा दोष कसा काय? तू रखमाबाईंना सांगितलंस हे खरं, त्या माझ्याजवळ बोलल्या हेही खरं; पण त्याशिवाय मला सत्य कळलंच नसतं. त्यांना... त्यांना नैसर्गिक मरण आलं, असं समजून मी याच घरात... या खुनी माणसाच्या हातचं अन्न खात आयुष्य घालवलं असतं." गंगाबाईंच्या डोळ्यांतले अश्रू थांबून त्या जागी रोषाची आग पेटून उठली.

"आई, वेड्यासारखं बोलू नकोस. तुझ्या नवऱ्याला मी मारलेलं नाहीये. मगाचपासून तेच तेच काय बोलते आहेस? कोणत्या सैतानानं तुझ्या डोक्यात हे भरवलं आहे?" आईला अडवून उभा असलेला विशाल ओरडत होता.

"मोटाराम, तुला जेवायला वाढताना मी कधीही डावं-उजवं केलं नाही. त्या अन्नाला जागून, त्या आपटे डॉक्टरांसमोर हा काय काय बरळला ते सगळं सांगून टाक. रखमाबाईंना जे काय सांगितलंस ना, ते सगळं इथे सर्वांसमोर पुन्हा एकदा सांग. या घरच्या अन्नाची शपथ आहे तुला."

मुलापेक्षा चढवलेल्या आवाजातलं गंगाबाईंचं बोलणं ऐकून सगळे चकित

झाले. तापानं अशक्त झालेल्या गंगाबाईंचा आत्ताचा राग आणि चढलेला आवाज ऐकून सगळेच हबकून गेले.

"वैनीबाय, जाऊ द्या ना. सोडून द्या. बोलावं तितकं हे प्रकरण जास्त वाढत जाईल. माझी चूक झाली. मी कबूल करतो." असं म्हणत तो परत परत त्यांच्या पायावर डोकं घासू लागला, विनवण्या करू लागला.

"सांगतो आहेस की मी बाहेर पडू?" आपली दाहक नजर मोटारामकडे टाकत गंगाबाई कडाडल्या.

मोटाराम रडत रडत सांगू लागला...

"दुसऱ्या दिवशी तुम्हाला तपासून डॉक्टरसाहेब निघाले होते. मालक झोपले होते. विशालसाहेबांनी हाक मारली तरी ते उठले नाहीत, तेव्हा खोलीच्या दारातच डॉक्टरांना थांबवून धाकटे मालक त्यांना म्हणाले, "हे असे निर्जीव असल्यासारखे झोपलेलं पाहणं म्हणजे आम्हाला त्रास आणि ते भोगणं हा त्यांना त्रास. या त्रासातून त्यांची मुक्तता करण्याचा काही मार्ग असेल का.." मोटारामला अडवत विशाल ओरडला,

"मोटाराम, तुझं तोंड आधी बंद कर. नाही नाही ते सांगत बसू नकोस. यांना यातनांमधून मुक्ती मिळणं शक्य नाही का? परदेशात अशा परिस्थितीत काय तोडगा काढतात? असं मी विचारत होतो. ते लोक आपल्यासारखे भावनांमध्ये अडकणारे नसतात. ते वास्तववादी असतात. डॉक्टर सांगत नव्हते का? किती केसेस मध्ये रोग्यांची औषधं थांबवून त्यांना मरणासाठी सहकार्य करतात. त्यालाच 'दयामरण' म्हणतात. उद्या आपल्या देशातही हा कायदा येऊ शकतो. त्याबद्दलच मी डॉक्टरांजवळ चर्चा करत होतो." विशालच्या या बोलण्यावर मोटाराम कासावीस होऊन म्हणाला,

"असेल. मुक्ती, दयामरण यांतलं मला काही कळत नाही... पण तुम्ही मालकांच्या खोलीच्या दारात उभं राहून हे बोलत होतात... आणि त्याच्या दुसऱ्या दिवसापासून त्यांचा आवाजच बंद झाला. असं कसं झालं? याचं आश्चर्य वाटत होतं. ...सत्या आला ती संध्याकाळ... म्हणजे मरण्यापूर्वीच्या दिवसापर्यंत त्यांचा आवाज बंदच होता." सगळ्यांचं लक्ष मोटारामच्या बोलण्याकडे होतं.

"मालकांचं शव उचलून बाहेर नेल्यानंतर उशांच्या फटीत, भिंतीच्या बाजूला मला काही गोळ्या सापडल्या. पडल्या असतील म्हणून मी फार विचार केला नाही; पण दोन दिवसांनी लक्षात आलं, मालक जाण्यापूर्वी दोन दिवस दुसरे वेगळे डॉक्टर येत होते. त्यांचे प्रश्न आठवून सगळं स्वच्छ दिसू लागलं... गोळ्या तोंडात ठेवल्यावर मालक पाणी घेत नसत. नको म्हणत. माझं लक्ष दुसरीकडे वळवून ते गोळ्या थुंकून टाकत असावेत. मीच मूर्ख, मला काही कळलं नाही तेव्हा. घरात

कामही खूप असायचं. झोपेच्या गोळ्या, बीपीच्या गोळ्या त्यांच्या पोटात गेल्याच नव्हत्या. बीपीच्या गोळ्या कोणत्याही कारणानं थांबवायच्या नाहीत, असं डॉक्टरांनी बजावलं होतं आणि त्या घ्यायच्या नाहीत असं मालकांनी ठरवलं होतं...'' मोठ्या प्रयासानं बोलणं संपवून मोटाराम पुन्हा गंगाबाईंच्या पायाशी बसला.

''चार दिवस हे सगळं मनात ठेवलं होतं; पण सहन होत नव्हतं. कोणाला तरी सांगून टाकावं असं वाटत होतं. बायकोजवळ बोललो, पण तिला काहीच उमजलं नाही. न राहवून आज रखमाबाईंजवळ बोललो. कोणाला सांगू नका, असं म्हटलं होतं, पण माझे ग्रहच वाइटावर होते. त्यांनी तुम्हाला सगळं सांगितलं. माझं चुकलं. खाल्ल्या अन्नाशी द्रोह केला मी.'' गंगाबाईंच्या पायांवर डोकं घासत मोटाराम पुन्हा रडू लागला.

''हे सगळं असं आहे का? ते झोपले आहेत असं वाटून मी डॉक्टरांजवळ चर्चा करत होतो. आमचं बोलणं ऐकून त्यांनी गोळ्या घ्यायच्या नाहीत, असं ठरवलं... आणि त्यामुळे त्यांचं बीपी हाय झालं... असंच तू सांगत होतास ना मोटाराम?'' मोटारामला उद्देशून बोलणारा विशाल आता आईकडे वळून कमरेवर हात ठेवून म्हणाला. ''आई, बघितलंस, ही हत्या नसून आत्महत्याच आहे; मला का बोलते आहेस तू?''

''तू हा विषय डॉक्टरांजवळ काढलासच का? तुझे वडील किती तीक्ष्ण बुद्धीचे होते हे तुला माहीत नाही? त्यांची जिद्द तू ओळखत नव्हतास? त्यांनी ऐकावं, या उद्देशानेच तू बोलत होतास. खुनी कार्टा.'' गंगाबाई चिडून म्हणाल्या.

''आई, खूप झालं. आता गप्प बस! कबूल, माझ्यावरच्या रागानं त्यांनी हे कृत्य केलं. नाही तरी त्यांच्या असण्याचा मला त्रासच होत होता आणि गोळ्या थुंकून टाकायच्या, हे काही पहिल्यांदा घडलेलं नाही. तो तर त्यांचा खेळच होता. असं असताना या गोष्टीला तू मला का जबाबदार धरतेस? मी तुझ्या मनातून उतरलेला आहे, म्हणून का?'' विशालच्या बोलण्यात रागाबरोबर वेदना होती.

शांत राहून ऐकत बसलेल्या सुलभाला नवऱ्याच्या बोलण्यातला प्रामाणिकपणा दिसत होता. वडिलांची स्थिती अशी दयनीय झाली असताना त्यानं सुलभाजवळ हा 'दयामरणा'चा विषय पहिल्यांदा काढला, तेव्हा तिनं त्याला तीव्र विरोध केला होता. हे विचार डोक्यातून काढून टाका, असंही तिनं सांगितलं होतं आणि त्या वेळी तो आपला हट्ट सोडणार नाही, ही भीतीही तिला वाटली होती. म्हणूनच तर तो तिला म्हणाला होता, उद्या माझी अशी स्थिती झाली तर मला काही न विचारता, बिनधास्त तू हे पाऊल उचल. या स्थितीत जगण्यापेक्षा मरण केव्हाही उत्तम. म्हणूनच बी प्रॅक्टिकल, डोन्ट बिहेव लाईक सेंटीमेंटल फूल... तो हे याच संदर्भात म्हणाला होता. तिनं समीरदादाला पत्र लिहिलं होतं. त्या नंतर तुला सांगितल्याशिवाय

कोणतंही पाऊल उचलणार नाही... असं विशालनं सुलभाला प्रॉमिस केलं होतं व त्या प्रमाणे तो वागला होता. त्यानंतर त्या दोघांमध्ये हा विषय कधीही निघाला नव्हता. एकदा ऑफिस शिफ्ट झालं, की हा प्रश्नच येणार नाही, हे त्याचं म्हणणं तिला पटलं होतं. त्याच्या मनात फक्त ऑफिसबद्दल विचार असताना आणि हा विषय मागे पडला असताना आता डॉक्टरांजवळ याविषयी बोलायची काय गरज होती? ''यू आर ब्लडी फूल'' असं ओरडून त्याला म्हणावं, असं सुलभाला वाटलं.

आपल्या टपोरलेल्या पोटाकडे बाबा वारंवार पाहत असायचे. त्यांनाही नातवंडाची आस होतीच की. नेहमीप्रमाणेच त्यांनी गोळ्या थुंकून टाकल्या असतील, मनात अपराधी भावना असेल, त्यातच सासूचा आजार. या सगळ्यामुळे थकून, कंटाळून गेले असतील. समजावायला सत्याही सोबत नव्हता, म्हणून मनातून अधिकच खचून गेले असतील. असंच झालं असणार...

विशाल वडिलांचा प्राण घेणार नाही, आणि तो आता कितीही खरं सांगू लागला तरी आपली सासू ते ऐकण्याच्या मन:स्थितीत नाही. ती आणखीनच संतापली तर त्याचे परिणाम काय होतील, या विचारानं विशाल खचून गेला आहे. आयुष्यभर आपल्या निष्क्रिय नवऱ्याची बाजू घेत आली आहे सासू; पण प्रामाणिकपणे अथक परिश्रम करणाऱ्या तिच्या नवऱ्याची साथ सुलभा सोडणार नव्हती. वेळ पडली तर त्याच्या बाजूनं खंबीरपणे उभं राहायचं, असं मनाशी ठरवून सुलभा शांत बसली होती. इतके दिवस सासूबद्दल मनात असलेलं प्रेम, सहानुभूती कमी कमी होत जाऊन त्याची जागा आता क्रोधानं घेतली होती. गंगाबाई पुन्हा आरडाओरडा करत विशालकडे वळल्या.

''तुझ्या मनात पहिल्यापासूनच हे विचार चालू होते, हे मला चांगलंच माहीत आहे....कोणाला कळणारही नाही अशा अज्ञात ठिकाणी तुम्हाला सोडून येईन, घरातून घालवून देईन... अशा धमक्या देत, वृद्धाश्रम शोधत होतास ना? आता सगळं लक्षात येत आहे माझ्या. त्यांना वेदनेपासून कसं मुक्त करता येईल, त्यांचा आवाज कसा बंद करता येईल, याचीच तुला सतत चिंता असायची. एकदा माझ्यासमोरच डॉक्टरांना म्हणाला होतास ना का...त्यांचा आवाज एकदाचा बंद होऊ दे... नंतर शंभर वर्षं जगले तरी चालतील... मला कसलाही विसर पडलेला नाही. कळतंय? त्यांना मृत्यूचं भय वाटायचं रे... आणि तू नुसता बोलून थांबला नाहीस. त्यांच्यावर हात उचललास....तेव्हापासून त्यांचं गोळ्या थुंकून टाकण्याचं प्रमाण वाढलं. ते कंटाळले होते ...तरी अलीकडे त्यांना पश्चातापही होऊ लागला होता.'' बोलता बोलता गंगाबाईंचा गळा दाटून आला. काही वेळात त्यांनी स्वतःला सावरलं आणि म्हणाल्या, ''आता बोलणं पुरे झालं. माझं मी पाहते. आता मला जायलाच हवं.''

"आई, पुरे ना. किती हट्टीपणा करते आहेस. कोणाकडून शिकलीस हे सगळं? त्या रखमाबाईंकडून? या आधी तू अशी नव्हतीस आई. लवकर बरं होऊन नातवाला खेळवायचं होतं ना तुला? आता वृद्धाश्रमात जायचं ठरवून मोकळी झालीस?" विशालचा आवाज आता आणखीनच उतरला होता. त्या काहीच बोलल्या नाहीत. त्यांच्या मौनामुळे आता विशालला राग येऊ लागला. तो चिडून म्हणाला,

"कोणी तरी काही तरी सांगतं आणि तू ऐकतेस? तू कशी जातेस तेच पाहतो मी." असं म्हणत तो गंगाबाईंच्या हातातली पिशवी हिसकावून घेण्याचा प्रयत्न करू लागला. तो असं काही तरी करणार, असा अंदाज त्यांना आलेलाच होता. गंगाबाईनी हातातली पिशवी खाली ठेवली व विशालच्या खाडकन थोबाडीत ठेवून दिली. फटका बसल्याने किंवा त्यामागील क्रोधाच्या धर्गाने विशाल तेथेच खाली बसला. डोळ्यांत पाणी येऊन सुलभानं मान खाली घातली.

"सत्या, चल. मला वृद्धाश्रमात नेऊन सोड. विशाल आता मला राहायचा आग्रह करू नकोस. काय करायचं ते मला चांगलं कळतं." गंगाबाई अधिकारवाणीनं म्हणल्यावर सत्यानं खाली पडलेली त्यांची पिशवी उचलून हातात घेतली. बसल्या बसल्याच, आरडाओरडा करत विशाल सत्याच्या हातून पिशवी खेचून घेऊ लागला.

"माझे वडील हट्टी होते हे खरं आहे; पण ते गेल्यामुळे मला अक्कल शिकवण्यासाठी तुझ्याकडे आता काही कारणच उरलेलं नाही. तुझ्यामुळे घरातले सगळे माझ्यापासून तुटले आहेत. मला धिक्कारून जाण्याचं धैर्य आईकडे कधीच नव्हतं. तू आलास आणि माझं घर, माझा संसार तुटला. पाप्या, कुठल्या कुमुहूर्तावर माझ्या घरात पाऊल टाकलंस?" असं म्हणत त्यानं सत्याची कॉलर पकडली. मोटाराम, गंगाबाई दोघंही धावत पुढे होऊन सत्याला सोडवण्याचा प्रयत्न करू लागली; परंतु विशाल ऐकत नव्हता. शेवटी मोटारामनं त्याची ताकद दाखवून विशालला मागे खेचला.

"साहेब, तुम्ही सत्यण्णाला अपराधी ठरवताय; पण तुमचा संसार एवढंच त्याचं जग नाहीये. आठवड्यातून दोनदा ते वृद्धाश्रमात जाऊन..." त्याचं बोलणं तिथेच तोडून गंगाबाई रागानं आणि आश्चर्यानं म्हणाल्या,

"मोटाराम, सत्या तिथे येतो हे तू मला सांगितलेलं नाहीस कधी." त्यांना काही उत्तर न देता मोटाराम पुढे बोलू लागला....

"वृद्धाश्रमात सगळे त्याची वाट पाहत असतात. तिथं त्याला जेवढं प्रेम मिळतं ना, त्यातलं गुंजभरही तुमच्या घरात त्याला मिळत नाही. त्याचं तिथलं काम, तो करत आलेली सेवा... साहेब, त्याचं जग खूप मोठं आहे. तुम्हाला नाही

दिसणार ते. आता गुपचूप बाजूला व्हायचं.'' हे ऐकून विशाल आणखीनच चिडला.

''अच्छा, असं आहे का? मग वृद्धाश्रमातल्या सगळ्या म्हाताऱ्यांना आपल्या घरी का घेऊन जात नाहीस? माझ्या आप्पांवरच का डोळा होता तुझा? मी त्यांना एक शब्द बोलायची खोटी... तुझा जीव नुसता खालीवर व्हायचा. जणू काही ते तुझेच वडील होते.'' विशाल तावातावानं बोलत होता. आता बोलायलाच हवं असं म्हणत सत्या अतिशय शांतपणे बोलू लागला...

''त्या दिवशी मी मुलाखतीसाठी आलो असताना, घरातून किंचाळण्याचे आवाज येऊन मी धावतच घरात गेलो. बाबांना वळवून झोपवण्याचा प्रयत्न करत होती आई; पण तिला दाद न देता बाबा परत परत एकाच बाजूला वळत होते. मी घाबरून पाहू लागलो तेव्हा आई म्हणाली, ''यांना नेहमी भिंतीकडे तोंड करून झोपायचं असतं. का, तर म्हणे चित्रं पाहायची असतात. चित्रं नाही, पण यांचं वागणं विचित्र झालं आहे.'' आई वैतागली होती. भिंतीवर उमटणारी चित्रं पाहतच लहानाचा मोठा झालेल्या मला ते... जाऊ दे. तुम्हाला नाही कळणार.'' सत्याच्या बोलण्याचा संदर्भ कोणालाच कळत नव्हता.

''मला बाबा म्हण, असं तेच म्हणाले मला. मला ते दोघं आई-बाबांसमानच वाटू लागले व त्यांच्याविषयी अपार भक्ती वाटू लागली. त्यांची सेवा करण्याची ओढ निर्माण झाली. शिवाय त्यांच्या दुर्बल शरीरामुळे अनुकंपाही वाटत होतीच. त्यांना नीट बोलता येत नसे. त्यांना भिंतीवर दिसणारी चित्रं काय असतील, याची कल्पना करू लागलो आणि त्यांना बरं वाटेल, मन शांत राहील अशी चित्रं त्यांना सुचवू लागलो. हेच आमच्यात निर्माण झालेले बंध होते. सत्याच्या या बोलण्यावर विशालला लगेच उत्तर देणं जमलं नाही. पण काही वेळानं तो बोलू लागला तेव्हा त्याच्या आवाजात वेदना होती.

''सत्या, माझ्या जागी तू असतास, तर तू काय केलं असतंस? डॉक्टरांजवळ चर्चा केली हा माझा अक्षम्य अपराध झाला का? तुला नाही वाटत की ही हत्या नसून आत्महत्या आहे? आई निरर्थक वाद घालत बसली आहे. तूच समजाव आता तिला.''

बोलताना विशालच्या डोळ्यांत अश्रू साठले होते. वडिलांच्या जाण्यामुळे आई गडबडून गेली होती, पण नंतर सावरल्यावर मात्र निरागस, निष्पाप स्वभाव असलेल्या तिच्या विश्वासाला धक्का बसला. आणि डॉक्टरांजवळचं बोलणं गुप्त न ठेवता आईने ते सगळ्यांसमोर उघड केल्यामुळेच आता आपली अडचण झाली आहे. हो, असं अंथरुणावर पडून रोज थोडं थोडं मरण्यापेक्षा कायमचे डोळे मिटले तर काय वाईट...? पण हे आपले विचार तो कोणालाही सांगू शकला नव्हता. सुलभानं तर त्याला विरोधच केला होता. परंतु दुसऱ्या कोणालाही आपण आपले

विचार पटवून देऊ शकलो नाही. डॉक्टरांनी सुद्धा आपल्याला उत्तेजन दिलं नव्हतं, त्याच्या मनात आलं. जाऊ दे. आता कोणाचाही सहवास नको, ऑफिसच्या कामात डोकं घालावं म्हटलं तरी तेथेही ग्रहदशा वाईटच आहे. बाबा त्यांच्या मनासारखं करून मोकळे झाले. आपल्या डोक्याला मात्र त्रास. आता आई गेल्यावर तिच्या मागोमाग सत्या गेला तर... सगळं बिघडून जाईल... आपले वडील जाताना सर्वनाश करून गेले आहेत... संतापाबरोबरच अगतिक वाटून विशालला आणखीनच रडू आलं.

"माझ्या जागी तू असतास तर, मला वाटतं हा प्रश्नच चुकीचा आहे. कल्पनेतही माझ्या मनाला स्पर्श करू शकणार नाही असला विचार. दादा, तुम्ही व्यवहार चतुर आहात. वेळ पडली तर खोटं बोलायलाही मागं-पुढं पाहणार नाही तुम्ही. मी वाढलो ते अगदी वेगळ्या वातावरणात. मी या ऑफिसमध्ये नोकरीला लागलो नसतो, तर तुमच्याकडे बघण्याचंही धाडस झालं नसतं माझं." सत्या विशालकडे पाहत बोलत होता.

"दादा, तुम्ही कष्टानं, मेहनतीनं तुमची प्रगती साध्य केलीत. तुमच्या प्रत्येक पावलाबरोबर तुमची जिद्द तुमच्या सोबत होती. मीही कष्ट करतच मोठा झालो आहे. पण माझ्या प्रवासात माझ्याबरोबर वेगळंच कोणी होतं." असं म्हणत तो देवघरासमोर जाऊन उभा राहिला. तेथील कटीवर हात असलेली विठ्ठल मूर्ती पाहून त्याच्या चेहऱ्यावर समाधान पसरलं. तेथूनच विशालकडे वळून तो म्हणाला, "कळलं तुम्हाला माझ्याबरोबर कोण होतं ते?" नंतर देवासमोर पाच मिनिटं उभा राहून तो परत विशालजवळ येऊन म्हणाला,

"डॉक्टरांजवळ तुमचं जे बोलणं झालं, त्याविषयी मला काय वाटतं ते महत्त्वाचं नाही. तुम्ही 'दयामरण' या विषयी बोलत होतात ना? आपल्या देशात त्याला कायद्यानं मान्यता मिळेलही; पण माणसांची मनं ते कधीही स्वीकारणार नाहीत, अशी माझी भावना आहे. तुम्हाला बाबांची आत्महत्या वाटते आणि आईला तीच हत्या वाटते. विकोपाला गेलेल्या आजारामुळे का असेना, त्यांचा जीव घेणं याविषयी तुझ्या घरातले मोकळेपणानं बोलूही शकत नाहीत. बरोबर आहे ना? याच गोष्टीकडे वेश्यावृत्तीच्या संदर्भात पाहा. कायद्यानं मान्य केलेलं असलं तरी मी वेश्येचं मूल आहे, हे कितीजण स्वेच्छेनं सांगू इच्छितात? आणि सांगितल्यावर समाजाचं त्यांच्याबरोबरचं वर्तन कसं असतं?"

त्याच्या या प्रश्नावर विशाल काहीच बोलला नाही. उत्तर माहीत असूनही तो ते सांगू शकत नव्हता. "काही गोष्टी अशा असतात, की तेथे कायदा हाताशी धरून चालत नाही. त्यांच्याकडे भावनिक पातळीवरूनच बघावं लागतं. तरच ते न्याय्य ठरतं. बाबांच्या मृत्यूविषयी खरं काय ते तुमचं तुम्हालाच माहीत. परंतु तुमच्या

प्रामाणिकपणावर माझा विश्वास नाही. माझं वैयक्तिक मत काहीही असो, आईनं जे ठरवलं आहे त्याच्यामध्ये तुम्ही आडकाठी आणू नका. आमचा रस्ता सोडा.'' असं म्हणून सत्या गंगाबाईंची पिशवी उचलू लागला. जाता जाता थांबून विशालला म्हणाला,

''बाबांचा खून नाही, त्यांनी आत्महत्त्या केली आहे, हे सांगायचा तुम्ही प्रयत्न करत आहात ना, ठीक आहे. त्यांनी आत्महत्त्या केली असेल ना, तरीही त्यासाठी तुम्ही त्यांना प्रोत्साहन दिलेलं आहे. त्यांनी हे पाऊल उचललं याला कारण तुम्ही आहात दादा. तुमच्यापासून दूर व्हायला एवढं कारण पुरेसं आहे मला आणि याची तुम्हालाही कल्पना आहे. नाही का?'' सत्याच्या या प्रश्नावर विशालनं उत्तर द्यायचं टाळलं.

''गेली सहा वर्षं तुम्ही मला भरपूर पगार देत आहात; शिवाय फायद्यातला वाटाही देता. दिल्लीचं प्रोजेक्ट हे खूप महत्त्वाकांक्षी प्रोजेक्ट आहे, याची मला कल्पना आहे. ते काम यशस्वीपणे पूर्ण करूनच मी नोकरी सोडेन. इथून पुढे तुम्हाला दादा म्हणणार नाही. नवीन ऑफिस तसंही तयार आहे ना? उद्यापासून तिथेच येईन.'' असं म्हणून निघालेल्या सत्याच्या मागोमाग गंगाबाई जड पावलांनी चालू लागल्या. मोटाराम अजूनही त्यांची विनवणी करत होता. त्या सुलभाला ओलांडून पुढे गेल्यावर ती जोरात किंचाळली.

''आई, तुम्ही खूप स्वार्थी आहात. मी तुम्हाला जन्मदात्री आईच समजत होते. पण नवरा गेल्यावर तुम्ही तुमच्या मुलावर सूड उगवत आहात. कशा प्रकारची आई आहे ही?''

तिचा प्रश्न ऐकून गंगाबाई आधी चकित झाल्या; मग मात्र हसू लागल्या. हळूहळू त्यांचं हसणं वाढू लागलं. हसता हसता त्या बडबडू लागल्या. ऐकतो आहेस ना मोटाराम? आता फक्त हिनं मुकूट चढवायचं बाकी होतं. त्या संगमरवरी बंगल्यातली बाई फॉरेन टूरवर गेली आहे ना, ते सांग हिला... असं बोलू लागल्या. त्यांचं हसणं चालूच होतं. त्या सतत हसत होत्या... त्यांचं अख्खं शरीर हसत होतं... सगळे त्यांच्याकडे भेदरलेल्या, विचित्र नजरेनं पाहू लागले. काही वेळात त्यांचं हसणं थांबलं. आणि गंभीर होऊन त्या म्हणाल्या,

''होय, माझा पती हरला होता; पण जगण्यासाठी त्यांना कारण मिळालं होतं. त्यांना मारण्याचा अधिकार तुझ्या नवऱ्याला नव्हताच. त्याची बाजू घेऊन, त्याचा बचाव करण्याची धडपड करू नकोस. माझा राग येत असेल ना? पण हीच बचावाची धडपड मीही करत होते. इथे राहण्याची माझीही इच्छा होतीच गं, पण ते कळण्याइतकी तू अजून परिपक्व नाहीस. त्याची पूर्णपणे जाणीव व्हायला अजून खूप काळ जावा लागेल. तोपर्यंत कदाचित तू वृद्ध होशील. असो. आता तुझी

मुख्य कामगिरी कोणती? तर तुझ्या या बाळाला वाढवणं. तो विशालसारखा व्हायला नको. तर मामा सारखा म्हणजे समीर सारखा आई-वडिलांना सांभाळणारा व्हावा, हीच इच्छा. मी अंबाबाईला सांगितलं आहे तसं.''

आणि एकदा बाळाकडे पाहून त्या तडक चालू लागल्या...

सुलभा क्षणभर बाळाकडे पाहत राहिली. निरागस, गोऱ्या-गोबऱ्या गालाचा बाळ. आईच्या मांडीवर छान उबेत झोपला होता. सुलभानं मान वर केली तोपर्यंत सत्या व गंगाबाई दोघं दृष्टिआड झाली होती...

◆